शोध गुन्हेगारीचा
चमत्कार वैज्ञानिक तंत्रज्ञानाचा

कर्णपिशाच्च

डॉ. बाळ फोंडके

मेहता पब्लिशिंग हाऊस

Please contact us at **Mehta Publishing House,** Pune 411030.
✆ +91 020-24476924 / 24460313 / Mob. No. 9545000513
Email : production@mehtapublishinghouse.com
Website : www.mehtapublishinghouse.com

- *या पुस्तकातील लेखकाची मते, घटना, वर्णने ही त्या लेखकाची असून त्याच्याशी प्रकाशक सहमत असतीलच असे नाही.*

KARNAPISHACHCHA by Dr. Bal Phondke

कर्णपिशाच्च : डॉ. बाळ फोंडके / कथासंग्रह

Email : author@mehtapublishinghouse.com

प्रकाशक : सुनील अनिल मेहता, मेहता पब्लिशिंग हाऊस,
१९४१, सदाशिव पेठ, माडीवाले कॉलनी, पुणे – ४११ ०३०

अक्षरजुळणी : इफेक्ट्स, २१/६ब, आयडिअल कॉलनी, कोथरूड, पुणे ४११ ०३८

मुद्रक : ट्रिनिटी ॲकॅडमी फॉर कॉर्पोरेट ट्रेनिंग लिमिटेड

मुखपृष्ठ : चंद्रमोहन कुलकर्णी

प्रकाशनकाल : ऑक्टोबर, २००९ / पुनर्मुद्रण : जानेवारी, २०१७

किंमत : ₹ २५०

P Book ISBN 9788184980547
E Book ISBN 9789387319172
E Books available on : amazonkindle Apple Books Google Play Books

---

माझ्या लेखनाची नेहमीच अतिशय आस्थेने
चौकशी करणाऱ्या, नात्यापेक्षा स्नेहाची आणि आपुलकीची
अधिक कदर करणाऱ्या
अशोक कोरगावकर यांना ही स्नेहाची भेट

अनुक्रमणिका

कर्णपिशाच्च

स्वच्छ स्नान करून; परीटघडीचा कुर्ता-पायजमा चढवून, डॉक्टर कौशिक आपल्या नेहमीच्या आवडत्या आरामखुर्चीत बसले. खरंतर कोसळले, असंच म्हणायला हवं. कारण अतिशय थकून ते घरी परतले होते. म्हणूनच तर त्यांनी एअरकंडिशनरही चालू केला होता. धोंडिबानं त्यांनी सांगितल्याप्रमाणे, त्या खुर्चीजवळच्या छोट्या टेबलावर त्यांच्या पसंतीची ग्लेनफिडिडशची बाटली, बर्फानं भरलेला मिल्टनचा जग, सोड्याच्या बाटल्या, क्रिस्टल ग्लासेस, खारवलेले काजू, शेकलेले पापड असा सारा जामानिमा तयार ठेवला होता. कंपनी असल्याशिवाय कौशिक एकटे कधीच ड्रिंक घेत नाहीत, हे माहीत असल्यामुळे धोंडिबाही चकित झाला होता. पण कौशिक कित्येक वेळा अशीच काहीतरी चमत्कारिक ऑर्डर देतात, हे आजवरच्या अनुभवावरून तो शिकला होता. त्यामुळे त्यांनी काहीही सांगितलं, तरी त्याचं आश्चर्य वाटू न देण्याची शिकवण त्यानं स्वत:ला दिली होती. ती शिकवण त्याच्या मनानं कधी ऐकली नाही, तरी आपल्याला वाटलेलं आश्चर्य चेहऱ्यावर न दाखवता आपल्यापाशीच ठेवण्याचं कसबही त्यानं पैदा केलं होतं.

कौशिक आज खरोखरीच अतिशय थकले होते. दिवसभर पायपीट करूनही हाती काहीच लागलं नव्हतं. सारी धडपड वांझोटी ठरली होती. काही पुरावा मिळेल या आशेनं ते ज्या कामासाठी अमृतरावांबरोबर गावभर भटकले होते ते काम तर झालं नव्हतंच, पण काही पुरावाही मिळाला नव्हता. त्याच्याशी संबंधित नसलेली, पण जिच्यात इंटरेस्ट निर्माण होईल अशी काही नवीन माहितीही मिळाली नव्हती. सारी वणवण व्यर्थ ठरली होती. त्यामुळेच थकावट जास्त जाणवत होती. थोडासाही

कसला धागा मिळाला असता तरी कौशिकांची शारीरिक थकावट कुठल्याकुठे पळाली असती. पण आज ते मनानंही थकून गेले होते. म्हणून तर स्ट्रॉंग ड्रिंक घेतल्याशिवाय परत उत्साह जागा होणार नाही असं त्यांना वाटत होतं. त्याचीच तयारी करून ते बसले होते. पण ड्रिंक तयार करायला लागणारी एनर्जीही त्यांच्याकडे उरली नव्हती. त्यासाठीही धोंडिबाला बोलवावं असा विचार त्यांच्या मनात आला, तोच फोनची घंटी वाजू लागली. ती तशीच वाजत राहिली तर तो घेण्यासाठी धोंडिबा येईल याची खात्री असल्यानं कौशिक तसेच बसून राहिले.

कॉर्डलेस फोनचा रिसीव्हर त्यांच्या हातात देत त्यांचं मनोगत जाणल्यासारखं धोंडिबानं विचारलं, "साहेब, ग्लास तयार करू?"

त्याला मानेनंच होकार देत त्यांनी आपलं लक्ष फोनकडे वळवलं.

"हॅलो, डॉक्टर कौशिक हिअर..."

"प्लीज होल्ड ऑन. मिस्टर वाघमारे वुड लाईक टू स्पीक टू यू."

वाघमारे कोण हे विचारण्याचीही संधी न देता पलीकडच्या ऑपरेटरनं त्यांचं कनेक्शन तात्पुरतं तोडलं. ते वाघमारेंकडे जोडून देण्याची खटपट होत असल्याचे आवाज कौशिकांना ऐकू येत होते. खरंतर त्यांना कोणाशीही बोलायचं नव्हतं. त्यांचा तसा मूडच नव्हता. ऑपरेटर तो फोन वाघमारेंना जोडून द्यायच्या आत रिसीव्हर खाली ठेवावा, अशी तीव्र इच्छा कौशिकांना झाली. मोठ्या मुश्कीलीनं त्यांनी स्वत:ला आवरलं. आत्ता खाली ठेवला तरी ऑपरेटर परत फोन करून जोडून देण्याची तयारी करील, याची त्यांना खात्री होती. सुरुवातीलाच धोंडिबानं ते घरी नाहीत असं सांगितलं असतं तरच त्यांची सुटका झाली असती. आता वाघमारेंबरोबर बोलण्याशिवाय तरणोपायच नव्हता.

वाघमारे लाईनवर येण्याची वाट पाहत कौशिक बसून राहिले. धोंडिबानं ओतून ठेवलेल्या ग्लासमधल्या ड्रिंकचे घुटके घेण्याचंही भान त्यांना राहिलं नाही. ताटकळत बसण्याची चीड येऊन ते फोन खाली ठेवणार, तोच पलीकडून वाघमारेंचा भरदार, जरब वाटावी असा आवाज कौशिकांच्या कानी आला.

"डॉक्टर कौशिक?"

"येस?"

"ग्यानबा?"

कौशिकांना राग आला. कोण कुठला वाघमारे, कुठूनतरी नंबर मिळवून फोन करतो आणि कामाचं बोलणं करण्याऐवजी काहीतरी उटपटांग बोलू लागतो. ग्यानबा म्हणे! अर्थ काय त्याचा? त्याला चांगलं खडसावावं, फैलावर घ्यावं अशी तीव्र इच्छा कौशिकांना झाली. एक जळजळीत शिवी ओठांबाहेर पडणार तोच परत तोच भरदार आवाज आला.

"जंगम बोलतोय."

कौशिकांना एकदम आठवलं. जंगम वाघमारे बोलत होता. त्यांना ग्यानबा म्हणण्याचा अधिकार फक्त त्यालाच होता आणि त्याला जंगम म्हणून हाक मारण्याचा कौशिकांना. जंगम वाघमारे, आपला शाळा-कॉलेजमधला जिवलग दोस्त. शाळेतील तीन आणि कॉलेजमधली चार वर्षं सतत एकमेकांबरोबर असणारे ते दोघं जण नंतर व्यवसायानिमित्त पांगले. सुरुवातीच्या काळात पत्रं येत-जात राहिली. फोन होत राहिले. मधूनमधून भेटही होत राहिली. नंतर आपापल्या कामात गुंतून गेल्यावर तेही बंद झालं. आज किमान दहा, कदाचित पंधराही असतील, वर्षांनी जंगमचा आवाज ऐकू येत होता.

"ग्यानबा, गाढवा, ओळख विसरलास की काय?"

"जंगम, तुझ्या अकलेत इतक्या वर्षांनीही काही फरक पडलेला नाही. ध्यानीमनी नसताना असा फोनवरून हाक मारू लागलास तर एकदम ओळख पटावी कशी? तुझं जंगम नाव परिचयाचं. वाघमारे लक्षात राहिलं नव्हतं. जंगम काय किंवा ग्यानबा काय, कित्येक वर्षांत कानावर पडलेलं नाही. तेव्हा त्यांचा इम्पॅक्ट ताबडतोब व्हावाच कसा?"

"आता तरी ओळख पटली ना?"

"तू बोलतो आहेस कुठून?"

"इथून, तुझ्या गावातूनच बोलतोय. लोकलच कॉल आहे हा."

"बेल वाजली तेव्हाच ते लक्षात आलं होतं. एसटीडी कॉलची बेल वेगळ्या प्रकारे वाजते. तरीही खात्री वाटत नव्हती म्हणून विचारलं. इथेच आहेस तर प्रोग्रॅम काय आहे? की फोनवरच भेट घेऊन परत पंधरा वर्षांसाठी गायब होणार आहेस?"

"मुळीच नाही. तू नाही म्हणाला असतास तरी तुझ्या घरात घुसलो असतो. तुझ्याकडेच यायचा विचार होता. तू घरी आहेस की नाही हे चेक करत होतो. माझ्या भाचीला तुला भेटायचं होतं. तिचं थोडंसं काम आहे तुझ्याकडे."

"भाची?"

"हो, श्यामलाची, माझ्या बहिणीची मुलगी-वीणा घोलप. इथेच डीपी कॉलेजमध्ये लेक्चरर आहे. तिचाच आवाज ऐकलास तू सुरुवातीला."

ओळख नसलेलं कुणी भेटायला येणार ते कामाशिवाय नाही, हे कौशिक समजून होते. खरंतर आता कोणालाही कामासाठी भेटण्याचा त्यांचा मूड नव्हता. जंगमबरोबर जुन्या आठवणी काढून गप्पा मारणं वेगळं होतं. त्यानं कदाचित सारा थकवा दूर पळाला असता. मनाला आलेली मरगळ झटकली गेली असती. एरवी कोणालाही त्यांनी भेट नाकारली असती. पण जंगम इतक्या वर्षांनी भेटणार होता. त्याची भेट

त्यांना हवीहवीशी वाटत होती. त्याच्याबरोबरच त्याची भाची येणार असेल तर तिला टाळणं शक्यच नव्हतं. ती कॉलेजमध्ये लेक्चरर आहे हे ऐकल्यावर त्यांना जरा बरं वाटलं होतं. कदाचित कॉलेजमध्ये आपलं व्याख्यान ठेवायचं असेल तिला. त्याचं आमंत्रण करण्यासाठी आपल्या मामाचा वशिला लावण्याचा विचार केला असेल तिनं. तेच काम असेल तर मग त्यांचा वेळही फारसा जाणार नव्हता, की भलतीसलती कामगिरी अंगावर घ्यावी लागणार नव्हती.

शेजारीच ठेवलेला ग्लास उचलून त्यांनी एक मोठा घोट घेतला. जीभेवर तो चाळवत हळूहळू गिळला. चव घोळवत-घोळवत त्यांनी व्हिस्कीची झिंग अंगभर झंकारू दिली. रंध्रारंध्रात साचून राहिलेला थकवा किनाऱ्यावर थडकणाऱ्या समुद्राच्या लाटेबरोबर वाहून जाणाऱ्या पाल्यापाचोळ्यासारखा वाहून जाऊ दिला. संतूरवर शिवकुमार शर्मा नादब्रह्म उभं करत होता. त्यात विरून जाण्याचा प्रयत्न ते करत राहिले.

जंगम आणि त्याची भाची येईतो कौशिकांच्या मनोवृत्तीत चांगलाच फरक पडला होता. शारीरिक थकवा अजूनही रेंगाळत असला तरी चित्तवृत्ती चांगल्याच उल्हसित झाल्या होत्या. जंगम यापूर्वी नेमका कधी भेटला होता याची आठवण ते करू लागले. किती जुन्या गुजगोष्टी करायच्या राहिल्या आहेत याचा हिशोब जुळवू लागले.

पण जंगमनं त्यांची तशी निराशाच केली. सुरुवातीची गळामिठी झाल्यानंतर मधल्या न भेटल्याच्या काळातल्या गप्पा मारण्याची फारशी उत्सुकता त्यानं दाखवली नाही. उलट आपल्या भाचीच्या कामाकडे लगेचच वळण्याची त्याला घाई लागली होती.

"ही वीणा, आता घोलप. श्यामलची मुलगी. श्यामलला तू ओळखतोसच."

"हो तर. तिच्या लग्नासाठीच नाही का आपण झंप्याची मोटरसायकल पळवून गेलो होतो! झंप्या कसला कातावला होता. आपण परत आल्यावर तर..."

"... हो ना. भलताच." कौशिकांना मध्येच तोडत आणि संभाषणाची गाडी परत भूतकाळातल्या आठवणींच्या रुळावर आणण्याच्या त्यांच्या प्रयत्नात खो घालत जंगम म्हणाला, "या वीणाचंच काम आहे तुझ्याकडे, म्हणजे मीच सुचवलं तसं तिला. तिचा प्रॉब्लेम तूच सोडवू शकशील. पंधरा वर्षं भेटलो नसलो म्हणून काय झालं! तुझे काय उद्योग चालतात याची बित्तंबातमी आहे म्हटलं माझ्याकडे." खो खो हसत जंगम म्हणाला.

कौशिक काहीच बोलले नाहीत. वीणाचा प्रॉब्लेम काय आहे, ते आता तीच सांगेल या अपेक्षेनं ते तिच्याकडे पाहत राहिले. त्यामुळे वीणाला अधिकच संकोचल्यासारखं झालं.

कौशिक पाहतच राहिले. वीणाचं वय तिशीच्या आतच असावं हे त्यांनी जोखलं

होतं. म्हणजे कॉलेजमध्ये नोकरी करायला लागल्याला दोन-चार वर्षंच झाली असावीत. डीपी कॉलेज तसं जुनं होतं. जुना स्टाफही होता. याचाच अर्थ ती तशी ज्युनियरच असणार, हेही त्यांनी ताडलं होतं. तशी वीणा सुंदर नसली तरी चारचौघींत उठून दिसणारी होती. आता ती संकोचल्यासारखं करत असली तरी ती तशी स्मार्ट असावी, आत्मविश्वासानं वाटचाल करणारी असावी, असा अंदाज त्यांनी केला होता. माणसाला पाहून त्याच्या व्यक्तिमत्त्वाबद्दल कौशिकांनी केलेले अंदाज चुकत नाहीत, याचा कमिशनर अमृतराव मोहितेंनी बरेच वेळा अनुभव घेतला होता.

कौशिक आपल्यावरच नजर रोखून आहेत हे पाहून वीणाला अधिकच लाजल्यासारखं झालं. कौशिकही तिनं आता बोलावं असं उघडपणे म्हणेनात. शेवटी जंगमनंच पुढाकार घेत वीणाला सांगितलं, ''अगं, बोल ना. तू सांगितल्याशिवाय तुझा प्रॉब्लेम काय आहे हे कळणार कसं कोणाला? ग्यानबा, आमच्या या वीणावर एक बालंट आलंय. कुभांडच रचलं गेलंय. खोटा आळ घेतला गेलाय.''

''आळ घेतला गेलाय असं म्हण. आळ खोटाच असतो. आरोप खरा असू शकतो.'' कौशिकांनी तेवढ्यात आपल्या योग्य आणि चपखल शब्द वापरण्याबाबतच्या आग्रहाची चुणूक जंगम आणि वीणा दोघांनाही दाखवून दिली. त्यामुळे बोलण्याकरता उघडलेलं वीणाचं तोंड परत मिटलं. पण आता आपण बोललो नाही, तर मग काहीच न बोलता परतावं लागेल, याची जाणीव होऊन वीणानं धीर करत सांगायला सुरुवात केली, ''माझ्या एक कलीग आहेत. त्यांना गेले काही महिने फारच त्रास होतोय.''

''त्यांना त्रास होतो आहे?'' कौशिकांनी सहजपणे प्रश्न केला. पण तो करताना त्यांच्याही नकळत त्यांचा सूर उलट तपासणी घेत असल्यासारखा निघाला. त्यामुळे आपण आपला प्रॉब्लेम सांगायला चुकीचीच सुरुवात केली, असं वाटून वीणा गडबडली.

''कसं सांगावं तेच समजत नाहीये.'' ती कशीबशी पुटपुटली. त्याबरोबर कौशिकांना आपली चूक उमगली. तिला धीर देत ते मग म्हणाले,

''तुला जमेल तसं सांग. मला काहीच अर्थबोध झाला नाहीतर मी तसं सांगेन, प्रश्न विचारेन. बोल तू. तुझ्या कलीगना त्रास होतोय असं म्हणालीस तू. कसला?''

''त्यांना मनस्ताप होईल, त्या घाबरतील, घाबरून इथून निघून जातील अशा काही घटना घडताहेत.''

''म्हणजे नेमकं काय होतंय? आणि तुझ्या या कलीग म्हणजे तुझं आणि त्यांचं नेमकं काय नातं आहे?''

''त्यांचं नाव आहे सुमती धायगुडे. त्या मला सीनियर आहेत. त्यांना घाणेरडी पत्रं येतात. पार्सलं येताहेत.''

"घाणेरडी पत्रं? म्हणजे नेमकी कशा प्रकारची? आणि पार्सलं? म्हणजे पार्सल बॉम्ब तर नाही ना?"

"नाही, नाही. बॉम्ब नाही."

घाईघाईनं वीणा म्हणाली. जणू तीच बॉम्ब पाठवत असल्याचा आरोप कौशिकांनी केला होता! वीणाची मन:स्थिती किती विचलित झाली असावी याचा प्रत्यय कौशिकांना आला.

"पार्सलमधून त्यांना बाहुल्या पाठवल्या जाताहेत. त्या मोडलेल्या किंवा चिरफाड केलेल्या अवस्थेतल्या असतात. त्या बाहुल्यांच्या अंगावर लाल रंग फासून त्या रक्तबंबाळ झाल्यासारख्या दाखवल्या जातात किंवा त्यांच्या चेहऱ्यावर चाकूनं जखमा करून चेहरा विद्रूप केलेला असतो. पत्रांमधूनही त्यांच्या चालचलणुकीबद्दल वेडंवाकडं, बीभत्स, अश्लील असं काहीसं लिहिलेलं असतं."

वीणानं वापरलेले बीभत्स, अश्लील हे शब्द कौशिकांच्या ध्यानातून सुटले नाहीत.

"बाय द वे, तू मराठी शिकवतेस का? आणि या सुमती धायगुडेसुद्धा?"

वीणा एकदम चपापली. आपण आपलं डिपार्टमेंट सांगितलं नसतानाही कौशिकांनी नेमकं कसं ओळखलं, याचं तिला आश्चर्य वाटलं. तिच्या त्या आविर्भावावरून आपला होरा खरा निघाल्याचं तर कौशिकांनी ताडलंच, पण वीणा का दचकली हे जंगमच्याही ध्यानात आल्यावाचून राहिलं नाही.

"बघ, म्हणालो नव्हतो मी तुला, की तो अतिशय हुशार आहे आणि तुझा प्रॉब्लेम तो चुटकीसरशी सोडवून टाकेल म्हणून? आता न अडखळता सगळं व्यवस्थित सांगून टाक म्हणजे झालं." वीणाला धीर देत जंगम म्हणाला.

"हो. मी मराठी आणि हिंदीही शिकवते. कधीकधी मराठीला विद्यार्थी कमी असले की मग तास पुरे करण्यासाठी दुसऱ्या डिपार्टमेंटची ड्युटीही करावी लागते. धायगुडेबाई माझ्याच डिपार्टमेंटमध्ये आहेत. मला सीनियर आहेत."

"आय सी. साधारण केव्हापासून त्यांना ही धमकीवजा पत्रं आणि पार्सलं यायला लागली?"

"तसा गेलं वर्ष-दीड वर्षं हा त्रास होतोय. सुरुवातीला अधूनमधूनच अशी पत्रं यायची. मग वरचेवर येऊ लागली. पार्सलंही आली आणि आता तर, आता तर..." वीणाचा गोरा चेहरा लाजेनं लालबुंद झाला. तिच्यानं पुढे बोलवेनाच.

"आता काय? आता आणखी नवीन काय होतंय?"

"कसं सांगू तेच कळत नाहीये." लाजेनं आणखी चूर होत ती म्हणाली.

"अगं, सांगून टाक. डॉक्टर आणि वकील यांच्याकडे बोलताना लाजून चालत नाही. तसंच आहे हे. अरे, आता त्या धायगुडेबाईंची नागडी पोस्टर्स लागलीत

सगळीकडे.'' जंगम म्हणाला. त्यानं नागडी म्हटल्यावर जीभ बाहेर काढत वीणानं चीत्कारासारखा आवाज केला आणि तोंड लपवलं.

"पण त्यांची अशी न्यूड छायाचित्रं कोणालाही मिळालीच कशी?'' कौशिकांनी जंगमकडे लक्ष न देता वीणालाच विचारलं.

"छे, छे! फोटो त्यांचे नाहीत. ते फोटो असेच दुसरीकडून कुठूनतरी मिळवलेले दिसताहेत. पण त्या मूळ फोटोतल्या चेहऱ्याच्या जागी बाईंच्या चेहऱ्याचे फोटो चिकटवून ही पोस्टर्स तयार केलेली आहेत.''

"नेहमीचीच युक्ती वापरली आहे तर! पण बाईंनी मग पोलिसात तक्रार का केली नाही? आणि कॉलेज ॲथॉरिटीजनंही याची दखल घेतली आहे की नाही?''

"ही पोस्टर्स लागेपर्यंत कॉलेजनं काहीच केलं नव्हतं. कारण बाईंना पत्रं आणि पार्सलं घरी येत होती. तेव्हा तो त्यांचा खाजगी प्रश्न आहे असंच कॉलेज म्हणत होतं. आता कॉलेजच्या आवारात ही पोस्टर्स लागल्यामुळे प्रिन्सिपॉलनी पोलिसांना कळवलं आहे आणि बाईंनी तर रेग्युलर कम्प्लेन्टच केली आहे.''

"गुड! मग आता पोलीस सगळं काय ते करतीलच. तुला पाहिजे तर मी अमृतरावांकडे शब्द टाकतो. म्हणजे ते जरा वेगानं तपास करून सोक्षमोक्ष लावून टाकतील. पण मला एक कळत नाहीये, धायगुडेबाईंना हा सगळा त्रास होतोय, त्यांनी पोलिसांकडे तक्रारही केलीय. मग तुला माझ्याकडे यायची का गरज भासली? या जंगमनं तर विनाकारण तुला या भरीला नाही ना घातलं? जुनी सवय आहे त्याची. मी ओळखतो ना. ती नंद्याची भानगड आठवतेय ना जंगम? काय?'' जंगमला परत भूतकाळात ओढण्याचा प्रयत्न करत कौशिक म्हणाले. वीणाच्या केसमधला त्यांचा इंटरेस्ट संपला होता.

पण ते वीणा आणि जंगमच्याही लक्षात आल्यावाचून राहिलं नाही.

"आता तसल्या खोड्या करण्याचं वयही राहिलं नाही आणि तेवढा उत्साहही राहिला नाही.'' पहिल्यांदा थोडासा विषादाचा सूर काढत जंगम म्हणाला. आपली वयं वाढल्याची जाणीव कौशिकांनाही झाली, पण जंगमचं आयुष्यही धोपटमार्गानं जात नसावं, अशी शंका त्यांच्या मनाला चाटून गेली. "तसंच कारण नसतं तर मी हिला तुझ्याकडे आणलीच नसती. तिच्यावर खोटा आळ, नाही... नाही... आळ घेतला जातोय असं मी म्हणालो होतो ना, त्याचसाठी आलो आहोत आम्ही. ती पत्रं, पार्सलं वीणाच आपल्याला पाठवतेय असा आपल्याला संशय असल्याचं धायगुडेबाईनं पोलिसांना सांगितलंय. त्यामुळे पोलीस वीणाकडे संशयाच्या नजरेनंच पाहत आहेत. त्यांना अजून तसा ठोस पुरावा मिळालेला नाहीये, म्हणूनच तिला त्यांनी अजून अटक केलेली नाहीये. पण चौकीत नेऊन तिची चौकशी करण्याचं काम मात्र ते नेमानं पार पाडताहेत. आजवर चार-पाच वेळा तरी तिला चौकीत जावं लागलेलं आहे. तेही

पोलिसांच्या गाडीतून. दोनदा कॉलेजमधून तर दोनदा घरून. पोलीस अजून तिला आरोपी मानत नसले तरी लोकांनी केव्हाच तिला अपराधीही ठरवून टाकलं आहे. ती कॉलनीतून, रस्त्यातून जाऊ लागली की तिच्याकडे बोट दाखवून लोक काहीबाही बोलू लागले आहेत. कॉलेजमध्ये तर विद्यार्थी नाही नाही ते बोलून तिला तोंड बाहेर काढणं मुश्कील करत आहेत. तिला वर्गात शिकवणं तर सोडाच, पण तिथे उभं राहणंही अशक्य होत चाललं आहे.''

जंगम एका दमात बोलून गेला. वीणा रुमालात तोंड लपवण्याचा प्रयत्न करत हुंदके देत होती. जंगमची भाची म्हणून नव्हे, तर जंगमनं नागडी शब्द उच्चारल्यावर तिची जी प्रतिक्रिया झाली होती त्यावरून तिचा या प्रकारांमध्ये हात नसावा, असं कौशिकांना वाटत होतं. तसा निर्ढावलेला गुन्हेगार असता तरी त्यानं तशीच प्रतिक्रिया दाखवली असती, हे ते जाणून होते. पण तिची प्रतिक्रिया एकतर उत्स्फूर्त झाली होती आणि ती निर्ढावलेली असावी, असं त्यांना वाटत नव्हतं. तरीही कोण कसा वागेल हे सांगणं कठीण होतं याची त्यांना जाणीव होती.

काही वेळ कौशिक काहीच बोलले नाहीत. वीणाच्या रडण्याचा उमाळा त्यांनी ओसरू दिला. मगच त्यांनी जंगमला विचारलं, ''माझ्याकडून नेमक्या कसल्या मदतीची अपेक्षा आहे तुला?''

''अरे, वीणाचा यात कसलाही हात नाही, ती निर्दोष आहे हे दाखवून दे.''

''पण पोलिसांकडे आता केस रजिस्टर झाली आहे. तेव्हा मी त्यात लुडबूड करू शकणार नाही.''

''लुडबूड? लुडबूड कशी काय? तूच तर पोलिसांबरोबर काम करत असतोस ना? मग सांग त्यांना की यात वीणाचा कसलाच दोष नाहीये. खरा गुन्हेगार कोणी वेगळाच असला पाहिजे. त्याला शोधायचं सोडून केवळ ती धायगुडेबाई म्हणते म्हणून वीणाला धारेवर धरण्यात काय मतलब आहे?''

''मी पोलिसांबरोबर काम करत नाही. मी स्वतंत्र आहे. कधीकधी अमृतरावांना आपले विचार स्पष्ट करण्यासाठी कोणीतरी हवा असतो, साउन्डिंग बोर्ड म्हणून. मग मला ते बोलावतात. मीही जातो, ते नवीन काहीतरी शिकायला मिळतं म्हणून. एखाद्या नवीन वैज्ञानिक सिद्धान्ताची माहिती मिळते म्हणून मी जातो.''

''ग्यानबा, मी तुला चांगलाच ओळखून आहे. हे नाटक तू इतरांपुढे कर. मी तुला गेल्या पंधरा वर्षांत भेटलो नसलो, तरी तू काय करतोस याची मला इत्थंभूत माहिती आहे. तू नसतास तर तो अमृतराव, इन्स्पेक्टर तरी राहिला असता की नाही याची शंका आहे. तू आपली सगळी बुद्धी पणाला लावून काम केलं नसतंस, तर त्याच्या हातातल्या निम्म्याहून अधिक केसेस आजवर दप्तरातच धूळ खात अनसॉल्व्हड म्हणून पडून राहिल्या असत्या.''

कौशिक यावर मंदसे हसले. जंगम दूधखुळा नव्हता. त्याला पटवणं त्यांना जमलं नसतं. तरीही अमृतराव त्यांच्याकडे आल्याशिवाय त्यांनी कधीही, कोणत्याही केसमध्ये ढवळाढवळ केलेली नव्हती. अर्थात, एखाद्या केसमध्ये त्यांना इंटरेस्ट निर्माण झालाच तर ते अमृतरावांना असं खेळवत, की मग कौशिकांना त्यात गुंतवल्याशिवाय पर्यायच उरत नसे. आताही त्यांना तसं करता आलं असतं आणि जंगम पिच्छा सोडणार नाही हे माहीत असल्यामुळे त्यांनी तसं केलंही असतं. प्रश्न एवढाच होता, की खरा गुन्हेगार सापडत नाही, अशी हताश परिस्थिती अमृतरावांवर आलेली होती की नव्हती हा. आजवर अमृतरावांनी त्यांना आपणहून बोलावलेलं असो की तसं करणं त्यांना भाग पडलेलं असो. अमृतरावांची मती कुंठीत झालेली असे, म्हणून मग त्यांना कौशिकांच्या विचारानुसार चालायला अवघड वाटत नसे. पण आपल्या कुवतीनुसार आपण गुन्हेगाराला पकडतो आहोत असा आत्मविश्वास एकदा का अमृतरावांना वाटू लागला, की मग त्यांना कौशिकांनी त्यात इंटरेस्ट घ्यावा हे कधीही आवडत नसे. कौशिक उदार मनाने सगळं श्रेय आपल्याला देतात, हे ठाऊक असूनही अमृतराव का कू करत. कारण कौशिकांनी जरी त्यांना जाहीरपणे श्रेय दिलं तरी इतरांना ते मान्य होत नाही, कौशिकांचा तो विनय आहे असंच सगळे समजतात, याची त्यांना खात्री होती.

वीणाच्या बाबतीतही तीच अपराधी असल्याची अमृतरावांची खात्री पटली असावी. केस अगदी साधारण आहे असं त्यांना वाटलं असावं. तसा काही पुरावाही त्यांच्या हाती लागला असावा, असं कौशिकांना वाटत होतं. अशा परिस्थितीत जर आपण काही पावलं उचलली तर अमृतरावांना ते पसंत पडणार नाही आणि तसं झालं तर मग त्यांच्या विरोधात जाऊन आपल्याला ही कामगिरी पार पाडावी लागेल, हे कौशिकांना उमगलं होतं. दुसरं कोणी असतं तर कौशिकांनी काहीही करायला साफ नकार दिला असता. त्यांना पार धुडकावून लावलं असतं. पण जंगमला नाही म्हणणं त्यांना शक्य नव्हतं. वीणाबद्दलही त्यांचं मत चांगलंच झालं होतं. तेव्हा काहीतरी करणं भागच होतं. पण काय!

''बघतो मी काय करता येईल ते, पण कोणतंही प्रॉमिस नाही देता येणार मला. तू तुझा पत्ता देऊन ठेव जंगम. म्हणजे मी कॉन्टॅक्ट करत राहीन. का वीणामार्फतच तुझ्याशी संपर्क ठेवू?''

''तसा मी देऊन ठेवतो माझा पत्ता, पण त्याचा फारसा उपयोग नाही होणार. कारण मी तसा बराच फिरतीवर असतो. तेव्हा वीणामार्फत कॉन्टॅक्ट ठेवणं अधिक सोपं जाईल. कारण तिची सुटका होईपर्यंत मी सतत तिच्याशी कॉन्टॅक्टमध्ये राहणार आहे.''

ती दोघं निघून गेल्यानंतरही बराच वेळ कौशिक तिथेच बसून राहिले होते.

अमृतरावांकडे या केसचा विषय कसा काढावा याचा विचार करत होते. आपण विनाकारण लुडबूड करत आहोत असा त्यांचा ग्रह झाला तर मग अमृतरावांचं मन वीणाविरुद्ध अधिकच कलुषित होण्याची शक्यता त्यांना नजरेआड करता येत नव्हती. आपल्याला या केसमध्ये काही इंटरेस्ट आहे याचा जराही थांगपत्ता लागू न देता हळूहळू अमृतरावांच्या मनात शिरून या केससंबंधी त्यांचं काय मत आहे, हे काढून घेणं आवश्यक होतं.

"हॅलो, अमृतराव? अहो, पत्ता काय तुमचा? हत्ती घोडे वाट पाहताहेत तुमची. बऱ्याच दिवसांत दोन हात नाही झाले तुमच्याशी." अमृतरावांना फोन करीत कौशिक म्हणाले. अमृतरावांबरोबर आठवड्यातून एक-दोनदा तरी त्यांचे बुद्धिबळाचे दोन-चार डाव व्हायचे. गेल्या काही दिवसांत अमृतराव फिरकले नव्हते. त्यामुळे तसा खेळ झालाच नव्हता. त्याचा फायदा घेत कौशिकांनी त्यांना फोन केला होता.

"तसा फारच बिझी होतो गेले काही दिवस. त्यामुळे नाही चक्कर मारता आली." अमृतरावही सहज बोलून गेले. कौशिक तसे एरवी फोन करणार नाहीत याची त्यांना खात्री होती. म्हणूनच ताकास तूर लागू न देता त्यांनी गुळमुळीत उत्तर दिलं होतं.

"बुद्धिबळही न खेळण्याइतके बिझी? काही विशेष कामगिरी आहे वाटतं?"

'आता कसे आले वळणावर,' अमृतराव मनातल्यामनात म्हणाले. आपल्या हाती असलेल्या कोणत्यातरी विशिष्ट केसमध्ये इंटरेस्ट निर्माण झाल्यामुळेच कौशिकांनी फोन केला असणार, हे आताच्या त्यांच्या सहज केलेल्या प्रश्नावरून स्पष्टच होत होतं.

"तशी काही विशेष नाही. साधं रुटीनच आहे सगळं, पण बऱ्याच केसेस एकदम उपटल्या आहेत."

"तरी वेळात वेळ काढून या उद्या. धोंडिबा तुमच्या आवडीचे पॅटीसही बनवणार आहे. पट मांडूनच बसलो आहे मी. का फोनवरूनच खेळताय?" अमृतरावांच्या मनात कोणते विचार येत असावेत याचा अंदाज कौशिकांना आला होता. त्यामुळे आपल्याला खेळाशिवाय कशातच इंटरेस्ट नाही, हे त्यांना दाखवून द्यायचं होतं.

"नाही, नाही. फोनवरून नाही जमायचं आणि आता तर नाहीच नाही. पण उद्या नक्की येतो." कौशिक खरोखरीच खेळासाठी उत्सुक झाले असतील असं अमृतरावांना वाटून गेलं. आपल्याबरोबर डाव करण्यात त्यांना खास हुरूप येतो याचा प्रत्यय त्यांनी आजवर अनेकदा घेतला होता. आपली पहिली खेळी व्यवस्थित पार पडली यावर कौशिकही खूश होते. उद्या अमृतराव येतील हे तर निश्चित. आता त्यांच्याकडून आपल्याला हव्या त्या विषयाचं सूतोवाच कसं करून घ्यायचं हेच पाहायचं होतं.

दुसरा दिवस उजाडेपर्यंत कौशिक मात्र अधीर झाले होते. घड्याळ आपल्याच वेगानं जात होतं, पण कौशिक मात्र धोंडिबाला दर पाच मिनिटांनी वेळ विचारून भंडावत होते.

अमृतराव आल्याबरोबर त्यांना त्यांनी पट ठेवलेल्या टेबलाकडे ओढलं. धोंडिबाला बाकीचा जामानिमा तिकडेच आणायला सांगत त्यांनी अमृतरावांना विचारलं, "काळी का पांढरी?"

कौशिक आपल्याला कोणती मोहरी घेणार हे विचारताहेत, हे क्षणभर अमृतरावांच्या ध्यानातच आलं नाही. मग आलं तसं पांढरी मोहरी घेत त्यांनी पहिली चालही केली. तो डाव संपेपर्यंत कौशिकांनी दुसरा कसलाच विषय काढला नाही. तसे अमृतराव थोडे सैलावले. बेसावध झाले. दुसरा डाव सुरू होऊन पाच-सहा खेळी झाल्यानंतर कौशिक परत सहजपणे आणि पटावरचं लक्ष न काढता म्हणाले,

"अमृतराव, आज तुमचं लक्ष नाहीये डावाकडे. का गेले काही दिवस न खेळल्यामुळे गंजल्यासारखं झालंय?"

"छे, छे, तसं काही नाही हो. पण..."

"पण काय? असं मनात ठेवू नका. सांगून टाका. त्याशिवाय परत तुमचं लक्ष खेळात नाही लागणार आणि तुम्ही असे बिचकत खेळलात तर मग मजा नाही येत. बोला, सांगून टाका, कोणता प्रश्न छळतोय तुम्हाला ते."

अमृतरावांनी दचकून कौशिकांकडे पाहिलं. पण ते वजिराच्या दिशेनं हात पुढे नेत विचारात गुंगून गेले होते. तेवढ्यात आपला घोडा पुढे सरकवत ते म्हणाले, "हं, आता बोला. काय प्रॉब्लेम आहे तुमचा?"

"प्रॉब्लेम कसला हो! तशा अतिशय साध्या रुटीन केसेसच आहेत. कोणी बडी असामीही गुंतलेली नाहीये. पण अशा लहानसहान केसेसमध्येही अडखळायला व्हायला लागलं ना की वैताग येतो." अमृतरावांनाही बरेच दिवस कोणाकडे असं मन मोकळं नव्हतं करता आलं.

"हं, अशा लहानसहान टोचण्या, असलेला मजा किरकिरा करून टाकतात. जखम असली ना की तिच्यावर काहीतरी ठोस उपचार तरी करता येतात. अंग नुसतंच ठसठसत असलं की काहीच करता येत नाही आणि स्वस्थही बसवत नाही."

"खरं आहे. अगदी योग्य उपमा दिलीत. आता हेच पाहा ना. म्हटलं तर एकदम साधी केस. खरंतर माझ्यापर्यंत ती यायलाच नको. खालच्याखालीच ती निपटून टाकली जायला हवी. पण एकदम कोंडी झाल्यासारखं झालं आणि माझ्यापर्यंत येण्यावाचून गत्यंतर उरलं नाही."

"कोंडी झालीय? म्हणजे एक्झॅक्टली काय झालंय?"

"इथल्याच कॉलेजमधली एक बाई, तिला कोणीतरी धमकावतंय, घाबरवतंय, धमक्या देणारी पत्रं पाठवतंय, पार्सलं पाठवतंय, आता तर तिची घाणेरडी पोस्टर्सही लागली आहेत. हे सगळं कोण करतंय हेही आम्हाला माहिती आहे."

"... आहे ना माहिती! मग पकडा त्याला आणि डांबून टाका कोठडीत. त्यापायी

झोप कशाला खराब करताय तुमची आणि भूकसुद्धा. धोंडिबानं आणून ठेवलेल्या त्या पॅटीसला हातही लावलेला नाही तुम्ही.''

आपल्याला काहीही करावं न लागता अमृतरावांनी आपणहून तोच विषय काढल्याचं पाहून कौशिकांना उडीच मारावीशी वाटत होती. त्यांनी कसंबसं स्वत:ला आवरलं. आपण उत्तेजित झालो आहोत, हे अमृतरावांना कळू नये म्हणून त्यांनी पाईप पेटवायला सुरुवात केली.

''हंऽऽ''

एक मोठा सुस्कारा सोडत आणि समोरच्या प्लेटमधलं पॅटीस उचलत अमृतराव म्हणाले, ''तेवढं सोपं असतं तर मग अशी कोंडी झालीच नसती. एकतर ज्या व्यक्तीवर आमचा दाट संशय आहे तीही एक बाईच आहे आणि तिच्याशिवाय दुसरं कोणी हे उद्योग करणं शक्य नाही हे स्पष्ट असलं, तरी तिच्याविरुद्ध ठाम पुरावाही मिळत नाहीये. क्लिन्चिंग एव्हिडन्स.''

''पण तसा काहीतरी पुरावा मिळाला असेलच ना. त्याच्याशिवाय तुम्ही तिच्यावर दाट संशय आहे असं नसतं म्हटलं.''

''आहे ना. आतापर्यंत तिला जी पत्रं आली ती सारी एकाच प्रकारच्या पाकिटांमधून. त्यामुळेही ती पत्रं कोणीतरी एकच जण पाठवत आहे हे निश्चित. तसलीच रिकामी पाकिटं या संशयित बाईच्या घरात मिळाली आहेत.''

''पण अमृतराव, म्हणजे तुम्ही याचा विचार केला असेलच. ही पाकिटं तशी खास नसतील, तर मग हा काही भक्कम पुरावा होऊ शकत नाही. कारण तशी पाकिटं इतरांकडेही मिळतील.''

''खरं आहे तुमचं म्हणणं. तोच तर प्रॉब्लेम आहे. बरं, ज्यातून पत्रं आली त्या पाकिटांवर काही बोटांचे ठसेही नाहीत. म्हणजे आहेत ते सगळे ज्या बाईंनी कम्प्लेन्ट केलीय, ज्यांना ती पत्रं आलीत त्यांचेच. ते तर असणारच. त्यांच्याशिवाय इतर कोणाचेही ठसे नाहीत.''

''मग त्या पत्रांमधलं हस्ताक्षर? त्याचे नमुने तुम्ही...''

''ती पत्रं हातानं लिहिलेली नाहीत, कौशिक.''

''हाऊ स्टुपिड ऑफ मी! तुम्हाला तो प्रश्न विचारायच्या आधीच माझ्या ते लक्षात यायला हवं होतं. जी व्यक्ती आपल्या हातांचे ठसे पाकिटावर उमटणार नाहीत याची खबरदारी घेते, ती हातांनी पत्रं लिहून हस्ताक्षराचा पुरावा मागे ठेवील अशी अपेक्षाच करणं चुकीचं आहे. तरीही त्यातल्या टाईपरायटरच्या टाईपवरून...''

''...नाही नाही, कौशिक, माणूस तुम्ही समजता त्याहीपेक्षा हुशार आहे. सगळी पत्रं कॉम्प्युटर वापरून लिहिलेली आहेत. लेझर प्रिंटआऊट आहेत. ते सगळे सारखेच दिसतात. त्यामुळे त्यावरून ते कोणत्या प्रिंटरवरून घेतलेले आहेत हे

शोधून काढता येणार नाही.'' परत एकदा त्यांना आपलं वाक्य पुरं करू न देता मध्येच तोडत अमृतराव म्हणाले.

थोडा वेळ मग कौशिक काहीच बोलले नाहीत. अमृतराव एवढे का वैतागले आहेत याची त्यांना आता कल्पना येऊ लागली होती. त्यांचा इंटरेस्टही आता वाढू लागला होता. जंगमला नाही म्हणता येत नाही म्हणून त्यांनी या प्रकरणात लक्ष घालायचं ठरवलं असलं, तरी आता एक नवा इंटलेक्चुअल चॅलेंज त्यांना खुणावू लागला होता. त्यांना खिजवू लागला होता.

त्यांनी आपला पाईप पेटवून त्यातून धुराचे लोट सोडायला सुरुवात केली. त्यांचं विचारचक्र सुरू झाल्याचं अमृतरावांनी ओळखलं. आता चाल त्यांची आहे याची त्यांना आठवण करून देण्यात काहीच अर्थ नव्हता. अमृतराव धोंडिबानं दुसऱ्यांदा आणून ठेवलेल्या पॅटीसचा समाचार घेण्यात दंग झाले.

''ती पत्रं मराठीत होती की इंग्रजीत?'' अकस्मात ध्यानीमनी नसताना आपला पाईप त्यांच्यावर रोखत कौशिकांनी अमृतरावांना विचारलं. सवय असूनही अमृतराव गडबडले. तोंडातला घास एकदम गिळला गेल्यामुळे त्यांना जोरदार ठसका लागला. पाणी पिऊन त्यावर काबू करून ते म्हणाले, ''मराठीत. पण त्यामुळे काय फरक पडतो?''

''याचा अर्थ ज्यानं पत्रं लिहिली आहेत, तो मराठी तर जाणतोच पण कॉम्प्युटरवर मराठी सॉफ्टवेअर कसं वापरायचं याचीही त्याला चांगली माहिती असली पाहिजे. जिच्यावर तुमचा संशय आहे तिची तशी तपासणी केलीत का तुम्ही?''

''नाही, अजून नाही, पण उद्याच तिला बोलावून करता येईल. मात्र एक खरंय, तिच्याकडे कॉम्प्युटर नाहीये. त्याची खात्री करून घेतलीय आम्ही.''

''त्यानं काहीच फरक पडत नाही. दुसरीकडचा कोणतातरी कॉम्प्युटर वापरला असेल तिनं. तिच्या डिपार्टमेंटमध्ये असेल ना कॉम्प्युटर, मराठीच शिकवते ना ती?''

''दॅट्स राईट! तेही बघितलं पाहिजे. डिपार्टमेंटकडे गेलोच नाही आम्ही.''

''तिथे जाण्यासाठी आणखीही एक कारण आहे, अमृतराव. जिला धमक्या दिल्या जाताहेत ती बाई आणि जिच्यावर संशय आहे ती बाई, दोघीही एकाच ठिकाणी काम करतात असं म्हणालात ना तुम्ही?''

''हो. कलीग्जच आहेत त्या.''

''त्यांच्या तिथल्या काही वादामुळे, प्रोफेशनल जेलसीमुळे या बाईनं तशा धमक्या दिल्या असण्याची शक्यता नाकारता येणार नाही मग तुम्हाला. तशी काही बाब आहे का याचीही चौकशी करायला हवी तुम्ही.''

''तशी जुजबी चौकशी केली होती आम्ही. म्हणजे तक्रार नोंदवतानाच त्या बाईनं, मिस धायगुडेनं सांगितलं होतं, की मराठीला फारसे विद्यार्थी नसल्यामुळे कदाचित डिपार्टमेंटमधून एक-दोघांना कमी करण्याची शक्यता होती. आपल्यावर तशी गदा

येऊ नये आणि दुसरंच कोणीतरी आपणहून सोडून जावं म्हणून त्या मिसेस घोलपनं ती पत्रं लिहिली असावीत, असा संशय त्या बाईनं व्यक्त केला होता. तिच्या घरी ती रिकामी पाकिटं सापडल्यानं आम्हालाही तो खरा वाटला. मिसेस घोलप सर्वांत ज्युनियर आहे. तेव्हा जर कोणाला काढून टाकायचं झालं तर तिचाच नंबर लागेल. तेव्हा तसा तिच्याकडे मोटिव्हही आहे. संधीही आहे.''

''मग आता हत्यारही आहे की काय, याची खातरजमा करून घेतली पाहिजे.''

''हत्यार?''

''म्हणजे कॉम्प्युटर हो. घरी नसला तरी दारी आहे की नाही, हेही पाहिलं पाहिजे. तसा असेल आणि तो वापरायचा कसा हेही तिला माहिती असेल, याविषयी मला तरी शंका नाही. पण तो तसा असला तरी त्यामुळे तिनंच ती पत्रं लिहिली आहेत असा भरभक्कम पुरावा होऊ शकत नाही. तुमची अडचण त्यामुळे सुटत नाही. त्यासाठी...''

आपलं वाक्य अर्ध्यावरच सोडत कौशिकांनी धुराचा एक भला मोठा लोट पाईपमधून बाहेर सोडला. परत कसलातरी नवाच विचार त्यांच्या मनात आला असावा, याची अमृतरावांना खात्री होती. आता ते आपल्या समाधीतून बाहेर येईपर्यंत काहीच बोलता येणार नव्हतं. स्वस्थ बसून राहावं लागणार होतं. धोंडिबाला सांगून आणखी पॅटीस मागवावेत असं त्यांना वाटून गेलं. कितीतरी दिवसांनी त्यांना ते खायला मिळत होते आणि धोंडिबानंही आज कमाल केली होती; पण थोड्या वेळापूर्वी लागलेला ठसका आठवून अमृतराव गप्प राहिले. परत पॅटीसचा तुकडा गळ्यात अडकायला नको होता त्यांना.

''अमृतराव, या तुमच्या मिसेस... काय नाव म्हणालात तिचं?''

''घोलप. मिसेस वीणा घोलप.''

''राईट. तर मग या मिसेस घोलपकडे तुम्हाला जी रिकामी एन्व्हलप मिळाली ती कसल्या प्रकारची होती? त्यांच्या फ्लॅप्सवर अगोदरपासून गोंद लावलेला होता की नंतर बाटलीतला गोंद किंवा खळ लावून ती बंद करावी लागत होती?''

''ती सेल्फ ॲडेसिव्ह प्रकारातली होती. त्यांना वेगळा गोंद लावण्याची आवश्यकता नाही.''

''गुड! व्हेरी गुड! मग आता ज्यातून ती पत्रं आली ती पाकिटं त्या मिस धायगुडेकडून आणा तुम्ही. वन मिनिट, मिस धायगुडे म्हणालात तुम्ही? सिनियर आहे ना बाई?''

''हो, पण लग्न नाही झालेलं. करियर करायचं म्हणून नाही केलं बहुतेक.''

''इंटरेस्टिंग! पण ती पाकिटं आणा बुवा.'' 'बुवा' हा आपला आवडता शब्द कौशिकांनी वापरला होता हे अमृतरावांच्या ध्यानातून सुटलं नाही. ते आता या केसमध्ये समरसून गेल्याची ती खूण होती.

"पण त्या पाकिटांवर मिस धायगुडेशिवाय इतर कोणाचेही ठसे नाहीत, कौशिक. त्याची खात्री आहे. पक्की."

"एक्झॅक्टली! ठसे उमटणार नाहीत याची काळजी घेतली असली, तरी ते पाकीट चिकटवताना जर आपल्या लाळेचा उपयोग त्या तुमच्या मिसेस घोलपनं केला असला, तर मग मात्र तिनं आपल्यापाठी फार मोठा पुरावा सोडला आहे, असंच म्हणावं लागेल. गुन्हेगार काही ना काही पुरावा ठेवतोच असं तुमचं पोलिसी शास्त्र म्हणतं ना? मग!"

"पण वापरली असली आपली लाळ तिनं तरी त्यामुळे काय फरक पडतो. ती केव्हाच सुकूनही गेली असणार."

"सुकू दे ना. त्यातले डीएनएचे रेणू अबाधितच राहतील तरीही. अहो, लाळ सुकण्याची काय कथा घेऊन बसला आहात. लाखो वर्षांपूर्वी जमिनीत, खडकात दबून जे अश्मीभूत झाले आहेत अशा जीवांच्या अवशेषांमधलं डीएनएही तसंच्यातसंच राहतं. ते काढून घेऊन त्यापासून त्या जीवाची प्रतिकृतीही परत बनवता येते. ज्युरासिक पार्क पाहिला आहात ना तुम्ही?"

"तरीही त्या सुकलेल्या लाळेच्या एका थेंबातून..."

"... पुष्कळ डीएनए रेणू मिळतील आपल्याला. त्याची काळजी नको. आता पीसीआर, पॉलिमरेज चेन रिॲक्शन नावाचं तंत्र सर्रास सगळीकडे वापरलं जातंय. ते वापरून एखादा छोटासा तुकडा जरी मिळाला तरी त्याच्या असंख्य प्रतिकृती तयार करता येणं शक्य झालं आहे. त्या एवढ्याशा सुतावरून स्वर्ग गाठता येईल, अमृतराव."

आपण कौशिकांच्या सांगण्यावरून बुद्धिबळ खेळायला आलो, हे चांगलंच झालं असं अमृतरावांना वाटलं. त्यांच्या तपासाला नवी दिशा मिळाली होती. कोंडी सुटण्याची चिन्हं होती. आता वेळ दवडण्यात अर्थ नव्हता.

दुसऱ्याच दिवशी अमृतराव ती पाकिटं घेऊन कौशिकांकडे आले. कौशिकही लगबगीनं ती घेऊन इन्स्टिट्यूटमध्ये आले. बऱ्याच प्रयत्नांनंतर त्यातल्या तीन पाकिटांवरून त्यांना लाळेचे पुरेसे नमुने मिळाले. त्यातून डीएनए अलग करून पीसीआरच्या मदतीनं त्याच्या प्रतिकृती मिळेपर्यंत कौशिकांना धीर नव्हता. पण त्यांनी कितीही घाई केली असती तरी त्याचा उपयोग नव्हता. पीसीआरची प्रक्रिया जो काही वेळ घेणार होती तितका जाणारच होता. ती संपून जेव्हा त्या तुकड्याचं विश्लेषण कौशिकांच्या हाती आलं तेव्हा ते अमृतरावांना म्हणाले, "आता तुमच्या त्या वीणा घोलपकडून तिच्या रक्ताचा नमुना आणा, अमृतराव."

अमृतराव गेल्याबरोबर कौशिकांनी वीणाला फोन केला. आपण स्वस्थ बसून नाही आहोत, हालचाल करतो आहोत हे तर त्यांना तिच्यातर्फे जंगमला कळवायचं होतंच,

पण तिनं काहीही खळखळ न करता रक्ताचा नमुना द्यावा, हेही तिला सांगायचं होतं. आपणच पोलिसांना तसं करायला सांगितलं आहे, हेही कळवायचं होतं. त्यामुळे तसं करणं आपल्या फायद्याचंच आहे असं समजून तीही काही आढेवेढे घेणार नाही, असं त्यांना वाटलं होतं.

वीणाला तसं सांगतानाही तिच्या डीएनएमध्ये आणि पाकिटांवरून मिळवलेल्या डीएनएत साम्य आढळू नये अशी मनोमनी प्रार्थनाही कौशिकांना करावीशी वाटत होती. पण जर साम्य आढळलंच, तर अमृतरावांना निर्णायक पुरावाही मिळणार होता आणि जंगमलाही पटवून देणं त्यांना शक्य होणार होतं. वीणा वरवर कितीही निष्पाप वाटली तरी नोकरीवर गदा येणार असं वाटलं की माणूस किती डेस्परेट होतो. दुखावलं जाण्याची शक्यता असलेली स्त्री काहीकाही वेळा किती बेभान होते, याचा त्यांनी आजवर कैकदा अनुभव घेतला होता.

वीणाच्या रक्तातल्या डीएनएची आणि पाकिटांवरच्या लाळेतून मिळवलेल्या डीएनएची तुलना करून दिलेला अहवाल जेव्हा हातात पडला, तेव्हा कौशिकांनी सुटकेचा निःश्वास टाकला. अमृतराव मात्र खचून गेले.

त्या दोन डीएनएमध्ये अजिबात साम्य नव्हतं. वीणा निर्दोष असल्याचा तो एक पुरावा होता. जंगमला ती बातमी देऊन खूश करता येणार होतं. पण अमृतरावांना जोवर खरा गुन्हेगार सापडणार नव्हता, तोवर ते वीणाकडे संशयित म्हणूनच पाहत राहणार होते. तोवर वीणाची सुटका होणार नव्हती. कोंडी जोवर फुटत नव्हती तोवर अमृतराव अस्वस्थच राहणार होते, चिडचिडच करणार होते. आणि आता तर तसं होण्याच्या आशेचा किरण दाखवून परत त्यांना अंधारात लोटण्यात आलं होतं. ते जास्तच चिडले होते.

"अमृतराव, त्या वीणा घोलपनं ही पत्रं पाठवली असण्याची शक्यता थोडीफार तरी मावळलीय आता."

"हंऽऽऽ!" एक भला मोठा सुस्कारा टाकत अमृतरावांनी हुंकार भरला, "ती पत्रं तिनं चिकटवली नाहीत एवढंच सिद्ध होतंय यावरून. पण समजा, तिनं दुसऱ्या कोणाकडून ती बंद करून घेतली असली तर? तिच्या नवऱ्याकडून?"

"मग त्याच्याही रक्ताचा नमुना मिळवा. त्याचंही ॲनॅलिसिस करू या आपण." कौशिक कॉन्फिडन्टली म्हणाले. त्यातही अमृतरावांची निराशाच होईल अशी आता त्यांना खात्री वाटत होती. झालंही तसंच. ते ऐकायला आलेले अमृतराव खचल्यासारखे तिथेच बसून राहिले. काय बोलावं हेही त्यांना सुचेना. कौशिकही आपल्या विचारचक्रात गुरफटून गेले होते. वीणा निर्दोष आहे असं नुसतं वाटून उपयोग नाही. खरा गुन्हेगार कोण आहे हे शोधून काढल्याशिवाय आपलीही सुटका नाही, हे त्यांना कळून चुकलं होतं. ते कोडं सुटेपर्यंत आता त्यांनाच स्वस्थता लाभणार नव्हती.

"मराठीला पुरेसे विद्यार्थी नाहीत म्हणून कदाचित टीचर्सपैकी कोणालातरी कमी करण्याची शक्यता आहे, असं म्हणालात तुम्ही आणि वीणा सर्वांत ज्युनियर असल्यामुळे तिच्यावरच ती पाळी येईल असंही वाटतं तुम्हाला."

कौशिक आपल्याला प्रश्न विचारताहेत असं वाटल्यावरून अमृतराव त्यांना उत्तर देण्याच्या तयारीत पुढे झाले, पण कौशिकांचं त्यांच्याकडे लक्षच नव्हतं. ते आपल्याशीच बोलत होते. मोठ्यानं विचार करण्याची त्यांची ही सवय अमृतरावांच्या परिचयाची होती. त्यामुळे त्यांनी जीभ चावली. स्वत:ला आवर घातला. मध्ये कोणीतरी बोलण्यानं त्यांची विचारांची साखळी तुटणार होती. अमृतरावांनाही ते नको होतं. कोणतातरी नवा मार्ग कौशिकांना खुणावत आहे, याची त्यांना खात्री होती. ते आपल्या विचारसमाधीतून कधी बाहेर येतात, याची वाट पाहत अमृतराव बसून राहिले.

"पण कोणाला ठेवायचं आणि कोणाला काढायचं याचा फैसला केवळ सिनियॉरिटीवरून न करता ॲबिलिटीवरून करायचं ठरवलं तर? तर मग कोणावर संक्रांत येण्याची शक्यता आहे? आणि ती व्यक्ती कोणी दुसरीच असली तर? दुसऱ्याच डिपार्टमेंटमधली असली तर?"

अमृतराव फक्त ऐकतच राहिले. दुसऱ्या डिपार्टमेंटचा आपण विचारच केला नाही. कारण याच डिपार्टमेंटमधल्या कोणालातरी काढून टाकतील, हे आपण गृहीतच धरलं होतं. ती वीणा घोलप हिंदी डिपार्टमेंटमध्येही काम करते, असं म्हणत होती. तिथल्या कोणालातरी तिनं फूस देऊन त्याच्याकडून काम करून घेतलं नसेल कशावरून?

अमृतरावांच्या विचारांचं घोडं आणखीही दौडत राहिलं असतं, पण तेवढ्यात आपल्या तंद्रीतून जागं होत कौशिकांनी त्यांना विचारलं, "या दोघी जणी, ती धायगुडे आणि घोलप, कॉलेज क्वार्टर्समध्ये राहतात का?"

"नाही. दोघी जणींचे स्वत:चे फ्लॅट आहेत. दोन निरनिराळ्या सोसायट्यांमध्ये."

"सोसायट्यांमध्ये. गुड! या सोसायट्यांमध्ये कचरा गोळा करण्यासाठी कोणाचीतरी नेमणूक केलेली असते आणि घराघरात बास्केटसमध्ये तो ठेवला जातो. त्या बास्केटमधला कचरा दररोज गोळा केला जातो. आता एक करा अमृतराव. पुढचा आठवडा या दोघींच्या घरचा कचरा गोळा करून आणा. तिथल्या त्या कचरा गोळा करणाऱ्या माणसाशी संधान बांधून ते गुपचूप करून घेणं तुम्हाला अवघड पडू नये. आणि हो, कोणता कचरा कोणत्या घरातून आला हे शपथेवर सांगता येईल, अशी व्यवस्था करायला तुम्ही विसरणार नाहीतच."

अमृतरावांना कौशिकांची सूचना तशी पसंत पडलेली नव्हती. आता कचरा गोळा करायला सांगताहेत, उद्या सेप्टिक टँकमधली सँपल्स आणायला सांगतील. कौशिकांचं डोकं मध्येच असं तिरकस का धावत सुटतं, हे इतक्या वर्षांच्या सहवासानंतरही त्यांना

नसतं सांगता आलं. पण आता त्यांनी सांगितलंच आहे, तर तसं करण्यावाचून गत्यंतरच नव्हतं. आपण आपल्या सबॉर्डिनेटना ऑर्डर देऊ तेव्हा ते आपल्यापाठी आपल्याविषयी काय बोलतील, याची अमृतरावांना चांगलीच कल्पना होती. पण चेहरा निर्विकार ठेवून त्यांना तसं सांगणं भाग होतं. तरीही कौशिकांच्या सूचनेवर थोडीफार मल्लिनाथी केल्यावाचून त्यांना राहवलं नाही.

''पाकिटांवरची थुंकी झाली. आता काय कानातला मळ तपासायचा आहे त्या कचऱ्यातून?''

''कानातला मळच कशाला, तिथलंच एखादं कर्णपिशाच्च मदतीला यायचं आपल्या. अहो, म्हटलंच आहे ना साध्याही कचऱ्यात कधी...''

कौशिकांनी आपलं कवित्व अर्ध्यावरच सोडलेलं पाहून अमृतराव गप्प बसले. नाहीतर ते काहीतरी चुकीचं उद्धृत करताहेत, हे सांगण्यासाठी त्यांची जीभ सरसावून बसली होती.

दोन वेगवेगळ्या सील केलेल्या प्लास्टिक पिशव्यांमधून आणलेला कचरा अमृतरावांनी कौशिकांच्या हाती, एखाद्या राजानं खूश होऊन गळ्यातला कंठा काढून द्यावा त्या थाटात सुपूर्द केला. अमृतरावांनी त्या पिशव्या देताना केलेल्या कुत्सित हास्याकडे कौशिकांचं लक्षही गेलं नाही. आपल्या हाती अमूल्य नजराणा लागल्यागत ते उत्साहित झाले होते. हातात सर्जन घालतात तसले ग्लोव्हज चढवून त्यांनी धायगुडेबाईंच्या घरून मिळालेली पिशवी हळुवार हातानं उघडली. त्यातला कुजलेला भाजीपाल्याचा आणि खरकट्याचा कचरा वेगळा केला. तो करताकरताच त्यांचं लक्ष त्याच्यापाठी असलेल्या फ्रुटीच्या टेट्रापॅककडे गेलं. जेव्हा त्या पॅकमध्ये अजूनही अडकून पडलेली एक प्लास्टिकची स्ट्रॉ त्यांना मिळाली, तेव्हा एखादं मेडल दाखवावं त्या थाटात त्यांनी ती अमृतरावांना दाखवली.

त्यांच्या त्या आनंदात सहभागी होण्याची अमृतरावांची मन:स्थितीच नव्हती. त्यांनी तिकडे पाहिलं न पाहिल्यासारखं केलं आणि बरोबर आणलेल्या फायली चाळण्यात ते दंग झाले.

कौशिक मात्र काळजीपूर्वक तो कचरा चिवडत बसले होते. त्यांना त्यात आणखी काही स्ट्रॉ मिळाल्या आणि मग कानातला मळ काढून फेकलेले काही कॉटन बड्स. ते मिळताच परत ते अमृतरावांना म्हणाले, ''अमृतराव, हा पाहा तुमच्या कानातला मळ.''

''माझ्या?'' दचकून अमृतरावांनी विचारलं.

त्यावर मोठ्यानं हसत कौशिक म्हणाले, ''तुमच्या नाही, पण तुम्ही बोलला होतात ना परवा, तो हा कानातला मळ.''

आपण टवाळी करण्यासाठी चिडून बोललो होतो, हे सांगण्याचा मोह अमृतरावांना

झाला होता. पण तोवर कौशिक परत दुसऱ्या पिशवीतला कचरा चिवडण्यात गुंगले होते. त्यांचा पाईपही पेटलेला होता आणि त्याच्यातून धुराचे लोट बाहेर पडत होते. अशा वेळी भलतंसलतं काही न बोलण्यातच शहाणपणा आहे, हे गेल्या कित्येक वर्षांच्या अनुभवावरून अमृतराव शिकले होते. तेही मग आपल्या कामात दंग होऊन गेले.

कौशिकांनी त्यांचं लक्ष परत वेधून घेतलं तेव्हा हातातले ग्लोव्हज काढत ते समोरच्या दोन छोट्या प्लास्टिकच्या पिशव्या अमृतरावांना दाखवत होते.

''या दोन छोट्या पिशव्यांमध्ये त्या दोघींच्या घरातल्या कचऱ्यात सापडलेल्या स्ट्रॉ आणि कॉटन बड्स आहेत. लिपस्टिक पुसण्यासाठी वापरलेले काही टिश्यू पेपर आहेत. मिस धायगुडे लिपस्टिक वापरत नसावी. कारण तिच्याकडे टिश्यू पेपर मिळाले नाहीत. त्याउलट ती घोलपबाई ज्यूस किंवा फ्रुटी ड्रिंक पीत नसावी. कारण तिच्याकडे स्ट्रॉ मिळाल्या नाहीत. कानातल्या मळांनी भरलेले कॉटन बड्स मात्र दोघींकडे सापडले.''

''ते ठीक आहे, पण आता त्यांचं करणार काय तुम्ही?''

''या स्ट्रॉवर, तसंच लिपस्टिक पुसून फेकलेल्या त्या टिश्यूवर डीएनएचे तुकडे सापडतील. या कानातल्या मळातही ते असतील. ते त्याच्यातून वेगळे काढून त्या सर्वांचं फिंगरप्रिंटिंग ॲनॅलिसिस करायचंय आता. ते पॅटर्न आपल्याला मिळाले की मग परत एकदा त्या पाकिटांवरच्या डीएनएच्या पॅटर्नशी ते ताडून पाहू या.''

''पण एकदा ते आपण करून पाहिलंय आणि मिसेस घोलपच्या डीएनएशी त्याचं साम्य नाही. हे कळून चुकलंय आपल्याला आता...''

''...परत एकदा व्यवस्थित पाहू या आपण. कदाचित गेल्या वेळेला काहीतरी चूक झाली असेल. शिवाय कोणत्याही सायंटिफिक एक्सपरिमेंटमध्ये खुंटीसारखा एक कंट्रोल ग्रुप असतो. म्हणजे त्याच्या तुलनेत ताडून पाहून एक्सपरिमेंटल ग्रुपमध्ये खरोखरीच काही फरक आहे का, याचं अचूक निदान करता येतं. या वेळी आपल्याकडे खुद्द धायगुडेबाईंच्या घरचा कचराही आहे. कंट्रोल ग्रुप म्हणून.''

कौशिक सांगताहेत म्हणून अमृतरावांनी मान डोलावली. एरवी त्यांना काही फारशी आशा नव्हती. ही साधी केस, पण अनसॉल्व्हड म्हणून दप्तरात पडून राहणार होती आणि मधूनमधून डोकं वर काढून त्यांचा पिच्छा पुरवणार होती.

पण दोन दिवसांनी कौशिकांनी त्यांना पाकिटांवरच्या डीएनएचे पॅटर्न असलेली फाईल घेऊन बोलावलं, तेव्हा कौशिक बरेच एक्साईट झाल्यासारखे त्यांना वाटले होते.

अमृतराव त्यांच्याकडे पोहोचतात, तो दारातच कौशिक त्यांची वाट पाहत उभे असलेले त्यांना आढळले. अमृतरावांना पाहताच ते त्यांना दरादरा आत ओढतच

घेऊन गेले. त्यांच्या हातातली फाईल त्यांनी जवळजवळ खेचूनच त्यांच्याकडून घेतली आणि त्यातलं ते पॅटर्न समोरच्या टेबलावर ठेवत त्यांनी अमृतरावांना तिथे आधीपासूनच ठेवलेल्या दोन निरनिराळ्या पॅटर्नशी त्यांची तुलना करायला सांगितलं. अमृतराव काही त्या तंत्रातले एक्स्पर्ट नव्हते, पण त्यांच्या नवख्या नजरेलाही त्यांनी आणलेल्या पाकिटांवरच्या डीएनएचं पॅटर्न कौशिकांनी टेबलावर पसरून ठेवलेल्या एका पॅटर्नशी तंतोतंत जुळत असल्याचं दिसून आलं. तेही थोडेफार उत्तेजित झाले.

"या दोन पॅटर्नमध्ये कमालीचं साम्य आहे, कौशिक." ती दोन पॅटर्न हातात घेत ते म्हणाले.

"आर यू शुअर? आर यू हंड्रेड पर्सेन्ट शुअर?"

"ॲब्सोल्युटली! नो डाऊट ॲट ऑल!"

"तुम्हीच सांगितल्याप्रमाणे कानातल्या मळातल्या डीएनएचं पॅटर्न आहे ते आणि ते आता तुम्ही घेऊन आलेल्या पाकिटांवरच्या थुंकीतल्या डीएनएच्या पॅटर्नशी तंतोतंत जुळतंय."

"शंकाच नाही. आता जातो आणि त्या घोलपबाईला बेड्याच ठोकतो."

"तसं करू नका, अमृतराव."

"का? का? आता इतकं तंतोतंत पॅटर्न जुळल्यावर कसली उरलीय शंका?"

"शंका नाहीच उरलेली, पण तुम्ही जे पॅटर्न पाकिटांवरच्या डीएनएच्या पॅटर्नशी जुळलेलं पाहिलंत ते घोलपबाईंच्या घरातून मिळालेल्या कॉटन बड्सवरचं नाहीये. त्या पॅटर्नच्या पाठच्या बाजूला ते कोणाकडचं आहे, याची नोंद आहे. ती पाहा."

अमृतरावांनी तो कागद उलटा करून पाहिलं आणि क्षणभर वाचा गेल्यासारखे ते गप्पच राहिले.

"पण, पण..." कसंबसं अडखळत अमृतराव म्हणाले, "काहीतरी चूक आहे, कौशिक. याच्यावर तर धायगुडेबाईंचं नाव आहे."

"एक्झॅक्टली! म्हणूनच तर म्हणत होतो की तुम्ही घाईनं त्या घोलपबाईला बेड्या ठोकाल, तर ती चूक होईल."

"पण, पण, हे कसं शक्य आहे? धायगुडेबाईलाच तर ती धमकीवजा पत्रं येत होती. तिनंच तशी तक्रार केलेली आहे."

"हो ना! आता तुम्ही तिच्या रक्ताचा नमुना मागा. त्याचं ॲनॅलिसिस केलंत, की मग निर्णायक पुरावाच हाती लागेल तुमच्या. कारण तिच्या रक्तातल्या डीएनएचं पॅटर्न, त्या कानातल्या मळातल्या डीएनएचं पॅटर्न आणि त्या पाकिटांवरच्या थुंकीतल्या डीएनएचं पॅटर्न एकच असेल. मला तरी शंका उरलेली नाही. तुम्ही तिच्या रक्ताचा नमुना मागायला जाल तेव्हाच ती खळखळ करेल, बघा. त्याच वेळी तुम्ही जरा दरडावून विचारलंत, तर ती सगळं कबूल करून बसेल. तिनं स्वतःच

ती पत्रं स्वत:ला पाठवली आहेत, याबद्दल माझ्या मनात तरी शंका उरलेली नाही.''

आणि तसंच झालं. दुसऱ्या दिवशी अमृतराव आले, ते तसं सांगतच. अमृतरावांनी तिला आपल्या ऑफिसात बोलावून तिच्या रक्ताचा नमुना घ्यायला तिची काही आडकाठी आहे की काय, असं विचारताच तिनं आकांडतांडव करायला सुरुवात केली. स्त्रीमुक्ती संघटनेकडे जाण्याची धमकी दिली. मुख्यमंत्र्यांना कळवून आपल्याला संरक्षण देण्याऐवजी पोलीस आपल्यालाच कसे छळताहेत, हे सांगण्याची धमकी दिली, पण अमृतराव बधले नाहीत. त्यांनी मुख्यमंत्र्यांच्या ऑफिसचा फोनच जोडून दिला. त्याबरोबर तिनं आणलेलं उसनं अवसान गळून पडलं. आपणच ती पत्रं पाठवल्याचं आणि पोस्टर्सही तयार केल्याचं तिनं कबूल केलं.

''पण मला हे कळत नाही की हे सारं सव्यापसव्य तिनं केलंच का?''

''साधी बाब आहे, अमृतराव. डिपार्टमेंटमधून कोणालातरी कमी करताना कॉलेजनं त्यांची उपयुक्तता पाहण्याचं ठरवलं असतं, तर धायगुडेबाईलाच जावं लागलं असतं. घोलप तिच्यापेक्षा बरीच तरुण तर आहेच, पण हुशारही आहे. शिवाय ती हिंदीही शिकवू शकते. शिवाय तिनं रिसर्चही करायला सुरुवात केली आहे. विद्यार्थ्यांमध्येही ती जास्त पॉप्युलर होती, असं मला समजतंय. अलीकडची, या पत्रांनंतरची गोष्ट जाऊ द्या. धायगुडेबाईला आता नव्यानं काही शिकणं शक्य नाहीये. शिवाय तिची मानसिकताही प्रौढ कुमारिकेची झालेली आहे. त्यामुळे सगळं जग आपल्याविरुद्ध आहे, अशी तिची समजूत झालेली आहे. ही पत्रं, ती पार्सलं आणि आता ती पोस्टर्स यातून घोलपबाईला बदनाम करायचं, असा तिचा उद्देश होता. घोलपबाईवरचा आरोप सिद्ध होईल, असं तिला कधीच वाटलं नव्हतं, पण संशयाचं वलय कायमचं राहिलं असतं. मग कॉलेजलाही तिला ठेवून घेणं अवघड झालं असतं. फैसला मग सिनियॉरिटीवर किंवा ॲबिलिटीवर न होता, तिसऱ्याच संबंध नसलेल्या मुद्द्यावर झाला असता. धायगुडेबाईला तेच पाहिजे होतं. तिनं डाव तर मोठा हुशारीनं रचला होता, पण कानातल्या मळावरूनही तुम्ही तो हाणून पाडाल, याची तिला काय कल्पना!''

यावर कौशिकांचं बोलणं आपल्या कानावर पडलंच नाही, असं दाखवत अमृतराव धोंडिबाला हाका मारू लागले.

◆

बिबट्याचे ठिपके

बाहेर फाटकाशी मोटार थांबल्याचा आवाज आला आणि त्यानंतर थोड्याच वेळात दारावरची बेल वाजू लागली, तेव्हा अमृतरावच आले असणार, अशी कौशिकांची खात्री झाली. सकाळच्या वर्तमानपत्रांमध्ये प्रसिद्ध झालेली ती बातमी वाचल्यापासून अमृतराव आपल्याला भेटायला येणार, अशी अटकळ कौशिकांनी बांधली होती. ती खरी ठरत असल्याचं पाहून त्यांना समाधान तर वाटत होतंच, पण आता एका नव्या समस्येचा उलगडा करण्याची साहसी संधी मिळणार, हे ध्यानात येऊन नवं खेळणं मिळालेल्या मुलासारखे ते हरखून गेले होते. अमृतरावांना आवडणारे पॅटीस बनवण्याची तयारी करून ठेवायला त्यांनी धोंडिबाला सांगितलं होतं. बुद्धिबळाचा पट मांडून तयार ठेवला होता. पण दुपार टळून गेली आणि मावळतीचे रंग आकाशात अवखळपणे चौखूर उधळू लागले, तसे ते अस्वस्थ होत गेले. त्याच अस्वस्थपणापायी त्यांनी दोन-तीन वेळा व्यवस्थित मांडलेला पट विस्कटून टाकला होता आणि परत नव्यानं मांडलाही होता. धोंडिबाला दर पाच मिनिटांनी हाका मारून त्यांनी त्रस्त करून टाकलं होतं. त्यांची ही उलघाल का होतेय, याचा अंदाज इतकी वर्षं इमानानं त्यांची साथसंगत करणाऱ्या धोंडिबालाही आला होता. म्हणूनच फोन करून अमृतरावांना बोलावून घ्यावं आणि साहेबांची व आपलीही सुटका करावी, असा विचार त्याच्या मनात कितीदातरी येऊन गेला. पण अमृतरावांनी आल्याआल्या का बोलावलं असं विचारलं असतं, तर साहेब बिथरले असते आणि मग आपली धडगत राहिली नसती, हेही तो जाणून होता. त्यामुळे अमृतराव कधी येतात आणि दोघांचीही सुटका करतात, याची तोही वाट पाहत होता.

दारावरची बेल वाजल्याबरोबर कौशिकांच्या सांगण्याची वाटही न पाहता तो धावतच ते उघडायला गेला.

कौशिकांनी तेवढ्यात अलीअकबरच्या सरोदची सीडी लावली होती. त्या भरदार सुरांमध्ये आपण गुंगून गेलो असल्याची बतावणी करत ते डोळे मिटून बसले होते, पण त्यांचे कान सरोदच्या सुरांऐवजी अमृतरावांच्या आवाजाकडे लागले होते.

अमृतराव मात्र आले, ते काहीही न बोलता कौशिकांच्या समोरच्या खुर्चीत बसून राहिले होते. कसलाही आवाज न करता. एरवी धोंडिबाची थट्टामस्करी केल्याशिवाय ते आत पाऊल ठेवत नसत. पण आज तो तिथे नसल्यासारखं त्याच्या आरपार पाहत, त्यांनी आपला मोहरा बैठकीच्या खोलीकडे वळवला होता.

कौशिक आपली तंद्री लागल्यासारखे डोळे मिटूनच बसून राहिले होते. त्यांची तंद्री भंग करण्याचा यत्किंचितही प्रयत्न न करता अमृतरावही आपल्याच विचारांमध्ये दंग झाले होते. हे असंच राहिलं तर निदान सीडीवरची ती धून संपेपर्यंत तरी कोणीच काही बोलायला सुरुवात करणार नाही, हे धोंडिबा समजून चुकला होता. एकमेकांशी कट्टी केलेली दोन लहान मुलं कशी, दुसऱ्यानं पुढाकार घ्यावा या अपेक्षेत गाल फुगवून बसून राहतात, तसं ते दोघं करताहेत हे पाहून स्वत:शीच हसत धोंडिबा पॅटीस बनवायला आत निघून गेला.

एकाएकी स्वत:चीच चीड आल्यासारखी अमृतरावांनी आपली मूठ समोरच्या टेबलावर जोरानं आदळली. इतक्या आवेशानं की, वरवर आपल्याच नादात असल्यासारखं दाखवणारे, पण अमृतरावांच्या हालचालीकडे ध्यान लावून बसलेले कौशिकही दचकले.

"छ्या! वैताग, वैताग आहे नुसता!"

"कोण? अरे अमृतराव, तुम्ही होय?" त्यांना पाहून आश्चर्यचकित झाल्यासारखे कौशिक म्हणाले. "तुम्ही केव्हा आलात?"

"झाला थोडा वेळ."

"मग मला नाही सांगायचंत? आणि हा धोंडिबा काय करतोय? त्यानं तरी मला सांगायचं."

"मीच त्याला आपल्या कामाला जायला सांगितलं. मी तसा कोणाशीही, काहीही बोलायच्या मन:स्थितीत नाहीये."

"तरीही तुम्ही इथे आला आहात. त्याअर्थी तुम्हाला आपलं मन कोणाकडेतरी मोकळं करायची इच्छा आहे."

"हुंऽऽऽ" कौशिकांच्या म्हणण्याला अमृतरावांनी मानही तुकवली नाही, की त्याचा इन्कारही केला नाही. त्यांनी नुसताच हुंकार भरला.

पण त्या हुंकाराचाही खरा अर्थ कौशिकांच्या ध्यानात आल्यावाचून राहिला नाही.

"तेव्हा आता मनातल्यामनात असंच धुमसत न राहता सांगून टाका पाहू काय भानगड आहे. तुम्ही उगीचंच आपल्यावरचा ताण वाढवून घेताय. गेल्या वेळी डॉक्टरांनी काय सांगितलंय, ते आठवतंय ना? वहिनींनीही मला तशीच ऑर्डर दिलेली आहे. तेव्हा तुम्ही बोलल्यावाचून आता गत्यंतर नाही. फारफार तर तुमच्या जिभेला स्टार्ट देण्यासाठी धोंडिबाला पॅटीस करायला सांगू या."

त्या क्लूचीच वाट पाहत इतका वेळ थांबून राहिल्यासारखी, नेमक्या त्याच क्षणी धोंडिबानं एन्ट्री घेतली. त्याच्या हातातल्या बशीत असलेल्या पॅटीसने आपल्या येण्याची खबर आपल्या गंधाद्वारे आधीच दिली होती.

"घ्या अमृतराव. आमचा धोंडिबाही तुम्ही आपलं मन मोकळं करावं यासाठी उत्सुक आहे. आपण काही सांगायच्या आतच त्यानं हे पॅटीस बनवून आणले आहेत. आता त्यांचा समाचार आधी घ्या आणि मग तुमचा समाचार आम्हाला सांगा."

"काय सांगायचा!" तिसऱ्या पॅटीसचा फन्ना उडवून झाल्यावर अमृतराव म्हणाले. "या नोकरीचा वीट आलाय नुसता. यांचा होतो खेळ, पण जीव आमचा जातो. यांच्या साठमारीत आम्ही विनाकारण बळीचे बकरे बनतो. करून-सवरून हे परत नामानिराळे. काही बिघडलंच आणि गदारोळ झालाच, तर एक कमिशन बसवलं की, हे सुटले. ते कमिशनही परत आमच्याच कारवाईवर ताशेरे ओढणार. कोणत्या परिस्थितीत आणि कोणत्या दडपणांखाली आम्हाला काम करावं लागतं, याचा विचार ही मंडळी करणार नाहीत. बरं, काही कारवाई केली नाही, तरी निष्क्रिय म्हणत आम्हाला कानपिचक्या द्यायलाही हे तयार."

अमृतरावांच्या बोलण्याचा अर्थ इतर कोणाच्याही ध्यानात आला नसता. त्यांचा अंगुलिनिर्देश कोणत्या दिशेनं आहे, याचा पत्ता लागला नसता. कौशिकांना मात्र अमृतराव कोणत्या संदर्भात बोलताहेत, याची पुरती कल्पना होती. तरीही वेडाचं सोंग घेऊन पेडगावला गेल्यासारखं ते म्हणाले, "तुमचा उद्वेग समजू शकतो मी अमृतराव, पण तुम्ही आता काही जनरल स्टेटमेंट नाही करताहात. तुमच्या या उद्विग्न मन:स्थितीचा तुमच्याकडे सोपवलेल्या कोणत्यातरी ताज्या केसशी संबंध आहे, हे नक्की. पण तुम्ही असं मोघमच बोलत राहिलात, तर ते कळायचं कसं मला?"

"हीच हो आजची ताजी ऑर्डर. तुम्ही वाचलंच असेल त्याबद्दल." अमृतराव अजूनही आपलं मोघमपण सोडायला तयार नव्हते.

कौशिकांचीही हा खेळ चालू ठेवायला हरकत नव्हती.

"नाही बुवा! आज अजून सवडीनं पेपर वाचायला वेळच झालेला नाही. कोणत्या ऑर्डरबद्दल बोलताहात तुम्ही?"

"हीच, त्या शिकारीची बाब. यांचं होतं राजकारण, पण मधल्यामध्ये शिकार होते आमची."

हा खेळ असाच चालू ठेवला तर सबंध दिवसही चालू राहू शकेल, हे कौशिकांच्या ध्यानात आलं होतं. अमृतरावांची गाडी रुळावर आणण्याची आता निकड होती. तेव्हा एका निर्धारानंच ते म्हणाले, ''अमृतराव, थोडे शांत व्हा. कसली शिकार? आणि कोणी केली?''

''शिकार कसली आणि कोणी केली, हे सगळ्यांनाच माहिती आहे. प्रश्न आहे तो त्याबाबतचा कोर्टात टिकू शकेल असा बिनतोड पुरावा मिळवण्याचा. त्याच्यात जराही उणीव राहिली, एवढीशीही फट सापडली तरी फट् म्हणता ब्रह्महत्या केल्याचं पातक आमच्याच शिरावर बसेल.''

''धोंडिबा, आणखी पॅटीस आण बघू. ते यांच्या पोटात गेल्याशिवाय हे सरळ बोलायचे नाहीत.'' वरवर धोंडिबाला ऑर्डर देत, पण अमृतरावांनाच अल्टिमेटम दिल्यासारखं कौशिक म्हणाले.

अमृतरावांनाही तेवढा इशारा पुरला. धोंडिबा परत भरलेली प्लेट घेऊन यायच्या आतच ते म्हणाले, ''सॉरी! सॉरी! मी एवढा वैतागलोय की नोकरी सोडून द्यायचा विचारही मनात आलाय माझ्या. त्यामुळेच भान नाही राहिलं. पण आता नीट सांगतो. तुम्ही गेल्या तीन-चार दिवसांतले पेपर्स वाचलेच असतील. त्या आपल्या अभयारण्यातल्या बिबट्या वाघांची शिकार होत असल्याबद्दल आरडाओरड होतेय.''

''होणारच! हे वाघ तसे दुर्मीळ आहेत, अमृतराव. वर्ल्ड वाईल्डलाईफनं त्यांना एन्डेन्जर्ड स्पेशीज म्हणून घोषित केलंय. नामशेष व्हायच्या मार्गावर आहे या वाघांची ही प्रजाती. तेव्हा तिचं संवर्धन करण्याची गरज आहे. म्हणूनच तर त्यांच्या शिकारीवर बंदी आहे.''

''ते मलाही ठाऊक आहे. पण तुम्हाला खरंच वाटतं की, त्या वाघांबद्दल कोणालाही खरी कळकळ आहे म्हणून? ते वाघ जिवंत आहेत का मेले, याचं सोयरसुतक नाही कोणालाही. यांना त्या वाघांचं निमित्त साधून दुसरीच शिकार मारायचीय. सरळसरळ सामना करायची हिम्मत नाही, म्हणून या वाघाच्या वेसणीतून तीर मारताहेत.''

''तुम्ही म्हणताहात त्यातही बरंच तथ्य आहे. पण या सगळ्या भानगडीत तुम्ही नेमके कसे काय गुंतलाहात त्याचा उलगडा नाही झाला.''

''सांगतो, तेच तर सांगायला आलो मी.'' अनवधानानं अमृतराव बोलून गेले. 'द कॅट इज आऊट ऑफ द बॅग' कौशिकांच्या मनात विचार येऊन गेला. वाघाच्या निमित्तानं मांजरीचं पिलू बाहेर पडलं, हा गमतीचा विचार मनात येऊन कौशिकांच्या चेहऱ्यावर तेवढ्यातही एक स्मित दबत्या पावलांनी येऊन पळून गेलं.

''तर त्या अभयारण्यातल्या एक-दोन वाघांची शिकार झालेली आहे. त्या वाघांची ती ठिपके असलेली कातडी हवीहवीशी वाटणारी आहे. ती आपल्याजवळ असावी

म्हणून त्यांची शिकार केली जाते. ती साहेबांनी केलीय, अशी सर्वांचीच खात्री आहे. साहेबांना शिकारीचा आणि पाईप ओढण्याचा नाद आहे, हे जगजाहीर आहे. 'नजरेच्या टप्प्यात सावज आल्याशिवाय आपण गोळी घालत नाही,' असं त्यांनी एका वेगळ्याच संदर्भात म्हटल्याचं तर आता ख्यातनामच झालं आहे. तर या वाघांची शिकारही साहेबांनीच केली आणि त्याचं कातडं त्यांच्याकडे आहे, असा दावा आहे. तसं आजवर नुसतंच कुजबुजलं जात होतं, पण गेल्या दोन आठवड्यांपासून तशा बातम्या हळूहळू प्रकाशित व्हायला सुरुवात झाली. पहिल्यांदा त्या आडूनआडून सवाल केल्यासारख्या येत होत्या. मग त्यांच्यात गहिरा तपशील भरायला सुरुवात झाली. विधानसभेतही मग आयत्या वेळच्या प्रश्नांमध्ये त्यासंबंधीचे प्रश्न विचारले जायला सुरुवात झाली. हे काही योगायोगानं होत नव्हतं कौशिक.''

''म्हणजे कोणीतरी आखणी केल्यासारखी ही मोहीम चालवत होतं, असं म्हणायचंय तुम्हाला, अमृतराव?''

''अलबत! शंकाच नाही. साहेब म्हणजे विरोधी पक्षाचे अध्वर्यू. कर्तुमकर्तुमन्यथाकर्तुम् अशी ताकद असलेले. त्यांच्या नजरेच्या इशाऱ्यावर विरोधी पक्षाचं राजकारण नाचतंय. त्यांच्यावर हल्ला करण्याचा घाट आहे हा सारा. पण त्यांना उघडउघड आव्हान देण्याचं सामर्थ्य नाही कोणात. म्हणून ही कोल्हेकुई चाललीय. तर या सगळ्या नाटकाचा क्लायमॅक्स झाला काल विधानसभेत. सरकारी पक्षाच्या सदस्यांनी धरणंच लावलं. या सगळ्या प्रकाराची चौकशी होऊन गुन्हेगाराला कडक शिक्षा झाली पाहिजे, असा तगादाच लावला. मुख्यमंत्र्यांनाही तेच पाहिजे होतं. त्यांनी आपण चालढकल केल्याचा बहाणा करून कालपर्यंत वातावरण तापवत नेलं आणि मग आपला नाइलाज झाल्यासारखं दाखवून याची इत्थंभूत चौकशी केली जाईल, असं आश्वासन दिलं.

आज सकाळीच मला बोलावलं गेलं, तेव्हा मी समजलोच होतो, कोणती ऑर्डर आपल्याला मिळणार ते. पण मामला गंभीर आहे. चौकशीचं नुसतं नाटक करण्यावर समाधान होणार नाहीये सीएमचं. साहेबांविरुद्ध सज्जड पुरावा मिळवलाच पाहिजे, नाहीतर आमची धडगत नाही, असा सज्जड दमच भरला त्यांनी. आता तुम्हीच सांगा की, शिकार झाली त्याला कितीतरी दिवस उलटून गेले आहेत. त्या मेलेल्या वाघाच्या कलेवराची काय वासलात लागली असेल, कोण जाणे. आता ती शिकार साहेबांनीच केली आणि अमुक एका वाघाचीच केली, याबाबतचा सबळ पुरावा मिळवायचा कसा?''

''तुम्ही असे हवालदिल होऊ नका, अमृतराव. काहीतरी उपाय निघेलच.'' कौशिक अमृतरावांना दिलासा देण्यासाठी बोलले असले तरी कामगिरी किती अवघड आहे, याची जाणीव त्यांनाही झाली होती. साहेबांना शिकारीचा नाद आहे

हे सर्वश्रुत असलं, तरी त्यांनी वाघांचीही शिकार केली आहे याचा पुरावा प्रथम मिळवायला हवा होता. त्यानंतर त्या शिकारीचा काहीतरी हमखास धागादोरा मिळायला हवा होता. त्या सुतावरून स्वर्गाला पोहोचायचं, तर तो धागादोरा मेलेल्या वाघाबरोबर जुळायला हवा होता. सगळंच त्रांगडं होतं.

कौशिकांच्या पाईपमधून धुराचे भपकारे सुटायला सुरुवात झाली होती. त्यांच्या विचारचक्राला गती मिळाल्याची ती खूण होती. ते पाहून अमृतराव प्रथमच निश्चिंत झाले. धोंडिबानं पुढ्यात ठेवलेल्या ताज्या पॅटीसचा समाचार घ्यायला पुढे सरसावले.

"आपल्याला या वाघाला त्याच्या गुहेतच गाठलं पाहिजे, अमृतराव."

अकस्मात कौशिक बोलले. पॅटीसचा घास अमृतरावांच्या घशातच अडकला. कसाबसा तो गिळण्याच्या प्रयत्नात त्यांना ठसका लागला. पाणी पिऊन ठसका आटोक्यात आणत ते म्हणाले, "वाघाच्या गुहेत?"

"आय मीन या साहेबांच्या घरात. त्यांना तिथेच जाऊन भेटलं पाहिजे. ते खरेखुरे शिकारी असतील तर आपल्या शिकारीच्या काहीतरी खाणाखुणा, विजयचिन्हं म्हणा हवं तर ट्रॉफीज म्हणा, काहीही म्हणा, त्यांनी घरात नेहमी सहज नजरेला पडतील अशा तऱ्हेनं ठेवलेल्या असतील. इतर कोणी आपल्याला मिळालेली अवॉर्ड्स किंवा पदकं मांडून ठेवतात ना, तशाच."

"असतील. पण त्यांनी कोणकोणत्या शिकारी केल्या, त्याचा तपशील घेऊन आपण काय करणार आहोत?"

आयत्या वेळेला कोणत्यातरी आडवाटेनं जायची कौशिकांची खोड अमृतरावांच्या चांगल्याच परिचयाची होती. तसं जाऊनही शेवटी ते व्यवस्थित मुक्कामाला पोहोचत, हे त्यांना ठाऊक होतं. पण ते आडवळण पार करेपर्यंत अमृतरावांचा जीव टांगणीला लागलेला असे. त्यामुळे ते टाळता आलं तर पाहावं, असा प्रयत्न अमृतराव नेहमीच करत.

"असं काय करता अमृतराव, आता हे साहेब म्हणजे तुमचं सावज आणि तुम्ही शिकारी. आता शिकारीवर निघालाच आहात तर सावजाची संपूर्ण माहिती करून घ्यायला हवी."

"तशी ती भरपूर आहे आमच्याजवळ. तीन-चार लठ्ठ फायली भरतील, एवढा पुरावा आहे."

"तो इथे कामाचा नाही. साहेबांच्या राजकीय कारकिर्दीचा इतिहास नाही लिहायचा आपल्याला. त्यांची इतर कुलंगडी काय होती, याची माहितीही काही उपयोगाची नाही. तुम्हाला आता फक्त त्या बिबट्या वाघांच्या ठिपक्यांवर कॉन्सट्रेट करायचंय. हो ना?"

अन् आपल्या विझलेल्या पाईपाची साफसफाई करत कौशिक जसे अकस्मात

तंद्रीतून जागे होत बोलायला लागले होते, तसे परत एकदा नव्यानं भरलेल्या पाईपातून धुराचे भपकारे सोडत तंद्री लावून बसले. नाही म्हणायला तसं करण्यापूर्वी 'बिबट्याचे ठिपके, बिबट्याचे ठिपके' असा मंत्र मात्र ते जपत होते.

आणखी पॅटीस खाण्याची अमृतरावांची इच्छा राहिली नव्हती, पण कौशिकांची तंद्री भंगेपर्यंत तिथे बसून राहण्यावाचून इलाज नव्हता. आपण ऑफिसमध्ये जरा वेळानं येणार आहोत असं सांगावं, अशा इराद्यानं ते फोनकडे वळणार तो त्याचीच घंटी वाजू लागली. त्याबरोबर आपल्या समाधीतून जागं होत कौशिकांनी तो फोन घेतला. थोडंसं बोलून त्यांनी तो अमृतरावांच्या हातात देत म्हटलं, ''तुमचा फोन, अमृतराव.''

''हॅलो, अमृतराव मोहिते हियर.'' आपण इथे आहोत हे कोणाला कसं समजलं याचं वाटलेलं आश्चर्य चेहऱ्यावर न दाखवत अमृतराव म्हणाले. पण फोन इन्स्पेक्टर सरदेशमुखांचा आहे, हे समजताच त्यांना आश्चर्य वाटलं नाही. आपण घरी नसलो आणि कोणत्या कामगिरीवर कुठे गेलेलो नसलो, की कौशिकांच्या घरी हमखास सापडतो हे त्यांच्या सगळ्याच सहकाऱ्यांना आता माहिती झालं होतं.

''बोला सरदेशमुख, काय खबर आहे?''

पलीकडून सरदेशमुख काय बोलताहेत हे कौशिकांना ऐकू येत नसलं, तरी त्याची जी प्रतिक्रिया अमृतरावांच्या चेहऱ्यावर उमटत होती, त्यावरून मामला साधा आहे की गुंतागुंतीचा आहे, याची कल्पना त्यांना येत होती. सरदेशमुखांच्या निरोपावर अमृतरावांच्या कपाळावर आठी चढल्याचं त्यांनी पाहिलं.

''आताच कशाला येताहेत हे टीव्हीवाले? त्यांचा संबंध बीबीसी किंवा सीएनएन... यांसारख्या न्यूज चॅनेलशी नाही ना?''

''तरीही खात्री करून घ्या. ही मंडळीही बुरख्याआडून काम करायला शिकली आहेत अलीकडे. तसं असेल तर त्या इंटरव्ह्यूपाठी सध्या चालू असलेल्या राजकीय रस्सीखेचीचा संबंध आहे, हे धरून चला. तसं असेल तर मग सिक्युरिटी क्लिअरन्स देऊन परवानगी द्यायची का,... याचा विचार करावा लागेल.''

''काय म्हणता, आपण तशी परवानगी नाकारली तर आपली मुस्कटदाबी केली जात असल्याची तक्रार करतील? खरं आहे तुमचं म्हणणं, पण त्यांनी आपणहूनच आपली बाजू मांडण्यासाठी या इंटरव्ह्यूचा बनाव कशावरून घडवून नसेल आणला? तुम्ही आणखी खोलात जाऊन चौकशी करा. तोवर मी तिथे पोहोचतोच आहे. मगच काय तो डिसिजन घेऊ या.''

''छ्या! वैताग नुसता! ही एक नवीनच भानगड उकरून ठेवलीय. एक मिनिट म्हणून आम्हाला स्वस्थता लाभू द्यायची नाही, असा पणच केलेला दिसतोय या सगळ्या मंडळींनी.'' फोन खाली ठेवताठेवता अमृतराव म्हणाले.

"असे वैतागू नका अमृतराव. मगाशीच बोललो होतो मी. काय, झालंय काय?"

"कोणत्यातरी अमेरिकन टीव्ही युनिटनं साहेबांचा इंटरव्ह्यू घ्यायची परवानगी मागितलीय."

"तुमच्याकडे? म्हणजे साहेब अटकेत-बिटकेत तर नाहीत ना? हाऊस ॲरेस्ट?"

"छे, छे, ते स्वतंत्र आहेत. मोकळे आहेत. मोकाट सुटले आहेत म्हणा ना."

"मग तुमच्या परवानगीची काय आवश्यकता?"

"त्यांना हाय सिक्युरिटी आहे ना? इंदिरा गांधींची हत्या झाली तेव्हाही ते पीटर उस्टिनॉव्ह त्यांचा इंटरव्ह्यू घ्यायलाच आले होते ना. तेव्हापासून त्यांना हाय सिक्युरिटी दिली गेलीय. त्यांचा टीव्ही इंटरव्ह्यू घ्यायचा असेल, तर आमची पूर्वपरवानगी घेण्याची आवश्यकता आहे."

"आणि तुम्ही ती नाकारता?"

"छे, हो. आम्ही ती सढळ हातांनी देतो. आमच्या कॉन्स्टेबलचेही इंटरव्ह्यू होतात त्याच्यामध्ये. आमच्या कामालाही तेवढीच पब्लिसिटी मिळते."

"मग आताच एवढा विचार कशासाठी करताहात?"

"कारण, एकतर साहेब सध्या चर्चेत आहेत. त्यामुळे बाब जरा सेन्सिटिव्ह झालेली आहे. शिवाय जे इंटरव्ह्यू घ्यायला येणार आहेत, ते कोणत्यातरी अमेरिकन ग्रुपतर्फे आलेले आहेत. काहीतरी 'अमेरिकन बिग गेम हन्टर्स असोसिएशन' असं नाव आहे तो इंटरव्ह्यू घेणाऱ्या संस्थेचं. म्हणजे व्हिडिओ शूटिंग कोणीतरी प्रोफेशनल ट्रूपच पार पाडतोय, पण त्यात काही लोक त्या संस्थेचे आहेत. साहेबांच्या शिकारीची भानगड चर्चेचा विषय झालेला असतानाच त्यांनी यावं, हे जरा विचित्र वाटतंय."

"तुम्ही म्हणजे अमृतराव काहीकाही वेळी अगदी शून्यात वसाहती वसवता बघा. केवळ योगायोग असेल तो. या टीव्ही ट्रुप्सचं शेड्यूल खूप आधी ठरत असतं. बरं, साहेबांच्या इंटरव्ह्यूसाठी त्या अमेरिकन संस्थेनं बऱ्याच दिवसांपूर्वी त्यांच्याशी संपर्क साधलेला असेल-"

बोलताबोलता कौशिक एकदम थांबले आणि थांबले तसे अकस्मात काहीतरी विचार ठरल्यासारखं परत म्हणाले, "अमेरिकन बिग गेम हन्टर्स' म्हणालात ना तुम्ही?"

"असंच काहीतरी नाव आहे. सरदेशमुखांना विचारलं तर एक्झॅक्ट सांगू शकतील ते."

"ते विचारूच त्यांना. पण ही संस्था शिकाऱ्यांशी संबंधित आहे, हे तर नक्की?"

"अगदी शंभर टक्के."

"मग वाघाच्या गुहेत जाऊन सुखरूप परत यायची वाट सापडलीच. तुम्ही त्यांना परवानगी देऊन टाका."

“देऊन टाका?”

“बेलाशक. फक्त एक अट घाला तशी परवानगी देताना.”

“कोणती?”

“त्या टीव्ही युनिटबरोबर मला घेऊन जाण्याची.”

“तुम्हाला? पण...”

“... आता पण परंतु करून फाटे फोडू नका, अमृतराव. साहेबांना त्यांच्या घरी गाठलं पाहिजे, असं म्हणालो होतो ना मी? मग त्यांना कसलाही संशय येऊ न देता त्यांच्या शिकारींच्या संदर्भातच त्यांना बोलतं करण्याची याहून आणखी चांगली संधी केव्हा मिळणार आहे आपल्याला? मीही अधूनमधून काही प्रश्न विचारेन, असं सांगा त्यांना. मी इथलाच एक फ्री लान्स रायटर आहे, असं सांगा त्यांना. अमेरिकन जर्नल्समध्ये लिहितो मी अधूनमधून, असं साहेबांनाही सांगा तुम्ही. म्हणजे कोणालाही कसलीही शंका यायला नको. चला. आता वेळ घालवू नका, अमृतराव. बरीच कामं आहेत आपल्याला.”

कौशिकांनी अशी ‘ऑर्डर’च दिल्यावर अमृतरावांचाही नाइलाज झाला. ते कौशिकांनी सांगितल्याप्रमाणे व्यवस्था करण्यासाठी तिथून आपल्या ऑफिसात जायला निघाले.

“या अमृतराव, या. तुमचीच वाट पाहत होतो.” स्वत:च दार उघडून अमृतरावांचं स्वागत करत कौशिक म्हणाले.

“मलाही राहवत नव्हतं. तुमचा निरोप आल्याबरोबर जितक्या लवकर येता येणं शक्य होतं, तितक्या लवकर आलो मी. कसा काय झाला तुमचा इंटरव्ह्यू साहेबांबरोबरचा?”

“झकास! मोठा दिलखुलास आदमी आहे. पाहिलंत, त्यांच्या भाषेचाही परिणाम व्हायला लागलाय माझ्यावर. दुसऱ्या माणसाला सहज जिंकून, वश करून घेणारं व्यक्तिमत्त्व आहे. मला वाटलं होतं की, सध्या वर्तमानपत्रांमधून एवढा गहजब होतोय, तेव्हा शिकारीवरचा इंटरव्ह्यू म्हटल्यावर सावध राहतील ते. अडचणीत आलेल्या राजकारणी मंडळींसारखं तोलूनमापूनच बोलतील. पण नाही, कसलाही आडपडदा न ठेवता ते बोलत होते. शिकारीवर खरोखरच मनापासून प्रेम करणारा माणूस दिसला तो. त्यामुळे आपल्यासारखाच कोणी दर्दी भेटलाय, असं वाटून सगळी माहिती हातचं राखून न ठेवता देत होते.”

“तुम्ही म्हणता तसं असेलही, पण एरवीही तोलूनमापून बोलणाऱ्यांपैकी नाहीत ते. म्हणून तर त्यांच्या बोलण्यावरून ते नेहमीच कोणता ना कोणतातरी वाद उभा करत असतात. त्यांच्या दिलखुलास बोलण्यामागे सत्तेची गुर्मी नाहीच, असं नका समजू.”

"आपल्याला त्याच्याशी काय देणं घेणं! आपलं काम अर्ध झालंय, एवढं मात्र नक्की."

"अर्ध? आणि अर्धच होऊन कसं चालेल?"

"अर्ध झालं तसंच पूर्णही होईल, अमृतराव. असा धीर सोडू नका. अर्ध काय झालंय, ते तर ऐकाल?"

"सांगा. ते ऐकायला तर अधीर झालोय."

"साहेबांच्या दिवाणखान्यातच त्यांच्या आवडत्या खुर्चीवर बिबट्या वाघाचं कातडं पसरलेलं आहे. त्याच्यावर बसूनच साहेब आपला इंटरव्ह्यू देत होते. ते नेहमी वापरत असलेली बंदूक पाहण्याच्या निमित्तानं मी त्यांना थोडा वेळ आत पाठवलं होतं. तेवढ्या वेळात मी कॅमेरामनला त्या व्याघ्राजिनाचे क्लोजअप्स घ्यायला सांगितले. शिवाय, आमच्या ट्रूपमध्ये असलेल्या स्टिल फोटोग्राफरकरवीही त्या व्याघ्राजिनाचे भरपूर रंगीत फोटोही मिळवलेले आहेत. तेव्हा त्यांच्याकडे शिकार केलेल्या वाघाचं, बिबट्या वाघाचं, कातडं आहे हे नक्की. शिवाय ते त्यांच्याकडे आहे, याचाही पुरावा मिळालेला आहे. कारण त्यांच्याच बैठकीखाली ते आहे, याचा आँखोदेखा अहवाल त्या व्हिडीओ कॅसेटमध्ये बंदिस्त आहे. त्याच्या दोन-तीन कॉपीज तयार करून ठेवा. एक तुमच्या स्वत:च्या सेफ कस्टडीत ठेवा."

"ठेवतो बापडा तुम्ही एवढं सांगताच आहात तर. पण हा पुरावा आपल्या फारसा उपयोगी पडेल, असं नाही मला वाटत."

"का? असं का म्हणताय?"

"कारण ते कातडं आपल्याला दुसऱ्या कोणीतरी दिलंय, असं म्हणू शकतात साहेब. ते त्यांनीच शिकार करून मारलेल्या बिबट्याचं आहे, हे आपण कसं काय सिद्ध करणार? शिवाय ते त्या अभयारण्यातल्या वाघाचंच आहे, तो मारलेला वाघ दुसऱ्या कोणत्यातरी ठिकाणचा नाही, याची खात्री कशी पटवून देणार आपण?"

"का? त्या अभयारण्यात साहेब गेल्याचा पुरावा आहे ना तुमच्याजवळ?"

"आहे ना! पण तसे त्या अभयारण्यात असंख्य टूरिस्टस जात असतात. त्यावरून त्यांनी शिकारच केलीय, असं आपण कसं म्हणू शकू?"

"हंऽऽऽऽ!" एक लांबलचक सुस्कारा सोडून कौशिक म्हणाले, "तुमचा मुद्दा तसा बिनतोड आहे, पण त्यावरही काहीतरी सोल्यूशन निघेल. तसे साहेबांनी आपल्या सगळ्या शिकारीचे भरपूर फोटोही ठेवलेले आहेत. आपले अल्बमही दाखवत होते ते. पण तेवढ्या थोड्या वेळात प्रत्येक अल्बम बारकाईनं चाळून पाहणं शक्यच नव्हतं आणि वरवरच्या चाळण्यात, तसा बिबट्याची शिकार केल्याचा फोटो दिसल्याचं मला तरी आठवत नाही. पण तसा फोटो आहे का, याची चौकशी करायला हवी आणि असलाच तर तो मिळवायला हवा."

"त्यानं काय होणार आहे? फारफार तर साहेबांनी एका बिबट्याची शिकार केल्याचा पुरावा मिळेल. इतर कोणी असता तर तेवढ्यावरूनही आम्ही त्याला जरा आमचा खाक्या दाखवून त्याच्याकडून कबुलीजबाब मिळवला असता, पण साहेबांच्या बाबतीत तोमार्ग उपलब्ध नाही आम्हाला. त्यामुळे जरी तसा फोटो मिळाला, तरी तो वाघ त्या अभयारण्यातलाच होता आणि ते कातडं त्याचंच आहे, हे नाही आपल्याला सिद्ध करता येणार."

"असे एकदम अटीतटीला येऊ नका. तुम्ही म्हणता तसा बिनतोड पुरावा मिळेलही, पण त्यासाठी पायरीपायरीनंच जायला हवं आपल्याला. तेव्हा पहिल्यांदा तो फोटो तर मिळवायची व्यवस्था करा."

"तेही सोपं नाही. खरोखरीच, वाघाच्या गुहेत जाऊन त्याची नखं पळवून आणणं जास्त सोपं जाईल."

"हे आमचे अमृतराव बोलताहेत, यावर विश्वासच बसत नाही माझा. तुम्ही यापूर्वी अशक्य ते शक्य करून दाखवलेलं आहे अनेक वेळा. शिवाय या राजकारणी मंडळींचे हितशत्रू बरेच असतात. साहेबांसारख्या माणसाला तर कितीतरी असतील. त्यांच्यापैकी कोणाकडून मुद्देमाल नाही मिळवता येणार?"

"तोच एक मार्ग दिसतोय मला. पाहतो काय करता येईल ते."

तसं ते म्हणाले असले, तरी त्यांना त्या बाबतीत फारशी आशा नव्हती, हे ते ज्या जड पावलांनी तिथून चालत गेले, त्यावरून कौशिकांना जाणवून गेलं. त्यांनाही तसा फोटो मिळवण्याची फारशी आशा नव्हतीच. केवळ अमृतरावांना दिलासा देण्यासाठी आणि दुसरी कोणती उपाययोजना करावी, याचा विचार करण्यासाठी वेळ मिळावा म्हणून कौशिक तसं म्हणाले होते.

त्यामुळे त्यानंतर आठवड्याभरातच अमृतराव तसा फोटो घेऊन आले, तेव्हा कौशिकांनाही आश्चर्यच वाटलं. फोटोही कसाबसा कुठूनतरी कॉपी करून मिळवलेला आहे, असं वाटत नव्हतं. चांगला शार्प होता आणि एन्लार्जही केलेला होता. त्यामध्ये मारलेल्या वाघावर पाय ठेवून हातातली बंदूक उंचावत साहेब विजय साजरा करत होते. एवढी शिकार मारल्याचा आनंद त्यांच्या गात्रागात्रातून ओसंडून चालल्यासारखा दिसत होता. अमृतरावांच्या हातातून तो घेत कौशिक म्हणाले, "तुम्ही विनाकारण फार लवकर निराश होता. गेल्या वेळी इथून जाताना असे गेलात की, कोणी तुम्हाला सातासमुद्रापलीकडे जाऊन कोणत्यातरी राक्षसाच्या ताब्यात असलेलं गुलबकावलीचं फूलच आणायला सांगितलंय! आणि माझी पाठ वळते न वळते, तोच हा फोटो आणून हजर केलात तुम्ही! कसा काय चमत्कार घडवून आणलात हा?"

"आता घरातच जासूस, घरभेदी म्हणा हवं तर, सापडल्यावर का नाही चमत्कार घडणार!"

"घरातलाच जासूस? मी नाही समजलो."

''साहेबांच्या राणीसाहेबा. त्यांनीच हा फोटो आपल्याकडे धाडून दिलाय, जरा आडवळणानं. बहुतेक त्यांनाही शिकारीचा गुण नाही, पण वाण लागलेला दिसतोय. हा फोटो आपल्याला देऊन त्यांनाही एक शिकार साधायचीय बहुतेक.''

''म्हणजे मी नाही समजलो. त्या कशी काय शिकार साधणार आहेत?''

''साहेबांनी अलीकडे एक नवीन सावज गाठलंय, असे प्रवाद आहेत. तुमच्याही कानावर आलं असेलच. कोणतंतरी नवीन पाखरू सध्या त्यांच्या अवतीभवती असतं. त्या पाखरावर सध्या त्यांची नजर अर्जुनाच्या डोळ्यासारखी केंद्रित होऊन बसलीय. अर्जुनाला जसा तो माशाचा डोळाच फक्त दिसत होता, तसं साहेबांना आजकाल त्या पाखराच्या फडफडत्या पंखांशिवाय दुसरं काही दिसत नाही, असं म्हणतात.''

''ओऽह, आय सी!''

''साहजिकच राणीसाहेबा चिडलेल्या आहेत. साहेबांना धडा शिकवायचा विचार चाललाय त्यांचा, अशी आतल्या गोटातली बातमी आहे. साहेबांच्या शिकारीबद्दल चौकशी चालू असल्याचं त्यांच्या कानावर गेलं असणारच. शिवाय आम्ही अशा प्रकारच्या फोटोच्या शोधात आहोत, अशी बातमी माजघरात पोहोचेल, अशी व्यवस्था आम्ही केली होती.''

''पण ती बातमी साहेबांच्या कानावर गेली तर?'' समोरचा फोटो उचलून तो मॅग्निफाईंग ग्लासमधून बारकाईनं न्याहाळत कौशिक म्हणाले.

''त्याचा बंदोबस्त केला होता आम्ही.'' अमृतरावांचं ते उत्तर कौशिकांच्या कानावर गेलं असलं, तरी ते तिथे रुजलं, असं त्यांना नसतं सांगता आलं. कारण कौशिकांचं सारं लक्ष आता त्या फोटोकडे लागलं होतं. थोड्या वेळानं एक हलकी शीळ त्यांच्या तोंडातून बाहेर पडली.

तो फोटो परत अमृतरावांच्या हातात देत ते म्हणाले, ''तुम्हाला नॅशनल रिमोट सेन्सिंग एजन्सी माहिती आहे, अमृतराव?''

ज्याचा हातातल्या कामगिरीशी अर्थाअर्थी काहीही संबंध नाही, अशाबद्दल एकाएकी बोलण्याची कौशिकांची खोड अमृतरावांच्या परिचयाची होती. त्याची त्यांना चीडही येत असे, पण कौशिक नेहमीच करत असलेली बहुमोल मदत ध्यानात घेऊन अमृतराव ते सहन करत असत. आताही मनातली चीड मनातच ठेवत ते एवढंच म्हणाले, ''नाही, फारशी नाही.''

''मग चला, आपण त्यांच्या इथल्या ऑफिसात जाऊ या. त्यांचे हेडक्वार्टर्स आहेत तिकडे हैद्राबादला, पण त्यांचं एक रिजनल ऑफिस इथेच आहे. तिथेच जाऊ या आपण.''

''पण मग साहेब?'' कौशिकांना अडवण्याचा एक दुबळा प्रयत्न करत अमृतराव म्हणाले.

"ते कुठे पळून जाताहेत. ते आहेतच. आज चला माझ्याबरोबर. तुम्हाला नक्कीच फायदा होईल त्याचा."

कौशिकांनी एकदा एखादी गोष्ट मनात धरली की, मग तिचा सोक्षमोक्ष लावल्याशिवाय ते दुसरीकडे वळणार नाहीत, हे आजवरच्या अनुभवातून अमृतराव शिकले होते. अशा वेळी त्यांना अडवण्याचा प्रयत्न करणं, म्हणजे अधिक वेळ वाया घालवणं, हे ते जाणून होते. त्यामुळे अधिक काहीही न बोलता ते कौशिकांबरोबर निघाले.

कौशिकांनी आधीच कोणालातरी फोन करून ठेवलेला दिसत होता. कारण ते त्या ऑफिसातल्या रिसेप्शन डेस्कजवळ पोहोचतात, तोच कोणीतरी त्यांना रिसीव्ह करायला आला. तो सरळ त्यांना घेऊन गेला तिथल्या डायरेक्टरच्या केबिनमध्ये.

दारावर टकटक करून कौशिक आत शिरताच आतून कोणीतरी "ओऽ हो हो, अलभ्य लाभ. लाँग टाईम नो सी" असं म्हणत त्यांचं स्वागत करण्यासाठी पुढे आलेलं अमृतरावांनी पाहिलं. कौशिकांनी ओळख करून दिली.

"मीट डॉक्टर घोष... आणि हे आमचे कमिशनर अमृतराव. त्यांना तुम्ही तुमच्या सॅटेलाईट डेटावरून नेमकी माहिती कशी मिळवता, याचं कुतूहल आहे. खरं ना अमृतराव?"

कौशिक काय म्हणताहेत, त्यातलं काहीही अमृतरावांना समजलं नव्हतं. पण त्या वेळी ओठांवर बळेबळे हसू आणत होकार भरण्यावाचून गत्यंतर नाही, हे ते जाणून होते.

"ऑफ कोर्स! ऑफ कोर्स!" डॉ.घोषही आपल्याला एक नवा श्रोता मिळाला म्हणून खूश झाले होते. त्यांनी सांगायला सुरुवात केली.

"आमच्या या सॅटेलाईटवरून येणारी माहिती अतिशय दूरवरून येत असते. शिवाय, काही वेळा त्यात छायाप्रकाशाच्या वेगवेगळ्या छटा दाखवण्यासाठी आभासी रंगांचा, फॉल्स कलर्सचा उपयोग केला जातो. तरीही त्यातून आम्ही जमिनीवरील साधनसंपत्तीची तसंच जमिनीखालील खनिज संपत्तीची, झालंच तर पाण्याच्या किंवा तेलाच्या साठ्यांची अचूक माहिती मिळवू शकतो. कारण प्रत्येक चित्राची, इमेजची आम्ही छाननी करतो. आपण रांगोळी काढतो तुम्हाला माहिती असेलच?"

"हो, पण रांगोळीतही फरक आहेत. ओल्या रंगांनी रंगवली जाणारी रांगोळी वेगळी, छाप घेऊन काढली जाणारी वेगळी आणि ठिपक्याठिपक्यांना जोडून काढलेली रांगोळी वेगळी."

आता रांगोळीच्या विविध प्रकारांची चर्चा होणार आणि त्यांच्या ठिपक्यात हे बिबट्याचे ठिपके विरून जाणार, या भीतीनं अमृतराव हवालदिल झाले. एक सुस्कारा सोडून ते जवळच्याच खुर्चीत बसले.

"यू आर राईट. पण मी ठिपक्याठिपक्यांच्या रांगोळीविषयीच बोलत होतो. तिथे

जसं मूळ चित्र अनेक ठिपक्यांना जोडून काढलेलं असलं, तरी ते चित्र तयार झाल्यावर त्याचे घटक ठिपके दिसत नाहीत, पण ते तिथे असतातच. तसंच कोणतंही चित्र छायाप्रकाशाच्या असंख्य ठिपक्यांनी बनलेलं असतं. त्या चित्राची इलेक्ट्रॉनिक उपकरणांच्या साहाय्यानं फोड केली की, ते या अशा अनेक ठिपक्यांमध्ये, पिक्सेल्समध्ये विभागलं जाऊ शकतं. अशी फोड केली की, मग त्या चित्राची निर्विवाद अशी ओळख पटू शकते. तशी फोड करून मग त्याची काही मानकांशी म्हणजेच स्टँडर्ड चित्रांच्या ठिपक्यांच्या रचनेशी तुलना केली की, त्यातून मग त्या ठिपक्यांमध्ये कोणतं चित्र लपलेलं आहे, हे कळू शकतं. मग त्या ठिपक्यांची जोड कशी करायची, याचीही माहिती मिळू शकते. आमच्याजवळ या सॅटेलाईटकडून डेटा येतो तो या ठिपक्यांचाच. पण त्या ठिपक्यांची कशी जोड करायची, हे आम्ही तयार केलेल्या कॉम्प्युटर प्रोग्रॅमच्या मदतीनं ठरवता येतं. त्यामुळेच तर इतक्या अंतरावरून छायाचित्र घेऊनही आम्ही अतिशय उपयुक्त आणि अचूक माहिती देऊ शकतो.''

''ऐकलंत अमृतराव, सगळ्या साधनसंपत्तीबद्दल अगदी अचूक माहिती मिळू शकते.''

''हो ना. जमिनीवर कोणतं पीक आहे, पैदावार किती आहे, किती पीक उभं आहे आणि कितीची कापणी झाली आहे किंवा पुरानं जमीनदोस्त झालं आहे, याची अचूक माहिती आम्ही देऊ शकतो. एखाद्या वर्षी पीक किती येणार आहे, याचा अचूक अंदाज आम्ही बांधू शकतो. एवढंच काय, पण कोणत्या जातीचं पीक किती आहे, हेही ओळखण्याचं तंत्र आता आम्ही विकसित केलं आहे.''

''हे झालं फक्त वनस्पतींसंबंधी. पण... अरे हो, मगाशी तुम्ही खनिज आणि तेलं वगैरेसंबंधी बोललात नाही का? म्हणजे मग वनस्पती आणि खनिजं यांच्याविषयीची माहिती तुम्ही देऊ शकता. पण प्राणी, त्यांचं काय?''

''वनस्पती आणि खनिजं स्थिर असतात, अचल असतात, पण प्राणी फिरत असतात. त्यामुळे त्यांच्याविषयी अचूक माहिती मिळवणं कठीण जातं. तरीही एखाद्या जंगलात वन्य श्वापदांची एकूण संख्या किती किंवा तिथे प्रामुख्यानं कोणती जात आहे, याविषयीची माहिती आम्ही मिळवू शकतो.''

''एखाद्या अभयारण्यात असणाऱ्या एखाद्या वन्यश्वापदाची ओळखीची काही खूण असेल, तर तिच्यावरून त्याचा माग तुम्ही काढू शकत असालच.''

''शक्य आहे, तेही शक्य आहे.''

''मग डॉक्टर घोष, या अमृतरावांच्या एका समस्येचं उत्तर तुम्ही शोधून काढाल बहुतेक.''

''कोणती समस्या?''

''एका अभयारण्यातल्या बिबट्या वाघांची जात वेगळीच आहे. त्यांच्यापैकी

प्रत्येक वाघाच्या अंगावरचे ठिपके वेगवेगळे असतात. जसं आपल्या बाबतीत कोणाही एका व्यक्तीच्या बोटांचे ठसे दुसऱ्यासारखे नसतात, तसेच एका वाघाचे ठिपके दुसऱ्यासारखे नसतात. अमृतरावांनी या बाबतीत माझ्याशी पैज मारली आहे. त्यांच्याजवळ दोन फोटो आहेत या ठिपक्यांचे. त्याचं म्हणणं असं, की हे दोन्ही एकाच जनावराचे आहेत. माझं म्हणणं, नाही, ते वेगवेगळे आहेत. पैज तशी मोठी आहे. तेव्हा या बाबतीत अनमानानं निवाडा व्हावा, हे मान्य नाही आम्हाला. जर या बाबतीत अचूक निदान झालं तर...''

''... हात्तेच्या! एवढंच ना! अशा प्रकारचं इमेज ॲनॅलिसिस तर आम्ही नेहमीच करतो. आत्ता लावून टाकू या तुमच्या पैजेचा निकाल. कुठे आहेत ते फोटो?''

आपण पैज केव्हा लावली या अचंब्यात सापडलेल्या अमृतरावांना कौशिकांनी मिचकावलेल्या डोळ्यांतून मिळालेल्या सिग्नलचं काहीही खास ॲनॅलिसिस करण्याची गरज भासलीच नाही. आता आपल्याकडचा पुरावा नि:संदिग्ध होईल, याविषयी त्यांच्या मनात शंका राहिली नाही. त्यांनी लगबगीनं आपल्याजवळचे फोटो डॉ.घोषांच्या हातात दिले. ते फोटो घेऊन डॉक्टरसाहेब आत, त्यांच्या प्रयोगशाळेकडे जाण्यासाठी वळणार तोच कौशिक म्हणाले, ''पैज नेहमीप्रमाणे अमृतरावच जिंकणार, यात शंका नाही. कारण बिबट्या वाघाच्या अंगावरच्या ठिपक्यांकडे लक्ष देण्याची कल्पना त्यांचीच होती. खरं ना, अमृतराव?''

यावर तो वाघच पाठी लागल्यासारखा अमृतरावांचा चेहरा झाला. यात त्यांचा दोष नव्हता. इतरांच्या उपस्थितीत कौशिकांसमोर त्यांची नेहमीच अशी विचित्र अवस्था होत असे. ते त्यांच्या अंगवळणीही पडू लागलं होतं. इतरांच्या उपस्थितीत कौशिकांनी त्यांची केलेली तारीफ बिबट्याच्या अंगावरच्या ठिपक्यांसारखी आता त्यांच्याही अंगावर चढू लागली होती.

◆

औषध न लगे मजला

"हा घ्या शह! अमृतराव, आता तुमचा वजीर गेलाच समजा."

अमृतरावांनी समोर पाहिलं. काळ्या घरावरच्या उंटानं कौशिकांनी शह दिला होता. त्याच्यापासून राजाला वाचवायचं तर घोड्याकडून वजीर मारला जात होता. वजीर आपल्या जागेवरून हलवायचा तर हत्तीचा शह बसत होता. सगळीकडून कोंडी झाली होती. आता जरी शहातून सुटका करून घेतली, तरी मात व्हायला काही फारसा वेळ लागला नसता. ही बाजी कौशिकांनी मारल्याचं स्पष्ट दिसत होतं. काय करावं हेच त्यांना समजेना.

ट्रिंग! ट्रिंग!

फोनच्या घंटीनं अमृतरावांची सुटका केली. कौशिक समोरच्या पटाकडेच आपली नजर लावून बसले होते.

फोनची घंटी वाजल्याचं त्यांच्या ध्यानात आलं असलं, तरी तो उचलण्यासाठी त्यांनी काहीही प्रयत्न केला नाही. धोंडिबानं तो घेतला आणि 'साहेब, तुमचा फोन' असं म्हणत तो अमृतरावांच्या स्वाधीन केला.

"हॅलो, मी अमृतराव मोहिते बोलतोय."

अमृतरावांनी ओळख दिली. वास्तविक, इथे कौशिकांकडे, त्यांच्या लोणावळ्याच्या घरी फोन आला, म्हणजे एकतर घरून उल्कानं तरी केला असणार किंवा आता ड्युटीवर असणाऱ्या इन्स्पेक्टर दिवाणांनी. त्यामुळे तिसराच अपरिचित आवाज ऐकून ते क्षणभर चक्रावूनच गेले. इथे तिसरं कोण फोन करतंय, हेच त्यांना समजेना. तितक्यात पलीकडच्या व्यक्तीनं आपली ओळख पटवून दिली.

''मी डॉक्टर पारेख. थँक गॉड, आय हॅव बीन एबल टू गेट यू ॲट लास्ट!''

अमृतरावांनी आठवण्याचा प्रयत्न केला. डॉक्टर पारेख नावाचं कोणी आपल्याला यापूर्वी कधी भेटल्याचं त्यांना आठवेना. त्यांचं आपल्याकडे, कौशिकांच्या घरचा आपला पत्ता मिळवून फोन करण्याइतपत कोणतं महत्त्वाचं किंवा तातडीचं काम निघालं असावं, याची त्यांना कल्पना येईना. त्यामुळे किंचितशा चिडखोर सुरातच ते म्हणाले, ''येस?''

''सॉरी फॉर डिस्टर्बिंग यू लाईक धिस. पण तसंच काही महत्त्वाचं काम निघालं म्हणून तुम्हाला फोन करतोय. मी संजीवनी हॉस्पिटलमध्ये कन्सल्टंट म्हणून काम करतो.''

संजीवनी हॉस्पिटलचं नाव उच्चारताच अमृतरावांना आपल्याला का फोन केला जात आहे, याची साधारण कल्पना आली. त्यांचे मित्र गोपाळराव टेंबे यांना तिथेच तर ॲडमिट केलं होतं, आठ-दहा दिवसांपूर्वी. त्यांना तिथे नेलं, तेव्हा तेच त्यांच्याबरोबर होते. त्यांनीच तपास करून बोलावून आणलेल्या गोपाळरावांच्या पत्नी तर गडबडूनच गेल्या होत्या. त्यामुळे त्या बरोबर असूनही त्यांचा तसा फारसा उपयोग नव्हता. फक्त काही कागदपत्रांवर त्यांच्या सह्यांची आवश्यकता होती. त्याही अमृतरावांनीच त्यांच्याकडून घेतल्या होत्या. तोवर मग ज्योत्स्नाचा, मिसेस गोपाळरावांचा आतेभाऊ सतीश गाडगीळ तिथे पोहोचला. त्यानं सगळी सूत्रं हाती घेतल्यानंतर अमृतराव तिथून निघाले.

दुसऱ्या दिवशी अमृतरावांनी फोन करून गोपाळरावांच्या तब्येतीची चौकशी केली होती, पण तसं काही फारसं सीरियस नसल्याचं आणि वेगवेगळ्या टस्टस चालू असल्याचं त्यांना सांगण्यात आल्यानंतर ते इतर कामात गुंगून गेले. त्यानंतर गोपाळरावांची चौकशी करण्याचं ते विसरलेच होते. त्यामुळे आता संजीवनी हॉस्पिटलमधून फोन आला तेव्हा गोपाळरावांची तब्येत एकाएकी बिघडली असल्याची शंका येऊन त्यांनी घाईघाईनं विचारलं,

''संजीवनी हॉस्पिटल? म्हणजे तुम्ही गोपाळराव टेंबेंना ट्रीट करताय का? कशी आहे त्यांची तब्येत? काही सीरियस तर नाही ना?''

''तसं फारसं सीरियस नाही. आता तरी तसे ते स्टेबल आहेत. पण आमच्या इन्व्हेस्टिगेशनमध्ये आम्हाला काही माहिती मिळालीय. त्याविषयीच जरा डिस्कस करायचं होतं. तेही जरा अर्जन्टली. म्हणून तुम्हाला डिस्टर्ब करतोय.''

''पण तुम्हाला जर काही नवीन क्ल्यू मिळाला असेल, तर एकतर तुम्ही तुमच्या डॉक्टरी निष्कर्षानुसार त्यावर इलाज करायला सुरुवात करायला हवी.''

''ती तशी केलेलीच आहे.''

''पण मग डिस्कस जर काही करायचंच असेल, तर ते तुम्ही त्यांच्या फॅमिली

मेंबर्सशीच करायला हवं. मी जरी गोपाळरावांचा जवळचा स्नेही असलो, तरी तसा परकाच आहे.''

''त्यांच्या फॅमिली मेंबर्सशीच बोलावं, असा माझ्या असिस्टंटचा इरादा होता. तसा प्रयत्नही त्यानं केला, पण त्यांच्या घरी कोणी फोन उचलतच नाहीये. त्यामुळे मग त्यानं मला फोन केला. तेव्हा मला वाटलं की, तुम्हाला फोन करावा.''

''मग मी मिसेस गोपाळरावांना हुडकून काढून तुमच्याकडे घेऊन यावं, असं म्हणायचंय का तुम्हाला?''

''नाही. त्या कोणाशीही बोलण्यापूर्वी मला तुमच्याशीच बोलायचंय. एकट्याशी. तुमचा सल्ला घेतल्यानंतरच मी त्यांच्या फॅमिली मेंबर्सशी काय बोलावं ते ठरवेन. कदाचित माझ्याऐवजी तुम्हीच त्यांच्याशी बोलणं प्रिफर कराल.''

डॉक्टर कोड्यात बोलत होते. मामला काहीतरी वेगळा आहे, नेहमीसारखा नाही हे चाणाक्ष अमृतरावांच्या लक्षात आलं होतं. पण नेमकं काय झालं असावं, याचा अंदाज त्यांना लागेना. त्यांचं कुतूहल मात्र जागृत झालं होतं. यशस्वी वार्ताहराला जसा एखाद्या खळबळजनक बातमीचा दूरवरून सुगावा लागतो, तसं इथे काहीतरी पाणी मुरत असावं, असा वास अमृतरावांना लागला होता.

''पण नेमकं काय झालंय हे सांगाल, डॉक्टर?''

''ते फोनवरून सांगण्याऐवजी मी पर्सनली सांगणंच पसंत करेन.''

''आय सी!'' फोन खाली ठेवून देण्याच्या इराद्यानं रिसीव्हर स्टँडच्या दिशेनं नेणारे अमृतराव थबकले. एकदम एक विचार मनात येऊन त्यांनी विचारलं, ''मला तुम्ही कोणत्या नात्यानं बोलावताय डॉक्टर? गोपाळरावांचा एक मित्र म्हणून की पोलीस ऑफिसर म्हणून?''

''वेल, इट इज अ बिट ऑफ बोथ. दोन्ही नात्यांनी, कमिशनर.''

डॉक्टरांनी जरी दोन्ही नात्यांनी म्हटलं असलं तरी फोन ठेवताठेवता त्यांनी आपल्याला उद्देशून कमिशनर हा शब्द वापरला, हे अमृतरावांच्या ध्यानातून सुटलं नव्हतं. आपल्याला ताबडतोब गेलं पाहिजे, हे ते समजून चुकले होते.

फोन ठेवून कौशिकांचा निरोप घेण्यासाठी ते वळले. कौशिक आपला पाईप पेटवण्यात गुंतले होते. पण तो एक बहाणा आहे, त्यांचं सारं लक्ष आपल्या फोनवरच्या संभाषणाकडे लागलेलं होतं, याची अमृतरावांना जाणीव झाली होती. इतक्या वर्षांच्या सहवासानंतर दोघंही एकमेकांच्या लहानसहान आविर्भावाचा अर्थ समजून घेण्यात वाकबगार झाले होते. काय झालंय हे विचारायला कौशिक उत्सुक आहेत, हे ते समजून चुकले होते. पण आपणहून त्यांना काही सांगावं, असं अमृतरावांना वाटत नव्हतं.

''सॉरी कौशिक. मला गेलं पाहिजे.''

“पण असा डाव अर्धवट सोडून जाताय?” म्हणजे तसं काहीतरी खास काम निघालं असावं, हे शब्द कौशिकांनी उच्चारले नाही, तरी ते त्यांच्या मनात उमटले असल्याची जाणीव अमृतरावांना झाली.

“हो. काय करणार? ड्युटी कॉल्स!” असं म्हणत अमृतरावांनी पटकन जीभ चावली. आपण खरोखरीच काही खास कामासाठी जातोय, हे अनवधानानं आपण सांगून बसलो आहोत, याची जाणीव त्यांना झाली होती. पण आता उशीर झाला होता. त वरून ताकभात ओळखणाऱ्या कौशिकांच्या ध्यानातून ते सुटणं शक्यच नव्हतं.

“वाटलंच मला. नाहीतर पुढचा डाव जिंकण्याच्या जिद्दीनं तुम्ही पट मांडायला सुरुवात केली असती. मी दोन डावांसाठीचा आपला नेहमीचा वेळ राखून ठेवला होताच.”

‘म्हणजे मी आता रिकामा आहे, तेव्हा तुमच्याबरोबर येऊ शकतो’ हेच कौशिक सूचित करताहेत, हे अमृतरावांच्या ध्यानात आल्यावाचून राहिलं नाही. ते बरोबर आले तर अमृतरावांनाही ते हवंच होतं. नक्की काय झालंय, हे त्यांना समजलेलं नव्हतं. पण हॉस्पिटलमध्ये पेशंटवर केलेल्या काही टेस्टसचा त्याच्याशी संबंध आहे, एवढं पारेखांच्या बोलण्यावरून लक्षात आलं होतं. अशा वेळी कौशिकांची मदतच झाली असती. पण आपणहून त्यांची मदत मागायची नाही हा अमृतरावांचा पण होता आणि त्यांनी बोलावल्याशिवाय जायचं नाही असं कौशिकांचं ब्रीद होतं. त्यांचा हा डिस्नेच्या कार्टूनमधल्या ‘टॉम अँन्ड जेरी’सारखा उंदरामांजराचा नेहमीचा खेळ होता. शेवटी असं काहीतरी गुळमुळीत बोलून दोघंही आपलं तेच खरं केल्याचं समाधान मानून घेत आणि बरोबरच मोहिमेवर निघत.

आताही तसंच झालं. ‘तुम्हाला इतर काही काम नसेल, तर माझ्याबरोबर आलात तरी चालेल’ असा पवित्रा अमृतरावांनी घेतला आणि ‘तसं काम आहे, पण तुम्ही म्हणताच आहात तर येतो बापडा,’ असा आव कौशिकांनी आणला.

जाताजाता वाटेत मग अमृतरावांनी कौशिकांना सगळी पार्श्वभूमी सांगितली.

गेले काही दिवस गोपाळरावांचं पोट दुखत होतं. वेदना तशी जीवघेणी नव्हती, पण दिवसभर सतत पोटाच्या आसपास ताण असल्यासारखं वाटत राही. सतत शौचाची भावना होत होती. त्यामुळे ते अस्वस्थ होते. त्या स्थितीत झोप येत नसली, तरी ज्याज्या वेळी ते बाथरूममध्ये नसत त्यात्या वेळी बिछान्यावरच पडून राहत असत.

गोपाळराव तसे सधन होते. त्यांनी वेळोवेळी विचारपूर्वक केलेल्या गुंतवणुकीतून त्यांना दरमहा भरपूर कमाई होत होती. पूर्वी ते दररोज स्टॉक एक्सचेंजमध्ये जाऊन शेअर्सची देवाणघेवाण करत असत. पण गोपाळराव तसे पैशाच्या बाबतीत हावरटपणा करणारे नव्हते. त्यामुळे कमाई एका विशिष्ट मर्यादेपलीकडे गेल्यानंतर

त्यांनी आहे त्या पुंजीवर समाधान मानून व्यवहार करण्याचा व्याप कमी केला होता. त्यामुळे आता दररोज स्टॉक एक्सचेंजमध्ये जाण्याची गरज उरली नव्हती. त्यातच आता अनेक दलाल आणि नॅशनल स्टॉक एक्सचेंजसारख्या संस्था ऑन लाईन म्हणजे इंटरनेटचा वापर करून व्यवहार करण्याची सुविधा उपलब्ध करून देत होत्या. त्यामुळे घरी बसूनही व्यवहार करणं शक्य झालं होतं. म्हणूनच तर तीन वर्षांपूर्वी गोपाळरावांनी लोणावळ्याच्या जवळपास निसर्गाच्या सान्निध्यात, रोजच्या धबडग्यापासून, गजबजाटापासून दूर राहणं पसंत केलं होतं. तिथे आपली बाग लावण्यात, भरपूर वाचन करण्यात, संगीत ऐकण्यात ते आपला वेळ घालवीत असत. घराच्या गच्चीत डिश अँन्टेना बसवून त्यांनी नॅशनल जिऑग्राफिकसारख्या वाहिन्या पाहण्याचीही व्यवस्था करून घेतली होती. एकंदरीत, समाधानी आयुष्य ते जगत होते.

ज्योत्स्नावहिनी या एकांतात जगण्याला तितक्याशा तयार नव्हत्या. त्यांना किटी पार्ट्यांना जाणं, फॅशन शोजना हजर राहणं, नवीन नाटकं किंवा सिनेमे बघणं पसंत होतं. त्यांचं मन वाचनात, बागकामात रमत नसे. त्यातच त्यांच्या आणि गोपाळरावांच्या वयातही तसं बरंच अंतर होतं. त्यामुळे तशी सुबत्ता असूनही त्या थोड्याशा नाखूशच होत्या. पण आता तीन वर्षांनंतर त्याही हळूहळू त्या शहरापासून दूरवरच्या आयुष्याला रुळावत होत्या. त्यातच त्यांचा आतेभाऊ जवळपासच तळेगावला राहायला आल्यापासून त्यांचा वेळही बरा जात होता. कोमेजायला लागलेल्या झाडाला खतपाणी मिळाल्यामुळे त्याच्यात परत टवटवी यावी, तसं ज्योत्स्नावहिनींचं झालं होतं. गोपाळरावही त्यामुळे सुखावले होते.

मोकळ्या हवेत राहणं, नियमित व्यायाम, मन सतत कशात ना कशात गुंतवलेलं, यामुळे गोपाळरावांची प्रकृतीही ठणठणीत होती. बारीकसारीकही कसले विकार त्यांना नव्हते. त्यामुळे तर या विचित्र व्याधीनं ते वैतागले होते. त्यातही नेमकं काय होतंय, कुठे दुखतंय, हे त्यांचं त्यांनाही सांगता येत नव्हतं. त्यामुळे हे त्यांच्या मनाचेच खेळ आहेत, असं ज्योत्स्नावहिनींना वाटलं होतं. सतीशचा– त्यांच्या आतेभावाचाही त्याला दुजोरा होता. तिथल्या स्थानिक डॉक्टरांचंही तसंच मत पडलं. काही कामानिमित्त अमृतराव गेल्या आठवड्यात लोणावळ्याला गेले होते. त्या वेळी ते गोपाळरावांना भेटायला गेले. त्यांच्याजवळ आपलं मन उघडं करता येईल असं वाटल्यामुळे साहजिकच गोपाळराव उल्हसित झाले होते. त्या दिवशी ते खरोखरीच ताजेतवाने वाटत होते. त्यांना पोटातल्या वेदनाही जाणवल्या नव्हत्या. त्यामुळे अमृतरावांनाही त्यांचं दुखणं सायकोसोमॅटिक असावं, असं वाटून गेलं होतं. नाहीतर दिवसभर बिछान्यात पडून राहणारा माणूस त्यांच्याबरोबर एवढा आनंदित कसा राहावा!

पण दुसऱ्याच दिवशी अमृतरावांना फोन आला होता.

"हॅलो, कोण अमृत का? अरे, मी गोपाळ बोलतोय." अतिशय क्षीण स्वरात गोपाळराव बोलत होते. हेच गोपाळराव काल खणखणीत बोलत होते, असं दुसऱ्या कोणी सांगितलं असतं, तर अमृतरावांचा त्यावर विश्वास बसला नसता.

"अरे, काय झालंय? तुझा आवाज असा खोलवरून का येतोय?"

"ते फोनवरून नाही सांगता यायचं, पण माझी तब्येत ठीक नाहीये. तू ताबडतोब इकडे येतोस का? प्लीज." गोपाळरावांनी अशा सुरात आर्जव केलं होतं की, अमृतरावांनी हातातली इतर कामं बाजूला सारली आणि जीप घेऊन ते तडक गोपाळरावांच्या घरी पोहोचले.

गोपाळराव एकटेच घरी होते. त्यांनीच खुरडत-खुरडत येऊन दार उघडलं होतं. तेवढ्या श्रमानंही ते गलितगात्र झाले होते. अमृतरावांनी त्यांना सावरलं नसतं, तर ते तिथेच कोसळले असते. त्यांना सावरून जवळच्या सोफ्यावर बसवत अमृतरावांनी विचारलं, "अरे, असं काय झालं एकाएकी? काल संध्याकाळी मी इथून गेलो तेव्हा तर ठणठणीत होतास."

"हो, पण आज सकाळी जाग आली तीच पोटातल्या वेदनेनं. असह्य कळा मारताहेत. त्यातच दिवसभर उलट्या होताहेत. मी जवळजवळ सर्व वेळ बाथरूममध्येच बसून काढलाय म्हणेनास." तेवढं बोलण्यानंही गोपाळरावांना धाप लागली होती.

त्यांना प्यायला पाणी आणून देत अमृतरावांनी त्यांना विचारलं. "पण मग तू एकटाच कसा घरी? वहिनी कुठे आहेत?"

"ती सकाळीच सतीशबरोबर तुंगार्ली डॅमवर गेली आहे सहलीला."

"पण तुझी ही अवस्था असताना? का त्या गेल्या तोवर तू ठीक होतास?"

"नाही. तोवरही मला दोन-तीन उलट्या झाल्या होत्या. माझं आता रोजचंच झालंय, त्यामुळे मलाही ते सीरियस वाटलं नाही. त्यात सतीशला आज ऑफ डे असल्यामुळे त्यालाही वेळ होता. म्हणून मीच अडवलं नाही. पण आता अगदी असह्यच झालं म्हणून तुला जरा त्रास दिलाय."

"अरे, त्रास कसला! ठीकच केलंस मला बोलावलंस ते. तुला खरंतर हॉस्पिटलमध्येच घेऊन गेलं पाहिजे. मी सगळी व्यवस्था करतो. तू आता काळजी करू नकोस. इथेच सोफ्यावर पडून विश्रांती घे."

अमृतरावांनी मग लोणावळ्याच्या त्यांच्या ऑफिसला फोन करून तिथली यंत्रणा हलवली. गोपाळरावांना पुण्याला संजीवनी हॉस्पिटलमध्ये ॲडमिट करण्याची व्यवस्था केली. त्यांना तिथे घेऊन जाण्यासाठी ॲम्ब्युलन्सही मागवली. तेवढ्यात ज्योत्स्नावहिनीही आल्या. त्या नुसत्या हबकून गेल्या. गोपाळरावांना हॉस्पिटलमध्ये न्यायचंय म्हटल्याबरोबर त्यांना रडूच फुटलं. तशातही गोपाळरावांना घरीच ठेवून

त्यांच्यावर उपचार नाही का करता येणार, असं त्यांनी विचारलं. आपण त्यांची शुश्रूषा करू, काहीही कमी पडू देणार नाही, कुठेही जाणार नाही, असाही धोशा त्यांनी लावला. अमृतरावांची तारांबळच उडाली. ज्योत्स्नावहिनींची समजूत काढावी का गोपाळरावांकडे लक्ष द्यावं, तेच त्यांना समजेना. तेवढ्या वेळातही गोपाळरावांना दोन वेळा उलट्या झाल्या. त्यामुळे हॉस्पिटलमध्ये नेऊन पूर्ण चेकअप केल्याशिवाय, त्यांच्या व्याधीचं व्यवस्थित निदान झाल्याशिवाय आणि प्राथमिक उपचार होऊन त्यांची तब्येत निदान थोडीतरी सुधारल्याशिवाय त्यांना घरी ठेवता येणार नाही, हे कसंबसं त्यांनी वहिनींच्या गळी उतरवलं.

हॉस्पिटलमध्ये पोहोचल्यानंतर सतीश येताच ड्युटीवरच्या डॉक्टरांशी बोलून, एका हवालदाराला सतत संपर्क ठेवायला सांगून अमृतराव तेथून निघाले होते. आपल्या कामाला लागले होते. पहिले दोन दिवस त्यांनी अधूनमधून चौकशी केली होती. पण तोवर सगळ्या टेस्टस नॉर्मल आल्याचं समजल्यामुळे गोपाळरावांच्या व्याधीचं मूळ मानसिक असावं, ही त्यांची समजूत पक्की झाली होती. मग पुढचे दिवस त्यांनीही चौकशी केली नव्हती.

आणि आता तिथल्या वरिष्ठ डॉक्टरांचा असा फोन आला होता. म्हणूनच तर अमृतराव चक्रावून गेले होते.

हॉस्पिटलवर पोहोचेपर्यंत मग कोणीच काही बोललं नाही. कौशिकांच्या पाईपमधून धुराचे लोट बाहेर पडत होते. त्यांचं विचारचक्र तुफान वेगानं चालू झालं असल्याची ती निशाणी होती.

हॉस्पिटलच्या दारातच त्यांना हवालदार पिंगळे भेटला. त्याच्या कडक सॅल्यूटकडे दुर्लक्ष करत अमृतरावांनी विचारलं, "पेशंटची तब्येत एकदम बिघडलेली तर नाही ना?"

"ते काही कळलं नाही साहेब. बड्या डॉक्टरांनी तुम्हाला कुठे कॉन्टॅक्ट करता येईल याची चौकशी चालवली होती. त्यांनीच मला तुम्ही येणार असल्याचं सांगून, तुम्ही येताच तडक त्यांच्याकडे घेऊन जायची ऑर्डर दिलीय साहेब."

"ऑल राईट! ऑल राईट! चल तर मग." अन् मग पिंगळे पुढे होण्याची वाट न पाहता लगबगीनं अमृतराव तिथून निघालेच. त्यांच्याबरोबर राहताराहता पिंगळेची तारांबळ उडाली होती.

डॉक्टर पारेख वाटच पाहत होते.

अमृतरावांनी डॉ.कौशिकांची ओळख करून दिली. त्यांचं पोलिसांशी नेमकं काय नातं आहे, हे मात्र त्यांनी स्पष्ट केलं नाही. पण कौशिकांना पाहून पारेख खूश झाल्याचं दिसलं. तसं ते उघडउघड म्हणालेही.

"वेलकम डॉक्टर."

"वेल. डॉक्टर तसा मी तुमच्यासारखा डॉक्टर नाही. जनावरांचाही नाही. मी आपला त्या चुपके चुपकेमध्ये ओमप्रकाश म्हणतो ना तसा घासपूसका डॉक्टर आहे."

"धिस इज युअर मॉडेस्टी, पण या क्षणी मला तुमच्यासारखा तुम्ही म्हणता तसा घासपूसका डॉक्टर आहे, याचा आनंदच होतोय. माझ्या मनात जे विचार येताहेत ते तुम्ही नीट समजू शकाल असं वाटतंय."

पुढच्याच क्षणी त्यांनी जीभ चावली. कारण तसं म्हटल्यानं आपण कदाचित अमृतरावांचा अपमान करत असू, असं त्यांना वाटून गेलं. स्वत:ला सावरत ते म्हणाले, "म्हणजे मला जे काही म्हणायचंय, त्याच्यापाठी जरा सायंटिफिक लॉजिक आहे."

"हरकत नाही डॉक्टर, पण तुम्हाला नेमकं काय सापडलंय हे सांगाल."

"सुरुवातीपासूनच सांगतो. म्हणजे तुमचाही घोटाळा होणार नाही. जेव्हा टेंबेंना इथे आणण्यात आलं होतं, तेव्हा आम्हाला साध्या अपेंडिसायटीसची शंका आली होती. किंवा टेंबेंचं वय पाहता कॅन्सर असण्याचीही शक्यता होती."

"आणि तो कॅन्सर असल्याचं आता तुम्ही कन्फर्म केलंय. म्हणून मला आधी बोलावलंत?" अमृतराव तसं म्हणाले खरं, पण आपलं म्हणणं बरोबर नाही, याची त्यांना पुढच्या क्षणी जाणीव झाली. कारण डॉक्टरांनी त्यांना पोलीस ऑफिसर या नात्यानंही बोलावलं होतं हे त्यांना आठवलं.

"नॉट सो फास्ट, कमिशनर. कारण अपेंडिसायटीस नाही, याची लवकरच खात्री पटली. त्या वेळेलाच आम्ही त्यांच्या ब्लड, युरीन वगैरेंची टेस्ट सुरू केली होती. बाकी सगळं नॉर्मल होतं. त्यांच्या रक्तातल्या तिन्ही प्रकारच्या पेशी, म्हणजेच हिमोग्लोबिन वाहून नेणाऱ्या तांबड्या पेशी, रोगजंतूंशी सामना करणाऱ्या श्वेतपेशी आणि रक्ताची गुठळी व्हायला मदत करणाऱ्या प्लेटलेटस या तिन्हींची संख्या सरासरीपेक्षा कमी होती. साहजिकच त्यांचं रक्त अॅबनॉर्मल होतं. तेव्हा रक्ताचा कोणतातरी विकार असावा, अशी शंका येऊन आम्ही हेमॅटॉलॉजिस्टला बोलावलं. त्यांनी त्यांना तपासलं. तेव्हा टेंबेंचं पोट एकदम ताठ म्हणजे तबल्यावर कातडं ताणून बसवतात ना तसं असल्याचं दिसून आलं. जणू त्यांचं पोट कोणत्याही क्षणी फुटलं असतं! त्यामुळेच त्यांना रक्ताच्या कर्करोगाचा संशय आला."

"आणि तो खरा ठरला?" अधीरपणे अमृतरावांनी विचारलं.

"तो जर खरा ठरायचा तर पोटाच्या म्हणजेच जठराच्या, तसंच आतड्यांच्या आसपास असलेल्या लिम्फग्रंथींची वाढ झालेली असती. तिचा पत्ता बाहेरून टेस्टस करून लागला नसता. म्हणून आम्ही एक्स्प्लोरेटरी सर्जरी म्हणजेच निदानासाठी छोटंसं ऑपरेशन करायचं ठरवलं."

“त्यासाठीची परवानगी–” पहिल्यांदाच आपलं तोंड उघडत कौशिक म्हणाले.

“– मिसेस टेंबेंकडून मिळवली. त्यासाठीही आम्हाला बरीच धडपड करावी लागली.”

“धडपड करावी लागली? ती का?”

“कारण पहिल्यांदा आमचा मिसेस टेंबेंशी कॉन्टॅक्ट होईना. त्यांच्या घरचा टेलिफोन वाजतच राहिला होता. त्या घरी नव्हत्या. त्या जेव्हा भेटल्या तेव्हा हॉस्पिटलमध्ये ताबडतोब यायची त्यांची तयारी नव्हती. आपण दिवसभर काम करून थकून आलो आहोत, असं त्यांचं म्हणणं होतं. आम्ही जेव्हा परिस्थितीची जाणीव दिली, तेव्हा त्या कशाबशा तयार झाल्या आणि इथे आल्या.”

“एकट्याच?” थोडंफार आश्चर्य दाखवत कौशिक म्हणाले.

“नाही. त्यांच्याबरोबर मिस्टर, मिस्टर...” पारेखांना नाव आठवेना. टेबलावरचा चार्ट उचलून तो चाळत ते नाव सापडतं का, हे ते बघत राहिले.

“मिस्टर गाडगीळ?” कौशिकांनी ऐकू येईल न येईल अशा आवाजात विचारलं.

“दॅट्स राईट! गाडगीळ. तुम्ही कसं ओळखलंत?”

“जवळचे असे ते एकटेच इथे आहेत, असं आमचे अमृतराव म्हणत होते, म्हणून आपला सहज अंदाज केला.”

“तर गाडगीळ आणि मिसेस टेंबे या दोघांनीही पहिल्यांदा परमिशन द्यायचं नाकारलं. एक्स्प्लोरेटरी म्हणजे उगीचच शरीराशी खेळ आहे, नक्की कशासाठी ऑपरेशन करायचं हे तुम्हाला माहीतच नाही, वगैरे ऑब्जेक्शन्स त्यांनी काढली. बऱ्याच पेशंटचे नातेवाईक असं म्हणतात. पण गाडगीळ स्वतः फार्मसिस्ट आहेत, असं ते म्हणाले. शिवाय, आपण पॅथॉलॉजी डिप्लोमा अर्धवट सोडला तरी आपल्याला बरीच माहिती आहे, असं त्यांनी बोलण्याच्या ओघात सांगितलं होतं. त्यामुळे त्यांना आमचं म्हणणं सहज पटेल असं वाटलं होतं. पण त्यांचाच अधिक विरोध दिसला. शेवटी, आमच्या हेमॅटॉलॉजिस्टनी तसं ऑपरेशन केल्याशिवाय कोणतंही डायग्नॉसिस करता येणार नाही, असं स्पष्टपणे सांगितलं आणि रेकॉर्डवर परमिशन नाकारल्याची नोंद करायला सांगितली, तेव्हा कुठे त्यांनी परमिशन दिली. तीही केवळ ट्यूमर कुठे आहे की काय, हे पाहण्यापुरतीच दिली.”

“आय सी!” अकस्मात गंभीर होत कौशिक म्हणाले. मग एकदम मूड बदलत त्यांनी विचारलं, “काय सापडलं ऑपरेशनमध्ये?”

“निगेटिव्ह. काहीही वेगळं दिसलं नाही. नो ॲबनॉर्मॅलिटीज. तेव्हा मग आम्ही होल बॉडी सीटी स्कॅन, टोमोग्राफी केली. तीही निष्फळ ठरली. शेवटी त्यांचा बोन मॅरो म्हणजे हाडांच्या पोकळीतला लापशीसारखा पदार्थ, तो टेस्टसाठी घेतला. कारण तिथेच नव्या रक्तपेशी तयार होतात. तिथे आम्हाला एवढंच दिसलं, की

तांबड्या पेशी जरा सूज आल्यासारख्या दिसत होत्या आणि हेमोग्लोबिन व लोह यांच्या गाठी झाल्यासारखं वाटत होतं. त्यांच्या रक्तपेशींमधलं हेमोग्लोबिन खराब होत होतं, हे स्पष्ट झालं होतं. म्हणून आम्हाला एखाद्या व्हिटॅमिनच्या कमतरतेची शंका आली.''

''आमच्याकडच्या एखाद्या गुंतागुंतीच्या खुनाची केस ऐकतोय, असं वाटतंय, डॉक्टर.'' अमृतराव थोड्याफार उपरोधानं म्हणाले, ''इतक्या प्रकारे तपास केला, पण खुन्याचा काहीच सुगावा लागत नाहीये.''

''पण खुनाच्या केसमध्ये कोणाच्या जीवन-मरणाचा प्रश्न नसतो, कमिशनर. म्हणजे अगदीच कोणी पागल सीरियल किलर असेल तर बाब वेगळी. जो काही लॉस ऑफ लाईफ व्हायचा असतो, तो आधीच झालेला असतो. इथे आमच्यासमोर एक जिवंत व्यक्ती स्वत:च्या आयुष्यासाठी लढा देत असते आणि त्याला शक्य तेवढी मदत करण्याची जबाबदारी आमच्यावर असते. मग आम्ही व्हिटॅमिन डेफिशियन्सीच्या टेस्टस करणार, तो दुसऱ्या दिवशी एक नवाच प्रॉब्लेम उभा राहिला.''

''आता काय झालं?''

''टेंबेंच्या तळव्यांना मुंग्या यायला लागल्या. त्यांचं सेन्सेशन हळूहळू जाऊ लागलं. पुढच्या दिवशी त्यांना आपल्या पायांच्या बोटांची हालचाल करता येईना. त्यानंतरच्या दिवशी तर त्यांचा कमरेखालचा भाग लुळा पडला. म्हणजे पोटदुखी, खराब रक्त आणि आता अर्धांगवायू अशा तिहेरी व्याधींनी टेंबे जर्जर झाले होते. आमच्या हातातून ते निसटत चालल्याची जाणीव आम्हाला होत होती. पण कोणतंच निदान होत नसल्यामुळे नेमके कोणते उपचार करायचे, हेच मुळी आम्हाला कळत नव्हतं.''

''मग?'' आता अमृरावांच्या आवाजातही काळजीचा सूर डोकावू लागला होता.

''टेंबेंच्या पोटावर, रक्तावर आणि मज्जातंतूंवरही कशाचातरी हल्ला होत होता. हल्लेखोर कसलातरी जीव असावा, पेशी असावी या दृष्टीनं केलेल्या आमच्या सगळ्या टेस्टस निगेटिव्ह आल्या होत्या.''

''पण हल्लेखोर पेशीपेक्षाही लहान म्हणजे एखादा विषाणू किंवा एखाद्या पदार्थाचा रेणू असला तर? तर मग तुमच्या सगळ्या टेस्टस निगेटिव्ह येणारच. तुम्ही भलत्याच दिशेनं प्रवास करत होतात. यू वेअर बार्किंग अप द रॉंग ट्री.'' कौशिक म्हणाले.

''प्रिसाईजली! अगदी माझ्या मनातलं बोललात. त्यापैकी विषाणू म्हणजेच व्हायरस असण्याची शक्यता तशी फेटाळली गेली होती. कारण बहुतेक व्हायरल इन्फेक्शनमध्ये ताप येतो. देअर आर अदर सिम्प्टम्स टू. सो वुई थॉट दॅट वुई वुईल कॉन्सेन्ट्रेट ऑन द मॉलिक्यूल. थोडक्यात सांगायचं, तर कोणतंतरी विष असावं, पॉयझन असावं, असं आम्हाला वाटलं.''

“पॉयझन?” अमृतरावांनी एकदम दचकून विचारलं, “म्हणजे त्यासाठी मला बोलावलंत तर!”

“नो, नो, अमृतराव. डोन्ट जम्प टू कन्क्ल्यूजन्स. अहो, कोणत्याही पदार्थाचा अतिरेक होणं, हे शरीराला विषासारखंच असतं. त्याशिवाय या आपल्या हवेत कितीतरी पोल्यूटन्टस असतात. ते विषारीच असतात. या आपल्या रस्त्यांवर दाटी करणारी वाहनं, विशेषतः टू स्ट्रोक इंजिन असणाऱ्या स्कूटर्स, रिक्षा यांच्यामुळे हवेत लेडचं प्रमाण वाढतं. लेड हे विषच आहे. काय डॉक्टर, ॲम आय राईट?”

“ॲब्सोल्यूटली! मला पहिल्यांदा लेडचाच संशय आला. ते तसं एक कॉमन पॉयझन आहे. शिवाय, पोटदुखी आणि पार्शल हेमिप्लेजिया ही लक्षणंही त्याच्याचकडे बोट दाखवतात, पण तेच असेल याचीही खात्री देता येत नाही. देअर कॅन बी एनी नंबर ऑफ मॉलिक्यूल्स.”

“मग तुम्ही त्यांची बॉडी फ्लूईड्स घेऊन, म्हणजेच रक्तातील सिरम घेऊन त्यावर मास स्पेक्ट्रोग्राफी करायची. आमच्या अमृतरावांना माहिती आहे त्याची. पाठीमागे तुम्ही त्या चंद्रगुप्ताच्या अंगठीचा ठसा मिळवण्यासाठी नाही का वापरलं होतंत ते टेक्निक.”

कौशिक म्हणाले म्हणून अमृतरावांनी मान डोलावली खरी, पण खरंतर चंद्रगुप्ताच्या अंगठीच्या केसमध्ये कौशिकांनी आपल्याला लॅबोरेटरीत नेऊन त्या अंगठीत नेमकं कोणतं सोनं आहे याचा छडा लावून दिला होता, एवढंच आठवत होतं. त्यासाठी आपल्या बोटातली ही उल्कानं दिलेली अंगठीही त्या यंत्रात टाकली होती. त्या वेळी ती परत मिळेपर्यंत आपलं हृदय जोरजोरानं धडधडत होतं, तेही त्यांना आठवलं होतं. पण आता कौशिकांच्या हो ला हो करण्याखेरीज त्यांनी काही मार्गच ठेवला नव्हता.

“गुड!” डॉक्टर पारेख म्हणाले, “आम्हीही नेमकं हेच केलं. मास स्पेक्ट्रोमेट्रीऐवजी आम्ही ॲटॉमिक ॲब्सॉर्प्शन स्पेक्ट्रोमेट्रीचं टेक्निक वापरलं आणि त्यांच्या युरिनची तपासणी केली. दॅट वॉज बेटर.”

“काय रिझल्टस मिळाले मग? लेड पॉयझनिंगच निघालं ना?” अधीर होऊन अमृतरावांनी विचारलं.

त्यावर क्षणभर डॉक्टर पारेख काहीच बोलले नाहीत. वातावरणातला ताण वाढवत त्यांनी मौन बाळगलं आणि आता आपण काही बोललो नाहीतर अमृतराव एकदम ओरडतील असं वाटलं, तेव्हा ते म्हणाले, “वेल, पॉयझनिंगचं निदान नक्की झालं, पण आम्हाला वाटलं होतं तसं लेड पॉयझनिंग नव्हतं. ते होतं आर्सेनिक पॉयझनिंग!”

“माय गॉड!” कौशिकांच्या तोंडून त्यांच्या नकळत उद्गार निघाले.

"आय सी! म्हणून तुम्हाला फॅमिली मेम्बर्सऐवजी माझ्याशी आधी बोलायचं होतं तर! कोणी पॉयझनिंग केलं याचा तपास मी करावा, असं तुम्हाला सुचवायचंय."

"नॉट नेसेसरिली, कमिशनर. जर टेंबेंना ड्रग्ज घ्यायची सवय असेल तर काही ड्रग्जमध्येही आर्सेनिक असतं. त्यांच्यासारखे एका टोकाला एकांतात राहणारे काही जण ड्रग्ज घेतात. त्यामध्ये आर्सेनिक असू शकतं. तसं असेल तर मग तेही युरिनमध्ये उतरतं. त्यांना अशी ड्रग्ज घ्यायची सवय आहे की काय, याचाही पत्ता लावला पाहिजे आपल्याला. तशी सवय नसेल तर मग हे पॉयझनिंग कुठून होतंय, याचा तपास करायचं काम तुमचं. आता निश्चित निदान झाल्यामुळे कोणते उपचार करायचे, हे पाहण्याचं काम आमचं. दोन्ही बाजूंकडून सुरुवात करू या. आता जर तुम्हाला वाटत असेल, की हे सगळं फॅमिली मेंबर्सना सांगावं तर सांगेन मी."

त्यावर अमृतराव काही बोलणार तोच कौशिकच म्हणाले, "छे, छे! अमृतराव म्हणजे तसे फॅमिली मेंबर असल्यासारखेच आहेत. त्यांना तुम्ही सांगितलंच आहे. आता इतरांना सांगायचं की नाही, हे तेच ठरवतील. तुम्ही ट्रीटमेंट सुरू करा पटकन."

कौशिकांनी परस्पर आपल्या वतीनं डॉक्टरांना इन्स्ट्रक्शन्स द्याव्यात, हे अमृतरावांना आवडलेलं नव्हतं. पण त्या वेळी तरी गप्प बसण्याशिवाय त्यांच्याजवळ पर्यायच नव्हता. तिथून बाहेर पडल्याबरोबर कौशिकांना त्याचा जाब विचारायचा, असं त्यांनी मनाशी पक्कं ठरवूनही टाकलं होतं. पण त्यांना तशी संधीच मिळाली नाही. कारण तिथून बाहेर पडताच कौशिकांनीच त्यांना सांगितलं, "आता गोपाळरावांच्या घरी जाऊन त्यांच्या पत्नीला तुम्हाला सगळी माहिती दिलीच पाहिजे, अमृतराव. त्यात हयगय करून चालणार नाही. तेव्हा मला वाटतं सरळ त्यांच्या घरीच जावं. त्याही काळजी करीत असतील."

कौशिकांचं म्हणणं तसं वरवर साधं-सरळ वाटत असलं, तरी तसं आपल्याला करायला सांगण्यात त्यांची काहीतरी क्लृप्ती असणार, हे इतक्या वर्षांच्या अनुभवावरून अमृतराव शिकले होते. या त्यांच्या विनंतीचा आणि मगाशी डॉक्टरांना दिलेल्या इन्स्ट्रक्शन्सचा काहीतरी निश्चित संबंध असावा, हेही त्यांना कळून चुकलं होतं. तो कोणता हे मात्र त्यांच्या लक्षात येत नव्हतं. तसं स्पष्टपणे कौशिकांना विचारलं तर ते सांगणार नाहीत, हेही अमृतरावांना ठाऊक होतं. त्यांच्या कलानं घेऊनच त्याचा उलगडा झाला असता. तेवढी वाट पाहणं आवश्यक होतं.

ड्रायव्हरला गाडी सरळ गोपाळरावांच्या घरीच घ्यायला त्यांनी सांगितलं. तिथे पोहोचेपर्यंत दोघंही गप्पच होते. कौशिकांच्या पाईपमधून धुराचे लोट बाहेर पडत

होते. त्यांचं विचारचक्र तुफान वेगानं चालू असल्याचं ते लक्षण होतं. अशा वेळी त्यांना डिस्टर्ब करायचं नसतं, हे अमृतराव जाणून होते. त्यांनाही स्वत:चे विचार ऑर्गनाईज करायचे होतेच.

गोपाळरावांच्या पोटात आर्सेनिक गेलंय, हे समजल्यापासून ते अस्वस्थ झाले होते.

गोपाळराव ड्रग्ज घेत असतील, हे त्यांच्या मनाला पटतच नव्हतं. गोपाळरावांना ते इतक्या वर्षांपासून ओळखत होते. त्यांची मनोधारणा ते जाणून होते. ते अशा प्रकारच्या मादक पदार्थांच्या आकर्षणाला बळी पडतील, असं त्यांना मुळीच वाटत नव्हतं.

त्यामुळे त्यांच्या पोटात आर्सेनिक जाण्याचे दोनच मार्ग शिल्लक राहिले होते. एक म्हणजे त्यांच्या आणि इतरांच्या नकळत ते त्यांच्या पोटात गेलं असलं पाहिजे. कोणत्यातरी खाद्य पदार्थांतून. तसं असतं तर मग हॉस्पिटलमध्ये पोहोचल्यानंतर ते त्यांच्या पोटात गेलेलं असणं शक्य नव्हतं. तेव्हा हॉस्पिटलमध्ये गेल्यानंतर त्यांची स्थिती अधिक गंभीर होण्याचं कारण नव्हतं. पण हकिकत तर नेमकी त्याच्या विरुद्ध होती. हॉस्पिटलमध्ये उत्तम उपचार केल्यानंतरही आणि डॉक्टरांनी आपल्याकडून प्रयत्नांची पराकाष्ठा केल्यावरही गोपाळरावांची स्थिती अधिकाधिक गंभीर होत गेली होती. त्याअर्थी अजूनही आर्सेनिक त्यांच्या पोटात जात असलं पाहिजे. गोपाळरावांचं जेवण घरूनच येत होतं, हे डॉक्टरांकडून कळलं होतं. त्या जेवणातून ते जात असेल, तर मग कोणत्या पदार्थातून ते जात असावं? किंवा गोपाळरावांच्या घरी असणाऱ्या पाण्यात प्रदूषण म्हणून ते मिसळत असण्याची शक्यता होती. तेही तपासून पाहणं आवश्यक होतं.

त्या तपासातून आर्सेनिक कोठून येतंय ते समजावं, अशीच आशा अमृतराव करत होते. कारण दुसरी शक्यता अधिकच भयानक होती. गोपाळरावांना जाणूनबुजून कोणीतरी विषप्रयोग करत असावं, अशी कल्पनाही अमृतरावांना क्लेशदायक वाटत होती. त्यांच्यासारख्या सरळमार्गी, कोणाच्या अध्यात ना मध्यात अशा सभ्यगृहस्थाच्या जिवावर कोणी का उठावं? इथे निसर्गाच्या सान्निध्यात, इतरांच्या हेव्यादाव्यापासून दूर, शांत जीवन जगत असताना कोणाच्या शेपटीवर त्यांचा पाय पडावाच कसा?

जीप थांबली तसे त्यांचे विचारही थांबले. गोपाळरावांच्या घराजवळ ते येऊन पोहोचले होते. कौशिकही त्यांच्याबरोबर लगबगीनं खाली उतरले. पण गोपाळरावांच्या दाराला कुलूप होतं. ते पाहून दोघंही आश्चर्यचकित झाले. गोपाळरावांना पाहण्यासाठी त्यांच्या पत्नी हॉस्पिटलमध्ये गेल्या असतील, तर त्यांची आपली चुकामूक झाली असणार. आपण इथे यायला निघालो असताना त्या नेमक्या उलट दिशेनं गेल्या

असाव्यात, असं अमृतरावांना वाटलं. त्यांनी मोबाईल फोनवरून डॉक्टरांशी संपर्क साधला.

पण त्या हॉस्पिटलात नव्हत्या. कदाचित वाटेवर असतील, असं वाटून कौशिकांनीच अमृतरावांना आणखी थोडा वेळ वाट पाहायचं सुचवलं. तेवढ्या वेळात त्या घराची आणि परिसराची बाहेरून पाहणी करता येईल, पाण्याचे पाईप कुठे गंजले आहेत की काय किंवा त्यांच्या अवतीभवती दुसरं कोणतंतरी सांडपाणी येतंय की काय, हेही बघता येईल, असं कौशिक म्हणाले. जवळपास एखादा पाण्याचा झरा असेल तर त्याचाही नमुना गोळा करता येईल. पाण्याच्या वरच्या अंगाला असणाऱ्या एखाद्या कारखान्यातून सोडलेल्या मळीमधून आर्सेनिक आलं असण्याची शक्यता होती. तो जर त्या विषाचा स्रोत असेल तर मग गोपाळरावांच्या पत्नीलाही त्याची बाधा व्हायला हवी होती, हेही तेवढ्यात त्यांना जाणवून गेलं. पण फक्त गोपाळराव त्या विषाला बळी पडले होते.

अर्धा-पाऊण तास वाट पाहूनही गोपाळरावांच्या पत्नीचा पत्ता नव्हता. त्या हॉस्पिटलमध्ये पोहोचल्या नव्हत्या. जीप वळवून ते परत जायला निघणार तोच एक गाडी येऊन घराच्या दाराशी उभी राहिली. ती गोपाळरावांची होती, हे अमृतरावांनी चटकन ओळखलं. गाडीतून ज्योत्स्नावहिनी आणि सतीश उतरल्याचं त्यांनी पाहिलं. दोघंही हसत-खिदळतच उतरले. पलीकडे अमृतरावांची जीप उभी आहे, याचं त्यांना भान नव्हतं. एकमेकांच्या हातात हात गुंफून थट्टामस्करी करत ते फाटक उघडून घराच्या दिशेनं जाऊ लागले. जीपचा हॉर्न वाजवून आपण तेथे असल्याची जाणीव अमृतरावांनी त्यांना करून दिली. जीपमधून अमृतराव उतरत असल्याचं पाहताच दोघंही चपापले. सतीशच्या हातातून आपला हात सोडवून घेत ज्योत्स्नावहिनी थोड्याशा पुढे झाल्या.

अमृतरावांना कळेना हा काय प्रकार आहे. या बाईचा नवरा तिथे हॉस्पिटलमध्ये तळमळत पडला आहे. जगला-वाचला तरी कदाचित कायमचा पांगळा, परस्वाधीन होण्याची शक्यता आहे आणि ही बाई इथे सगळं काही ठीकठाक असल्यासारखी रमली आहे. आपल्याच वयाच्या या आपल्या आतेभावाबरोबर इतक्या सलगीनं वागते आहे. पुढे होऊन याचा जाब विचारावा, असा विचार अमृतरावांच्या मनात आला. तसं करण्यासाठी ते निर्धारानं पुढेही झाले. आपल्या युनिफॉर्मवरच्या चुण्या हातानंच नीटनेटक्या करत उजव्या हातातली छडी डाव्या हातावर आपटत ते पुढे झाले.

पण आपल्या युनिफॉर्मच्या कोटाचं टोक कोणीतरी ओढत असल्याची जाणीव होऊन ते थबकले. त्याबरोबर कौशिक पुढे झाले आणि म्हणाले, "अमृतराव, वहिनींना तुम्हीच सांगितलंत की गोपाळरावांची तब्येत सुधारते आहे, तर त्यांनाही

बरं वाटेल. तुमच्यासारख्या फॅमिली मेंबरनंच अशी बातमी द्यावी, यातलं औचित्य काही आगळंच असतं.''

अमृतरावांनी चमकून त्यांच्याकडे पाहिलं. कौशिक मूकभाषेत आपल्याला काहीतरी सांगू पाहाताहेत याची त्यांना कल्पना आली. अशा वेळी कौशिकांच्या सांगण्यानुसार वागण्यात फायदा असतो, याची जाणीव त्यांना होती.

आपला पवित्रा बदलून ते पुढे होणार, तो इतका वेळ जागच्याजागीच खिळून राहिलेल्या ज्योत्स्नावहिनी पुढे झाल्या आणि आपल्या आवाजात कमालीचा काळजीचा सूर आणत म्हणाल्या, ''काय झालंय? यांची तब्येत अधिकच बिघडलीय का? तुम्ही मुद्दामहून इथे आला आहात त्याअर्थी काहीतरी गडबड असावी, असं मला वाटतंय. सकाळपासून मेली माझी पापणी लवतेय. पण इतर कामंही इतकी निघाली, की हॉस्पिटलमध्ये जाणंच झालं नाही. एकटीनं हा सारा कारभार कसा सांभाळायचा मी? तरी बरं हा सतीश असतो मदतीला. नाहीतर... नाहीतर–'' पुढे काही बोलणं त्यांना जमलं नाही. हुंदक्यांनी त्यांचं शरीर हिंदकळवून सोडलं होतं.

काय बोलावं हे अमृतरावांना सुचेना. अशा वेळी ते अवघडून जात.

कौशिकच मग पुढे झाले.

''स्वत:ला आवरा वहिनी. गोपाळरावांची तब्येत चांगलीच सुधारते आहे. ते उपचारांना प्रतिसाद देऊ लागले आहेत. पण त्यांच्यात अधिक वेगानं सुधारणा व्हावी म्हणून डॉक्टरांनी त्यांना आय.सी.यू. मध्ये ठेवलं आहे आणि कोणीही त्यांना भेटायला येऊ नये, असंही सांगितलं आहे. कोणीही आलं की, गोपाळराव अस्वस्थ होतात, भारावल्यासारखे होतात आणि त्यांच्या या मानसिक खळबळीपायी मग त्यांचं शरीरही आपला प्रतिसाद द्यायला का कू करायला लागतं. शरीराच्या रोगप्रतिकारक शक्तीवर मानसिक स्वास्थाचा प्रभाव असतो, हे आता न्युरोइम्युनॉलॉजी या विषयात झालेल्या संशोधनातून सिद्ध झालेलं आहे. हेच आम्ही सांगायला आलो होतो, की तुम्ही इतक्या लांब हॉस्पिटलमध्ये जाण्याची तसदी घेऊ नका. आम्ही आहोत डॉक्टरांच्या संपर्कात. तेव्हा गरज वाटलीच तर आम्ही कळवूच तुम्हाला. जोवर तुम्हाला आमचा किंवा डॉक्टरांचा फोन येत नाही तोवर सगळं काही आलबेल आहे, असं समजा. आफ्टर ऑल नो न्यूज इज गुड न्यूज. काय?''

पदराच्या शेवानं डोळे पुसत ज्योत्स्नावहिनी थोड्या बाजूला सरकल्या आणि म्हणाल्या, ''मला भानच नाही राहिलं. इथे रस्त्यात काय ताटकळत ठेवलंय मी तुम्हाला? या, आत या.''

आत जावं की न जावं या संभ्रमात अमृतराव असताना कौशिकांनीच त्यांची सुटका केली.

''नाही वहिनी. परत कधीतरी येऊ. आता दुसरी कामंही आहेत. गेलं पाहिजे

आम्हाला. तुम्ही गोपाळरावांची काळजी करू नये म्हणून सांगायला आलो होतो आम्ही. तुम्ही सगळं धीरानं घेत आहात, हे पाहून बरंच वाटलं. त्यात हे, सतीश नाही का, तुमच्या मदतीला आहेत हे बरंच आहे. चलतो आम्ही.''

जाण्यासाठी ते आणि अमृतराव वळले. थोडंसं अंतर चालून गेले. इतक्यात काहीतरी आठवण झाल्यासारखी कौशिक गर्रकन वळले आणि आपलं बोट ज्योत्स्ना-वहिनींच्या दिशेनं नाचवत ते पुढे झाले. तोवर ज्योत्स्नावहिनींच्या चेहऱ्यावरच्या काळजीच्या सुरकुत्या पार नाहीशा झाल्या होत्या. समुद्रात एकाच लाटेनं वाळूवरच्या सगळ्या रेषा पार पुसून टाकाव्या तसं झालं होतं. त्यांच्या चेहऱ्यावर स्मितरेषाही उमटू पाहत होती, पण कौशिकांचा तो पवित्रा पाहताच त्या चपापल्या. त्यांच्या या सवयीची माहिती असलेले अमृतराव अशा वेळी दचकत असत, तर मग त्यांना प्रथमच भेटणाऱ्या ज्योत्स्नावहिनींची काय कथा!

''डॉक्टरांनी तुमची तारीफही केलीय वहिनी.''

''माझी? ती कशासाठी?''

''गोपाळरावांना पहिल्यांदा जेव्हा पोटात दुखू लागलं तेव्हा तुम्ही त्यांना जे काही औषध दिलं होतंत ना, त्यामुळे पुढे त्या व्याधीचं गंभीर स्वरूपात बदलणं टळलं आहे. त्यामुळे ते औषध कोणतं, हे त्यांना जाणून घ्यायचं आहे. पुढे-मागे आपणही ते देऊ, असं त्यांना वाटतंय. किंबहुना, गोपाळरावांना झटकन आराम वाटायचा असेल तर तेच औषध द्यावं असं त्यांना वाटतंय. म्हणून ते औषध कोणतं आणि तुमच्याकडे त्यातलं काही उरलं असलं तर तेही त्यांना हवंय.''

''ते तर सतीशनं दिलं होतं. तो फार्मसिस्टच आहे ना. म्हणजे अर्धा डॉक्टरच.'' सतीशकडे प्रेमानं पाहत ज्योत्स्नावहिनी म्हणाल्या.

''अरे वा! मग आपलं काम झालंच म्हणायचं. ते औषध उरलं असलं तर द्या, वहिनी. म्हणजे मग डॉक्टर आजच त्याचा एक डोस देतील आणि त्याचा परिणाम अपेक्षेप्रमाणे आला की, यांना आणखी तयार करायला सांगू या. काय अमृतराव, कशी वाटतेय कल्पना?''

वास्तविक अमृतरावांना कौशिक काय म्हणताहेत, याचा काहीही थांगपत्ता लागत नव्हता. पण अशा वेळी त्यांच्या हो ला हो मिळविण्यात आपला फायदा असतो, हे मात्र इतक्या वर्षांच्या अनुभवावरून ते शिकले होते.

''मला नाही वाटत त्यातलं काही शिल्लक असेलसं आणि परवाच नाही का आपण जुनं झालं म्हणून ते फेकून दिलं?''

सतीश काहीतरी खाणाखुणा करून ज्योत्स्नाला सांगू पाहत होता, पण तिच्या काही ते ध्यानात आलं नाही. उलट तिनंच म्हटलं, ''मी फेकून द्यायला निघाले होते तर तूच म्हणालास ना, की पडेल पुन्हा कधीतरी उपयोगी म्हणून!

आहे बरंचसं शिल्लक. आता आणून देते ती बाटली. फार झपाट्यानं त्याचा परिणाम झाला तर हवाच आहे ना आपल्याला! किती दिवस सहन करायचं माणसानं, म्हणते मी.''

''अगदी बरोबर बोललात वहिनी. जेवढं लवकर तुम्ही ते औषध द्याल तेवढी लवकर सुटका होणार आहे गोपाळरावांची. तुमचीही. चला, आता वेळ नका घालवू. हे अमृतराव येतील तुमच्याबरोबर. तोवर मी या सतीशशी जरा त्या औषधाबद्दल डिस्कस करीन, माझ्याही ज्ञानात थोडी भर पडली तर पडली. काय सतीश, समजावून सांगणार ना त्या औषधासंबंधी?'' अमृतरावांकडे पाहून डोळे मिचकावत कौशिक म्हणाले.

अमृतराव तिथे मग थांबले नाहीत. ते ज्योत्स्नावहिनींबरोबर त्या औषधाची बाटली आणायला घरात गेले. सतीशही त्यांच्याबरोबर आत जायला चुळबुळत होता. पण कौशिकांपासून कशी सोडवणूक करून घ्यायची, हे काही त्याला समजत नव्हतं. स्वत:वरच चडफडल्यासारखा तो तिथे थांबून राहिला.

''मला नाही वाटत त्या औषधाचा काही उपयोग होइलसं. त्याची एक्सपायरी डेट होऊन गेलीय. अशा औषधाचा वापर काही वेळा घातकही ठरू शकतो.'' कौशिकांना तो सांगू लागला.

कौशिक आपला पाईप पेटवण्याच्या प्रयत्नात होते. ते त्याला म्हणाले, ''यू मे बी राईट! मी सांगेन डॉक्टरांना. ते त्याचं ॲनॅलिसिस करून मगच वापरायचं की नाही ते ठरवतील आणि समजा, तुम्ही म्हणता तसं ते निरुपयोगी झालंच असेल तर तुम्ही परत नवं बनवून देऊ शकालच. खरं ना?''

''ऑफ कोर्स! ऑफ कोर्स!''

तो आणखी काही बोलणार तोच अमृतराव ती बाटली घेऊन आले. त्याबरोबर पुढे होत कौशिकांनी ती बाटली आपल्या हातात घेतली. क्षणभर ती सूर्याकडे धरून तिच्या आतल्या त्या औषधी द्रवाकडे पाहिलं आणि मग म्हणाले, ''आता गोपाळराव लवकर बरे होतील याविषयी शंका नाही. मग मात्र... दॅट सतीश, इंटरेस्टिंग चॅप. त्याच्यावर जरा नजर ठेवा अमृतराव. त्याची गरज भासणार आहे आपल्याला.''

''त्याची गरज? त्याच्यावर नजर ठेवायची?'' गोंधळून अमृतराव म्हणाले.

''नाही म्हणजे ते औषध परत तयार करावं लागलं तर.''

''ओऽह, आय सी!''

औषधाची बाटली बरोबर घेतलेली आहे तेव्हा गाडी हॉस्पिटललाच न्यायला हवी असा कयास अमृतरावांनी केला होता. तिथे पोहोचेपर्यंत कौशिक अवाक्षरही बोलले नाहीत. मात्र त्यांच्या पाईपमधून धुराचे लोट बाहेर पडत होते.

हॉस्पिटलमध्ये पोहोचताच मात्र कौशिक उड्या मारतच डॉक्टरांकडे निघाले.

आपल्याबरोबर अमृतराव आहेत याचंही भान त्यांना राहिलं नव्हतं. त्यांच्याबरोबर राहताराहता अमृतरावांची मात्र तारांबळ उडाली होती.

"डॉक्टर, ही बाटली." डॉक्टरांच्या गुड इव्हिनिंगकडे जराही लक्ष न देता कौशिक म्हणाले, "गोपाळरावांच्या पोटात पहिल्यांदा दुखायला लागलं तेव्हा यातलंच औषध त्यांना दिलं गेलं होतं. किंबहुना, ते घरी असेपर्यंत म्हणजेच हॉस्पिटलमध्ये ॲडमिट होईपर्यंत त्यांना यातलंच औषध दिलं जात होतं. त्याचं तुमच्या क्लिनिकल लॅबोरेटरीमधून ॲनॅलिसिस करून घ्या. विशेषत: ॲटॉमिक ॲब्सॉर्प्शन स्पेक्ट्रोमेट्रीचं तंत्रज्ञान वापरून त्यातल्या मेटल कॉम्पोनन्टसची माहिती मिळवा. माझ्या अंदाजाप्रमाणे त्यात तुम्हाला वाजवीपेक्षा जास्त प्रमाणात आर्सेनिक असल्याचं आढळून येईल. तसं असेल तर मग आर्सेनिक सोर्सचा पत्ता लागेलच, पण ते औषध कुठून आलं याचाही शोध लावणं अमृतरावांना सहज शक्य होईल. त्यांनी त्या सतीशवर नजर ठेवलेलीच आहे. त्याच्याकडून सगळी बित्तंबातमी काढून घेणं हा मग त्यांच्या डाव्या हाताचा मळ आहे. आर्सेनिक पॉयझनिंगचे परिणाम काही काळानंतर दिसायला लागतात हे खरं ना?"

"होय. काहीकाही पेशंटच्या बाबतीत तसं होतं खरं."

"गोपाळरावांच्या बाबतीतही तसंच झालेलं आहे की काय, याचा छडा तुम्ही लावालच. आता त्यांच्या व्याधीचं मूळ ध्यानात आल्यानं तुम्ही त्यांच्यावर व्यवस्थित उपचार करून त्यांना लवकरच बरे कराल याविषयी शंका नाही. त्यांच्या पोटात आता आणखी आर्सेनिक जाणार नाही याची काळजी तुम्ही आणि अमृतराव घ्यालच. त्यासाठी त्यांच्या जेवणाचीही व्यवस्था इथूनच होईल हे बघा म्हणजे झालं. या बाटलीतल्या औषधाचा रिपोर्ट आला की या अमृतरावांना कळवालच. बाकी काही म्हणा डॉक्टर, अमृतराव बाब नेमकी हेरतात. मग ते असं गुपचूप दिलं गेलेलं विष का असेना. तुम्ही पॉयझनिंगची शंका व्यक्त करताच ज्या तातडीनं अमृतरावांनी तुम्हाला प्रतिसाद दिला, त्याच वेळी ही साधी केस नाही हे त्यांनी आपल्या नेहमीच्या मितभाषी स्वभावाला अनुसरून तुम्हाला सूचित केलं होतं, हॅटस् ऑफ टू यू अमृतराव."

त्यावर तिथून निघेपर्यंत तरी अमृतराव काहीच बोलले नाहीत, पण गाडीत बसताच त्यांनी कौशिकांना विचारलंच, "मला अजूनही काही समजलेलं नाहीये. त्या सतीश गाडगीळची काय चौकशी करायची मी?"

"असं काय करताय अमृतराव. गोपाळरावांच्या पोटात आर्सेनिक गेल्यामुळे त्यांना हा विकार जडला हे तर उघड आहे. वेळेवर जर त्याचा पत्ता लागला नसता तर गोपाळराव जगले-वाचले असते का, याचीच शंका आहे. गोपाळराव ड्रग्ज घेत नाहीत, हेही खरं आहे. तेव्हा ते विष त्यांच्या पोटात दुसऱ्याच कोणत्यातरी मार्गानं

गेलं असणार, हेही उघड आहे. विषही असं निवडलेलं की त्यामुळे होणारे परिणाम हे कोणत्यातरी रोगजंतूच्या बाधेमुळे किंवा कॅन्सर, अल्सरसारख्या व्याधीमुळे होत असावेत, असंच कोणालाही वाटावं. गोपाळरावांचं सुदैव की त्यांना पारेखांसारखे डॉक्टर मिळाले.

तुम्ही ज्योत्स्नावहिनी आणि सतीश यांच्यामधल्या नात्याची किंवा खरंतर संबंधाची जी माहिती दिली होतीत, त्यावरून माझ्या मनात काही शंका उत्पन्न झाल्या.''

''मी कुठे काय माहिती दिली?'' गोंधळून अमृतरावांनी विचारलं.

''भले शाबास! हेच मला तुमचं आवडत नाही बघा. सगळं काही स्वत: करायचं आणि वेळ आली, की मग मात्र आपण त्या गावचेच नव्हेत असा पवित्रा घ्यायचा. अहो, तुम्ही गोपाळरावांना हॉस्पिटलमध्ये नेलत तेव्हा ज्योत्स्नावहिनी आणि सतीश तुंगार्ली डॅमवर सहलीला गेल्याचं तुम्हीच नाही का सांगितलंत. त्यानंतर आताही डॉक्टरांनी हरप्रयत्न करूनही वहिनी त्यांना घरी सापडल्या नाहीत. आपणही तिथे गेलो तेव्हा ती दोघं घरी नव्हती. ती आली तेव्हा एकमेकांच्या हातात हात गुंफून हसत-खिदळत तिथे आली होती, हेही तुमच्या नजरेतून सुटलं नव्हतं. त्याबद्दल जाब विचारायलाच तुम्ही पुढे होत होतात.

गोपाळरावांना तुम्ही हॉस्पिटलला पोहोचवलंत त्या दिवशी जरी त्यांना पोटदुखीचा असह्य त्रास झाला असला, तरी ती काही पहिलीच वेळ नसावी. त्यापूर्वीही त्यांना थोडंफार दुखत असावं आणि त्यावर घरगुती उपाय केले गेले असावेत, असा मी आपला अंदाज केला. त्या वेळी त्यांना असं काही औषध दिलं गेलं होतं की काय, याबद्दल मला काहीही माहिती नव्हती. पण सतीश फार्मसिस्ट आहे, त्याला पॅथॉलॉजीचीही माहिती आहे, हे समजल्यानंतर मी आपला अंधारात तीर मारला, पण तो नेमका वर्मावर जाऊन बसला. म्हणून तर ती औषधाची बाटली आपल्या हाती लागू नये अशी खटपट त्यानं केली. ते संपलं असेल, आऊटडेटेड झालं असेल असे अनेक बहाणे केले. त्याच वेळी माझा संशय पक्का झाला. गोपाळराव आणि वहिनी यांच्या केवळ वयातच अंतर नाहीये अमृतराव. त्यांच्या मनोधारणेतही बरंच अंतर आहे. त्यामुळे वहिनींना इथे या कोपऱ्यात केवळ निसर्गसान्निध्यात राहणं तितकंसं पसंत नाहीये. पण गोपाळरावांच्या संपत्तीचा मोहही सोडवत नाही. सतीशनं नेमकं हेच हेरलं असावं. तो खरोखरीच त्यांचा आतेभाऊ असेलही. पण सध्या तरी त्यांच्या पाठी तो भावासारखा उभा आहे, असं मला तरी वाटत नाही. त्याचा इरादा वेगळाच आहे. तो कोणता हे आता तुम्ही शोधून काढालच.

गोपाळरावांची व्याधी नैसर्गिक नाही हे तर आता उघड झालंच आहे, पण त्यांचा जाणूनबुजून काटा काढण्याचा प्रयत्न झालाय, हेही स्पष्ट आहे. औषध न लगे मजला असं त्यांच्या शरीरानं म्हटलं नसतं, तर ते उघडकीलाही आलं नसतं. त्यांचं शरीर

आता बरं होईलही, पण सगळा प्रकार कळल्यानंतर त्यांच्या मनाला किती धक्का पोहोचेल याची कल्पनाच करवत नाही. त्या वेळी त्यांना तुमची अधिक गरज भासेल अमृतराव.''

अमृतरावांनाही ते पटलं होतं. त्यामुळेच हा गुंता कसा सोडवावा, या चिंतेत ते पडले होते.

◆

करविता धनी

"मला तरी या आमंत्रणाचा अर्थच लागत नाही. शिवाय ज्यानं आपल्याला हे आमंत्रण पाठवलंय, तो आहे तरी कोण? आपण त्याला ओळखतो तरी का? आणि 'टू मीट महाराज' म्हणजे काय?" अमृतराव तावातावानं म्हणाले आणि आपल्या बोलण्यात पुरेसा जोष आला नसावा असं वाटून, त्यांनी हातातलं ते आमंत्रणपत्रही जोरजोरानं फडफडावलं.

डॉक्टर कौशिक चेहऱ्यावर स्मितहास्य खेळवत त्यांच्याकडे गमतीनं पाहत होते. गोंधळात पडल्यावर अमृतराव नेहमीच असे वैतागत असत. वास्तविक, ते आणि कौशिक, इथे कौशिकांच्या लोणावळ्याच्या बंगलीवर विश्रांतीसाठी आलेले असताना त्यांच्या कार्यक्रमात या आमंत्रणानं व्यत्यय आणला होता, म्हणून अमृतरावांना चीड आली होती. पण तसं कबूल करायची त्यांची तयारी नव्हती. म्हणून ते सारं खापर त्या कोड्यात पाडणाऱ्या आमंत्रणावर फोडत होते. कौशिक ते सगळं समजून चुकले होते, पण तसं त्यांनी दाखवलं असतं, तर अमृतरावांना ओशाळल्यासारखं झालं असतं. म्हणून मग त्यांनी अमृतरावांना आमंत्रण पाठवणारी व्यक्ती कोण, हे सांगावयास सुरुवात केली.

"अलीकडेच इथे राहायला आलाय हा केदार मुजुमदार. निरनिराळ्या क्षेत्रांसाठी लागणारे कॉम्प्युटर तयार करण्याचा उद्योग आहे त्यांचा. माझी आणि त्यांचीही तशी ओळख नाही. लेककडे जाणाऱ्या रस्त्यावर तो नवा बंगला झाला आहे ना, तो त्यांनी खरेदी केलाय. तो विकला गेल्याचं कळलं तेव्हा मी सहज चौकशी केली होती. तेव्हा ही माहिती मिळाली. ते एरवी राहतात मुंबईला, पण वीकएंडला नेहमीच इथे

येतात. त्याशिवाय मन लागेल तेव्हाही इथे मुक्काम असतो त्यांचा.''

''तुमची आणि त्यांची ओळख नाही म्हणता. शिवाय तसा त्यांचा उद्योग वेगळा, आपला वेगळा. मग आपल्याला एवढं अगत्याचं आमंत्रण देण्याचं आणि आपण नक्की येऊ याची खात्री करून घेण्यासाठी परत फोन करण्याचं कारण काय, हे तर मला समजतंच नाहीये.'' अमृतराव आपला हेका सहजासहजी सोडायला तयार नव्हते. ''मला नाही वाटत जावंसं. आपण आपलं ठरवल्याप्रमाणे मुळशी धरणाकडेच जाऊ या.''

''असं म्हणता! बरं बुवा, तुमच्या म्हणण्याप्रमाणे होऊ दे.'' खरंतर कौशिकांना मुजुमदारांकडे जावंसं वाटत होतं. त्यांच्या आमंत्रणाचं कोडं त्यांना आवाहन करत होतं. ते कोडं सोडवल्याशिवाय त्यांना चैन पडणार नव्हतं. पण सरळसरळ तसं मान्य करणं आणि तेही अमृतरावांच्या समोर, शक्यच नव्हतं. अमृतरावांनी मोडता घातला होता. आता अमृतराव म्हणाले म्हणूनच आपण नाइलाजानं जायला तयार झालो, असंच त्यांना दाखवायचं होतं. म्हणून वरवर अमृतरावांच्या म्हणण्याला मान तुकवत त्यांचं मन कसं वळवावं, याचा विचार ते करू लागले.

कौशिकांनी इतक्या सहज आपलं म्हणणं मानलं त्याअर्थी त्यांच्या मनात काही वेगळेच विचार घोळत असावेत, हे अमृतरावही समजून चुकले. त्या दोघांमधला हा खेळ आता दोघांच्याही परिचयाचा झाला होता. इतक्या वर्षांच्या सहवासानंतर त्या दोघांनाही एकमेकांचे मनोव्यापार कसे चालतात, याची पूर्ण कल्पना होती आणि खरंतर एकमेकांशी असे खेळ खेळण्याची आपली अजिबात इच्छा नाही, असं वरकरणी ते कितीही दाखवत असले, तरी आतून त्या दोघांनाही ते खेळ आवडत असत.

''पण त्यामुळे हे मुजुमदार आपल्याला एवढं अगत्यानं का बोलावत आहेत, हे कोडं उलगडण्याची तुमची संधी हुकणार आहे, कौशिक. माझ्यामुळे तुमचा विरस व्हायला नको.'' त्यांना लालूच दाखवत अमृतराव म्हणाले.

'अगं अगं म्हशी' करत वळणावर येण्याची ही अमृतरावांची खेळी आहे, हे कौशिकही उमगले. पण ते अमृतरावांना समजू न देता ते म्हणाले, ''अहो, अशी किती कोडी न उलगडता राहून गेली आहेत. त्यात या एकाची भर पडेल. त्यात काय मोठंसं! पण तुम्हालाच उत्सुकता लागून राहिली असेल हा महाराज कोण हे समजून घेण्याची तर जाऊ या. मग मुळशी धरणाकडे जायचं लांबणीवर टाकावं लागेल.''

''मुळशी धरण काही एका दिवसात जागा नाही बदलणार, पण हा महाराज कदाचित उद्याच्या गाडीनंच निघूनही जाईल.''

''तुम्ही म्हणता ते खरंच आहे. हा महाराज म्हणजे या मुजुमदारांनी बनवलेला

एखादा यांत्रिक नोकर, एक रोबो असावा, असं मला वाटतंय, अमृतराव."

"छे! कथा कादंबऱ्यांमध्ये ते ठीक आहे, कौशिक. प्रत्यक्षात असे रोबो असतील, असं नाही मला वाटत."

"असतात. कारखान्यांमधून किंवा जिथे किरणोत्सर्गी पदार्थांची हाताळणी करायची असते अशा धोकादायक कामांसाठी, त्यांचा वापर आजही होत आहे. काही ठिकाणी तर अवघड शस्त्रक्रिया करण्यासाठीही त्यांचा उपयोग केला जातो. या मुजुमदारांचा असे रोबो तयार करण्याचाच उद्योग आहे."

"तुम्हाला कसं कळलं?"

"काल ते आमंत्रण आल्यावर मी थोडीफार चौकशी केली होती." अमृतरावांनी आपल्याला पकडलंय, हे ध्यानात येऊन थोडेफार गोरेमोरे होत कौशिक म्हणाले. आता अधिक ताणून धरण्यात अर्थ नाही, हेही त्यांच्या लक्षात आलं. म्हणून मग ते म्हणाले, "जाऊ या आपण आज संध्याकाळी. ठीक साडेसात वाजता बोलावलंय त्यानं. वेळेवर पोहोचू या."

"आणखी कोणाकोणाला बोलावलंय? काही कळलंय का तुम्हाला? आपल्यासारखे असेच इतर अनोळखी लोक असतील तर केवळ ओळख करून घेण्यासाठी त्यांनी आपल्याला बोलावलंय, असं म्हणता येईल."

"मुजुमदारांसारखे उद्योजक केवळ ओळख करून घेण्यासाठी कोणालाही बोलावत नसतात. ते जे काही करतात त्यात त्यांचा 'आंतरः कोऽपि हेतू' असतोच."

"पण कोणता? आपल्याकडून त्याला काय मिळणार आहे?"

"ते तिथे गेल्याशिवाय कसं समजेल अगृतराव?"

यावर अमृतराव काही बोलूच शकले नाहीत. संध्याकाळची वाट पाहत ते मग टीव्हीवरचे कार्यक्रम बघत राहिले. त्यांच्या सुदैवानं एक चांगल्या दर्जाचा थ्रिलर दाखवला जात होता. त्यात मग ते गुंगून गेले. कौशिक मात्र आपल्या पाईपातून धुराचे भले मोठे लोट सोडत कसलातरी विचार करण्यात मग्न होते.

"या, नमस्कार. आपण आमंत्रणाचा मान राखून आलात, याबद्दल आम्ही आपले आभारी आहोत." बाहेरचा नक्षीकाम केलेला शिसवी दरवाजा उघडताच कौशिक आणि अमृतराव दोघांचंही स्वागत करण्यात आलं. एखाद्यानं त्याला लिहून दिलेलं वाक्य बोलून टाकावं अशा स्वरूपात झालेल्या त्या स्वागतानं दोघंही थोडेफार अचंब्यात पडले असतानाच, त्या स्वागत करणाऱ्या व्यक्तीनं आपणहून स्वतःची ओळख करून दिली. "मी महाराज. माझी आपल्याला ओळख करून देण्यासाठीच आजचा हा खास कार्यक्रम आखला आहे आमच्या मुजुमदारसाहेबांनी."

एकाच फटक्यात महाराजनं आपली ओळख आणि आपलं मुजुमदारांशी असलेलं

नातं स्पष्ट केलं होतं. महाराज मुजुमदारांचा नोकर होता, हे उघड होतं. त्याचा थोडाफार यांत्रिक धातूमय स्वर आणि झटके आल्यासारख्या त्याच्या हालचाली, यावरून तो यांत्रिक आहे हे अमृतरावांच्याही लक्षात आलं होतं. त्याचं चालणंही माणसांसारखं सहज होत नसून पायाऐवजी चाकं असल्यासारखं घरंगळत होत होतं. त्याची अदब मात्र एखाद्या खानदानी लखनवी नबाबाला लाजवेल अशी होती. फरक एवढाच, की नबाबाच्या भाषेत लखनवी नजाकत आणि रुबाब असतो. महाराजचं बोलणं मात्र, हुशार पण फक्त शिकवलेलं तेवढंच बोलणाऱ्या पोपटासारखं होत होतं. तरीही तो कुठेही शब्दांसाठी अडखळत नाहीये, हे तेवढ्यातही कौशिकांच्या ध्यानात आल्यावाचून राहिलं नाही.

'वेळेवर पोहोचू या.' असं कौशिक अमृतरावांना म्हणाले असले, तरी प्रत्यक्षात निघायची वेळ आली तेव्हा मात्र त्यांनी जाणूनबुजून थोडासा वेळ घेतलाच. त्याचं कारणही त्यांनी अमृतरावांना सांगितलं. आपली तिथे कोणाशी तशी ओळख नाही, तेव्हा आपणच पहिले पोहोचलो तर तसं अवघडल्यासारखं होईल, हे कौशिकांचं म्हणणं रास्तच होतं. पण आपण लवकर पोहोचलो तर आपण त्याच्याशी ओळख करून घ्यायला उतावीळ आहोत असा मुजुमदारांचा गैरसमज होईल, हे कौशिकांचं म्हणणंही अमृतरावांना पटलं होतं.

महाराजपाठोपाठ ते दोघं आत मुजुमदारांच्या प्रशस्त दिवाणखान्यात पोहोचले, तोवर बोलावलेली बहुतेक सारी मंडळी हजर झालेली होती. कौशिकांचा होरा खराच ठरला होता. त्यांच्या ओळखीचं तिथे कोणीच नव्हतं. मुजुमदारांशीही त्यांची ओळख महाराजनंच करून दिली.

"मीट मिस्टर मुजुमदार, जंटलमन." त्यांची नावं माहिती नसल्यानं महाराजनं ती घेणं शिताफीनं टाळलं होतं. कौशिक आणि अमृतराव यांनी मग स्वत:च आपापली ओळख करून दिली.

"व्हेरी ग्लॅड टू मीट यू, डॉक्टर कौशिक आणि कमिशनर. तुमच्याबद्दल बरंच काही ऐकून आहे मी. पण आपण जवळजवळ शेजारी असूनही प्रत्यक्ष ओळख होण्याचा आज योग आला!" मुजुमदारांची वाणी मिठ्ठास होती, पण त्याच्या बोलण्यात एक प्रकारचा कृत्रिमपणा आहे, हे कौशिकांच्या नजरेतून सुटलं नाही. अस्सल खानदान, आणि लटपटी करून हाती पैसा आला म्हणून त्याची केली जाणारी नक्कल, यातला फरक कौशिकांच्या लक्षात आला नसता, तरच नवल!

अमृतरावांच्याही तो लक्षात आलाच होता. म्हणून तिथल्यातिथेच आपल्याला का बोलावलं हे विचारावं, असं त्यांना वाटून गेलं. ऐन वेळी मात्र त्यांनी स्वत:ला आवरलं. प्रथमदर्शनी मुजुमदारांबद्दल त्यांचं मत अनुकूल झालं नसलं, तरी रोखठोक जाब विचारल्यासारखी त्यांची उलट तपासणी घेण्याचा उद्धटपणा त्यांच्या हातून

होणं शक्यच नव्हतं. तेवढ्यात दुसऱ्या कोणीतरी त्याचं लक्ष वेधून घेतल्यामुळे, 'एक्स्क्यूज मी' म्हणत मुजुमदारही दुसरीकडे गेले.

दुसऱ्या कोणत्याही घोळक्यात न मिसळता कौशिक दुरूनच इतरांना न्याहाळू लागले. अमृतरावांची नजर मात्र लगबग करणाऱ्या महाराजवरून हटत नव्हती. त्याचे हात हाडामांसाच्या माणसासारखे नाहीत, हे आत्ताच त्यांच्या ध्यानात आलं. मागे एकदा युद्धामध्ये ज्यांनी हात गमावले आहेत, अशा सैनिकांना कृत्रिम हात बसवणाऱ्या संस्थेत ते गेले होते. गुन्हेगारांबरोबरच्या चकमकीत अवयव गमावलेल्या पोलिसांनाही ती संस्था मदत करू शकेल की काय, याची अजमावणी ते करत होते. त्या वेळी त्यांनी ते कृत्रिम हात पाहिले होते. त्या हातांना बोटाच्या जागी स्टेनलेस स्टीलच्या बाकदार पकडी बसवल्याचं त्यांनी पाहिलं होतं. ते कितीही विचित्र वाटलं तरी ते किती उपयोगी आहे, हे तिथल्या तंत्रज्ञांनी अमृतरावांना पटवून दिलं होतं. महाराजचे हातही त्या कृत्रिम हातांसारखेच होते. फरक असलाच तर तो एवढाच होता, की पकडीशिवाय टोकदार चाकूसारखी इतर औजारंही त्या हातांमध्ये बसवलेली होती.

टाळ्यांचा आवाज ऐकू आल्यानं दोघंही आपापल्या तंद्रीमधून जागे झाले. केदार मुजुमदार टाळ्या वाजवून सर्वांचं लक्ष वेधून घेण्याचा प्रयत्न करत होते.

"लेडीज अँड जंटलमन, मीट माय वाईफ, जुही." त्यांच्या बाजूला उभ्या असलेल्या एका तरुणीकडे वळत मुजुमदार म्हणाले. अमृतरावांना आश्चर्यच वाटलं. ती आपली मुलगी आहे असं त्यांनी सांगितलं असतं, तर अमृतरावांचा पटकन विश्वास बसला असता. मुजुमदार कमीतकमी पन्नाशीचे तरी असावेत. जीन्स आणि टी शर्ट परिधान करून, आपण आहोत त्यापेक्षाही कितीतरी तरुण आहोत, असं दाखवण्याचा प्रयत्न मुजुमदारांनी जरूर केला होता. पण त्यांच्या चेहऱ्यावरच्या सुरकुत्या, सुटलेलं पोट, डोळ्याखालची काळी वर्तुळं आणि डोक्यावर बसवलेला केसांचा विग, कौशिक आणि अमृतराव यांच्या सराईत नजरेला फसवू शकत नव्हता.

अमृतरावांच्या मनात आलेली शंका इतरांनाही सतावत असावी. कारण तेवढ्यात कुजबुजल्या स्वरात चाललेलं संभाषण त्यांच्या कानी पडलंच.

"चौथेपणाची आहे. तेव्हा एवढा फरक असणारच."

"ती तशी चवळीची शेंग दिसतेय. या टकलू ढेरपोट्याला बरा पसंत केला तिनं!"

"गटवला म्हणा! त्याचं रूप नाही पाहिलं तिनं, बँक बुक पाहिलं!" आणि मग दोघंही हलक्या सुरात हेटाळणी केल्यासारखं कुत्सितपणे हसले.

जुहीच्या वागण्यावरून मात्र त्या निष्कर्षाला दुजोरा मिळत नव्हता. नाही म्हणायला आपल्या नवऱ्यावरच्या प्रेमाचं ती करत असलेलं प्रदर्शन जरा अतीच होतंय, असं अमृतरावांना वाटल्यावाचून राहिलं नाही.

मुजुमदारांनी इतरांचीही ओळख करून दिली. अनिक सदारंगानीची कॉम्प्युटरची दुकानं होती. हार्डवेअर आणि सॉफ्टवेअर विक्रीमध्ये त्यानं जवळजवळ मोनॉपली स्थापित केली होती. त्याची बायको त्याच्यासारखीच गोल गरगरीत होती. काहीही उद्योग नसला की जो कंटाळा कायमचा बोकांडी बसलेला असतो, तो तिच्या चेहऱ्यावरून उतू जात होता. विनोद नायमपल्ली बिझनेस इंडियाचा कॉम्प्युटर एडिटर होता. मध्यमवयीन आणि तरतरीत. अमेरिकेत युनिव्हर्सिटी ऑफ नॉर्थ न्यू मेक्सिको इथे प्राध्यापक असलेले अविनाश मल्होत्रा मुजुमदारांकडे पाहुणे म्हणून आलेले होते. तेही त्या पार्टीत आलेले होते. मल्होत्रा चांगलाच तरुण होता. एवढ्या तरुण वयात अमेरिकन युनिव्हर्सिटीत प्रोफेसर झालाय, तेव्हा आपल्या विषयात चांगलाच तरबेज असणार, याबद्दल कौशिकांना खात्री वाटत होती. आणखीही बरीच मंडळी होती. त्यांची नावं लक्षात ठेवणं दोघांनाही शक्य झालं नाही.

"मी तुम्हाला आज इथे का बोलावलंय, असा प्रश्न काही जणांना पडलाच असला, तर मी कबूल करतो की आय हॅड अ स्पेशल मोटिव्ह. म्हटलं तर हे बिझनेस डिनर आहे. तुम्हा सर्वांसमोर मला महाराजला पेश करायचं होतं. त्याची कर्तबगारी जाहीरपणे तुमच्यासमोर ठेवायची होती मला. तो एक रोबो आहे, हे तर तुमच्या सहजच लक्षात आलं असेल. त्याच्या हालचाली तेवढ्या स्मूथली होत नाहीयेत. झटके आल्यासारख्या होताहेत, पण हा एक प्रोटोटाईप आहे. प्रॉडक्शनसाठी आम्ही याहूनही चांगलं मॉडेल बनवलंय. आजकाल घरगुती नोकर मिळणं किती कठीण झालंय, हे मी तुम्हाला सांगायला नको. तुम्हा सर्वांना त्याचा चांगलाच अनुभव आहे."

"किंमत काय ठेवणार आहात त्याची?"

"पंचवीस हजार."

"भलताच महाग वाटतोय तुमचा हा यांत्रिक नोकर."

"महाग! कॉम्प्युटरच्या किमती चांगल्याच घसरल्या आहेत म्हणून म्हणताय तुम्ही. एकतर चांगल्या कलर टीव्हीची किंवा वॉशिंग मशीनची किंमत काय असते, याचा विचार करा. शिवाय, या रोबोमध्ये आम्ही जो प्रोग्रॅम लोड केलाय, म्हणजेच डॉक्टरसाहेब, त्याला जी शिकवण दिलीय, ती युनिक आहे. असा प्रोग्रॅम इतर कोणीच देऊ शकणार नाही तुम्हाला. खरं विचाराल तर किंमत त्या प्रोग्रॅमची आहे."

"दॅट्स राईट! चांगल्या सॉफ्टवेअरची किंमतही तशीच असते. सॉफ्टवेअर म्हणत असाल तर पंचवीस हजार म्हणजे जास्त नाही, हे मान्य."

"त्याचंच डेमॉन्स्ट्रेशन देण्यासाठी तर बोलावलंय मी आज तुम्हा सगळ्या एक्सपर्ट मंडळींना. एक्सेप्ट टू ऑफ दीज मोस्ट ऑनरेबल जंटलमन." कौशिक आणि अमृतरावांकडे वळून मुजुमदार म्हणाले, "माझे जवळजवळ शेजारीच असलेले

हे डॉक्टर कौशिक सायंटिस्ट आहेत. पोलिसांना गुन्हेगार शोधून काढण्यासाठी ते नेहमीच मदत करतात, असं मी ऐकलंय. त्यांचेच मित्र आहेत हे कमिशनर अमृतराव मोहिते. मी म्हटल्याप्रमाणे आजचं हे बिझनेस डिनर आहे, तर या दोघांना मी इथे का बोलावलं, असा प्रश्न तुम्हाला पडला असेल. इथे काही गुन्हा घडलाय म्हणून नाही मी बोलावलं त्यांना. त्या फील्डशी त्यांचा संबंध आहे, इज जस्ट अ कोइन्सिडन्स. मी त्यांना बोलावलंय ते सामान्य ग्राहकांचे प्रतिनिधी म्हणून. कॉम्प्युटर फील्डशी ज्यांचा काहीही संबंध नाही अशा या दोघा जणांची प्रतिक्रियाही माझ्या दृष्टीनं इनव्हॅल्युएबल आहे.''

''म्हणजे आम्हाला तुम्ही गिनीपिग म्हणून बोलावलं आहे तर!'' कौशिक म्हणाले. त्यांचं बोलणं तक्रारवजा असलं, तरी त्यांच्या सुरातून त्यांना या सगळ्याची गंमत वाटली आहे, हे स्पष्ट होत होतं. मुजुमदारांना मात्र जरा ओशाळल्यागत झालं. ते घाईघाईनं म्हणाले, ''नो, नो, सर. यू आर द मार्केट फॉर मी. इथे असलेले बाकीचे सगळे कॉम्प्युटर एक्सपर्ट आहेत. त्यांचं मत तसं ऑब्जेक्टिव्ह असूच शकत नाही. या सगळ्यांपेक्षा तुम्हाला महाराज कसा वाटतो, यालाच माझ्या दृष्टीनं महत्त्व आहे.''

हे बोलणं होत असताना महाराज गायब झाला होता. जणू आपला विषय तिथे निघाला असताना आपण तिथे हजर असणं योग्य नाही, याचीही शिकवण त्याला दिली गेली होती! तो आता हातात ड्रिंक्सचे ग्लासेस असलेलं तबक घेऊन आला. मुजुमदारांना त्याच्या येण्यानं आपली सुटका झाल्यासारखं वाटलं. त्याच्याकडे वळत ते म्हणाले, ''तो ट्रे त्या तिथे त्या सोफ्याजवळच्या टेबलावर ठेव, महाराज.''

महाराजनं सांगितलेली आज्ञा व्यवस्थित पाळली.

''पाहिलंत! हाडामांसाचा नोकरही कदाचित आपल्या ऑर्डर व्यवस्थित पाळणार नाही. त्याच्यात लोड केलेला प्रोग्रॅम तसा बराच गुंतागुंतीचा आहे. पण आपण त्याला द्यायच्या ऑर्डर मात्र साध्या, नेहमीच्या शब्दांतच द्यायच्या आहेत. त्याशिवाय त्याला एक सांकेतिक भाषाही शिकवण्यात आली आहे. ती वापरून मालक या रोबोशी इतरांना समजणार नाही अशा रीतीनं बोलू शकेल. उदाहरणार्थ, तुमच्यासमोर मी त्याला काही सांगेन. त्याचा खरा अर्थ तुमच्या लक्षात नाही यायचा, पण महाराज मात्र मला काय म्हणायचंय ते बरोबर ओळखेल. बघायचंय तुम्हाला?''

'आजचं टाईम्समधलं कोडं जरासं अवघडच होतं, महाराज.' असं म्हणून मुजुमदार थोडा वेळ थांबला. त्याबरोबर हातातलं काम बाजूला ठेवत महाराजनं पलीकडचं बटण ऑन करून पंखा चालू केला.

''जरा गरम होतंय नाही आज, महाराज?''

''आज उकडतंय खरं, साहेब.'' महाराजनं प्रत्युत्तर दिलं.

आपल्या अडीच वर्षांच्या मुलानं न अडखळता जॅक अँड जिल गाऊन दाखवल्यावर त्याच्या आई-वडिलांचा चेहरा कौतुकमिश्रित अभिमानानं फुलून यावा, तसा मुजुमदारांचा चेहरा फुलला होता.

"आऊटलुकच्या ताज्या अंकात डीएनए फिंगरप्रिंटिंगवर एक आर्टिकल आलंय, महाराज. डॉक्टर कौशिकांना ते वाचायला आवडेल."

त्याबरोबर महाराजनं हातातला ग्लास जपून खाली ठेवला आणि तो कोपऱ्यातल्या मासिकं ठेवलेल्या शेल्फकडे गेला. त्यातला 'आऊटलुक'चा ताजा अंक त्यानं न चुकता निवडला. आपल्या हातात बसवलेल्या स्टेनलेस स्टीलच्या चिमट्यात पकडून, त्यानं तो कौशिकना आणून दिला.

मुजुमदार मग त्याला अधिकाधिक अवघड कामं सांगत राहिले आणि महाराज काहीही चूक न करता ती करत राहिला. त्याच्या जागी कोणी जिताजागता नोकर असता, तर आत्तापर्यंत थकून तरी गेला असता किंवा वैतागला तरी असता. महाराज मात्र नवनवीन कामं तितक्याच उत्साहानं आणि तितक्याच निर्विकारपणे करत राहिला होता. पहिली दोन-तीन डेमॉन्स्ट्रेशन्स पाहिल्यावर कौशिकांना कंटाळा आला. त्यांनी इतरांकडे लक्ष द्यायला सुरुवात केली.

"पेटंट कोणाचं आहे महाराजचं?" त्यांच्या कानावर कोणीतरी केलेला प्रश्न आला. त्यांनी वळून पाहिलं. विनोद नायमपल्ली मुजुमदारांना विचारत होता, "म्हणजे मला विचारायचंय, की हे इन्व्हेन्शन कोणाचं?"

"अर्थात आमच्याच कंपनीचं. इन्फिनिटी लिमिटेडचंच ब्रेनचाईल्ड आहे ते." 'ब्रेनचाईल्ड' शब्दावर कोटी केल्याचं समाधान मुजुमदारांच्या चेहऱ्यावरून ओसंडून जात होतं.

नायमपल्ली मात्र खूप विचारात पडल्यासारखा झाला होता. "दॅट्स फनी," तो म्हणाला, "अमेरिकेतील कोणालातरी अशा शोधाचं पेटंट दिलंय, असं वाचल्याचं आठवतंय मला. तीन-चार वर्षांपूर्वीची गोष्ट आहे ही, तरीही माझ्या नीट लक्षात राहिलंय ते. अँड इफ माय मेमरी डझन्ट फेल मी, तो कोणीतरी इंडियनच होता. नाव नाही आठवत आता, पण बाकीची माहिती मात्र चुकीची नाही हे निश्चित. एका सायंटिफिक जर्नलमध्ये आली होती ती माहिती."

त्यावर मुजुमदार काही बोलणार तो, जुही आणि मल्होत्रा दोघांनीही एकाच वेळी बोलण्यासाठी तोंड उघडलं आणि मग दुसराही कोणीतरी बोलू पाहतोय, हे लक्षात येताच दोघांनीही जीभ चावली. ओशाळवाणं होत मल्होत्रा जुहीला म्हणाला, "आय ॲम सॉरी."

"नो नीड टू बी." जुही खांदे उडवत म्हणाली. "मला एवढंच म्हणायचं होतं, की महाराज केव्हाचा ड्रिंकचा ट्रे घेऊन उभा आहे. तुमच्या या सायंटिफिक

डिस्कशनमुळे तो आणि मला वाटतं इतर गेस्टही, अवघडल्यासारखे झाले आहेत. तेव्हा केदार डार्लिंग, प्लीज.''

''सर्टन्ली माय डियर. महाराजचा विषय निघाला की मला भानच राहत नाही. विदाऊट यू हनी, आय वुईल बी लॉस्ट. महाराज, सर्व्ह द ड्रिंक्स.''

महाराज मग प्रत्येकाकडे जाऊन त्याला कोणतं ड्रिंक हवंय, याची विचारपूस करू लागला.

नायमपल्ली मात्र स्वत:चं म्हणणं असं सहजासहजी सोडायला तयार नव्हता.

''नुसतंच पेटंट नाही, त्यांनी ब्लूप्रिंट तयार करून प्रॉडक्शन करण्याच्या दृष्टीनं प्रयत्न सुरू केले होते, असाच रिपोर्ट होता त्या जर्नलमध्ये.''

''या अमेरिकन जर्नल्सचं काही सांगू नकोस, विनोद. त्यांना आपल्या लोकांपुढे बाकी सगळेच इन्फिरियर वाटतात. इतर कोणालाही क्रेडिट द्यायला ते कधीच तयार नसतात. आपलीच टिमकी वाजवत राहायची त्यांना सवय असते. आपणही आपल्याच माणसांना कमी लेखून त्यांचंच म्हणणं नेहमी खरं मानत राहतो.''

''तसं नव्हतं त्या रिपोर्टमध्ये. उलट ज्यानं हे पेटंट घेतलं होतं तो इंडियन असून, तो अमेरिका सोडून प्रॉडक्शन करण्यासाठी इंडियाला जायच्या तयारीत आहे, तेव्हा आपण जलद हालचाल करून त्याला इथेच ते प्रॉडक्शन करायला लावावं, असंच त्या रिपोर्टमध्ये म्हटलं होतं. तो वाचल्यानंतर मी इंडस्ट्री मिनिस्ट्रीलाही त्यासंबंधी कळवलं होतं. आपल्याकडे हा कारखाना निघाला तर आपला बराच फायदा होईल असं वाटल्यावरून, मिनिस्ट्रीनं त्याची दखल घेऊन काही पावलं उचलावीत, असं मी म्हटलं होतं. म्हणूनच तर माझ्या लक्षात राहिली ही बाब.''

तेवढ्यात महाराज त्यांची ऑर्डर विचारायला आल्यामुळे कौशिकांचं लक्ष त्या संभाषणावरून उडालं. त्यांनी नेहमीप्रमाणे 'स्कॉच अँड सोडा'ची ऑर्डर दिली. ती देतानाच सोडा बेतानंच घालायला सांगायलाही ते विसरले नाहीत. अमृतरावांनी मात्र कोणताही ज्यूस चालेल हे सांगितलं. मल्होत्राचं मात्र महाराजकडे लक्षच नव्हतं. तो मुजुमदार आणि नायमपल्ली यांचं संभाषण ऐकण्यात गुंग झाला होता. ते ऐकताऐकता थोडाफार अस्वस्थही झाला होता. महाराजनं दुसऱ्यांदा त्याचं लक्ष वेधून घेण्याचा प्रयत्न करताच तो गोंधळल्यासारखा झाला. मग स्वत:ला सावरत त्यानं 'ड्राय मार्टिनी'ची ऑर्डर दिली आणि ती देतानाच पेल्याच्या कडेला लिंबाची बारीक चकती लावायला विसरू नकोस, असं महाराजला बजावायलाही विसरला नाही.

पेल्यातल्या स्कॉचचा एक घुटका घेत आणि त्याची चव जिभेवर घोळवत रमतगमत गेल्यासारखे कौशिक मल्होत्राजवळ गेले. त्यांची नजर मात्र महाराज काय करतोय याकडे होती.

''स्कॉच अँड सोडा' हे इंग्रजांचं ड्रिंक आहे, असं म्हटलं तर 'ड्राय मार्टिनी' हे

निर्विवादपणे अमेरिकन ड्रिंक म्हणायला हरकत नाही. हो ना प्रोफेसर?'' कौशिक संभाषण सुरू करण्याच्या इराद्यानं म्हणाले. मल्होत्राचं प्रथम त्यांच्या म्हणण्याकडे लक्षच नव्हतं. कौशिकांनी आपला प्रश्न पुन्हा विचारल्यावर मात्र तो म्हणाला, ''ओऽह, शुअर थिंग. अमेरिकन्स लाईक बेसबॉल.''

''पण मला वाटलं होतं की, न्यू मेक्सिकोत राहिल्यावर तुम्हाला 'सोपाईपिल्ला कॉकटेल'ची सवय झाली असेल. ते एक्झॉटिक ड्रिंक तयार करायला सांगून, तुम्ही महाराजची कसोटी घेऊ शकला असता.''

''दॅट्स राईट. सांगायला पाहिजे होतं आणि पेल्याच्या कडेला मीठ चोळतोय की नाही, हेही बघता आलं असतं.''

''नेहमीच्या सवयीनं मी 'स्कॉच अँड सोडा'ची ऑर्डर देऊन बसलो. मग तुम्हाला पाहताच मला सोपाईपिल्लाची आठवण झाली.''

''माझंही तसंच झालं. इथे त्या ड्रिंकची कोणाला माहिती असेल, असं वाटलं नव्हतं मला.''

महाराजनं तोवर मल्होत्राची 'ड्राय मार्टिनी' तयार केली होती. त्या ग्लासच्या कडेवर अडकवण्यासाठी त्यानं ट्रेमधलं लिंबू उचललं आणि आपल्या उजव्या हातावर थोडंफार दाबल्यासारखं केलं. त्याबरोबर एखाद्या गुप्तीमधून तलवार बाहेर पडावी, तशी त्या हातातून एक धारदार सुरी बाहेर पडली. ती वापरून महाराजनं सराईतपणे त्या लिंबाची एक बारीक चकती कापली आणि तितक्याच सराईतपणे ती त्या ग्लासच्या कडेवर अडकवली. एखाद्या जादूगारानं हातातल्या रुमालातून काढलेलं चॉकलेट दिमाखानं कोणातरी प्रेक्षकाला द्यावं, तसा महाराज मग मार्टिनीचा पेला घेऊन मल्होत्राकडे आला.

कौशिक तेवढ्यात एकाएकी आपले खिसे चाचपत म्हणाले, ''छ्यॅ! माझा पाईप मला वाटतं गाडीतच राहिला. एक्स्क्यूज मी. जरा खाली जाऊन घेऊन येतो.''

आणि कोणाच्या प्रतिसादाची वाट न पाहता ते तरातरा निघूनही गेले. अमृतरावांना त्याचं आश्चर्य वाटलं. कारण त्यांचा पाईप त्यांच्या कोटाच्या खिशातच आहे, याची अमृतरावांना खात्री होती. गाडीतून उतरतानाच आठवणीनं त्यांनी तो तिथे ठेवल्याचं पाहिलं होतं. कौशिक जरा तऱ्हेवाईक असले तरी विसरभोळे नक्कीच नव्हते, याची त्यांना खात्री होती. त्याचबरोबर ते जे काही करतात त्यासाठी काही ठाम विचार असतो, हेही ते इतक्या वर्षांच्या अनुभवातून शिकले होते. महाराजनं आणून दिलेल्या टोमॅटो ज्यूसचे घुटके घेत, ते तिथेच घुटमळत राहिले.

कौशिक परतले तोवर पार्टी रंगात आली होती. सगळ्यांनाच त्यांच्या-त्यांच्या ऑर्डरीप्रमाणे ड्रिंक्स देण्यात महाराजनं जराही कसूर केली नव्हती. सदारंगानी अमृतरावांजवळ येऊन त्यांना काहीतरी विचारण्याचा प्रयत्न करत होता. मुजुमदार

आणि नायमपल्ली अजूनही आपला वाद विसरले नव्हते. त्यांची एकमेकांना आपलंचं म्हणणं कसं खरं आहे, हे पटवून देण्याची धडपड चालली होती. जुही आणि अविनाश मल्होत्रा इतरांपासून जरा दूर एका कोपऱ्यात जाऊन काहीतरी बोलत होते. दुरून पाहणाऱ्यांना ते एकमेकांशी गुलुगुलु गोष्टी करणारे प्रेमिकच वाटत होते.

आणि मग नेहमीच अशा पार्ट्यांमध्ये होतं तसं अकस्मात सगळ्यांनीच एकाच वेळी बोलण्याचं थांबवलं. जणू कोणीतरी त्यांना तशी सूचनाच दिली होती! त्या शांततेचा भंग करत मल्होत्रा म्हणाला, "महाराज, इंडियामध्ये इतकी एक्सक्विझिट मार्टिनी कोणी बनवेल असं कोणी सांगूनही माझा विश्वास नसता बसला त्यावर."

या कॉम्प्लिमेन्टवरची महाराजची प्रतिक्रिया अतिशय वेगानं झाली. काय होतंय हे कळायच्या आतच महाराज तुफान वेगानं मुजुमदारांच्या अंगावर धावून गेला. त्या दोन-चार क्षणांमध्ये त्याच्या उजव्या हातातून ती धारदार सुरीही बाहेर आली होती. मुजुमदारांना काही कळण्याच्या आत महाराजनं त्या सुरीनं त्यांना तीन वेळा भोसकलं. माणसाचं वर्म कुठे असतं आणि कुठे वार केल्यास तो अतिशय घातक ठरू शकतो हे माहिती असावं, अशा सराईतपणानं महाराजनं मुजुमदारांना भोसकलं आणि ते तिथेच पसरू लागलेल्या रक्ताच्या थारोळ्यात कोसळले, तशी ती रक्ताळलेली सुरी परत आत ओढून घेत तो निर्विकारपणे परत ड्रिंक्सच्या बाटल्या ठेवलेल्या ट्रेकडे निघून गेला. मगाशी डेमॉन्स्ट्रेशन देताना मुजुमदारांची प्रत्येक ऑर्डर ज्या सफाईनं आणि ज्या निर्विकारपणे त्यानं पाळली होती, तीच सफाई आणि तोच निर्विकारपणा मुजुमदारांना भोसकतानाही त्यानं दाखवला होता.

झाला प्रकार इतक्या झपाट्यानं घडला होता, की सारे जण सुन्न झाले होते. डोळ्यांवरही विश्वास बसू नये असा प्रकार घडला होता. काय झालंय याची जाणीवही नीटशी झाली नव्हती. सगळे जण शून्यात पाहिल्यासारखे मुजुमदारांच्या निश्चेष्ट देहाकडे पाहत राहिले होते. त्या तिथे पसरलेल्या भयाण शांततेत फक्त जुहीच्या मोठ्यानं दिलेल्या हुंदक्यांचा आवाज तेवढा येत होता. त्या हुंदक्यांनी तिचं सारं शरीर गदगदत होतं. अविनाश मल्होत्रा तिच्या पाठीवर हात फिरवत तिचं सांत्वन करू बघत होता. पण त्याला न जुमानता ती मोठमोठ्यानं उसासे टाकत होती. मधूनच मोठ्यानं ओरडत होती.

"कोणीही जागचे हलू नका. असाल तिथेच उभे राहा." वेळ आली, की कौशिकांच्या आवाजात जरब कशी येऊ शकते, याची तिथे जमलेल्या सर्वांना प्रथमच जाणीव होत होती. "आणि पोलीस येईपर्यंत इथून जाण्याचाही कोणी प्रयत्न करू नका. अमृतराव, तुम्ही इन्स्पेक्टर दातारांना फोन करून बोलवालच."

कौशिकांनी सांगेपर्यंत अमृतराव वाट पाहत बसले नव्हते. कौशिक इतरांना तिथून

न जाण्याबद्दल सांगेपर्यंत, त्यांनी फोन कुठे आहे हे शोधून दातारांना फोन केलाही होता.

"पोलीस? पोलीस कशाला? त्यांचं काय काम इथे? बोलवायचंच तर डॉक्टरांना बोलवा."

"डॉक्टरांच्या मदतीपलीकडे पोहोचले आहेत मुजुमदार आणि पोलीस म्हणाल, तर इथे एक खून झालाय. खुनीही इथेच आहे. त्याला पोलिसांच्या हवाली केलं, की आपली जबाबदारी संपेल?"

"खून?" आश्चर्यानं अमृतरावांनी विचारलं. "म्हणजे मुजुमदारांची हत्या चुकून झालेली नाही. जाणूनबुजून केली आहे म्हणता?"

"येस अमृतराव. ही हॅज बीन मर्डर्ड. प्रिमेडिटेटेड अँड प्लॅन्ड मर्डर."

"आणि तो करणाऱ्या खुन्याला, म्हणजे या महाराजाला, या यंत्राला तुम्ही पोलिसांच्या ताब्यात देणार?"

थोड्याफार आश्चर्याच्या, थोड्याफार हेटाळणीच्या सुरात कोणीतरी विचारलं.

"मुजुमदारांची हत्या जरूर महाराजकडून झाली आहे, पण यंत्रं खून करत नाहीत. त्यांचा करविता धनी कोणी वेगळाच असतो. बंदुकीच्या गोळीनं कोणाचा जीव घेतला गेला, म्हणून त्या बंदुकीला कोणी दोषी धरत नाही. त्या बंदुकीच्या घोडा कोणी ओढला, हेच बघावं लागतं. महाराजनं आपल्या हातात बसवलेल्या सुरीनं मुजुमदारांना मारलं जरूर. आपण सर्वांनीच ते पाहिलं आहे, पण तसं करायची आज्ञा त्याला दुसऱ्याच कोणीतरी दिलेली आहे."

"पण कोणी?"

"तेच तर शोधून काढायचंय. पोलीस ते करतीलच."

"म्हणजे खून कोणी केला, हे तुम्हाला माहितीच नाहीये तर!" मल्होत्रा म्हणाला. जुही अजूनही त्याच्या खांद्यांचा आधार घेऊन उभी होती. "म्हणजे हे सारे तुमचे तर्क आहेत तर! मग खुनी इथे आहे, हे तुम्ही कशाच्या आधारावर म्हणाला होतात? धिस इज ऑल नॉन्सेन्स!"

"नॉन्सेन्स, प्रोफेसर मल्होत्रा! मग महाराजनं एवढ्या जोराचा हल्ला का केला ते सांगाल?"

"ऑफ कोर्स, इट्स ऑल ड्यू टू ए बग इन द मशीन. तुम्हाला या कॉम्प्युटरची काहीच माहिती नाही. यू आर ए लेमॅन, असं मुजुमदारच सांगत होते. हा महाराज एक प्रोटोटाईप आहे, असं मुजुमदार सांगत होते. तुम्ही ऐकलंच असेल. प्रोटोटाईप आहे म्हणजेच त्याचं डिझाईन, त्याचं प्रोग्रॅमिंग पक्कं झालेलं नाहीये. त्यात बरेच कच्चे धागेदोरे राहिलेले आहेत. आमच्या कॉम्प्युटरच्या भाषेत सांगायचं तर अनेक बग्ज आहेत. असे बग्ज असले की काही वेळा भलत्याच चुका होतात. अशीच एक

चूक झाली आणि महाराज बिथरल्यासारखा झाला. मुजुमदार इज किल्ड. दॅट इज व्हेरी ट्रॅजिक. बट नो बडी कॅन बी हेल्ड रिस्पॉन्सिबल फॉर दॅट.''

''अपघात होतात ते काही कोणी जाणूनबुजून करत नाही, प्रोफेसर. पण त्याही वेळी कोणाची ना कोणाचीतरी जबाबदारी असतेच.''

''ऑल राईट!'' एखाद्या नाठाळ इसमाच्या कलानं घ्यावं तसं करत, एक मोठा सुस्कारा सोडत मल्होत्रा म्हणाला, ''मग ज्या कोणी याचा प्रोग्रॅम लिहिला, त्याला धरा जबाबदार. इथे असलेल्या या सगळ्या मंडळींवर आरोप करायचं काय कारण?''

तेवढ्यात जुहीनं मोठ्यानं एक किंकाळी मारली आणि तिनं परत आपल्याला मल्होत्राच्या दिशेनं झोकून दिलं.

''पाहिलंत, मिस्टर कौशिक? तुमच्या या वेड्यावाकड्या बरळण्याचा काय परिणाम होतोय ते! अॅट लीस्ट, जू... आय मीन, मिसेस मुजुमदारांचा तरी विचार करा.''

''त्यांचा विचार करतोय, म्हणून तर पोलिसांना बोलवायला सांगितलं मी.''

''हे आता फार होतंय, धिस इज सिम्प्ली टू मच. साधी प्रोग्रॅमिंगची तर एरर, पण तुमच्यासारख्या लेमेनना काय कळणार!''

''प्रोग्रॅमिंगची चूक नाही, प्रोफेसर. प्रोग्रॅममध्ये मुद्दाम घडवून आणलेली चूक. महाराजला द्यायच्या आज्ञा आपल्या नेहमीच्या भाषेतच द्यायच्या, हे तर मुजुमदारांनी सांगितलंच होतं. पण त्याशिवाय त्याच्यात आणि त्याच्या मालकात एक सांकेतिक भाषाही असेल, असंही मुजुमदार म्हणाले होते. तुम्ही सर्वांनीच ते ऐकलं आहे. म्हणजे इतरांना नकळत त्याला काही गुप्त आज्ञा देण्याचीही सोय होती. त्याचं प्रात्यक्षिकही मुजुमदारांनी दाखवलं होतं. त्याच सांकेतिक भाषेचा उपयोग करून महाराजला मुजुमदारांना ठार मारण्याची आज्ञा दिली गेली.''

''याला काही ठोस पुरावा आहे का?'' नायमपल्ली इतका वेळ मल्होत्रा आणि कौशिक यांच्यातला वाद ऐकत होता.

आता त्यालाही प्रश्न विचारावासा वाटला.

''येस मिस्टर नायमपल्ली. पोलीस आले की तो पुरावाही मी देईनच.''

''पण मुजुमदार म्हणाले होते की, ती एक कोड लँग्वेज आहे. मग ती फक्त त्यांनाच माहिती असणार. दुसरा कोण त्याचा उपयोग करून, त्यांनाच मारण्याची व्यवस्था करू शकतो?'' धीर चेपल्यावर आता सदारंगानीनंही विचारलं.

''यू मस्ट नो अबाऊट हॅकिंग मिस्टर सदारंगानी! संरक्षण मंत्रालयात, सैन्यात किंवा बँकांमध्येही सगळे व्यवहार आता कॉम्प्युटरकरवी होतात. तिथे तर अतिशय गुप्तता राखण्याची गरज असते. त्यासाठीही कोड लँग्वेजच वापरतात, पण ती कोडस भेदून तिथली गुपितंही पळवली जातात. यालाच हॅकिंग म्हणतात. आतापर्यंतचं

असं सगळ्यात गंभीर हॅकिंग तर काही विद्यार्थ्यांनी केलं होतं. तेव्हा ही सांकेतिक भाषा शोधून काढायला काही फारसे प्रयास करावे लागत नाहीत.''

''पण इथे कोण करणार?''

''का? तुम्ही सगळेच तर कॉम्प्युटर फील्डमधले आहात, असं मुजुमदारच सांगत होते. यातले अनभिज्ञ किंवा हे प्रोफेसर परतपरत म्हणताहेत तसे लेमेन, अडाणी आम्ही दोघंच. मी आणि अमृतराव. तुमच्यापैकी कोणीही ते करणं शक्य आहे.''

''तरीही कोण? ते तर सांगा.''

''सांगतो ना. अरे वा, इन्स्पेक्टर दातारही आले! मग आता सांगायला हरकत नाही. या दातार. इथे काही वेळापूर्वी एक खून झाला. आम्ही सगळ्यांनी तो होताना पाहिला. ज्यांचा खून झाला, ते या बंगल्याचे मालक मुजुमदार इथे पडले आहेत. जे हत्यार वापरून खून केला गेला, ते तिथे ड्रिंक्स ट्रेजवळ उभं आहे आणि ते वापरून ज्यानं खून केला तो खुनी इथे आहे.'' प्रोफेसर मल्होत्राकडे बोट दाखवत कौशिक म्हणाले.

''कोण? प्रोफेसर मल्होत्रा?'' मल्होत्रा आणि जुही सोडून बाकीच्या सगळ्यांनी एकसुरात विचारलं.

''येस, प्रोफेसर मल्होत्रा. अमेरिका इज अ लॅन्ड ऑफ अपॉर्च्युनिटीज, हे मला माहिती आहे. तरीही तिथे इतक्या लहान वयात कोणी प्रोफेसर होत असेल, तर त्याच्याकडून फार मोठी कामगिरी पार पडली असली पाहिजे. म्हणूनच मला मल्होत्रांविषयी अधिक माहिती पाहिजे होती. पण मुजुमदार महाराजचं डेमॉन्स्ट्रेशन देत असताना ते बोअर होत असलेले पाहून मला जरा शंका यायला लागली होती आणि जेव्हा मी त्यांनी 'सोपाईपिल्ला कॉकटेल' का मागितलं नाही असं विचारलं, तेव्हा ती शंका अधिकच दृढ व्हायला लागली. 'सोपाईपिल्ला कॉकटेल'च्या ग्लासला मीठ लावायला हवं, असं तुम्ही म्हणालात, तेव्हाच तुमची खरी ओळख पटली मला मल्होत्रा. कारण मीठ लावतात ब्लडी मेरीच्या ग्लासला आणि 'सोपाईपिल्ला' हा न्यू मेक्सिकोमधल्या रेड इंडियनांचा खास पाव आहे. कॉकटेल नाही ते. तेव्हा तुम्ही तिथल्या युनिव्हर्सिटीमधले नाहीत, हे ताबडतोब ध्यानात आलं माझ्या.''

''तरीही खून त्यांनीच केला, असं तुम्ही कशावरून म्हणता?'' आता दातारांनीही विचारलं.

''ते आमचे अमृतराव सांगतील तुम्हाला. अमृतराव, सांगा बरं खुनी शोधून काढण्यासाठी सगळ्यात महत्त्वाचे कोणते दुवे मिळवावे लागतात?''

''मोटिव्ह आणि अपॉर्च्युनिटी. हेतू आणि संधी.''

''राईट! इथे आणखी एक मुद्दाही महत्त्वाचा आहे. ॲबिलीटी. क्षमता. प्रोफेसर कॉम्प्युटर एक्सपर्ट आहेत, हे तर मुजुमदारांनीच सांगितलं होतं. संधी सगळ्यात

जास्त त्यांनाच होती. कारण ते मुजुमदारांचे पाहुणे म्हणून इथेच राहत होते. तेव्हा महाराजची कंट्रोल रूम कुठे आहे, हे त्यांना सहज समजणं शक्य होतं. त्याचबरोबर त्याच्या प्रोग्रॅमिंगमध्ये हवा तो बदल करण्यासाठी लागणारा वेळ आणि संधी दोन्हीही उपलब्ध होती.''

''आता हेतू!''

''दॅट्स राईट! ते सांगतात, तसे ते नॉर्थ न्यू मेक्सिको युनिव्हर्सिटीत नाहीत हे उघड झाल्यावर, त्यांनी हे सोंग का घ्यावं याचा मी विचार करू लागलो. जेव्हा तुम्ही त्या अमेरिकन पेटंटबद्दल बोलत होतात ना नायमपल्ली, तेव्हा मल्होत्रा अस्वस्थ होत असलेले मला दिसले होते. त्यांनी अस्वस्थ होण्यासारखं तुमच्या सांगण्यात काय होतं, याचा मी विचार करू लागलो. अस्वस्थ व्हायचंच तर मुजुमदारांनी व्हायला हवं होतं, पण ते त्रासलेले दिसले नाहीत. तुम्ही त्या अमेरिकानिवासी भारतीय पेटंटधारकाचं नाव आठवत नाही असं म्हणालात ना, तेव्हा मल्होत्रांनी सुस्कारा सोडलेला मला स्पष्ट ऐकू आला. महाराज त्यांना ड्रिंक विचारायला गेला, तेव्हाही त्यांचं लक्ष तुमच्या आणि मुजुमदारांच्या बोलण्याकडेच लागलं होतं. तेव्हाच मला शंका आली. दुसरी गोष्ट, त्यांचं आणि मिसेस मुजुमदारांचं एकमेकांशी असलेलं वागणं. दातार, इफ आय ॲम नॉट मिस्टेकन, मल्होत्रा आणि मिसेस मुजुमदार एकमेकांचे साथीदार असले पाहिजेत. तुम्ही त्या दिशेनं तपास करालच. नायमपल्ली, तुम्ही म्हणत होतात तो पेटंटधारी म्हणजेच मल्होत्रा. आपलं पेटंट चोरून आणि आपल्याला डावलून मुजुमदार रोबो बनवत आहेत, अशी शंका आल्यानं मल्होत्रा आणि त्यांची गर्लफ्रेन्ड म्हणजे जुही, यांनी हा सगळा बनाव रचला आणि वरवर महाराजनं तयार केलेल्या ड्राय मार्टिनीचं कौतुक करत सांकेतिक भाषेत त्याला संदेश दिला. मुजुमदारांच्या या मानसपुत्राच्या हातूनच त्यांची कत्तल करवली.''

''हा सगळा जर-तरचा मामला आहे. तुम्ही म्हणता म्हणून यावर कसा विश्वास ठेवायचा?''

''नकाच ना ठेवू. मीही मान्य करतो, की ही सगळी थिअरी आहे. पण आता दातार आले आहेत. ते सगळी चौकशी करतीलच. त्यातून खरं काय, ते बाहेर येईलच आणि त्या तपासानंतर जर माझं म्हणणं खोटं ठरलं, तर माझ्यावर अब्रूनुकसानीचा खटला भरा. मल्होत्रा, पण आता गाठ दातारांशी आहे एवढं...''

पण कौशिक आपलं वाक्य पुरं करूच शकले नाहीत, कारण आपल्या डाव्या हातानं जुहीला आपल्या कवेत घेत मल्होत्रानं उजव्या हातातलं पिस्तूल सगळ्यांवर रोखत म्हटलं, ''मुजुमदार त्याच लायकीचा होता. मी माझे प्लॅन्स त्याला पाठवले होते, पण त्याची पोच न देताच त्यानं प्रॉडक्शन करायला सुरुवात केली. मीच महाराजच्या प्रोग्रॅममध्ये पाहिजे तो बदल करून, ती आज्ञा त्याला दिली. पण ती

एकच नाही. आणखीही आहेत. मी आणि जुही इथून निघून सुरक्षित स्थळी पोहोचेपर्यंत तो तुम्हाला इथून हलू देणार नाही, अशी तजवीज करणारी आज्ञाही मी त्याला दिली आहे. तुम्ही आपलं पिस्तूल काढण्यासाठी हाताची जराशीही हालचाल केलीत इन्स्पेक्टर, तर महाराज तुमची अशी काही खबरबात घेईल, की तुम्हाला कदाचित त्याच्या हातासारखाच हात बसवून घ्यावा लागेल. महाराजच्या वेगाची आणि शक्तीची प्रचिती तर तुम्हा सगळ्यांना मिळालेलीच आहे. मी परतपरत त्याच्याविषयी सांगायची गरज नाही. मुजुमदार कितीही हलकट असो, त्यानं बनवलेला हा महाराज अफलातून आहे यात शंकाच नाही. काँग्रॅच्युलेशन्स मिस्टर कौशिक फॉर युवर ब्रिलियन्ट डिटेक्शन. बट इट इज ऑफ नो यूज. गुडबाय एव्हरीबडी!''

काही क्षण कोणीच कसलीच हालचाल केली नाही.

आणि मग टाळ्या पिटत कौशिक म्हणाले, ''व्हेरी क्लेव्हर मिस्टर मल्होत्रा. मोठ्या हुशारीनं डाव टाकला होतात तुम्ही. पण तुम्ही आमच्या या अमृतरावांना ओळखलेलं नाही. त्यांना होणार असणाऱ्या खुनाचाही वास येतो. त्यांनीच आग्रह केला म्हणून मी इथे आलो आणि म्हणूनच तुम्हालाही ओळखू शकलो. या महाराजलाही. महाराज, मला वाटतं मला आणखी एक पेग चालेल स्कॉचचा.''

कौशिकांचं वाक्य पुरं होण्याच्या आधीच इतका वेळ बंद पडल्यासारखा स्तब्ध असलेल्या महाराजला एकदम जाग आली. परत एकदा तुफान वेगानं पुढे जात, त्यानं मल्होत्राच्या उजव्या हातावर एक कराटेचा वार केला. त्याबरोबर त्याच्या हातातलं पिस्तूल गळून पडलं आणि आपला मोडलेला हात डाव्या हातात घेत तो विव्हळू लागला. दातारांना पुढे होत त्याला ताब्यात घ्यायला काहीच प्रयास पडले नाहीत.

''महाराजच्या प्रोग्रॅममध्ये बदल करणं इतकं सोपं असेल, असं नव्हतं मला वाटलं, मिस्टर मल्होत्रा. ओपन युनिव्हर्सिटीचा अभ्यासक्रम पुरा करून मिळवलेली डिग्री अशी कामी आली, अमृतराव.'' कोटाच्या खिशातून काढलेल्या पाईपात तंबाखू भरत कौशिक म्हणाले, ''अरेच्या! पाईप खिशातच होता तर!''

त्यांच्याकडे पाहत कौशिकांनी मिचकावलेल्या डोळ्यांतली सांकेतिक भाषा समजायला, अमृतरावांना मात्र कोणत्याही युनिव्हर्सिटीमध्ये जाण्याची गरज नव्हती!

◆

ये गं ये गं मधमाशी

"बराच वेळ झालाय बापट, आता निघायलाच हवं."

अमृतराव चौथ्यांदा म्हणाले.

"निघाल हो. नाहीतरी घरी जाऊन काय करणार आहात? हाच बुद्धिबळाचा डाव मांडून बसणार आहात ना?"

त्यावर अमृतराव निरुत्तर होत असल्याचं पाहून डॉक्टर कौशिकच म्हणाले, "नाही हं. पुष्कळ डाव झाले आता. तीन दिवसांचा कोटा आपण आज एकाच दिवसात वापरून टाकलाय. आता घरी जाऊन भीमसेनचा यमनकल्याण ऐकत बसणार. नाहीतरी वेळ आणि वातावरणही त्याला पोषक असंच आहे."

लोणावळ्याला कौशिकांच्या बंगल्यावर येऊन पावसाळ्यातले तीन-चार दिवस मजेत घालवायचा अमृतराव आणि कौशिकांचा आता परिपाठच पडला होता. ते दिवस अमृतरावही आपल्या दैनंदिन चिंता आणि दगदग विसरून घालवत. वास्तविक, आसपासच्या डोंगर-दऱ्यांमध्ये मनसोक्त भटकायला जाणं, ठिकठिकाणी तयार झालेल्या धबधब्यांचं सौंदर्य न्याहाळणं, अभिजात संगीत ऐकत धुंद होऊन जाणं आणि बुद्धिबळाचे मोजकेच डाव समरसून खेळणं याव्यतिरिक्त दोघंही काहीही करत नसत. पण पूर्वी एकदा राजाराम मानेवर आलेला आळ दूर करण्याच्या धडपडीत त्यांनी त्याच्या आणि त्याच्या प्रेयसीच्या खुन्याला पकडून दिलं होतं, तेव्हापासून तिथल्या सीनियर इन्स्पेक्टर बापटांचे आणि त्या दोघांचेही सूर जुळले होते. त्यामुळे एका रविवारी सकाळी बापटांच्या घरचं जेवण झोडल्याशिवाय तिथून जायचं नाही, हा त्यांचा अलिखित नियमच होऊन गेला होता. बापटही ते दोघं सुटीचा आनंद

उपभोगण्यासाठी तिथे आले आहेत याचं भान ठेवून त्यांना कोणत्याही केसमध्ये गुंतवत नसत.

ते दोघं नेहमीपेक्षा जरा जास्तच वेळ आपल्याकडे बसले होते, याचं भान बापटांनाही होतं. त्यामुळे आणखी आग्रह न करता त्यांनी त्यांना निरोप द्यायला सुरुवात केली. इतक्यात बापटांच्या फोनची घंटा वाजली.

"एक्स्क्यूज मी!" असं म्हणत बापट तो फोन घ्यायला माघारी वळले. ते बोलण्यात गुंतले आहेत हे पाहून कौशिकांनी खुणेनचं 'तुमचं चालू द्या, आम्ही निघतो,' असं त्यांना सांगितलं. ते बाहेर पडण्यासाठी वळणार तोच बापट जोरजोरात हातवारे करत आपल्याला थांबायला सांगताहेत, हे त्यांच्या लक्षात आलं. त्याबरोबर अमृतराव आणि कौशिक दोघंही तिथेच थांबले. बापट फोनवर बोलतच होते. नाही म्हटलं तरी थोडा वेळ आपल्याला काहीही न करता ताटकळत राहावं लागणार आहे, हे ध्यानी येताच कौशिक अस्वस्थ झाले. त्यांना असा फुकाफुकी वेळ दवडणं अजिबात मंजूर नसे. हाती असलेला वेळ कामात किंवा मनापासून योजलेल्या विश्रांतीत घालवावा, असं त्यांना नेहमीच वाटत आलं होतं. निरुद्देश, निरर्थक वेळ घालवणं म्हणजे हाती असलेल्या अमूल्य ठेव्याची उधळपट्टी आहे, असं त्यांचं ठाम मत होतं.

पण आता नाइलाज होता. तसंच काहीतरी महत्त्वाचं काम असल्याशिवाय बापट आपल्याला असे वाट बघत थांबायला लावणार नाहीत, याबद्दल त्यांना खात्री होती. म्हणूनच तर त्यांच्या मूलभूत प्रेरणेच्या विरुद्ध जाऊन ते तिथे थांबले होते आणि ते थांबले आहेत म्हणून अमृतरावही थांबले होते.

तेवढ्यात बापटांचं फोनवरचं बोलणं संपलं. रिसीव्हर व्यवस्थित जागेवर ठेवून ते लगबगीनं पुढे झाले आणि म्हणाले, "सॉरी! तुम्हाला थांबावं लागलं, पण फोनवर मला जो निरोप मिळालाय, त्याची माहिती तुम्हालाही कदाचित महत्त्वाची वाटेल म्हणून थांबवलं. जहांगीर सेठनांचं आताच निधन झालंय."

"जहांगीर सेठना? म्हणजे सेठना ग्रुप ऑफ इंडस्ट्रीजचे सर्वेसर्वा?" आश्चर्यानं अमृतरावांनी विचारलं.

"तेच. त्यांचा भला मोठा बंगला आहे इथे. अधूनमधून वीकएन्डला वगैरे ते इथे येतात. दोन-चार दिवस राहून परत जातात. तसे इतर कोणाशी फारसे मिसळत नाहीत. पण इथल्या अनेक सामाजिक कार्यासाठी त्यांनी भरघोस मदत केली आहे. त्यामुळे इथल्या गावकऱ्यांना त्यांच्याबद्दल खूप आदर आहे."

"कोणाला नाही त्यांच्याबद्दल आदर?" कौशिकांनी त्यांना विचारलं. "त्यांनी जे काही कमावलंय ते प्रामाणिकपणे, सचोटीनं आणि जेवढं कमावलं तेवढंच भरभरून दुसऱ्यांना दिलेलंही आहे. सारा देशच त्यांचा ऋणी आहे. आपल्याला गेलं पाहिजे त्यांच्या बंगल्यावर, अमृतराव."

अमृतरावांनीही ताबडतोब होकार दिला. पोलीस फंडाला जहांगीरशेठनी दिलेली सढळ मदत ते विसरूच शकत नव्हते.

ते निघणार तोच बापटांनी त्यांना अडवलं.

''मीही येतो तुमच्याबरोबर. कदाचित तिथल्या लोकांनी तुम्हाला ओळखलं नाहीतर आत जाऊ देणार नाहीत, कारण सेठना आपल्या बंगल्यावर नाहीत. इथल्या पारसी हॉस्पिटलमध्ये आहेत. ते अद्ययावत हॉस्पिटल ही त्यांचीच देणगी आहे. तिथूनच डॉक्टरांचा फोन आला होता. अजून ही बातमी इतरांना कळवलेली नाहीये.''

''हॉस्पिटलमध्ये? पण ते आजारी असल्याची काहीच बातमी नव्हती. हार्ट ॲटॅक तर नाही ना आलेला?'' कौशिकांनी विचारलं.

''डॉक्टर काहीच बोलले नाहीत. शेठजींचं निधन झालंय आणि ताबडतोब तिथे यावं एवढंच त्यांनी सांगितलं.''

''तरीही तुम्हाला म्हणजे पोलिसांना डॉक्टरांनी का बोलवावं ते समजत नाही.'' थोड्याफार विमनस्कपणे अमृतराव म्हणाले.

''साधी बाब आहे, अमृतराव. अहो, शेठजींच्या मृत्यूची बातमी एकदा पसरली, की लोकांचा ओघ लागेल तिथे. झिम्मड उडेल नुसती. त्या वेळी बंदोबस्त नको का?''

''मलाही तसंच वाटतंय. म्हणून ही बातमी षटकर्णी होण्यापूर्वीच मला तिथे पोहोचणं भाग आहे. तुम्हीही बरोबर येत असलात तर चला. इतर कोणी तिथे येण्यापूर्वी तुम्हाला अंत्यदर्शन तरी होईल.''

बापटांचं हे म्हणणं दोघांनाही पटलं. ते त्यांच्याबरोबरच निघाले.

हॉस्पिटलवर डॉक्टर त्यांची वाटच पाहत होते. बापटांना पाहताच त्यांनी त्यांना बाजूला नेलं आणि त्यांच्याशी ते काहीतरी बोलत राहिले. कौशिक आणि अमृतराव दुरूनच त्यांना पाहत होते. एखादा मूकपट आपण बघतोय असंच त्यांना वाटत होतं. पण चेहऱ्यावरच्या भावावरून नेमकं काय बोलणं होत असावं, हे ओळखण्यात दोघंही पटाईत होते. त्यामुळे मामला आपल्याला सुरुवातीला वाटला तेवढा साधा नाही, अमृतरावांनी विचारलेल्या प्रश्नापाठी दडलेली त्यांची शंका तशी रास्तच असावी, असं आता कौशिकांनाही वाटू लागलं होतं. तेवढ्यात बापटच त्यांच्याजवळ आले आणि म्हणाले, ''तुम्हाला यात गुंतवणं मला योग्य वाटत नाही अमृतराव. पण तुमचे आणि डॉक्टरसाहेबांचेही शेठजींशी असलेले संबंध ध्यानात घेता तुम्हाला हे मला सांगितलंच पाहिजे. शेठजींना आलेला मृत्यू नैसर्गिक नसावा, अशी शंका डॉक्टरांना येतेय आणि म्हणून त्यांनी मला बोलावलंय. डेथ सर्टिफिकेट त्यांनी अजून दिलेलं नाही.''

''पण अशी शंका त्यांना का येतेय?''

''ते म्हणाले काहीतरी, पण मला काही ते नीटसं समजलं नाही. डॉक्टरसाहेब,

तुम्ही ते समजू शकाल. तुम्हाला हे सगळं सांगण्यामागे तेही एक कारण आहे. पण तुम्हाला निघायचं असेल तर...''

बापटांनी आपलं वाक्य अर्ध्यावरच जरी सोडलं होतं, तरी त्यांना आपली मदत हवीय, तशी विनवणी ते मूकपणे करताहेत हे ध्यानात न येण्याइतके अमृतराव किंवा कौशिक नवशिके नव्हते. खरंतर त्यांचीही उत्सुकता आता चाळवली गेली होती. त्यामुळे घाईघाईनं दोघंही एकदमच म्हणाले, ''छे! छे! तशी घाई बिलकूल नाही आम्हाला. घरी जाऊन तरी काय करणार आहोत आम्ही?''

आणि दोघांनीही एकमेकांकडे एक अर्थपूर्ण कटाक्ष टाकला.

''मग या असे. डॉक्टरांशी ओळख करून देतो. तेच तुम्हाला मग सविस्तर हकिकत सांगतील.''

डॉक्टर वळसंगकर हे त्या हॉस्पिटलमधले चीफ मेडिकल ऑफिसर होते. आपल्या कामाशी संपूर्ण निष्ठा बाळगणाऱ्या, आता दुर्मीळ होत चाललेल्या पठडीपैकी ते एक होते. नाहीतर जिथे नाव आणि पैसा मिळण्याची संधी आहे अशी पुण्या-मुंबईसारखी शहरं सोडून, या नाही म्हटलं तरी जरा आडबाजूच्या हॉस्पिटलमध्ये ते कशाला मन लावून काम करत राहिले असते!

''डॉक्टर, हे अॅडिशनल कमिशनर अमृतराव मोहिते, मुंबई,'' बापट ओळख करून देत म्हणाले, ''आणि हे त्यांचे मित्र डॉक्टर कौशिक. सायन्टिस्ट आहेत, तसंच डिटेक्टिव्हही आहेत असं म्हटलं तर चालेल ना?''

''यांनी काहीही म्हटलं ना डॉक्टर, तरी सत्य काही लपवून ठेवता येत नाही. अॅक्चुअली आय अॅम अ जॅक ऑफ ऑल ट्रेड्स. शुद्ध मराठी भाषेत बोलायचं तर बारा पिंपळावरचा मुंजा.'' कौशिक डॉक्टरांवरचा उघडउघड दिसणारा ताण कमी करण्याचा प्रयत्न करत म्हणाले.

''तुम्ही यांच्यासमोर नि:संकोच बोला डॉक्टर. खरंतर यांना मुद्दामहूनच बोलावलं आहे मी. शेठजींना हे दोघंही चांगलेच ओळखतात, हे तर आहेच, पण तुमच्या बोलण्यावरून मामला मला सुरुवातीला वाटला त्याहीपेक्षा गंभीर आहे असं जाणवलं. म्हणूनही यांना बोलावलं आहे. मदतच होईल त्यांची यात शंका नाही. तेव्हा मन मोकळं करून टाका.''

कुठून आणि कशी सुरुवात करावी याचा निर्णय न होऊन डॉक्टर वळसंगकर काही वेळ गप्पच राहिले. तेव्हा मग कौशिकच म्हणाले, ''डॉक्टर, इफ यू डोन्ट माईन्ड, आम्ही काही प्रश्न विचारू, तुम्ही त्यांची उत्तरं देत चला. म्हणजे मग सगळाच उलगडा होईल. तुम्हालाही दोन-दोनदा तेच-तेच सांगावं लागणार नाही.''

डॉक्टर वळसंगकरांनी हळूच एक सुटकेचा सुस्कारा टाकला, पण अमृतरावांची नजर त्यांच्यावर खिळलेली होती. त्यांच्या तो ध्यानात आल्यावाचून राहिला नाही.

''वेल, जहांगीरशेठना केव्हा ॲडमिट केलं हॉस्पिटलमध्ये?''

''आजच, साधारण साडेअकरा वाजता.''

''आय सी! आणि डेथ केव्हा झाला?''

''दोन वाजून अठ्ठेचाळीस मिनिटांनी.''

''म्हणजे जवळजवळ तीन तासांनी?''

''हो ना. म्हणून तर मला संशय...''

पाईप पकडलेला आपला हात उंचावत कौशिकांनी डॉक्टरांना पुरतं बोलूच दिलं नाही. अमृतरावांना आणि आता बापटांनाही त्यांची ही सवय ओळखीची होती, पण डॉक्टर वळसंगकर मात्र त्यांच्या या आविर्भावानं चक्रावूनच गेले.

''एक मिनिट, एक मिनिट डॉक्टर. म्हणजे साधारण साडेअकरापासून ते मृत्यू येईपर्यंत शेठजी आयसीयूमध्ये म्हणजे तुमच्या हॉस्पिटलमधल्या अतिदक्षता विभागातच होते ना?''

''नाही. ते इथल्या खास, ज्याला गंमतीनं 'व्हीआयपी वॉर्ड' असं म्हणतो त्या खास खोलीत होते. म्हणजे इतर वॉर्डपासून जरा वेगळी असलेली स्वतंत्र खोली. तिथे एअरकन्डिशनिंगही आहे. बरोबर आलेल्या नातेवाइकांसाठीही खास सोय आहे.''

''इथे ॲडमिट झाल्यापासून तीन तासांच्या आत शेठजींना मृत्यू येतो, तरीही त्यांना आयसीयूमध्ये ठेवलेलं नव्हतं? हार्ट ॲटॅकच आला होता ना त्यांना?''

''छे, छे! नाही, हार्ट ॲटॅक नाही.''

''नाही? पण मग दुसरं काहीतरी तसंच सीरियस कारण असेल.''

''नाही. त्यांना आयसीयूमध्ये ठेवावं असं मला वाटलं नाही, कारण तुम्हाला वाटतं तितकं काही सीरियस नव्हतं.''

कौशिकांनी अमृतरावांकडे एक अर्थपूर्ण कटाक्ष टाकला. तेही बुचकळ्यात पडल्यासारखे झाले होते. शेठजींचं मरण डॉक्टरांच्या हलगर्जीपणामुळे तर आलेलं नाही ना, अशीही एक शंका कौशिकांच्या मनात तरळून गेली आणि त्याकडे डोळेझाक केली जावी म्हणून तर डॉक्टर त्यांचा मृत्यू नैसर्गिक नाही, असं तर म्हणत नसावेत?

आपला पाईप झाडण्याचं निमित्त करून कौशिकांनी ती शंकाही तशीच मनातून झटकून टाकली. उगीचच भलतासलता निष्कर्ष काढण्याची घाई करण्यात काहीच अर्थ नव्हता.

''सीरियस नव्हतं? म्हणजे त्यांना कशासाठी ॲडमिट केलं होतं?''

''त्यांना मधमाशी चावली होती.''

''ओऽह! आय सी! पण डॉक्टर शेठजींचं वय पाहता तीही सीरियस बाबच मानली पाहिजे. मधमाश्यांनी हल्ला चढवून फोडून काढलं की काय परिस्थिती होते,

हे प्रत्यक्ष पाहिलंय मी. तो एक बारा-तेरा वर्षांचा मुलगा होता, तरीही त्याची स्थिती गंभीर झाली होती. मग शेठजींना तर काय यातना झाल्या असतील याची कल्पनाच करवत नाही.'' अमृतराव म्हणाले.

''छे! छे! तुम्ही मी काय म्हटलं ते नीट ऐकलं नाहीत, कमिशनरसाहेब. शेठजींना मधमाशी चावली होती, असं म्हटलं मी. एक मधमाशी. एकच मधमाशी चावली होती त्यांना.''

''आणि त्यासाठी त्यांना हॉस्पिटलमध्ये ॲडमिट करावं लागलं?'' अमृतराव आणि कौशिकांबरोबर आता बापटही आश्चर्यचकित झाले होते. श्रीमंत मंडळींची थेरं त्यांना अपरिचित नव्हती. पण एक मधमाशी चावली म्हणून कोणी हॉस्पिटलमध्ये भरती होईल, असं त्यांना वाटलं नव्हतं.

सगळ्यांचाच गोंधळ उडत होता. असंच चाललं असतं तर सुसंगत हकिकत कळलीच नसती. कौशिकांनी म्हणूनच सगळ्यांनाच गप्प केलं आणि ते डॉक्टरांना म्हणाले.

''डॉक्टर, मला वाटलं होतं की आम्ही विचारलेल्या प्रश्नांची उत्तरं देताना तुम्हाला सारं काही सुसंगत सांगता येईल. पण उलट त्यामुळे घोटाळाच उडतो आहे, हे दिसतंय मला. तेव्हा आम्ही आता गप्प बसतो आणि तुम्हीच सुरुवातीपासून सगळं व्यवस्थित आणि तपशीलवार सांगा. कोणतीही बारीकसारीक बाब नजरेआड करू नका.''

डॉक्टर क्षणभर आपले विचार संगतवार लावण्यासाठी थांबले आणि मग संथपणे सांगू लागले.

''साधारण अकरा वाजण्याच्या सुमाराला प्रथम फोन आला शेठजींच्या पुतणीचा, गुल सेठनांचा. त्या स्वतः डॉक्टरच आहेत. त्यांनी सांगितलं, की शेठजींना मधमाशी चावलीय आणि ते बेशुद्ध झालेत. बहुतेक ॲनॅफिलॅक्टिक शॉक असावा. त्यांना ताबडतोब हॉस्पिटलमध्ये आणतो आहोत.''

''फक्त मधमाशी चावली म्हणून बेशुद्ध होण्याइतका शॉक बसू शकतो, डॉक्टर?'' अमृतरावांनी अचंब्यानं विचारलं.

''शॉक नाही, ॲनॅफिलॅक्टिक शॉक. शेठजींना मधमाशीच्या चाव्याची म्हणजेच त्या चाव्यानंतर शरीरात शिरणाऱ्या मधमाशीच्या विषाची ॲलर्जी होती. यापूर्वीही याच कारणावरून दोन वेळा त्यांना इथेच ॲडमिट करावं लागलं होतं. अशा वेळी जी काही रिॲक्शन येते त्याला ॲनॅफिलॅक्टिक शॉक म्हणतात. त्यावर तातडीनं इलाज केला नाही, तर माणूस मरू शकतो. अर्थात, वेळीच ते लक्षात आलं तर त्यावर ॲन्टिडोट देता येतो. त्यामुळे प्राण वाचू शकतात. यापूर्वीच्या दोन्ही वेळा शेठजींना आम्ही तो ॲन्टिडोट दिला होता आणि त्याचा योग्य तो परिणाम होऊन शेठजी वाचले होते.

खडखडीत बरे झाले होते. काही अपवादात्मक वेळीच तो ॲन्टिडोट देण्यात उशीर झाला किंवा रिॲक्शन फारच जोराची झाली असली, तर तो देऊनही रोगी वाचत नाही.''

''आणि शेठजींच्या बाबतीत तसंच झालं.''

''नाही. त्यांना वेळेवर इथे आणण्यात आलं आणि आम्हीही ताबडतोब त्यांना ॲन्टिडोट दिला. मी आत्ताच सांगितलं, की शेठजींना मधमाश्यांची ॲलर्जी आहे याची माहिती आम्हाला होती. म्हणूनच त्यावर द्यायच्या ॲन्टिडोटचे एक-दोन डोस आम्ही नेहमीच आमच्या स्टोअरमध्ये ठेवत असू.''

''तरीही शेठजींचा मृत्यू झालेला आहे. तुमच्या ॲन्टिडोटची मात्रा कमी झाली असेल, तो आऊट ऑफ डेट झाला असेल.'' कौशिकांनी शंका काढली.

''ती शक्यताही नाही. मी त्याची शहानिशा प्रथमच केली. औषध चांगल्या अवस्थेत होतं.''

''मग शेठजींचा मृत्यू कशामुळे झाला असं वाटतं तुम्हाला?''

''तेच तर कळत नाहीये. सगळी लक्षणं ॲनॅफिलॅक्टिक शॉकचीच आहेत. पण साधारणतः त्यामुळे मरण आलं, तर ते ॲलर्जीनं म्हणजेच ज्याची ॲलर्जी आहे तो पदार्थ शरीरात गेल्यानंतर तासाभरातच येतं. शेठजींना मृत्यू आला तो जवळजवळ तीन तासांनी. शिवाय, ॲन्टिडोटचा प्रभाव पडून ते शुद्धीवर येण्याची चिन्हंही दिसली होती. त्या वेळी ते वाचतील, बरे होतील असंच आम्हाला वाटलं होतं. पण रिलॅप्स झाल्यासारखी, रोग उलटल्यासारखी त्यांची प्रकृती परत बिघडली आणि मग ती झपाट्यानं बिघडतच गेली. त्यातच त्यांचा अंत झाला. म्हणून तर त्यांचं पोस्टमॉर्टेम करावं असं मला वाटतंय. त्याचसाठी मी बापटसाहेबांना इथे बोलावलं.''

त्यावर कोणीच काही बोललं नाही. डॉक्टरांचं म्हणणं तसं रास्तच वाटत होतं. पण जहांगीर सेठनांसारख्यांचं पोस्टमॉर्टेम करणं तसं सोपं नव्हतं. विशेषतः, त्यांच्या डॉक्टर असलेल्या पुतणीनंच ॲलर्जीसाठी त्यांना ॲडमिट केलेलं असताना तर ते अधिकच अवघड होऊन बसलं होतं.

''त्या गुल सेठना असतील ना हॉस्पिटलमध्येच? त्यांना विचारलंत?'' बापटांनी विचारलं.

''नाही. आम्ही ॲन्टिडोट देईपर्यंत आणि त्याला शेठजी चांगला रिस्पॉन्स देताहेत हे बघेपर्यंत त्या इथे होत्या. त्यानंतर त्या इथून मुंबईला निघून गेल्या. शेठजींचा भाचा रुस्तम गोदरेज इथे होता, पण डेथ झाल्यानंतर तोही इतरांना कळवण्यासाठी आणि इतर व्यवस्था करण्यासाठी बंगल्यावर निघून गेला.''

''अमृतराव, तुम्हाला काय वाटतं?'' बापटांनी विचारलं. त्यांना कोणताही निर्णय घेणं कठीण जात असल्याचं स्पष्ट झालं होतं. अमृतरावही खरंतर दुग्ध्यातच पडले

होते. ही त्यांची केस नव्हती. त्यांनी काहीही सांगणं म्हणजे आपल्यावर ती केस ओढवून घेण्यासारखं होतं. नसती बिलामत ठरू शकत होती. त्यांनी कौशिकांकडे पाहिलं. त्यांच्या मनातली खळबळ चेहऱ्यावर स्पष्ट दिसत होती. आता आपल्यालाच पुढाकार घेण्यावाचून गत्यंतर नाही हे कौशिकांच्या ध्यानात आलं.

"डॉक्टर, मला वाटतं आता तरी तुम्ही बॉडी मॉर्गमध्ये ठेवा. काही वेळानंतर आपण बघू या ती पोस्टमॉर्टेमसाठी पाठवायची की नाही. मध्ये असा वेळ गेल्यानं काही धागा सुटेल अशी भीती तर वाटत नाही ना तुम्हाला?"

"नाही, तशी भीती नाही, पण त्यांचे नातेवाईक डेथ सर्टिफिकेट आणि बॉडी मागायला आले तर–?"

"ते त्या वेळी पाहू. बापटसाहेब आहेत इथे. आम्हीही आहोत. तुम्हाला एकट्याला त्यांच्या तोंडी सोडणार नाही."

डॉक्टरांना हायसं वाटलं. ते तशी व्यवस्था करायला गेल्यावर कौशिक बापटांना म्हणाले, "बापटसाहेब, आता अमृतराव यात ओढलेच गेले आहेत, तर मला वाटतं आपण शेठजींच्या बंगल्यावर जाऊन चौकशी करायला सुरुवात करू या. कारण डॉक्टरांची शंका तशी रास्तच आहे. तरीही केवळ ॲलर्जीमुळे त्यांचा मृत्यू झाला नाही, याची शहानिशा आपण प्रथम करायला हवी."

"एक्झॅक्टली! मलाही तसंच वाटतंय. चला बापट, आपण लगोलग बंगल्यावर जाऊ या. कारण डॉक्टरांची शंका योग्य असेलच तर मग तिथे असलेला काही पुरावा नष्ट होता कामा नये."

बंगल्यावर केवळ महादूच होता. शेठजींचा विश्वासू नोकर. तो त्या बंगल्याची देखभालही करत असे. शेठजी तसे वर्षातून दोन-तीन वेळाच तिथे येत. तरीही बंगला नेहमीच स्वच्छ आणि नीटनेटका ठेवला जात असे. महादूचे डोळे रडूनरडून लाल झाल्याचं स्पष्टच दिसत होतं. शेठजींच्या मृत्यूची बातमी ऐकून तो हवालदिलच झाला होता. इतक्या वर्षांच्या सहवासानंतर त्या दोघांमध्ये नोकर आणि मालक यापेक्षा वेगळे, अधिक आपुलकीचे संबंध प्रस्थापित झाले होते. त्याव्यतिरिक्त आता आपलं काय, हीही चिंता महादूला भेडसावत होती.

बापटांनी पुढे होऊन महादूला हाक मारताच त्यानं हंबरडाच फोडला. बापटांनी त्याचं सांत्वन करण्यासाठी त्याच्या पाठीवर थोपटलं आणि थोडा वेळ त्याला मनसोक्त रडू दिलं. त्याचा उमाळा उतरतो आहे हे ध्यानात येताच ते म्हणाले, "महादू, झाली गोष्ट वाईट झाली, पण आता सावरलं पाहिजे. शेठजींच्या आत्म्याला शांती मिळायला हवी ना?"

"व्हय सायब." हुंदके देतदेतच महादू उत्तरला.

"मग आता आम्हाला काही माहिती सांगणार का?"

"म्या काय सांगनार जी?"

"अरे हेच. आज सकाळी शेठजींनी कायकाय केलं, झालंच तर त्यांच्याबरोबर आणखी कोणकोण होतं वगैरे."

"शेठजी काल सांच्याला आले बगा. सवताच गाडी घ्येऊनशान आले. शंकर, त्येंचा डायवर आपल्या पोराला बगाया गावाला गेलता म्हूनशान त्यांनीच आनली की गाडी. उंद्याच्याला शंकर यायाचा हाय म्हून सांगत व्हते."

"म्हणजे आज सकाळी तू आणि शेठजी दोघंच जण बंगल्यावर होता तर?"

"न्हाय बा. आमी दोगंच कसं? त्ये रुस्तमशेठ, गुलबाय, केकीबाबा आन् केटीबेटी, त्ये बी आलं होतं ना. त्ये समदे शेठजींच्या अगुदरच आलं होतं!

"सगळे एकत्र आले की वेगवेगळे आले?"

"येगयेगळंच आलं. पयल्यांदा गुलबाय, तेंच्या मागनं केटीबेटी अन् रुस्तमशेठ आलं अन् शेवटाला केकीबाबा. आज सकाळच्याला सगळ्यांनी एकदमच नाश्ता घेतला न्हवं का!

"म्हणजे सगळ्यांनी एकत्र बसूनच ब्रेकफास्ट केला?"

"व्हय, व्हय."

"मग त्या वेळी शेठजींची तब्येत कशी होती?"

"झ्याक व्हती बगा. हसत व्हते, बोलत व्हते, माजीबी मस्करी क्येली न्हवं का त्येनी!"

"मग त्यांची तब्येत बिघडली कधी?"

"त्येच समजंना झालंय बगा. नाश्ता करूनशान ते बागंत त्या झाडाखाली त्यो झुला लावलाय न्हवं, त्येच्यावर पडाया गेले. आदतच हाय त्येंची. कंदीबी आले की नाश्त्यानंतर त्या तिथं जाऊन झुल्यावरती पडूनच कायबाय वाचायचं, न्हायतर घटकाभर डोळं मिटायची सयच होती त्येस्नी."

"आजही नाश्त्यानंतर ते तिथेच गेले?"

"व्हय जी."

"किती वेळ तिथे होते ते?"

"त्ये काय मला ठावं नाय. नाश्त्यानंतर टेबल शाप करूनशान मी आत गेलो. दोपारचं जेवन बनवायचं व्हतं आणि भांडी बी घासायची व्हती."

"म्हणजे बाहेर इतरांचा आरडाओरडा झाला तेव्हा तू आतच होतास?"

"व्हय जी."

"म्हणजे बाहेर शेठजींची तब्येत एकाएकी का बिघडली, हे तुला कळलंच नाही?"

"हांगाशी. मंजी केटीबेबी ओरडल्या आणि त्ये ऐकून रुस्तमशेठ आणि गुलबाय

धावले. मग केकीबाबांनी शेठजींचीच गाडी घ्येतली आणि शेठजींना त्यात घालून समदं हॉस्पिटलात ग्येलं.''

''सगळे गेले?''

''न्हाय बा. केटीबेबी घरलाच थांबून ऱ्हायल्या न्हवं का? त्यांनीच फोन करून हॉस्पिटलाला सांगितलं, की शेठजींना घ्येऊनशान येत्यात म्हून.''

''पण शेठजींना नेमकं काय झालं हे तुला कोणी सांगितलं नाही?''

''न्हाय बा. म्या इचारलं केटीबेबीस्नी. पन त्या फोनमंदी बोलन्यात गुतल्या व्हत्या. मस्नी त्यानी गप क्येलं आन् म्याबी काम कराय गेलो.''

''महादू, तुमच्या बागेत ते भलं थोरलं मधाचं पोळं कुठे आहे, ते बघायचंय मला. दाखवतोस का?'' कौशिकांनी सहज विचारल्यासारखं केलं.

''छ्या! छ्या! सायब, आपल्या बागंत मी मधाचं पोळं कसं ऱ्हाऊन दीन? शेठजींना मारायचं हाय की काय मला? तुमीबी काय बोलता राव? शेठजींना मधमाश्यांचा लईच तरास व्हतो हे काय ठावं नाय व्हय मला? मागल्या वक्ताला म्याच तर बलिवलं व्हतं की डागदरास्नी! म्हून तर जरा कुटं संशेव आला, की हाणून काडतो बगा माश्यांस्नी. अजाबात टिकून द्येत न्हाई तेस्नी.''

ते ऐकून कौशिकांसकट सगळेच आश्चर्यचकित झाले. फक्त कौशिकांनी तसं उघड दाखवलं मात्र नाही.

''अरे, मग...'' अमृतराव तावातावानं त्याला काही विचारणार तो त्यांना अडवत कौशिक म्हणाले, ''वा! छान निगा राखतोस की बागेची. बघितलीच पाहिजे मला ती बाग आणि तुझे शेठजी ज्याच्यावर विश्रांती घेत तो झुला. येतोस, आता दाखवायला?''

महादूला असं हरबऱ्याच्या झाडावर चढवल्याबरोबर तोही ताबडतोब तयार झाला. आंब्याच्या दोन झाडांच्यामध्ये तो कापडाचाच झुला बांधला होता. त्याला दोन्ही बाजूंना ताण दिल्यानं त्याच्यावर झोपलं, तरी तो फार खाली झुकत नसे. वर झाडांची चांगलीच छाया पडल्यानं विश्रांतीला मोठी झकास जागा होती ती. त्या झुल्यावर एक उशी अजूनही तशीच पडलेली होती आणि तिथे तशा बऱ्याच मधमाश्याही घोंघावत होत्या. झुल्याखाली एक चष्मा पडलेला होता. तो पाहताच महादू पुढे झाला आणि तो उचलत म्हणाला, ''ही बगा शेठजींची चाळशी. हितंच पडल्याली हाय.''

त्याच्याकडून ती काढून घेत कौशिक पुढे झाले आणि वर कुठे मधाचं पोळं दिसतं का हे पाहू लागले. अमृतरावांनी त्याचं आधीच निरीक्षण केलं होतं. ते म्हणालेच, ''महादू म्हणतो ते खरंच आहे. इथे कुठेच पोळं दिसत नाही. मग या मधमाश्या इथे येताहेत कुठून?''

''तसं त्या पल्याडच्या बंगल्यात हाय बगा येक पोळं लागल्यालं. मस्नी ते

दिसलं तवा चांगलंच मोटं झाल्यालं हुतं. शिदबा, तितला राखनदार आपला गाववालाच हाय. त्येला सांगूनशान ते काडायचा इचार करतच हुतो आमी. पन इत्कं मोटं पोळं काडनारं त्ये धनगर फिरकल्यालंच न्हाय किती तरी दिस. त्या पोळ्यातल्याच माश्या बगा या. म्या अगुदरच ते पोळं काडाय हवं हुतं.'' महादूनं त्यांच्या प्रश्नाचं उत्तर न विचारताच देऊन टाकलं.

कौशिक मात्र आपल्याच विचारात गुंग झाल्याचं दिसलं. कारण त्यांच्या पाईपातून धुराचे भलेमोठे भपकारे सुटू लागले होते. ते पाहताच त्यांना एकट्यालाच तिथे सोडून अमृतराव, बापटांना घेऊन बागेला फेरी मारायला निघाले. महादूही त्यांना निरनिराळ्या झाडांची माहिती देत त्यांच्याबरोबर गेला.

ते परत येताहेत, तो कौशिक त्या जमिनीवर बसून त्या झुल्याच्या खालच्या भागाची तपासणी करताना दिसले. त्या तिघांना पाहताच हात झाडत ते उभे राहिले.

''महादू, मोठी झकास जागा आहे ही. शेठजी इथेच का विश्रांती घेत असत, ते सहज लक्षात येतंय. मीही आता काही वेळ इथेच काढीन म्हणतो. पण त्याआधी थोडी कॉफी मिळेल का?''

''आनतो की आत्ता करून.'' असं म्हणून महादू घराकडे वळल्याबरोबर कौशिक बापटांना म्हणाले, ''बापट, मला वाटतं की शेठजींबरोबर नाश्ता करणाऱ्या त्यांच्या चारही भाचेपुतण्यांना इथे बोलावून घ्या. त्यांच्याबरोबर बोलणं अतिशय आवश्यक झालंय. डॉक्टरांना आलेली शंका रास्त आहे असंच मलाही वाटू लागलंय. फक्त शेठजींचा मृत्यू मधमाशी चावल्यामुळेच झाला असावा, असं मात्र मला वाटतंय. अमृतराव मगाशी म्हणाले ना मधमाशी इथे येणारच कुठून? ती आली असणार त्या शेजारच्या बंगल्यातल्या पोळ्यातूनच. एक नाही त्यांचा थवाच आला असणार आणि त्यांनी इथे यावं अशी पक्की व्यवस्थाही केलेली दिसते.''

''तशी व्यवस्था? म्हणजे त्यांना काय रीतसर आमंत्रण दिलं गेलं होतं की काय?'' अमृतराव बुचकळ्यात पडून म्हणाले.

''तसंच म्हणा ना. अगदी पायघड्याच अंथरल्या होत्या इथे, असंही म्हटलंत तरी चालेल. या झुल्याच्या कापडाची ही मागची बाजू पाहा.'' आपला हात त्यावरून फिरवून अमृतरावांच्या हातात देत कौशिक म्हणाले. अमृतरावांनी हस्तांदोलन केल्यासारखा कौशिकांचा हात हातात घेतला आणि खस्सकन पाठी ओढत ते हाताची बोटं एकमेकांना घासू लागले.

''कसलातरी चिकट पदार्थ दिसतोय हो. तो त्या झुल्याच्या कापडाला चोपडलेला आहे की काय?''

''मला वाटतं मध आहे तो बापट. मध चोपडलाय या झुल्याला. भरपूर. त्याच्या वासानं मग मधमाश्या इथे आल्या नसत्या तरच नवल. शेठजी त्या झुल्यावरच

विश्रांती घेतात, तिथे त्यांना झोप लागते याची पक्की माहिती असणाऱ्या कोणीतरी त्या वेळी मधमाश्या तिथे येतील याची पक्की व्यवस्था केलेली आहे.''

''आणि ज्यांनी कोणी हे केलं त्याला शेठजींना मधमाश्यांच्या चाव्याची जबरदस्त ॲलर्जी आहे, याचीही चांगली माहिती असणार.''

''म्हणजेच हा खुनाचाच प्रयत्न झाला आणि त्यात मृत्यू मात्र नैसर्गिकरीत्याच आला, असं भासवण्याचीही व्यवस्था केली गेली आहे.'' गंभीरपणे बापट म्हणाले, ''मी ताबडतोब मुंबईला मेसेज पाठवून त्या चौघांना बोलावून घेतो. मधल्या काळात या महादूवरही कडक नजर ठेवण्याची व्यवस्था करतो.''

''तसंच डॉक्टर वळसंगकरांना बॉडी पोस्टमॉर्टेमसाठी पाठवायलाही सांगा,'' बापट तिथून निघाल्याचं पाहून कौशिक म्हणाले.

''कौशिक, मला वाटतं ते चौघे आणि पोस्टमॉर्टेमचा रिपोर्ट येईपर्यंत आता आपल्याला या बागेतच माश्या मारत बसण्याशिवाय दुसरं काम दिसत नाही.''

''अमृतराव, माश्या कसल्या मारताय! माश्याच आपल्याला मारणार नाहीत, याची काळजी घ्यायला हवी.''

''तेही खरंच. पण मग तोवर आपल्याला या बागेतल्या झाडांशी हितगूज करून काही दुवा सापडतोय की काय हे बघायला हवं. त्या बलसारांच्या खुन्याचा पत्ता या झाडांनीच तर लावून दिला होता. तेव्हा ही झाडं, ही जमीन, इथले नळ यांच्याशीच आपल्याला गप्पा मारायला हव्यात. ही मंडळी जे काही सांगतील ते खरंच असेल याबद्दल शंकाही बाळगण्याचं कारण नाही. कारण खोटं बोलणं हा तर माणसानंच लावलेला शोध आहे.''

''हे मात्र खरं सांगितलंत. चला, नाहीतरी वेळ घालवायचाच आहे. आता घरी जाऊन भीमसेन ऐकण्यातही मन लागणार नाही. या बागेतच फेरफटका मारू या.''

आणि तसा तो मारत असतानाच, त्यांना बागेला पाणी देण्यासाठी खास बसवलेल्या नळामध्ये एक कापडाची पुरचुंडी कोंबून ठेवलेली आढळली. म्हणजे काही झाडांना पाणी द्यावं या उद्देशानं अमृतराव नळ चालू करायला गेले तर पाईपातून पाणीच येईना. ते का येत नाही हे बघण्यासाठी त्यांनी नळापासून पाईप अलग केला तर जोरानं ती पुरचुंडी प्रथम बाहेर फेकली गेली आणि त्यानंतर पाण्याचा जोमदार प्रवाह बाहेर पडू लागला. घाईघाईनं नळ बंद करत अमृतरावांनी ती पुरचुंडी उचलली.

''अरेच्च्या! हे काय?'' ती उघडून बघताबघताच अमृतराव ओरडले.

कौशिकही घाईघाईनं तिथे पोहोचले आणि त्यांनी अमृतरावांच्या हातातल्या त्या पुरचुंडीकडे पाहिलं.

एक प्लास्टिकची डिस्पोजेबल सिरिंज आणि कापसाचा बोळा तिच्यात होता. कोणीतरी इंजेक्शन देऊन झाल्यानंतर ती तिथेच टाकून दिली होती.

“बहुतेक ही त्या गुलची असणार. ती डॉक्टर आहे ना? शेठजींना माशी चावल्यानंतर तिनं त्यांच्यावर उपचार करण्यासाठी ही वापरली असेल आणि घाईघाईनं इथेच टाकून ती त्यांना घेऊन हॉस्पिटलमध्ये गेली असेल.”

“पण मग ती अशी नळामध्ये कोंबून कोणी ठेवली?” अमृतरावांनी कौशिकांनाच विचारलं.

“हाही एक विचार करण्यासारखा मुद्दा आहे. आपण महादूलाच विचारू या. तो काय कॉफी घेऊन येतोच आहे.”

महादूनं आणलेल्या कॉफीचा घोट घेतल्यानंतर कौशिकांनी सहज विचारल्यासारखं महादूला म्हटलं, “महादू, काल आणि आज काही पाऊस पडलेला नाही. मग बागेला पाणी द्यावं लागलं असेल नाही?”

“तर वो! नायतर काही झाडं मरूनशान न्हाय जानार?”

“मग आज केव्हा दिलं होतं पाणी?”

“म्या नाय दिलं. मस्नी आज लय काम हुतं. म्हून म्या शिवाला सांगिटलं हुतं.”

“शिवा कोण?” अमृतरावांनी वैतागाच्या सुरात विचारलं. संशयितांच्या यादीत आणखी एकाची भर घालावी लागणार की काय या विचारानं ते अस्वस्थ होत चालले होते.

“माळी हाय. ऱ्हातो तो गावामंदी. आटवड्याला दोन रोज येतो बगा. पन मस्नी ज्यादा काम असलं की म्या बलीवतो त्याला.”

“मग आज आला होता का तो?”

“आला असंल बगा. मस्नी काय त्यो भ्येटला नाय. पर बागंला पानी धाटल्यालं दिसतंय तवा आला असनार.”

“मग आहे कुठे तो? त्याला बोलावून आणतोस का? त्यानं कदाचित शेठजींना माश्या चावताना बघितलं असेल.”

तो येईपर्यंत परत अमृतराव बागेला फेऱ्या मारत राहिले. त्यांची नजर मात्र ससाण्यासारखी सारा परिसर न्याहळत होती.

कौशिक मात्र त्या झुल्यावर पडून पाईप ओढत राहिले होते. कोणी विचारलं असतं तर तिथे घोंघावणाऱ्या माश्यांना हाकलण्यासाठी आपण पाईपातून धुराचे भपकारे सोडत होतो, असं त्यांनी म्हटलं असतं. पण ती त्यांचं विचारचक्र चालू असल्याची निशाणी होती, हे अमृतरावांनाच माहिती होतं.

शिवा आला तो रडतरडतच. शेठजी गेल्याचं त्याला कोणी सांगितलंच नव्हतं. महादूकडूनच त्याला ते समजलं.

“असं कसं जालं वो सायब? सकाळच्या पारीच म्या त्येस्नी हितंच बगितलं व्हतं न्हवं. आता तुमी निजलायसा तसंच शेठजीपण निजले व्हते.”

आपल्याला जे विचारायचं आहे त्याची सुरुवात शिवानंच आपोआप केलेली पाहून कौशिक खूश झाले.

"म्हणजे शेठजी इथे विश्रांती घेत होते तेव्हा तू इथेच होतास तर?"

"हितं मंजी म्या तकडं खालच्या अंगाला हुतो. पन केटीबेबी हितं व्हत्या. त्या द्वाड माश्या तरास देत व्हत्या न्हवं का शेठजींस्नी. त्येस्नी हाकलाय बगत हुत्या त्या."

"म्हणजे शेठजींना झोप लागलेली असताना त्या मधमाश्या इथेच घोंघावत होत्या?"

"व्हय जी."

"आणि त्या केटीबेबी त्यांना हाकलायचा प्रयत्न करत होत्या?"

"बरुबर! मंजी म्या तकडसून त्येस्नी असं हातवारं करताना बगिटलं. मस्नी कळंना त्या असं का करत्यात ते. मग ध्येनात आलं, की त्या इचीभनं माश्यांचा लईच तरास व्हत असंल."

"मग पुढे काय झालं?" अमृतरावांनी अधीर होऊन विचारलं. त्यांना कौशिकांची ही आडवळणं घेऊन चौकशी करण्याची पद्धत कधी आवडत नसे.

"फुडं येकायेकी केटीबेबी वराडल्या. तशी म्या धाऊनशान आलो. तर केटीबेबी शेठजींना माशी चावली असं वरडत हुत्या. अन् शेठजींचं त्वांड हुप्प्या वानरावाणी लालीलाल व्हत चाललं हुतं. त्येस्नी धाप बी लागली व्हती डोंगरमाथ्यावर चडून आल्यावानी. झालंच तर त्येस्नी लई घाम फुटला व्हता बगा."

"ते काही बोलत होते का?"

"न्हाय बा. त्येस्नी काय बोलायचं कसं सुदरावं गा? पर त्येस्नी लयं तरास व्हत हूता. आन् केटीबेबींचं वराडणं ऐकून धावून आलेल्या गुलबाय त्येंच्या उजव्या हाताचं कोपर चोळत हुत्या बगा."

"चोळत होत्या? कशानं?"

"कशानं मंजी? आता आपल्या हातानंच चोळनार न्हवं का?"

"त्यांच्या हातात कापसाचा बोळा असेलच की?"

"न्हाय बा! मस्नी तर काय दिसला नाय."

"पण डॉक्टरीणबाईंनी त्यांना काहीतरी इंजेक्शन तर दिलं असेलच ना? म्हणजे सुई टोचली असेलच ना?"

"कुटली वो? त्या तर नुसताच हात चोळत हुत्या आन् शेटजीस्नी झुल्यावरून उतरायाला बगत हुत्या. मग म्याच फुडं जालो आन् शेटजीस्नी गाडीकडं घेऊनशान ग्येलो. तोपतर केकीबाबांनी गाडी चालू केल्याली हुती. शेटजीस्नी घेऊनशान गुलबाय, रुस्तमशेट आन् केकीबाबा डागदराकडं ग्येले."

"तूही गेला नाहीस का त्यांच्याबरोबर?"

"छ्या! म्या गाडी जाईस्तवर हतंच उबा रायलो. आन् मंग पुन्यांदा बागंला पानी घालत रायलो."

"बाग बरीच मोठी आहे. तेव्हा पाणी घालायला तुला बराच वेळ लागला असेल नाही?"

"तर वो! अर्दा-येक घंटा तरी लागला असंल."

"शिवाय त्या पाईपातून पाणी नीट येत नसलं, की आणखीच वेळ लागत असेल नाही?"

"तसं काय येक व्हत नाय बगा. आमच्या हितं पानी बक्कळ हाय. कवाबी पानी काय कमी पडत नाय."

"ते खरं रे! पण त्या नळात काही कचरा वगैरे अडकलेला असला की त्यातून पाणी व्यवस्थित बाहेर पडत नसेल ना?"

"माज्या पाहन्यात तरी तसं कवाच जाल्यालं नाय. मस्त फवारा पडतो की त्या पायपातनं. आजबी तसंच धोधो पानी येत व्हतं की."

"म्हणजे तू गेलास तेव्हा घरात फक्त केटीबेबीच होत्या. आणि तू इथून निघून जाईपर्यंत शेठजींबरोबर गेलेल्यापैकी कोणीच परत आलेलं नव्हतं?"

"अगदी बरुबर."

शिवाकडून आणखी काही उपयुक्त माहिती मिळण्याची शक्यता नसल्यामुळे त्याला जाऊ द्यायला काहीच हरकत नव्हती. तेवढ्यात बापटही परतताना दिसल्यामुळे तर शिवाला तिथून जायला सांगायला काहीच हरकत नव्हती.

बापट आले ते पोस्टमॉर्टेमचा इंटरिम रिपोर्ट मिळाला असल्याचं सांगण्यासाठी.

"डॉक्टर वळसंगकरांना आलेली शंका खरी ठरली, अमृतराव."

"म्हणजे शेठजींचा खूनच झाला आहे तर?"

"हो."

"हा इथे इतका मध चोपडून मधमाश्यांना आमंत्रण दिल्यानंतर दुसरं काय अपेक्षित आहे? म्हणजे वरवर जरी शेठजींचा मृत्यू नैसर्गिक वाटला तरी तो घडवून आणला गेला. तेव्हा त्याला खूनच म्हटलं पाहिजे."

"नाही अमृतराव, खून झाला आहे हे खरं. पण तो मधमाशीच्या चाव्यामुळे झालेला नाही. तो झालाय विषप्रयोगापायी आणि खुन्यानं मोठ्या चतुराईनं असं विष वापरलंय, की सगळी लक्षणं मधमाशीच्या चाव्यामुळे होणाऱ्या रिॲक्शनसारखीच वाटावी."

"विष! आय सी!" कौशिक स्वत:शीच बोलल्यासारखं म्हणाले. अन् मग एकाएकी झर्रकन वळून आपला पाईप बापटांवर रोखत त्यांनी विचारलं, "कोणतं विष?"

कौशिकांचा तो आविर्भाव पाहून बापट एरवी गडबडूनच गेले असते. पण त्यांना कौशिकांच्या या सवयीची चुणूक पूर्वी एकदा मिळाली होती. त्यामुळे ते विचलित झाले तरी लगेच सावरले आणि म्हणाले, "ते काही कळलं नाही. पण पोस्टमॉर्टेमचा डिटेल्ड रिपोर्ट संध्याकाळपर्यंत मेसेंजरमार्फत पाठवला जातोय. मी शेठजींच्या सॉलिसिटरला भेटून त्यांच्या मृत्यूपत्रासंबंधीची माहितीही काढून आणायला सांगितलंय."

"दॅट्स गुड! हे फार चांगलं केलंत." त्यांना शाबासकी देत कौशिक म्हणाले, "आणि शेठजींचे ते सगळे नातेवाईक? ते चौघे?"

"तेही आज संध्याकाळपर्यंत इथे पोहोचतील."

"मग ठीक आहे. त्यांच्याकडची माहिती तुम्ही आणि अमृतराव काढून घ्यालच. तो पोस्टमॉर्टेमचा रिपोर्ट आला की मला कळवा. मी आता जरा फिरायला जातोय. आपण सगळेच उद्या सकाळी अकरा वाजता इथे भेटू या. त्या वेळी महादू आणि शिवासकट सगळ्यांनाच हजर व्हायला सांगा. मला जरा काही ई-मेल आल्या आहेत की काय ते पाहिलं पाहिजे. माझ्या सायबरमित्रांशी चॅट करायची वेळ झालीय आता. मी हजर झालो नाहीतर ते पोलिसांनाच कळवतील."

आणि पाईपातून धुराचे भपकारे सोडत कौशिक निघून गेले. अमृतराव मात्र ते नजरेआड होईपर्यंत त्यांच्या पाठमोऱ्या आकृतीकडे पाहत राहिले होते.

अकराच्या ठोक्याला कौशिकांनी दिवाणखान्यात प्रवेश केला. केकी, केटी, रुस्तम आणि गुल हे शेठजींचे नातेवाईक, तसंच महादू आणि शिवा हे नोकर आणि हॉस्पिटलमधले डॉ.वळसंगकर हे त्याआधीच तिथे हजर झाले होते. बापट आणि अमृतराव कौशिकांबरोबरच आले.

"गुड मॉर्निंग एव्हरीबडी. खरंतर ही काही गुड मॉर्निंग नाही. शेठजींच्या काल झालेल्या दुःखद निधनानंतर तर ही गुड मॉर्निंग राहिलेली नाही. मॉर्निंगची ही घडी आहे. तरीही इन्स्पेक्टर बापटांच्या विनंतीला मान देऊन तुम्ही सर्व जण इथे आलात त्याबद्दल त्यांच्या वतीने मी तुमचे आभार मानतो. खरंतर शेठजींच्या मृत्यूनंतर इथे पोलिसांचं काय काम, असा प्रश्न तुम्हा सर्वांनाच पडला असेल. तर त्याचं उत्तर आधीच देऊन टाकतो. आपल्या पुढच्या कारवाईच्या दृष्टीनंही ते सोपं जाईल. पोलीस आज इथे हजर आहेत आणि त्यांनी म्हणजे इन्स्पेक्टर बापटांनी केलेल्या विनंतीवरून मीही इथे हजर आहे. कारण शेठजींना आलेला मृत्यू नैसर्गिक नाही."

क्षणभर सगळ्यांची चलबिचल झाली. ते एकमेकांकडे पाहत होते. महादू आणि शिवा यांना कौशिकांच्या म्हणण्याचा काहीच उलगडा झाला नव्हता. पण बाकीचे अस्वस्थ होऊन एकमेकांकडे पाहत असल्याचं बघून तेही थोडेफार अस्वस्थ होऊ

लागले होते. कौशिक आणि अमृतरावही डोळ्यांत तेल घालून त्या सर्वांकडे रोखून बघत होते. त्यांच्या चेहऱ्यावर उमटणाऱ्या क्षणिक प्रतिसादावरही त्यांची करडी नजर होती.

"नैसर्गिक नाही? म्हणजे याचा अर्थ काय?" धीर करून गुलनं विचारलं.

"स्पष्टच सांगायचं तर त्यांचा खून झालेला आहे."

ते ऐकताच तिथे चांगलीच खळबळ माजली. इतका वेळ शांत असलेले सगळेच जण एकसाथ बोलण्याचा प्रयत्न करू लागले. आपण जे ऐकलं त्यावर विश्वास न बसून त्याविरुद्ध प्रतिक्रिया देण्याचा प्रयत्न करू लागले.

"नो, नो, नो. धिस इज नॉट पॉसिबल!" रुस्तम एकदम ओरडून त्या सर्व गदारोळावर आवाज चढवून म्हणाला, "आम्ही सर्वांनी पाहिलं ना, त्यांना मधमाशी चावली..."

"दॅट्स राईट! त्यांना अॅलर्जी होती बी स्टिंगची. मी स्वतः पाहिलं. त्यांच्या कोपराला माशी चावली. मी तिथे चोळण्याचाही प्रयत्न केला. त्यांना ताबडतोब हॉस्पिटलमध्येही घेऊन गेलो. या डॉक्टर वळसंगकरांनाही माहिती आहे अंकलना अॅलर्जी होती ते. तुम्ही सांगा ना डॉक्टर." त्यांना आवाहन करत गुल म्हणाली.

त्यावर डॉक्टर वळसंगकर काहीच बोलले नाहीत, पण कौशिकांनीच पुढे बोलायला सुरुवात केली.

"डॉक्टरांनीच तर सांगितलं आम्हाला. त्यामुळेच संशय आला आणि आता तर पोस्टमॉर्टेमचा रिपोर्टही आलाय. त्यातून तर हे आता कन्फर्म झालंय."

"म्हणजे पोस्टमॉर्टेम केलात तुम्ही अंकलच्या बॉडीचा?" रागानं केकीनं विचारलं. "कोणाची परवानगी घेऊन केलात तुम्ही तो?"

त्याचा हात धरून त्याला जागेवर बसवत बापट आवाज न चढवता, पण त्यात जरब आणून म्हणाले, "आम्हाला संशय आला, की आम्ही पोस्टमॉर्टेमचा आदेश देऊ शकतो. त्यासाठी कोणाचीही परवानगी लागत नाही आम्हाला. विशेषतः डॉक्टरांनी डेथ सर्टिफिकेट द्यायला नकार दिला तर."

"म्हणजे तुम्ही डेथ सर्टिफिकेट द्यायला नकार दिला डॉक्टर?" डॉक्टर वळसंगकरांकडे आपला मोहरा वळवत केटी आणि गुल दोघींनीही विचारलं.

"ते कसे देतील सर्टिफिकेट??" उपहासानं रुस्तम म्हणाला, "त्यांच्याच हलगर्जीपणानं अंकलचा डेथ झाला. म्हणून तर त्यांनी हा मर्डरचा खोटा चार्ज ठेवला आहे."

त्यावर डॉक्टर काही बोलणार तो त्यांना अडवत कौशिकच म्हणाले, "जर डॉक्टरांच्या चुकीमुळे शेठजींना मृत्यू आलेला असता, तर उलट सर्टिफिकेट देणं त्यांच्या फायद्याचंच होतं. तसं न करता उलट त्या बॉडीची तपासणी करून खरं काय

ते बाहेर आणण्याची संधी ते कशाला देतील? शिवाय मोटिव्ह? शेठजींचा खून करून डॉक्टरांना काय मिळणार होतं?''

''खून नाही, पण कॅलस ट्रीटमेंट. केअरलेसनेस.'' गुल म्हणाली.

''तसं जर तुम्हाला वाटत होतं, तर मग शेठजी संपूर्ण बरे होईपर्यंत तुम्ही हॉस्पिटलमध्ये का नाही थांबलात?''

''मला, मला काम होतं दुसरं. अर्जन्ट.'' गुल म्हणाली. पण तिची धांदल उडाल्याचं दिसत होतं. तिनं कौशिकांकडे मान वर करून पाहण्याचं टाळलं.

''शेठजींच्या तब्येतीपेक्षाही अर्जन्ट?'' कौशिकांनी अचंब्यानं विचारलं. ''एनी वे. लेट अस नॉट गेट साईडट्रॅक्ड. शेठजींचा खून झालाय याबद्दल पोलीस सर्जनचा स्पष्ट रिपोर्ट आहे आणि त्याच रिपोर्टनुसार शेठजींचा खून करण्याचे एक नाही, तर दोन प्रयत्न झाले, हेही स्पष्ट होतंय.''

ते ऐकताच मात्र तिथे संपूर्ण शांतता पसरली. प्रत्येक जण कौशिकांकडेच पाहू लागला. आपल्या बोलण्याचा योग्य तो परिणाम झाल्याचं पाहून समाधानानं मान हलवत कौशिक पुढे बोलू लागले.

''त्यामुळे बरेच प्रश्न उभे राहिले आहेत. हे दोन्ही प्रयत्न एकानंच केले की दोन वेगवेगळ्या व्यक्ती यापाठी होत्या? जो प्रयत्न शेवटी शेठजींचे प्राण घेण्यात यशस्वी झाला तो आधी केला गेला होता की नंतर? हे प्रयत्न का केले गेले? आणि ते कोणी केले?''

''देअर इज वन मोअर क्वेश्चन.'' केकी म्हणाला, ''ही जी काही दोन अटेम्प्टसची स्टोरी तुम्ही सांगता आहात, त्यातले ते दोन अटेम्प्टस कोणते होते?''

''गुड क्वेश्चन. त्याचं उत्तरही मला माहिती आहे. ते ताबडतोब देऊ शकतो मी, थँक्स टू धिस पोस्टमॉर्टेम रिपोर्ट. एक अटेम्प्ट होता मधमाशीच्या चावण्याचा.''

त्यावर परत एकदा कोलाहल माजण्याचा, प्रत्येक जण तावातावानं काहीतरी बोलण्याचा प्रयत्न करणार आहे, असं दिसताच आपला हात उंचावत सगळ्यांना शांत करत तेच पुढे म्हणाले, ''सबूर, सबूर. तुम्ही काय म्हणणार आहात त्याची कल्पना आहे मला. मधमाशी तर नॅचरली चावली शेठजींना. तुमच्यापैकी कोणीच ती पकडून त्यांच्या अंगावर सोडली नाही, असंच सांगायचं आहे ना तुम्हाला? वेल दॅट इज फॅक्चुअली करेक्ट, पण एका मर्यादित स्थितीतच. कारण शेठजींना मधमाश्यांच्या चाव्याची ॲलर्जी आहे याची माहिती तुम्हा सर्वांनाच, अगदी या डॉक्टरांनाही होती. त्याचाच फायदा उठवून त्यांना मधमाशी चावेल अशी व्यवस्था केली गेली होती. त्यामुळे जर शेठजींचा मृत्यू झाला असता तर तो नॅचरलच वाटला असता. पण तशी व्यवस्था केल्याचा पुरावा आमच्या हाती आला आहे. त्यामुळे तो खुनाचाच प्रयत्न मानावा लागेल. ती व्यवस्था कोणती हे मी तुम्हाला सांगणारच

आहे, पण जरा वेळानं. त्याआधी खुनाचा दुसरा प्रयत्न कोणता, हेही सांगायला हवं. मी आताच म्हणालो, की जर मधमाशीच्या चाव्यापायी शेठजींना मृत्यू आला असता तर तो नॅचरल वाटला असता. त्याकडे तुम्ही बारकाईनं लक्ष दिलेलं दिसत नाही. मृत्यू आला असता असं म्हणालो मी. म्हणजेच त्यांना मधमाशीच्या चाव्यापायी आलेल्या ॲनॅफिलॅक्टिक रिॲक्शनपायी मरण आलेलं नाहीये. त्यांचा मृत्यू झालाय तो विषप्रयोगामुळे.''

''काऽय?'' जवळजवळ सगळे जण एका सुरात ओरडले.

''दॅट्स राईट. त्यांना फॉर्मिक ॲसिड दिलं गेल्यामुळे मृत्यू आलाय. फॉर्मिक ॲसिड हे अतिशय करोझिव्ह म्हणजेच पदार्थांना सडायला लावणारं असं रसायन आहे. शरीरात ते गेल्याची जी लक्षणं दिसतात ती साधारणपणे ॲनॅफिलॅक्टिक शॉकसारखीच असतात. त्यामुळे सुरुवातीला डॉक्टर वळसंगकरही फसले. त्यांनाही मधमाशीच्या चाव्यापायीच शेठजींचा मृत्यू झाल्यासारखं वाटलं. पण तेवढ्यात त्यांना आठवलं की त्यांनी शेठजींना हॉस्पिटलमध्ये पोहोचल्याबरोबर दिलेल्या ॲन्टिडोटचा परिणाम झाल्यासारखा वाटला होता. शेठजी शॉकमधून बाहेर आले होते. ते बरे होतील असं वाटू लागलं होतं.''

''बरोबर. मीही ते पाहिलं होतं.'' गुल म्हणाली, ''म्हणूनच तर मी तिथून माझ्या कामासाठी जायचं ठरवलं. जर अंकलना अजूनही त्रास होतोय, त्यांची कन्डिशन क्रिटिकल आहे असं वाटलं असतं तर मी निघून गेले नसते. पण त्यांची कन्डिशन स्टेबल होती म्हणून मी तिथून निघाले. डॉक्टरांना तसं म्हटलंही मी.''

''हो. डॉक्टरांनी सांगितलं होतं ते मला. पण त्यानंतर परत शेठजींची कन्डिशन खराब झाली. अधिकाधिक खराब होत गेली.''

''मलाही तेच वाटलं होतं.'' रुस्तम म्हणाला, ''मी डॉक्टरांना म्हणालोही तसं. त्यांना दुसरी काहीतरी ट्रीटमेंट द्यायला सांगितलं, पण त्यांनी माझं ऐकलं नाही. मी डॉक्टर नाही ना. पण माझं ऐकलं असतं तर... तर अंकल...'' आपल्याला हवा तो परिणाम साधण्यासाठी रुस्तमनं वाक्य पूर्ण न करता ते अर्धवटच सोडलं.

''पण शेठजींना विष दिलं गेलंय याची डॉक्टरांना काय कल्पना? शिवाय ज्यानं ते दिलं, त्यानं अत्यंत हुशारीनं त्या विषाची निवड केली होती. डॉक्टरांची दिशाभूल व्हावी असाच तो प्रयत्न होता, हेही आपण ध्यानात घेतलं पाहिजे.

तेव्हा शेठजींचा खून झाला हे नक्की. तो करण्याचे दोन प्रयत्न झाले, हेही नक्की. अरे हो, पण विषप्रयोगाचं जरी समजलं तरी मधमाशीचा चावा हा खुनाचा प्रयत्न कसा, हे सांगायचं राहिलंच आहे नाही का? तर तेही सांगून टाकतो. मधमाशी ही जरी तिच्या नैसर्गिक धारणेनुसार चावली असली तरी ती तशी चावावी, तिथे तिनं यावं, अशी व्यवस्था केली गेली होती. सुरुवातीला मला वाटलं, की बागेतच कुठे

तरी मधमाश्यांचं पोळं लागलं असेल. पण महादूनं मला सांगितलं, की तो आणि शिवा मिळून तिथे पोळं लागू देत नाहीत आणि ते खरंही होतं. कारण बागेत कुठेच आम्हाला पोळं दिसलं नाही. ते पाहून आमच्या अमृतरावांनी मोठा मार्मिक सवाल केला, की मग मधमाश्या आल्या कुठून? त्यांना काय आमंत्रण दिलं गेलं होतं की काय? अमृतरावांचे सवाल मोठे मर्माला हात घालणारे होते. कारण आम्ही त्या झुल्याजवळ गेलो तेव्हा आम्हालाही तिथे माश्या घोंघावताना दिसल्या.''

"एकदम बरोबर. अंकल तिथे झोपले असतानाही त्या तिथे आल्या होत्या. मीही पाहिलं ना.'' केटी म्हणाली, "म्हणून तर मी तिथेच त्यांना हाकलण्याचा प्रयत्न करत होते.''

"हो, शिवानं पाहिलं होतं तुम्हाला. तसं त्यानं सांगितलंही. म्हणूनच तर प्रश्न पडला की त्या माश्या आल्या कुठून? आणि का? कुठूनचं उत्तर महादूनं दिलं. शेजारच्या बंगल्याच्या बागेत एक भलं मोठं पोळं असल्याचं त्यानं सांगितलं. पण तरीही तिथून त्या माश्यांनी आपला मोहरा झुल्याजवळ कसा काय वळवला, हे कोडं होतंच. कारण बागेत दुसरीकडे कुठेही, अगदी त्या गुलाबाच्या ताटव्याकडेही माश्या जात नव्हत्या. त्या फक्त झुल्याजवळच घोंघावत होत्या. तेव्हा त्या झुल्याच्या खालच्या बाजूला मध चोपडल्याचं दिसून आलं. त्या मधामुळेच त्या माश्या तिकडे आकर्षित होत होत्या आणि तो कमी पडेल असं वाटल्यावरून की काय, त्यात फेरोमोन्सही मिसळले होते. म्हणून तर वरवर मधमाश्यांचं चावणं हे नैसर्गिक वाटलं तरी तो खुनाचाच प्रयत्न होता असा निष्कर्ष काढता येतो.

तर असे हे खुनाचे दोन प्रयत्न. ते कोणी केले? एकानंच केले की दोन निरनिराळ्या व्यक्तींनी ते केले? आणि पहिल्यांदा कोणता केला? हा शेवटचा प्रश्न महत्त्वाचा आहे. कारण मग ज्या कारणापायी शेठजींना मृत्यू आला तो नेमका केव्हा केला गेला, हे समजून येईल आणि ते समजलं म्हणजे ते करण्याची संधी कोणाला होती याचा उलगडा होऊ शकेल. मधमाशीच्या चाव्यामुळे येणाऱ्या ॲनॅफिलॅक्टिक शॉकपोटी साधारणतः ताबडतोबीनं म्हणजे अर्ध्या-पाऊण तासातच मृत्यू येतो. फारफार तर एक तास. उलट फॉर्मिक ॲसिडचा परिणाम व्हायला त्याहून जास्ती वेळ लागतो. ते आधी देऊन त्याचं टायमिंग जर असं आखलं असतं की त्यानंतर चावलेल्या माशीचा परिणाम दिसायच्या वेळेसच मृत्यू यावा, तर मग आमचं काम अधिक कठीण झालं असतं. पण तसं वाटत नाहीये. कारण माशी चावल्यानंतर शेठजींचा मृत्यू झाला तो जवळजवळ सव्वातीन तासांनी. त्यामुळे माशीच्या चाव्याचा परिणाम होत नाही, त्यातून शेठजी वाचताहेत असं दिसल्यानंतरच विष दिलं गेलं असावं आणि तसं असल्यामुळेच ते दोन्ही प्रयत्न एकाच व्यक्तीनं केले असावेत, असं मला वाटतं.

कोणत्याही खुनाचा तपास करताना आम्ही दोन बाबी कळीच्या मानतो. क्रूशियल. मोटिव्ह ॲन्ड अपॉरच्युनिटी. खून करण्याचा उद्देश आणि तो करण्याची संधी. याही बाबतीत त्यांचा शोध आम्ही घेतला. मोटिव्ह तर तुम्हा सर्वांकडे होता. कारण गेल्या तीन-चार महिन्यांत गुल, रुस्तम, केकी आणि केटी या सर्वांनीच शेठजींच्या सॉलिसिटरकडे जाऊन त्यांच्या विलसंबंधी विचारणा केली होती. एवढंच नाहीतर शेठजींना सांगून आपल्या हिश्शापैकी काही रक्कम आत्ताच देण्याची व्यवस्था नाही का करता येणार, अशीही विचारणावजा विनंती केली होती. आणि त्यावर वकिलांनी शेठजींच्या मृत्यूनंतरच काय वारसा मिळायचा तो मिळेल, त्यापूर्वी नाही, असं सांगितलं होतं. खरं आहे ना माझं म्हणणं?''

त्यावर सगळेच गप्प बसलेले पाहून आपल्या प्रश्नाचं अपेक्षित उत्तर मिळालं आहे या समाधानात कौशिक पुढे सांगू लागले, ''राहता राहिले महादू आणि शिवा. त्यांचीही शेठजींनी आपल्या मृत्यूपत्रानुसार काही तजवीज करून ठेवली होती आणि तसं त्यांनी स्वत:च महादूला सांगितलं होतं. खरं ना महादू?'' त्यावर महादूही काही बोलला नाही.

''तेव्हा मोटिव्ह तर तुम्हा सगळ्यांजवळ होता. आता संधी. बागेमध्ये झुल्यावर असताना शेठजींना मधमाशी चावली त्या वेळी केटी त्यांच्याजवळ होती. हे तर तिनंच कबूल केलं आहे. शेठजी झुल्यावर विश्रांती घ्यायला गेले त्या वेळी तिथे माश्या नव्हत्या, कारण त्या असत्या तर शेठजी तिथे गेलेच नसते. म्हणजे शेठजींना डुलकी लागल्यानंतर त्यांना तिथे अमृतराव म्हणाले तसं आमंत्रण दिलं गेलं. ते देण्याची संधी कोणाला होती? त्या वेळी केटी तर बागेतच होती. शिवाही होता. तेव्हा त्या दोघांना त्या झुल्याला मध चोपडण्याची संधी निश्चितच होती.''

''पर म्या तर त्या झुल्यापाशी गेलोच नव्हतो सायब. उगा माज्यावर कायबाय बालंट आनू नगासा...'' शिवा एकदम ओरडत म्हणाला.

''आणि माझ्यावरही. मी फक्त त्या माश्या हाकलण्याचा प्रयत्न करत होते. मी जर तो मध चोपडला असता तर माझ्या हातांवरही तो असता आणि मग माश्या मलाच चावल्या असत्या.'' केटी म्हणाली.

''पण जवळच असलेल्या बागेतल्या नळावर हात धुताही येतात किंवा घरात येऊन हात धुवून परत तिथे जाता येतं. एनी वे, मी आता केटी आणि शिवाचं नाव घेतलं असलं, तरी केटी म्हणते त्यात थोडंफार तथ्य निश्चित आहे. मध चोपडल्यानंतर ज्यानं तो तिथे लावला त्यानं आपले हात नक्कीच धुतले. ते लक्षात घेता त्या वेळी घरात असलेल्या सगळ्यांनाच खुनाचा तो प्रयत्न करण्याची संधी होती.

आता दुसरा प्रयत्न. तो विषारी इंजेक्शन देऊन केला गेला. याला दोन पुरावे आहेत. एक म्हणजे शेठजींच्या उजव्या कोपऱ्याजवळ लाल रंगाची गाठ आल्यासारखी

स्थिती झाली होती. तिथे दोन छोटी छिद्रंही सापडली. साधारणत: इंजेक्शनची सुई टोचली म्हणजे होतात तशी. यातलं एक माशी चावल्यानं झालं असं धरलं तरी दुसरं इंजेक्शनच्या सुईनं केलं असंच म्हणावं लागतं.''

''का? का? दोन माश्या चावू शकतात की?'' रुस्तम तावातावानं म्हणाला.

''यू आर ऑफकोर्स राईट; पण मग विष तोंडावाटे दिलं गेलं असं म्हणायला हवं. शेठजींनी तुमच्याबरोबरच ब्रेकफास्ट घेतला. दुसरं काहीच त्यांनी खाल्लं नाही, की कोणतंही पेय घेतलं नाही. पाणीही नाही. ब्रेकफास्टमधून ते विष दिलं गेलं असं म्हणावं तर मग ते त्यांच्या कपात ठेवून मग त्यावर चहा किंवा कॉफी ओतली गेली असावी, असं म्हणता येतं. तसं असेल तर मग महादू संशयित नंबर एक ठरतो.''

''पर सायब म्या तसं कायी एक केल्यालं न्हायी. खंडुबाची आन. तुमाला असली गुन्हंगार गावंना तवा आपला धरला गरीबाला.''

''घाबरू नकोस महादू. अजूनतरी मी तूच खून केला आहेस असं म्हणत नाही. फक्त संशयित आहेस असंच म्हणतोय आणि संशय तर इथे असलेल्या सगळ्यांवरच आहे. किंबहुना खरा खुनी इथेच बसला आहे याबद्दल माझ्या मनात संशय नाही.''

''मग सांगून टाका ना. उगीच टांगणीवर कशाला ठेवता सगळ्यांना?'' केकी वैतागून म्हणाला.

''तो कोण आहे हे अजूनतरी मला माहिती नाही, पण लवकरच कळेल. हॅव सम मोअर पेशन्स. तर काय म्हणत होतो मी. हं, ते विष देण्याची गोष्ट. ते जर तोंडावाटे दिलं गेलं असतं तर मग घशावरही त्या ॲसिडचा परिणाम होऊन तिथे जळजळ झाल्याची, भाजल्याची काही चिन्हं दिसायला हवी होती. घसाच कशाला, संपूर्ण अन्ननलिकाच भाजून निघायला हवी होती. तसं झाल्याचं कोणतंच चिन्ह पोस्टमॉर्टेममध्ये सापडलं नाही. तेव्हा ते इंजेक्शनवाटेच दिलं गेलं असं मानायला हवं. तशी एक सिरिंजही आम्हाला बागेत सापडली. ती बागेतल्या नळात कोंबून ठेवली गेली होती. ती गुलच्या बॅगेतली आहे, हेही आम्हाला कळलेलं आहे. कारण त्या डिस्पोजेबल सिरिंजवरचा रॅपर तिच्या बॅगेतच सापडला. तेव्हा ती तिनंच वापरली असणं शक्य आहे. शिवाय ती डॉक्टरही आहे. तेव्हा तिच्याकडे संशयाची सुई फिरते. पण तिनं ती सिरिंज आपण न वापरल्याचं आणि ती आपल्या बॅगेतून कोणीतरी काढून घेतली असं सांगितलं आहे. शिवाय सिरिंजवर कोणाचेही ठसे नाहीत.''

ते ऐकून कोणीतरी सुस्कारा सोडला. पण नेमक्या त्याच वेळी बाहेरचा फोन वाजल्यानं अमृतराव आणि बापट यांचं लक्ष तिकडे वेधलं गेलं होतं. त्यामुळे सुस्कारा कोणी सोडला, हे त्यांना कळलं नाही. एक चांगली संधी सुटल्याबद्दल दोघांनाही हळहळ वाटली.

''पण गुलइतकीच ती सिरिंज वापरण्याची संधी इतरांनाही होती. कारण

झुल्यावर शेठजी झोपले असताना त्यांच्याजवळ केटी होती. शिवाय इतरांनाही त्याआधी शेठजी घरात असताना त्यांच्या नकळत ती सिरिंज टोचणं अशक्य नव्हतं. आणि ते विष नंतर दिलं गेलं असं मानायचं, तर मग हॉस्पिटलमध्ये गेलेल्या गुल, रुस्तम आणि केकी यांना संधी होती. त्यांना झुल्यावरून उचलून गाडीत ठेवणाऱ्या शिवालाही ती संधी होती. त्या वेळी झालेल्या गडबडीत महादूनंही ते काम केलं असण्याची शक्यता नाकारता येत नाही. थोडक्यात काय, तर संधी प्रत्येकालाच होती आणि मोटिव्हही प्रत्येकाजवळ होता. तेव्हा सगळ्यांनी मिळून संगनमतानं तर हा खून केलेला नाही ना? कारण शेजारच्या बंगल्यात भलंमोठं पोळं आहे हे माहिती असूनही महादूनं ते वेळेवर काढून टाकण्यात हयगय केली. शेठजींच्या अवतीभवती माश्यांचा झपूर्झा चालू आहे, हे दिसत असूनही शिवा फक्त झाडांना पाणी घालतच राहिला. शिवाय ही सिरिंज मिळाली तीही बागेतल्या नळात. केटीनं शेठजींना उठवून घरात आणण्याऐवजी तिथल्यातिथेच माश्या हाकलण्याचं काम केलं. गुलच्या बॅगेतली सिरिंज वापरली गेली. केकी आणि रुस्तम गाडीतून शेठजींना हॉस्पिटलमध्ये घेऊन गेले. त्या वेळी त्यांना भरपूर संधी होती. ॲन्टिडोटचा उपयोग होऊन शेठजी परत शुद्धीवर येत आहेत हे रुस्तमनं पाहिलं होतं आणि त्यानंतर तोच तिथे शेठजींबरोबर होता. तेव्हा प्रत्येकाला काही काम वाटून देऊन सगळ्यांनी मिळून हे काम पार पाडलं असण्याचीही शक्यता आहे. पण मला तसं वाटत नाही, कारण आठवड्यातून दोनच दिवस येणाऱ्या शिवाबरोबर सल्लामसलत झाली असेल अशी शक्यता नाही. तीच बाब महादूची. शिवाय बाकीचे चौघेही एकत्र भेटत होते की काय, याचीही आम्ही चौकशी केली, पण तसा काही पुरावा मिळालेला नाही.

त्यामुळे इथे मिळालेल्या आणि अजूनही आम्हाला सतावणाऱ्या चार मुद्द्यांवर आपल्याला कॉन्सन्ट्रेट करायला हवं. त्या झुल्याच्या खालच्या बाजूला इतका मध चोपडण्याची काय गरज होती? एखादी माशी चावली असती तरी काम भागण्यासारखं होतं आणि अशी एखादी माशी पकडून लहानशा डबीतून, काडेपेटीतून आणणं कठीण नव्हतं. शिवाय, ती काडेपेटी राजरोस खिशात घालून उजळ माथ्यानं इथून जाता आलं असतं. मग तो मध का चोपडण्यात आला? त्यातही त्या मधात त्या माश्यांना आकर्षित करेल असं फेरोमोनही घालण्यात आल्याचा केमिकल ॲनलायझरचा रिपोर्ट आहे. इतका सारा खटाटोप का केला गेला?

दुसरी बाब आहे त्या दोन छिद्रांची. ती दोन्ही माश्यांच्या दंशांनी झाली? की दोन्ही सिरिंजच्या खुणा आहेत? का एक माशीच्या दंशाची आणि दुसरी सिरिंजची? आणि इतक्या माश्या तिथे घोंघावत असताना एकच कशी चावली?

तिसरी बाब आहे सिरिंजची. जर गुलनं ती वापरली तर मग माशी चावली असा जो गदारोळ झाला तेवढ्या वेळातच तिनं ते केलं असावं. पण मग ते करायला, ती

सिरिंज व्यवस्थित पुसायला, त्यावरचे ठसे नाहीसे करायला आणि मग ती सिरिंज नळात खुपसून ठेवायला तिला पुरेसा वेळ होता का? तिनं ग्लोव्ह्ज घातले असते तर इतरांना ते सहज दिसले असते. तसं तर कोणीच सांगितलेलं नाही. मग ती सिरिंज नळात कोणी ठेवली?

आणि चौथी बाब म्हणजे शिवा म्हणतो त्यानुसार तो इथे असेपर्यंत नळातून पाणी व्यवस्थित येत होतं. म्हणजे मग शेठजींना हॉस्पिटलमध्ये घेऊन गेल्यानंतरही नळातनं पाणी येत होतं. याचाच अर्थ तोपर्यंत सिरिंज तिथे ठेवली गेली नव्हती. ती नंतरच केव्हातरी तिथे ठेवली गेली.

या सर्वच चक्रावून टाकणाऱ्या मुद्द्यांची व्यवस्थित उत्तरं मिळाली, की खुनी आपल्या हाती लागलाच.''

''पण ती मिळणार आहेत केव्हा? ती मिळेपर्यंत आम्ही काय इथे माश्याच मारत बसायचं की काय?'' रुस्तमनं विचारलं. पण तो सर्वांच्या वतीनं बोलत होता असं म्हटलं असतं तरी चाललं असतं.

''ती आताच मिळतील. खरंतर या सर्वच मुद्द्यांचं तर्कसुसंगत विवरण करणारं एकच स्पष्टीकरण आहे. सिरिंज जर शिवा गेल्यानंतरच नळात खुपसून ठेवली असेल, तर मग गुल आणि केकी हे निर्दोष असल्याचं स्पष्टच होतं. कारण शेठजींना जर चाव्याच्याआधी म्हणजे घरातच ते इंजेक्शन दिलं असेल, तर मग नंतर घरातूनच ती सिरिंज नळात खुपसण्याची संधी त्यांना मिळतच नव्हती. शिवालाही ते करणं शक्य नव्हतं. ती संधी फक्त केटी आणि महादूलाच होती. पण त्यांनी ती दूर कुठेतरी कचऱ्यात फेकून देण्याऐवजी नळात का खुपसावी? त्याचं एकच कारण दिसतंय. ते म्हणजे ती सिरिंज सापडावी या उद्देशानंच तिथे लपवण्याचा प्रयत्न झाला होता. शिवाय त्यावरचे ठसे पुसले गेले तेही त्याच कारणासाठी. तेव्हा संशय दुसऱ्यावर ढकलण्याचा हा प्रयत्न होता. तसं केल्यानं एकाच व्यक्तीवर संशय जाऊ शकत होता. ती व्यक्ती म्हणजे गुल. कारण सिरिंज तिचीच होती आणि ती एक डॉक्टरही आहे. पण त्यासाठी गुल हॉस्पिटलमधून परत घरी यायला हवी होती आणि ती तर घरी आलीच नाही. हॉस्पिटलमधून परस्पर मुंबईला निघून गेली. ही बाब महादू आणि केटी दोघांनाही माहिती होती. तरीही त्यांच्यापैकी कोणीही ती सिरिंज तिथे लपवण्याचा नसता उद्योग कशाला करतील? त्यामुळे त्यांनाही संशयितांच्या यादीतून वगळायला हवं. तसं केल्यानंतर एकच व्यक्ती उरते– रुस्तम. बापटसाहेब, हाच तुम्हाला पाहिजे असलेला खुनी. शेठजींना माशीच्या दंशामुळे मृत्यू येत नाही, हे पाहिल्यानंतर त्यानंच सिरिंजनं ते विष टोचलं. त्यांना मृत्यू आल्याचं निश्चित झाल्यानंतर घरी आला होता तो तोच. त्या वेळी ती सिरिंज लपवणं त्याला शक्य होतं. गुलच्या बॅगेतून ती सिरिंज त्यानं आधीच पळवली होती आणि ते इंजेक्शन तिनं

माशी चावण्याआधीच दिलं अशी आपली दिशाभूल करण्याचाही प्रयत्न केला. पण शिवा त्या वेळी झाडांना पाणी घालत होता हे त्याच्या ध्यानात राहिलं नाही.''

''धिस इज ऑल हम्बग. नॉन्सेन्स. तुमच्याजवळ सर्कमस्टॅन्शियल पुराव्याशिवाय काहीही नाही. माझ्यावर तुम्ही खोटेनाटे आरोप करताहात.''

''मी आणखी दोन पुराव्यांविषयी आतापर्यंत बोललो नव्हतो. त्यातला पहिला म्हणजे यू आर अ गॅम्बलर आणि तुला भरपूर कर्ज झालं आहे. ते फेडण्याबद्दल तुला शेवटची ताकीदही मिळाली आहे. ते कन्फर्म करणारे साक्षीदार अमृतरावांच्या सहकाऱ्यांनी शोधून काढले आहेत. पण त्याहीपेक्षा भक्कम पुरावा म्हणजे यू आर ए केमिस्ट, रुस्तम. फॉर्मिक ॲसिडसारखं विषारी केमिकल आणि मधात मिसळलेलं फेरोमोनसारखं केमिकल अट्रॅक्टन्ट मिळवणं केवळ तुलाच शक्य होतं. दोन्ही केमिकल्सची माहिती, त्यांचे काय डोसेस वापरायला हवेत आणि ते कसे मिळवायचे हे इतर कोणालाही शक्य नव्हतं. यू मे प्रोटेस्ट, पण यापुढे तुझ्याकडून खरी हकिकत कशी मिळवायची ते बापट आणि अमृतराव चांगलंच जाणतात.''

''बाकी अमृतराव, तुम्ही त्या माश्यांना दिलेल्या आमंत्रणाची गोष्ट माझ्या लक्षात आणून दिली नसती ना, तर मग आपल्याला त्या फेरोमोनचा पत्ताच लागला नसता. तुम्हाला गुन्हेगाराचा सुगावा लावणारं असंच एखादं फेरोमोन नेहमीच ॲट्रॅक्ट करत असतं का हो?''

यावर एखादी मधमाशी चावावी तसं अमृतरावांना वाटलं. पण उघड काय बोलणार!

◆

चक्रव्यूह

भीमसेनजींच्या भारदस्त आवाजातल्या यमनकल्याणच्या सुरांनी सारा आसमंत भारून टाकला होता. प्रत्यक्ष नादब्रह्म उभं केलं होतं. एरवी कौशिकांची त्या ब्रह्मानंदी टाळी लागली असती. त्या तशा वातावरणात त्यांना कसलाही आवाज आलेला खपला नसता. कोणीही त्यांना डिस्टर्ब केलेलं त्यांनी चालवून घेतलं नसतं. पण आजची तऱ्हा काही औरच होती. सुरांच्या त्या लहरी, तानांच्या त्या लपेटी त्यांच्या कानांवर येऊन आदळत होत्या आणि किनाऱ्यावर येऊन आपटणाऱ्या सागरी लाटांसारख्या निमूटपणे, आपलंच काहीतरी चुकल्यासारख्या माघार घेत होत्या.

कौशिक भलतेच अस्वस्थ झाले होते. धोंडिबाला हाक मारून, त्यानं दरवाज्यावरची बेल वाजल्यानंतरही तो का उघडला नाही म्हणून त्याला फैलावर घ्यावं, असं त्यांना वाटत होतं. त्यासाठी त्यांनी आपलं तोंडही उघडलं होतं आणि मग तसंच ते मिटलंही होतं. कारण ती घंटा वाजलेलीच नाही, याची त्यांना आठवण झाली होती. थोड्याफार वैतागानंच त्यांनी मनगटावरच्या घड्याळावर नजर फिरवली. आणखी एका मिनिटाचीच भर पडली होती. त्यावर विश्वास न बसून त्यांनी समोरच्या भिंतीवरच्या भपकेदार घड्याळाकडे पाहिलं. तेही घड्याळ तीच वेळ दाखवत होतं. एक दीर्घ निःश्वास सोडून त्यांनी स्वतःच्या मनाला आवर घालण्याचा प्रयत्न केला.

आजवर असं कधीच झालं नव्हतं. अमृतराव असे आधी सांगून कधीच आले नव्हते. तसा औपचारिकपणा करण्याची त्यांना काहीच गरज नव्हती. इतक्या वर्षांच्या ऋणानुबंधानंतर त्यांच्यात विणलं गेलेलं नातं त्या औपचारिकतेच्या सीमा पार करून केव्हाच पुढे गेलं होतं आणि अमृतरावांनी आपल्या आगमनाची सूचनाही

दिली, तीही कौशिकांपेक्षा धोंडिबासाठीच अधिक असे. म्हणजे मग तो अमृतरावांच्या आवडीचा कोणतातरी पदार्थ बनवून तयार ठेवू शकत असे.

पण आज अमृतरावांनी अतिशय औपचारिकपणे कौशिकांना वेळ आहे की नाही याची चौकशी करत त्यांच्याशी अपॉईंटमेंट ठरवली होती. त्याचं आश्चर्य वाटलेल्या कौशिकांना त्यांनी आपल्याबरोबर दुसरंही कोणीतरी येत असल्याचंही सांगितलं होतं. ते नेमकं कोण आहे, याचा तपशील न देता त्यांनी ती व्यक्ती महत्त्वाची आहे, याची जाणीव मात्र करून दिली होती. त्यामुळेच काहीतरी अतिशय अवघड कामगिरी आपल्या वाट्याला येणार, याची खात्री कौशिकांना वाटत होती. त्यामुळेही ते असे उतावीळ झाले होते. गेले काही दिवस काहीही न करता ते नुसतेच बसून राहिले होते. त्याचीही त्यांना सवय नव्हती. सतत काही ना काही काम हातात असल्याशिवाय त्यांना चैनच पडत नसे. त्यामुळे आता न बोलावता, न विचारता आपणहून अशी एखादी आपली परीक्षा घेणारी कामगिरी चालून येत आहे, हे समजल्यावर त्यांना आता वाट पाहणं जिकिरीचं झालं होतं.

वास्तविक आजवर अमृतरावांना जेव्हाजेव्हा आपल्या तपासात काही अडचण आली होती, तेव्हातेव्हा ते कौशिकांकडेच आले होते; तरीही आपण कौशिकांना त्या केसमध्ये सामावून घेतलं ते कौशिकांचीच तशी इच्छा दिसली म्हणून असा आव आणण्याचं अमृतराव टाळत नसत आणि आपण त्या केसमध्ये लक्ष घातलं ते अमृतरावांनाच पुढची वाट दिसत नव्हती म्हणून, असं भासवायला कौशिकही चुकत नसत. त्या दोघांमधला हा खेळ उल्कावहिनींपासून ते धोंडिबापर्यंत सर्वांनाच माहिती झाला होता. तेही सर्व जण त्या खेळात सामील होऊन त्याची लज्जत वाढवण्याचाच प्रयत्न करीत. नाही म्हणायला खुद्द अमृतरावांवरच आळ आणण्याचा प्रयत्न झाला तेव्हा उल्कावहिनींनी आपणहून कौशिक भावजींना साकडं घातलं होतं आणि कमिशनरांनीही आपली नेहमीची चाकोरी सोडून कौशिकांच्या हाती ती केस सोपवली होती.

आज मात्र अमृतराव ऑफिशियली त्यांच्याकडे केस सोपवायला येणार होते. त्यांना तशी ऑर्डरच मिळाली असावी असंच त्यांच्या बोलण्याच्या ढंगावरून कौशिकांना वाटलं होतं. त्यामुळेही त्यांची उत्सुकता ताणली गेली होती.

त्यांनी परत एकदा घड्याळाकडे पाहिलं. आणखी पाच मिनिटं गेली होती; तरीही अमृतरावांनी दिलेली वेळ अजून झाली नव्हती. अजूनही दहा मिनिटं बाकीच होती. अमृतरावांकडून कधी उशीर होणार नाही, याची कौशिकांना खात्रीच होती. बाकी आजची परिस्थितीही वेगळी होती. ज्यांना बरोबर घेऊन यायचं त्या गृहस्थांनी वेळ लावला असता, तर अमृतरावांचाही नाइलाज झाला असता.

तोच दारावरची बेल वाजली. कौशिकांची अस्वस्थता मघापासून अगतिकपणे पाहणारा धोंडिबा ताबडतोब दार उघडायला धावला. ते पाहून कौशिक मात्र आपण

स्वस्थ आहोत असं भासवत, भीमसेननं घेतलेल्या एका अवघड तानेत गुरफटून गेल्याचं नाटक करत राहिले.

"मीट ब्रिगेडियर राऊत," उभे राहूनच ओळख करून देत अमृतराव म्हणाले. ब्रिगेडियरनी हात पुढे करून हस्तांदोलन केलं. राऊतांचा हात भरदार आणि पकड भक्कम असल्याची कौशिकांनी नोंद घेतली. उंचपुरे, सहा फुटांहूनही अधिक आणि पीळदार शरीरयष्टीचे होते राऊत. डोक्यावरचे आणि कल्ल्यांजवळचे केस पिकू लागले होते, पण चेहऱ्यावर अजूनही कुठे सुरकुत्या दिसत नव्हत्या. डोळे भेदक होते. पाहणाऱ्याच्या नजरेत खोलवर डोकावून जणू त्याच्या अंतरंगाचा वेध घेत असल्यासारखे!

"आणि हे डॉ.कौशिक," अपुरा राहिलेला ओळखीचा सोपस्कार काटेकोरपणे पूर्ण करत अमृतराव म्हणाले.

"प्लीज हॅव अ सीट," समोरच्या सोफ्याकडे निर्देश करत कौशिक म्हणाले, "बी कम्फर्टेबल." तोवर धोंडिबा त्यांच्या कानाजवळ येऊन उभा राहिल्याचं पाहून ते म्हणाले, "येस, व्हॉट वुड यू प्रिफर? व्हॉट वुड यू लाईक? टी, कॉफी ऑर समथिंग कोल्ड?"

"वेल, आय ॲम नॉट पर्टिक्युलर. कॉफी वुड बी फाईन."

"अरेच्च्या!" काहीतरी चुकत असल्याचं जाणवून कौशिक म्हणाले, "आपली आजची मीटिंग फॉर्मल असली तरी आपण इंग्रजीतच बोललं पाहिजे असं नाही. लेट अस रिलॅक्स. अरेच्चा, पण हेही मी इंग्रजीतच बोललो..." त्यावर ते एकटेच हसले, त्याबरोबर मामला खरोखरीच फार गंभीर असावा, हे कौशिकांनी ओळखलं. तेव्हा मग राऊतांनी किंवा अमृतरावांनीच सुरुवात करण्याची वाट पाहत ते गप्पच राहिले.

खरंतर वातावरणातल्या ताणापायी सगळेच अस्वस्थ झाले होते. चुळबुळ करत होते. हा ताण विनाकारणच येत आहे, याचीही जाणीव सर्वांना होत होती. पण कोंडी कोणीतरी दुसऱ्यानं फोडावी अशी अपेक्षा धरून तिघेही गप्प बसून राहिले होते. तोवर धोंडिबानं गरमगरम बटाटेपोह्यांच्या बशा समोर आणून ठेवल्या. एरवी अमृतरावांनी कोणाचीच वाट न पाहता बशी उचलून मोठासा घास तोंडात टाकला असता, पण आज तेही तसेच बसून राहिले.

शेवटी कौशिकांनीच एक बशी उचलून राऊतांच्या हातात ठेवत म्हटलं, "घ्या, धोंडिबांच्या हातचे पोहे अतिशय स्वादिष्ट लागतील. अमृतरावांना अनुभव आहेच त्याचा."

समोरची बशी उचलण्यासाठी पुढे केलेला हात मागे घेत अमृतराव म्हणाले, "कौशिक, परहॅप्स द सरनेम राऊत हॅज मिसलेड यू. द ब्रिगेडियर इज फ्रॉम ओरिसा."

"ओऽह, आय सी! आय ॲम सॉरी. आय शुड हॅव स्टक टू इंग्लिश."

"छे, छे, तसं काही नाही. मी मराठा लाईट इन्फन्ट्रीमध्ये होतो. आय ॲम देअर

कर्नल. त्यामुळे मी महाराष्ट्रीय नसूनही मला मराठी उत्तम बोलता येतं. तसा मी अर्धा महाराष्ट्रीयच आहे म्हणा ना!''

"पण मग इतका वेळ–'' अमृतराव आश्चर्याच्या सुरात म्हणाले.

"– मी इंग्रजीतच का बोलत होतो? एकतर आपण कमिशनरांबरोबर बोलत होतो आणि तसंच म्हणाल तर या साऱ्या प्रकरणाचा ताप आणि ताण मला जाणवतोच आहे. आता कौशिक भेटले त्यामुळेच मी थोडासा रिलॅक्स व्हायला लागलोय.''

"पण आहे तरी काय सगळं प्रकरण?'' पोह्यांचा भलाथोरला घास घेत कौशिकांनी विचारलं.

पण त्याला राऊतांनी उत्तर देण्याऐवजी अमृतरावांनीच सुरुवात केली.

"विंध्य पर्वताच्या कुशीत एका अतिशय एकांत स्थळी आपल्या सैन्यदलाची एक टॉप सीक्रेट लॅबोरेटरी आहे. तिथे चालू असलेलं संशोधन क्लासिफाईड स्वरूपाचं आहे. म्हणूनच सायंटिफिक लॅबोरेटरी असूनही ब्रिगेडियरांकडे त्याची डायरेक्टरशिप आहे. तिथेच एक प्रॉब्लेम निर्माण झाला आहे. त्याच्या संदर्भातच ते इथे आले आहेत.''

"पण विंध्य पर्वताजवळ म्हणजे ते मध्यप्रदेशात कुठेतरी येत असणार. मग ते तुमच्या ज्युरिसडिक्शनमध्ये...''

"नाही. ही समस्या, हा प्रॉब्लेमच नॅशनल प्रायॉरिटीचा असल्यामुळे इथे ज्युरिसडिक्शनचा विचारच केला गेलेला नाही. पण तुम्ही प्रॉब्लेम काय आहे ते आधी ऐका, तो समजून घ्या. म्हणजे मग या तुमच्या प्रश्नाचंही उत्तर मिळेल. पुढचं सगळं मी ब्रिगेडियरसाहेबांवरच सोपवतो.'' असं म्हणत अमृतरावांनी खाली ठेवलेली बशी परत उचलली.

"वेल, आमच्या त्या लॅबोरेटरीमध्ये मिसाईल टेक्नॉलॉजीवर बराच रिसर्च होतो. या फील्डमध्ये आपण बरीच आघाडी मारलेली आहे. शिवाय नोबडी गिव्हज यू धिस टेक्नॉलॉजी, नॉट फॉर लव्ह ऑर मनी. ती आपली आपल्यालाच डेव्हलप करावी लागते आणि तशी करत असतानाही इतर देश, पर्टिक्युलर्ली डेव्हलप्ड कन्ट्रीज, त्यात अडथळे आणण्याचे बरेच प्रयत्न करत असतात. आपल्या हाती ती लागणार नाही अशी व्यवस्था करण्याची त्यांची धडपड असते. त्यामुळे एकतर आपल्यालाही अतिशय गुप्तता बाळगावी लागते. त्याची माहिती सहजासहजी कोणाला मिळणार नाही, हे बघावं लागतं. प्रत्यक्ष काम करणाऱ्यांनाही संपूर्ण माहिती असत नाही. बहुतेक जणांना काही पार्टसचीच माहिती असते. तसं कंपार्टमेन्टलायझेशन करावं लागतं. अगदी मूठभर, खरंतर मूठभरही नाही, अगदी हाताच्या बोटावर मोजता येईल अशा मोजक्या मंडळींनाच संपूर्ण माहिती असते. त्याचबरोबर इतर देश जे अडथळे आणत असतात त्यांना कोणाची मदत होते आहे की काय, यावरही कडी नजर ठेवावी लागते. यासाठीच हा प्रॉजेक्ट अशा दुर्गम भागात चालवला जात आहे. तिथे काम

करणाऱ्या कर्मचाऱ्यांना आणि त्यांच्या कुटुंबीयांना कशाचीही ददात पडणार नाही याची पुरेपूर काळजी आम्ही घेतो. तशी उत्तम टाऊनशिप आम्ही बांधली आहे. पण तीही लॅबोरेटरीपासून काही अंतरावर आहे. प्रत्यक्ष लॅबोरेटरीमध्ये फक्त कर्मचारीच जाऊ शकतात.''

आपल्या प्रॉजेक्टबद्दलची देता येईल तितकी सविस्तर माहिती देऊन ब्रिगेडियर थांबले. कौशिकांना काही प्रश्न विचारायचे असतील तर त्यांना तशी संधी मिळावी म्हणून त्यांनी आपलं सांगणं थांबवलं. पण कौशिक काहीही न बोलता राऊत परत कधी सुरुवात करतात, याचीच वाट पाहत राहिले.

''नुकतीच आम्ही एक नवीन मिसाईल सिस्टिम डेव्हलप केली आहे. पण हे तुम्हालाच सांगतो आहे, तेही गरज वाटते म्हणून. बाकी कोणालाही ते कळता कामा नये.''

''शुअर. आय अंडरस्टॅन्ड. तुम्ही काळजीच करू नका. मी...''

''मला कल्पना आहे. नेहमीच्या सवयीनं मी बोलून गेलो. तर मिसाईलमध्ये एक लेझर गायडन्स मेकॅनिझम आहे. गेल्या गुरुवारी आमच्याच एका कर्मचाऱ्यानं त्याची ड्रॉईन्ज चोरली आणि तो गायब झाला आहे. तो मेकॅनिझम ज्यांनी डेव्हलप केला त्या सायन्टिस्टकडेच ही ड्रॉईंग्ज सुरक्षित होती. त्यामुळे ती चोरताना त्यांच्या ते लक्षात आलं आणि त्यांनी त्या कर्मचाऱ्याला अटकाव करण्याचा प्रयत्न केला. पण त्याचा परिणाम त्यांच्या जीव गमावण्यात झाला. त्या कर्मचाऱ्यानं आपण पकडले जाणार या भीतीनं या सायन्टिस्टवर हल्ला करून त्यांना मारलं आणि तो तिथून पळाला.''

''म्हणजे चोर कोण आहे याविषयी काहीही संशय नाही, पण तो कुठे पळाला आहे याची काहीही माहिती नाही असंच ना?''

''नाही. तो कुठे पळालाय हे माहिती आहे आम्हाला. म्हणजे तसं वाटतं आम्हाला पण... नाही, लेट मी टेल इट टू यू अॅज पर माय प्लॅन. तुमच्या प्रश्नांची उत्तरं त्यातूनच मिळतील. त्यांनतरही काही प्रश्न असतील तर वुई कॅन डिस्कस देम अॅट द टाईम.''

''राईट. आय अंडरस्टॅन्ड. आता मी तुम्हाला मध्येच अडवणार नाही. प्लीज कंटिन्यू.''

''तर त्या सायन्टिस्टवर तो प्राणघातक हल्ला झाल्याबरोबर त्यांनी आपल्या टेबलाखालचं स्पेशल बटण दाबून धोक्याचा इशारा दिला. त्याबरोबर सगळे तिथे धावून गेले. त्यामुळेच प्राण सोडण्यापूर्वी त्यांनी त्या कर्मचाऱ्याची ओळख सांगितली. तसंच तो किती वेळापूर्वी तिथून पळाला, हेही सांगितलं. फार वेळ न झाल्यामुळे आमच्या सिक्युरिटी स्टाफला त्याच्या मागावर जाता आलं. त्यामुळेच तो फार दूरवर गेलेला नाही. जवळपासच आहे. त्याला आता तिथे जाऊन पकडायचं आहे.''

ब्रिगेडियर थांबलेले पाहून कौशिकांनी बोलायला सुरुवात केली.

"करेक्ट मी इफ आय ॲम रॉंग. म्हणजे चोरी कशाची झाली आहे, हे तुम्हाला माहिती आहे. ती कोणी केली आणि त्या सायन्टिस्टला कोणी मारलं, हेही तुम्हाला माहिती आहे. म्हणजे गुन्हेगार कोण आहे, याचा पत्ता तुम्हाला लागलेला आहे. तो दूरवर हाताबाहेर पळून गेलेला नाही, हेही तुम्ही कबूल करता आहात. एवढंच नाही, तर तो कुठे आहे, हेही तुम्हाला माहिती आहे. मग माझ्याकडे येण्याचं कारण काय, हेच समजत नाही. सरळ या अमृतरावांना आणि त्यांच्या फौजेला किंवा तुमच्या मिलिटरी पोलिसांच्या तुकडीला घेऊन जायचं आणि ठोकायच्या बेड्या त्याच्या हातात. त्यात अडचण कसली आहे? आणि असली, तरी मी काय आणि कशी मदत करू शकतो?"

बार ठासून भरलेला असावा, त्याचा जोरदार धमाका होईल अशा अपेक्षेनं बसावं आणि तो अगदीच फुसका निघावा तसं कौशिकांना वाटत होतं. ज्या रीतीनं अमृतरावांनी त्यांची खास आगाऊ अपॉईंटमेंट घेतली होती आणि त्यानंतर ब्रिगेडियर राऊतांनी ज्या गंभीर वातावरणात एखादं अतिशय महत्त्वाचं गहन गुपित सांगत असल्यासारखी सुरुवात केली होती, त्यावरून अतिशय पेचीदा मामला असेल, अशी कौशिकांची समजूत झाली होती. पण हा सारा प्रकार तर डोंगर पोखरून उंदीर काढण्यासारखा झाला होता. त्यांच्या मनावरचा ताण सैलावला होता. समोरचा पाईप घेऊन त्यात तंबाखू भरायला त्यांनी सुरुवात केली.

"तुमच्या भावना समजू शकतो मी," मान हलवत ब्रिगेडियर म्हणाले, "तुम्हाला तसं वाटणं स्वाभाविकच आहे. पण तो चोर कुठे लपला आहे, हे जर तुम्ही जाणून घेतलंत, तर मग तुमच्या आणि तुमच्याच मदतीची निकड का भासते आहे, हे ध्यानात येईल तुमच्या. आजचे संरक्षणमंत्री पूर्वी या राज्याचे मुख्यमंत्री होते. त्या वेळी तुम्ही एक-दोन केसेसमध्ये अतिशय मोलाची मदत केली होतीत. शिवाय त्याची कुठे वाच्यताही केली नव्हतीत, असं सांगत होते ते. त्यांना तुमच्याबद्दल फारच आदर आहे. किंबहुना त्यांनीच तुमच्या नावाचा आग्रह धरला. खरंतर ते स्वत:च तुम्हाला फोन करणार होते, पण ऐन वेळी सीमेवरच्या काही घटनांमुळे त्यांचं लक्ष तिकडे वेधलं गेलं. तेव्हा त्यांनी या अमृतरावांना गाठून तुमची भेट घ्यायला सांगितलं."

"खरं आहे राऊतसाहेब म्हणताहेत ते," त्यांना दुजोरा देत अमृतराव म्हणाले, "ती चंद्रगुप्ताच्या अंगठीची केस आठवतच असेल तुम्हाला. तिचीच आठवण काढली होती मंत्रीमहोदयांनी."

"झालंच तर कमिशनरांनीही एका अशाच अतिशय अवघड केसबद्दलही सांगितलं आम्हाला. या अमृतरावांचीही सुटका तुमच्यामुळेच..."

"आलं लक्षात," त्यांना मधेच तोडत कौशिक म्हणाले. अमृतरावांविरुद्धच्या त्या

केसची आठवणही त्यांना नको होती. अमृतरावांनाही ते एम्बरॅसिंग झालं असतं. "फार मोठा वशिला लावून आला आहात तर तुम्ही. ते ठीक आहे, पण अजूनही ही समस्या एवढी अवघड का वाटावी, हेच ध्यानात येत नाहीये माझ्या."

"त्याची कल्पना देतो मी. पण फक्त कल्पनाच देऊ शकेन. तुम्ही प्रत्यक्ष येऊनच तो परिसर पाहिलात म्हणजे हा प्रॉब्लेम किती किचकट आहे आणि आम्ही असे साफ गोंधळून का गेलो आहोत, हे समजेल तुम्हाला."

"सांगा. ऐकून घेईन मी आणि मगच ठरवू या आपण या बाबतीत काय करायचं ते."

"आमचा हा प्रॉजेक्ट विंध्य पर्वताच्या कुशीत डोंगर-दऱ्यांनी वेढलेल्या दुर्गम भागात आहे, हे तर सांगितलंच आहे मी तुम्हाला. या साईटच्या जवळच पाताळगुंफा नावाचा एक भाग आहे. त्यात या पर्वतांच्या रांगांमध्ये नैसर्गिकरीत्या तयार झालेल्या अनेक खोलखोल गुहा आहेत. या गुहा एकमेकांना जोडलेल्या आहेत. त्यांचं एक जाळंच दूरदूर पसरलेलं आहे. एखाद्या मधमाशांच्या पोळ्यामध्ये कसे छोटेछोटे स्वतंत्र कप्पे असतात आणि तरीही ते एकमेकांना जोडलेले असतात, तसाच या पाताळगुंफेचा रचनाबंध आहे. एकदा आत शिरल्यानंतर वाट कशी फुटत जाते, हे समजतही नाही. शिवाय काही गुहांमध्ये सहज राहता येईल अशा खोल्याही तयार झालेल्या आहेत. आत स्वच्छ नितळ पाण्याचे झरे आहेत. पायऱ्या आहेत. त्यामुळे सगळा प्रदेश एकाच पातळीवर नाही. बहुमजली इमारतीसारखी रचना तयार झालेली आहे. त्या पाताळगुंफेत शिरण्याचे किंवा तिथून बाहेर पडण्याचे काही मार्ग माहिती आहेत. पण आणखी किती असतील आणि ते कुठे असतील, याची कोणालाच कल्पना नाही. त्या पाताळगुंफेतच हा चोर दडून बसला आहे."

"जर त्या पाताळगुंफेची रचना इतकी रहस्यमय आणि गहन आहे, मग तो आत शिरलाच कसा?"

"त्याचं एक सर्वांनाच माहीत असलेलं प्रवेशद्वार आमच्या प्रॉजेक्टपासून दूर नाही. तिथून थोडाफार भाग तसा पायाखालचा आहे."

"म्हणजे मग हा चोरही त्याच भागात कुठेतरी असला पाहिजे. तो भाग पिंजून काढायचा..."

"काढला. तिथे वीज खेळवून सर्व भागात उजेड केला आणि सगळ्या भागाचा अगदी कानाकोपरा धुंडाळून पाहिला. कुत्र्यांनाही तिथे नेलं होतं, पण तीही चक्रावली. परतपरत, त्याचत्याच वाटेवरून फिरत राहिली."

"जस्ट अ मिनिट, जस्ट अ मिनिट, त्यातून बाहेर पडायचे काही मार्ग माहिती आहेत म्हणता ना? मग तिथून बाहेर पडून हा चोर निसटला असला तर?"

"त्या सगळ्या मार्गांची आम्ही वेळीच नाकेबंदी केली आहे. ते मार्ग या प्रमुख

प्रवेशद्वारापासून कितीतरी किलोमीटर दूर आहेत. तिथपर्यंत तो चोर पोहोचायच्या आधीच आमचे मिलिटरी पोलीस तिथे तैनात केले गेले. त्यामुळे तिथून तो बाहेर निसटलेला नाही, याबद्दल खात्री आहे आमची. अजूनही तो तिथेच आहे, याबद्दल शंका नाही.''

''पण हा तुमचा पाताळगुंफेचा प्रदेश जर इतका चक्रव्यूहासारखा असेल तर मग जाणूनबुजून हा चोर त्याच्यात शिरलाच का? आपली नाकेबंदी झाली तर आपण आतच अडकून उपासमारीनं मरून जाऊ, हे त्याच्या ध्यानात आलं नसेल का?''

''नक्कीच आलं असणार. पण त्यानं ही चोरी अतिशय योजनाबद्ध रीतीनं केलेली आहे. खूप दिवसांपासून हा प्लॅन त्यानं आखलेला असणार. त्यामुळे त्या भुयारांमध्ये त्यानं खाद्यपदार्थांची चांगलीच बेगमी करून ठेवलेली असणार. शिवाय पाणी तर तिथे मुबलक आहे. त्याचीही चिंता नाही.''

''तरीही एकदा आत शिरल्यानंतर आणि विशेषत: आपल्या मागावर सारं सैन्यदल, पोलीसदल असताना आपण वाट चुकून कुठेतरी भरकटू आणि तसं झालं तर मग आपली त्यातून सुटका होणं शक्य नाही, याची जाणीव त्याला नसेल?''

त्यावर ओशाळगत होत अमृतरावांकडे एक नजर टाकत ब्रिगेडियर म्हणाले, ''सॉरी, आधीच सांगायला हवं होतं तुम्हाला. हा आमचा कर्मचारी किंवा आताचा गुन्हेगार या गुहांमध्ये अनेक वेळा गेलेला आहे. तो त्या पाताळगुंफेबाबतचा एक्स्पर्ट आहे म्हणा ना! एखाद्याला माऊन्टेनिअरिंगचा छंद असतो, कडे चढण्यात कोणी आपला मोकळा वेळ घालवतो. तसाच याला गुहांमध्ये, भुयारांत हिंडण्याचा छंद आहे. त्या गुहांबद्दलची जी काही माहिती आज आम्हाला आहे, ती बहुतांश याच्या त्या भटकंतीपायीच मिळालेली आहे. तिथल्या आदिवासींनाच कदाचित याच्याहून अधिक जानकारी असेल. इन फॅक्ट, तेही याला मानतात. त्यामुळे तो आत जाऊन निर्भयपणे दडून बसू शकतो. आम्ही थकलो, की तिथून बाहेर पडून गुंगारा देऊ शकतो.''

''किंवा बाहेर पडण्याचा एखादा नवाच मार्ग शोधून तिथून आपली सुटका करून घेऊ शकतो.''

''यस. दॅट पॉसिबिलिटी ऑल्सो एक्झिस्टस. पण तिचा विचार आत्ताच आम्ही करत नाही आहोत. तो तिथेच आहे, या शक्यतेच्या अनुषंगानेच आम्ही आमची कॅम्पेन आखतो आहोत.''

''आणि मला त्या चक्रव्यूहात पाठवून देत आहात.''

ब्रिगेडियरांनी चमकून कौशिकांकडे पाहिलं. त्यांच्या कपाळावरची शीर उडू पाहत होती, पण अमृतरावांनी त्यांची बाही ओढून त्यांना थोपवलं. कारण तोवर कौशिक आपला पाईप पेटवून त्याच्यातून धुराचे भपकारे सोडत होते. त्यांचं विचारचक्र चालू

झाल्याचं ते चिन्ह होतं. आता कौशिक या केसमध्ये स्वत:ला गुंतवून घेतील, याबद्दल अमृतरावांना तरी शंका राहिली नव्हती. ते बोलून न दाखवता त्यांनी ब्रिगेडियरांचा उत्साह वाढेल, अशी त्यांची मूक समजूत घालण्याचा प्रयत्न केला. समोरच्या बशीमधले थंडगार झालेले पोहे परत गरम करून आणायला धोंडिबाला सांगत त्यांनी कॉफीचा वाफाळता कप त्यांच्या हातात ठेवला. त्या कॉफीच्या गंधानंच ब्रिगेडियर खूश झाले. काहीही न बोलता ते कौशिक आपणहून पुढे काय सांगतात, याची वाट पाहत राहिले.

"गुहांमध्ये काही जंगली श्वापदं?" गर्रकन वळून आपला पाईप ब्रिगेडियरांवर रोखत कौशिकांनी आपल्या धारदार आवाजात विचारलं. त्यांचा तो आविर्भाव अमृतरावांच्या ओळखीचा असला तरी तेही अशा प्रसंगी गडबडून जात. ब्रिगेडियर तर प्रथमच त्यांना भेटत होते. दचकून त्यांच्या हातून कप खालीच पडणार होता. ऐन वेळी सावरत ते म्हणाले, "नाही. निदान ज्या दर्शनी भागात ये-जा किंवा जिथवर आम्ही आतापर्यंत मजल मारली आहे तिथवर तरी कोणाही जंगली जनावराची काही चाहूल लागलेली नाही. आत खोलवर कोणी असेल तर कल्पना नाही, पण नसावं. कारण तिथे पाणी जरी मिळत असलं, तरी शिकारीसाठी तरी अशा जनावरांना तिथून बाहेर पडावं लागतच असणार आणि तसं झालं तर निदान तिथल्या आदिवासींना तरी त्याची माहिती असेलच. त्यांना विचारता येईल."

"एकंदरीत, सिंदबादच्या सफरीत जसा तो निरनिराळ्या निर्जन पण अद्‌भुत प्रदेशात फेकला जाई तशाच प्रकारचा हा पाताळगुंफेचा प्रदेश दिसतो आहे. बघितलाच पाहिजे एकदा. निदान सहलीसाठी तरी तिथे जायला हरकत नसावी आणि तीही अशी संपूर्ण बडदास्त फुकटात होत असेल तर मग काय हरकत आहे! काय अमृतराव, तुमचा काय विचार आहे?"

"आमचा कसला विचार?" कौशिक तयार झालेले पाहून उत्साहित होत अमृतराव म्हणाले, "आम्ही हुकमाचे ताबेदार. तुमचं ठीक आहे. मला तरी तिथे गेलंच पाहिजे. माझी असाईनमेन्टच झाली या केसवर. तेव्हा त्या गुन्हेगाराच्या मागावर मला तिथे पोहोचलंच पाहिजे. आता तुम्हालाही यायचं असेल दोन-चार दिवस सहलीला, तर त्याची व्यवस्था करता येईल, असं वाटतं. काय ब्रिगेडियरसाहेब?"

अमृतराव आणि कौशिक यांच्यामधल्या या ताकाला जाऊन भांडं लपवण्याच्या खेळाची माहिती नसलेले राऊत मोठ्या उत्साहानं म्हणाले, "ऑफ कोर्स! ऑफ कोर्स! हे काय विचारणं झालं? सगळी जय्यत तयारी आहे. अगदी चोख बडदास्त ठेवतो. तुम्ही कसलीच काळजी करू नका. फक्त त्या बिळात दडून बसलेल्या उंदराला कसं बाहेर काढायचं ते बघा."

"काय हो ब्रिगेडियर, पण सैन्यात तुम्हाला अशा अवघड जागी, बंकरमध्ये

लपून राहिलेल्या शत्रूला बाहेर काढण्याचं शिक्षण देत असतीलच ना? नुकत्याच झालेल्या त्या इराकमधल्या युद्धात सद्दाम हुसेननं असे अनेक भूमिगत बंकर्स बांधून त्यांना भुयारीमार्गानं एकमेकांशी जोडून तुम्ही म्हणता तसं मधमाशांचं एक अजस्त्र पोळं जमिनीखाली तयार केलं होतं, अशा वार्ता येतच होत्या युद्धभूमीवरून. त्याची शक्यता गृहीत धरून त्याचा बंदोबस्त कसा करायचा याचं प्रशिक्षण, त्याबाबतची व्यूहरचना कशी आखायची याचंही प्रशिक्षण दिलं जात असेलच ना सैन्यामध्ये?''

''जातं ना. त्याचाच मर्यादित उपयोग आजवर करत आलो होतो आम्ही. पण इथे परिस्थिती वेगळी आहे. तिथे शत्रूला शक्यतो जिवंत पकडण्याची जरी योजना असली, तरी समजा तिथे होणाऱ्या धुमश्चक्रीत शत्रू मेला तरी तशी फारशी फिकीर नसते. इथे मात्र या चोराला जिवंतच पकडायला हवं, कारण ती ड्रॉईंग्ज त्याच्याकडून हस्तगत करता यायला हवीत. ती मिळाली नाहीत तर मग ती लेझर गायडेड सिस्टिम बांधता येणार नाही, कारण तिची संपूर्ण माहिती ज्यांना होती त्यांचाच तर या हरामखोराकडून खून झाला आहे. त्यामुळे ती ड्रॉईंग्ज जर मिळाली नाहीत तर पुनश्च हरिओऽम् करावं लागेल आणि ते जमेल की नाही, हे सांगता येत नाही. प्रत्येकाच्या प्रतिभेचा आविष्कार एकाच दिशेनं होईल, याची काय शाश्वती!''

''बरं आठवलं. काय हो, या तुमच्या चोराचा हा छंद जरा विलक्षण, खरं बोलायचं तर विचित्र नाही वाटत? कोणाला कशात ॲडव्हेन्चर वाटेल हे तसं सांगता येत नसलं, तरी काळोख्या गुहांमध्ये जाण्यात कसलं आलंय थ्रिल आणि चार्म?''

''तुम्हीच म्हणालात ना कोणाला कशात इंटरेस्ट वाटेल, हे सांगता नाही यायचं. कड्यावरून केवळ एखाद्या दोराला किंवा वेलीला बांधून घेऊन स्वत:ला खोल दरीत झोकून देण्याचा बंजी-जम्पिंगचा खेळ असाच जीवघेणा नाही वाटत कोणाही समजूतदार माणसाला? पण त्यातच जीव रमवणारे अवलिया काय कमी सापडतात? पण याच्या बाबतीत मात्र ही हॉबी डेव्हलप व्हायला एक खास कारण आहे.''

''कोणतं?''

''आमच्या या प्रॉजेक्टच्या भागात तसं घनदाट जंगल आहे. प्रॉजेक्टचा परिसर जरी थोडीफार वृक्षतोड करून मोकळा केला असला, तरी आसपास भरपूर झाडी आहे. त्यामुळे निरनिराळ्या झाडांना बहर यायच्या काळात तिथल्या हवेत परागकण मोठ्या प्रमाणावर असतात आणि या हरामजाद्याला हे फिव्हरचा त्रास होतो.''

''कसला फीव्हर?'' न समजून अमृतरावांनी विचारलं. पोहे खाऊन आणि त्यावर मस्त कॉफी घेऊन ते थोडेफार सुस्तावले होते.

''म्हणजे त्या परागकणांची ॲलर्जी.'' ब्रिगेडियरांनी काही सांगण्यापूर्वी कौशिकांनीच त्यांना परस्पर उत्तर दिलं.

''पण म्हणजे नेमकं होतं काय?''

"हवेत असा परागकणांचा वावर असला, की श्वासोच्छ्वासाद्वारे ते शरीरात ओढले जातात आणि त्यांची ॲलर्जी असल्यामुळे मग शिंकांचा भडिमार सुरू होतो. चेहरा फुलून येतो. लालीलाल होतो. श्वास घ्यायला त्रास होऊ लागतो. धाप लागते."

"पण मग त्याचा आणि त्याच्या या गुहेमध्ये भटकंती करण्याच्या छंदाचा काय संबंध?"

"आहे ना. कारण या गुंफांमध्ये मोकळी हवा असते. आपल्याला ती कोंदट वाटते, पण या पाताळगुंफांचं ते एक वैशिष्ट्य आहे. तिथली हवा अतिशय शुद्ध आहे. म्हणूनच तर हा चोर असा परागकणांचा सीझन सुरू झाला, की पाताळगुंफेतच मुक्काम ठोकायचा. म्हणून तर आताही त्याला तिथे दडून बसणं शक्य झालं आहे. आम्ही कंटाळून त्याचा नाद सोडू आणि मग तापलेलं वातावरण थोडं थंडावलं, की आम्हाला माहिती नसलेल्या कोणत्यातरी मार्गानं छूमंतर व्हायचं, असा त्याचा बेत असावा. निदान आमचा होरा तरी तसाच आहे. म्हणूनच तर डॉक्टरसाहेबांना या उंदराला तिथून बाहेर काढण्याचा काही उपाय करायला आम्ही सांगतो आहोत."

"मला तरी हा सगळा त्याचा बनावच वाटतो आहे," ब्रिगेडियर सांगत असलेल्या माहितीवर आपला विश्वास नाही अशा थाटात अमृतराव म्हणाले, "शुद्ध थापेबाजी. त्याला खरोखरीच कशाची ॲलर्जी असेल तर मोकळेपणाचीच असावी. मोकळेपणी व्यवहार करणं त्याला आवडत नसावं किंवा जमत नसावं, म्हणून तर हा सगळा छुपा कारभार. पण ॲलर्जी कसलीही असो, त्यावरचा उपाय म्हणजे काट्यानं काटा काढावा या प्रकारचाच असतो ना! तोच करायचा म्हणजे झालं. आपोआपच बाहेर येईल बिळातून हा उंदीर."

राऊतांना अमृतराव काय म्हणताहेत हेच कळेना. पण आजवर निरुत्साही, हताश वाटणारे अमृतराव उल्हसित झाले आहेत, हे मात्र त्यांना दिसत होतं. त्यांच्यामध्ये झालेला हा बदल धोंडिबाच्या हातच्या पोह्यांपायी झालेला होता की कौशिकांबरोबर झालेल्या बोलण्यापायी झाला होता, हे मात्र त्यांना सांगता नसतं आलं. आणि कौशिकांबरोबरचं बोलणं म्हणाल तर अजूनतरी त्यांनी कोणताच मार्ग सुचवला नव्हता. पाताळगुंफेला यायलाही ते बळेबळेच तयार झाले होते. मात्र त्या क्षणी ते अमृतरावांकडे रोखून पाहत आपल्या पाईपातून धुराचे भपकारे सोडत होते.

पाताळगुंफेचा परिसर ब्रिगेडियरांनी सांगितल्याप्रमाणे खरोखरीच रम्य होता. संरक्षणखात्याची ती प्रयोगशाळा सोडली तर तिथे सारा निसर्गाचाच खेळ होता. प्रयोगशाळेच्या इमारतीचं बांधकामही मोठ्या खुबीनं केलं होतं. एकचएक उंच इमारत न बांधता दहा-बारा बैठ्या इमारती बांधून त्या आतून एकमेकींना जोडून दिल्या होत्या. बाहेरून पाहणाऱ्याला त्या वेगवेगळ्या भासत, पण आत गेल्यावर एकाच इमारतीची

ती निरनिराळी दालनं आहेत हे स्पष्ट होई. त्या इमारतीही एकाच ओळीत सलग न बांधता एखाद्या अष्टकोनासारख्या एकाभोवती एक अशा बांधल्या होत्या. तेही एक मधमाशांचं पोळंच आहे असा विचार कौशिकांच्या मनात येऊन गेला.

राऊतांनी व्यवस्था खरोखरच, सांगितल्याप्रमाणे चोख ठेवली होती. त्या गुहांमध्ये तपास करून परत आलेल्या तुकडीचे प्रमुख तर होतेच, शिवाय त्या गुहांची अधिक तपशीलवार माहिती असलेल्या तिथल्या खेड्यातल्या सरपंचालाही बोलावलं होतं. त्याचबरोबर एरवीही त्या गुहांमध्ये जाणाऱ्या इतर काही खेडुतांनाही त्यांनी तिथे हजर केलं होतं. त्या गुहांचे जे काही नकाशे तयार केले होते, तेही तिथे ठेवले गेले होते.

कौशिकांना त्या नकाशांचा फारसा उपयोग होणार नाही, हे ते न पाहताच समजलं होतं. त्यामुळे त्यांचा अभ्यास करण्यात वेळ दवडण्याऐवजी त्यांनी त्या सरपंचांकडेच मोहरा वळवला.

"काय भाऊराव, आम्हाला घडवणार का सैर तुमच्या पाताळगुंफेची. बरंच काही ऐकलंय तिच्याबद्दल."

"सायेब, आमी काय दावनार. दावनारा तर आतमंदी लपूनश्यान बसलाय न्हवं. आमाला त्या गुंफेच्या वरच्या अंगाला असनाऱ्या वाटंचीच म्हायती हाये बगा."

"त्या गुहांमधून बाहेर पडायच्या ज्या काही वाटा माहिती आहेत त्यातली एक इथून दहा-बारा किलोमीटर अंतरावर उघडते. तिथे एक भव्य प्रवेशद्वार असल्यासारखं आहे. आत शिरल्यावर प्रशस्त लॉबी आहे. तिथे भिंतीतल्या दगडांची काही शिल्पं आपोआप तयार झालेली आहेत. भिंतीवर आदिमानवाच्या काळातली काही रेखाचित्रं आहेत. भीमबेटकाच्या गुहांमध्ये आहेत तशी. त्यामुळे तिथे पर्यटक बऱ्याच वेळा येतात. हे आपले सरपंचच त्यांना तिथे नेऊन तो सारा परिसर दाखवतात. त्या बाजूची आणि त्या लॉबीपलीकडच्या भागांचीही त्यांना सविस्तर माहिती आहे."

"पण आपला हा चोर काही त्या भागात दडून बसलेला नाही ना?"

"तेही नक्की सांगता येणार नाही. त्यानं त्या गुहांमध्ये प्रवेश जरी आपल्या बाजूनं केला असला, तरी नंतर तो कोणत्या भागात गेला आणि सध्या नेमका कुठे आहे, हे छातीठोकपणे सांगता नाही यायचं. त्या कलादालनातून बाहेर निसटण्याचा तो राजमार्ग असल्यामुळे आम्ही त्याच्यावरही करडी नजर ठेवून आहोत. या सरपंचांनाही त्या कामावर नियुक्त केलंय आम्ही. त्यामुळे तिथून तो बाहेर पडलेला नाही, हे खात्रीपूर्वक सांगू शकतो आम्ही. एवढंच काय, पण तिथून आत शिरून जेवढा तपास करता येणं शक्य होतं तितका आम्ही केला आहे. पण त्यातून तो चोरच काय त्याचं नखही आम्हाला दिसलेलं नाही."

"मला वाटतं, इथेच बसून चर्चा करण्याऐवजी त्या गुंफांमध्येच जाऊ या. तिथून

फेरफटका करतानाही आपल्याला बोलता येईल. तुम्ही सर्व मंडळी जी काही माहिती सांगता आहात, त्याचा अर्थही चटकन लागेल.''

''मीही तेच सुचवणार होतो,'' राऊत म्हणाले आणि सरळ उठून चालू लागले. कौशिक त्यांच्या पाठी आणि त्यांच्याही मागे सारा लवाजमा पाताळगुंफेच्या मुख्य प्रवेशद्वाराकडे जाऊ लागला. वाटेत जाडजाड इलेक्ट्रिक केबल वेड्यावाकड्या पसरलेल्या दिसत होत्या. त्यांच्याकडे अंगुलीनिर्देश करत राऊत म्हणाले, ''जनरेटर चालू करून त्या गुहांच्या दर्शनी भागात आणि जिथवर मजल मारता येईल तिथवर वीज खेळवली आहे. सगळीकडे उजेड करून सोडला आहे. म्हणजे शोधपथकाला निदान त्या भागाची तरी कसून तपासणी करता येईल. झालंच तर जागोजागी लाऊडस्पीकर लावून त्या चोराला उद्देशून आम्ही त्यानं आपसूक शरण यावं, असं आवाहनही करत आहोत.''

''त्यामुळे तुम्ही त्याच्या मागावर आहात याची जाणीव त्याला झाली असेलच. त्यामुळे त्यानं ती ड्रॉईंग्ज नष्ट करण्याचा प्रयत्न केला तर!''

''हूं. ती शक्यता आहेच,'' एक दीर्घ सुस्कारा सोडत राऊत म्हणाले. ''तरीही सारा मामला सामोपचारानं मिटावा, अशीच आमची इच्छा आहे. या प्रकाराची अजूनतरी कुठेच वाच्यता झालेली नाही. प्रेसला, वर्तमानपत्रांना याची काहीच चाहूल लागलेली नाही आणि ती लागू नये, अशीच आमची धडपड आहे.''

''पण मग तो चोर हाती लागला तरी तुम्ही त्याच्यावर खटला भरणार नाही?''

''नागरी म्हणजेच सिव्हिलियन कोर्टात नाही. तो डिफेन्स एम्प्लॉयी असल्यामुळे आम्ही कोर्ट मार्शल करू. त्याला जी काही शिक्षा द्यायची ती सैन्यदलाच्या कायद्याप्रमाणे देऊ. कारण अशी चोरी झाली आहे हे षटकर्णी झालं तर त्यातून आम्ही अशा प्रकारची सिस्टिम डेव्हलप करत आहोत, हे जगाला कळून येईल. उद्या ती डेव्हलप झाल्यावर तिची चाचणी घेतली जाईल, तेव्हा कोणाला काय कळायचं ते कळू दे. आताच नको. म्हणून तर ही सारी गुप्तता राखली जात आहे.''

''पण मग हे सरपंच? ते आदिवासी?'' राऊतांच्या कानात कुजबुजल्यासारखं कौशिक म्हणाले.

''ते तसे विश्वासू आहेत. शिवाय त्यांना आम्ही इथे नेमकं काय करतो, याची कल्पना नाही. त्या मंडळींच्या विकासासाठी आम्ही बरेच प्रकल्प राबवले आहेत. त्यामुळे आमचा कारभार बिनबोभाट चालावा यात त्यांचं भलं आहे, हेही मंडळी ओळखून आहेत.''

तोवर सर्व जण पाताळगुंफेत पोहोचले होते. समोरच्या पर्वतातल्या सहजासहजी न दिसणाऱ्या चिंचोळ्या प्रवेशद्वारातून आत शिरल्यावर मात्र एक प्रशस्त दालन लागलं. पंचवीस फूट खोल, पंधरा फूट रुंद असलेल्या त्या दालनाचं छतही तसं

दहा फुटांवर होतं. कौशिकच काय पण राऊतही ताठ मानेनं उभे राहू शकत होते. फ्लडलाईटसनं सारं दालन उजळून टाकलं होतं.

आजूबाजूच्या भिंती कंगोऱ्यांच्या आणि जागोजागी वर आलेल्या अणकुचीदार दगडांच्या बनलेल्या होत्या. पायाखालची जमीनही तशी सपाट नव्हती पण बंदिस्तपणामुळे आवाज चांगलाच घुमत होता. जवळजवळ उभं राहिल्याशिवाय एकमेकांशी व्यवस्थित बोलणं शक्य नव्हतं.

''लाऊउस्पीकरवरून तुम्ही दिलेल्या सूचना त्या तुमच्या सावजापर्यंत नीटपणे पोहोचत असतील की काय, याविषयी मला तरी शंकाच आहे. इथे उठणाऱ्या शेकडो प्रतिध्वनींमधून तुम्ही त्याला काय सांगताहात, हे त्याला समजावंच कसं?''

''बरोबर आहे तुमचं म्हणणं, पण आमचाही नाइलाज आहे. करायचा म्हणून तोही प्रयत्न करतो आहोत.''

कौशिकांनी सभोवार नजर टाकली. तिथे येईपर्यंत बाहेर उन्हाचा कडाका जाणवत होता, वैशाखवणवा पेटला होता. पण इथे आत मात्र थंडगार वाटत होतं. लाऊडस्पीकरबरोबर राऊतांनी एअरकंडिशनरचीही सोय केलेली आहे की काय, अशी शंका कौशिकांच्या मनात अल्लडपणे बागडून गेली.

''इथे उभं राहून या गुहांच्या रचनाबंधाची आणि त्यानं आमच्यापुढे उभ्या केलेल्या कोड्याची कल्पना येणार नाही. पुढे चला म्हणजे मग आम्ही असे का गोंधळलो आहोत, हे आपसूकच ध्यानात येईल तुमच्या,'' त्या दालनाच्या एक टोकाला असलेल्या भगदाडातून कौशिकांना पुढे नेत राऊत म्हणाले.

एका अरुंद बोळातून काही वेळ सर्व जण चालत राहिले. समोरून थंडगार वाऱ्याची झुळूक त्यांचं स्वागत करतच होती.

''काय गारवा आहे नाही इथे!'' अमृतराव म्हणाले, ''जणू पलीकडे कुठेतरी पॉवरफुल एअरकंडिशनर बसवला असावा आणि त्याच्या वाऱ्याचा झोत अंगावर येत असावा, असं वाटतंय!''

कौशिकांनी एक क्षण त्यांच्याकडे रोखून पाहिलं आणि मग ते पुढेपुढे जातच राहिले. त्या अरुंद बोळाच्या टोकाला परत एक दालन लागलं. तेवढंसं मोठं नव्हतं ते, पण त्या दालनाच्या चहूबांजूनी रस्ते फुटत होते.

''पाहिलंत हे, डॉक्टर साहेब,'' राऊत म्हणाले, ''इथून आता कितीतरी रस्ते फुटताहेत. त्यांपैकी कोणताही घेतलात तरी आपण आता आलो तसेच अरुंद बोळ लागतील. काही बोळांना लागून खोल्यांसारख्या गुहा आहेत. त्या बोळांच्या टोकाला असाच रुंद पॅसेज लागेल. तिथून परत अनेक रस्ते फुटतील. काही उतारावर जाणारे. काही थोडीफार चढण असणारे.''

आता उजेड मंदावत चालला होता. नवीन फ्लडलाईटस लावलेले नव्हते. पाठी

पडलेल्या दिव्यांचा जो काही उजेड तिथवर पोहोचत होता तेवढाच. पुढे तर सगळीकडे काळोखच होता.

"तरीही माझ्या माणसांनी यांतले जेवढे रस्ते पायाखाली घालणं शक्य होतं तेवढे धुंडाळले आहेत. आणखी पुढे जात राहिले असते तर त्यांनाच हरवून बसलो असतो आम्ही. म्हणून मग त्यांना परत बोलावलं. वॉकीटॉकीवरून संपर्क ठेवत आम्ही हा भाग पिंजून काढला आहे."

"तरीही काहीही मिळालं नाही तुम्हाला, असंच ना?" अमृतरावांनी विचारलं.

"तसंच काही म्हणता नाही येणार. एका ठिकाणी त्या हरामजाद्याच्या चपला मिळाल्या. एरवी बूट घालून इथे यायचा तो, पण या वेळी घाईघाईनं पळाल्यानं तशी संधीच मिळाली नाही त्याला. एका ठिकाणी बऱ्याच खाद्यपदार्थांचा साठा करून ठेवलेला दिसला. एका ठिकाणी एक रुमाल पडलेला होता. त्या चपला आणि तो रुमाल हुंगायला देऊन आम्ही कुत्र्यांनाही त्याच्या मागावर पिटाळलं. त्यापैकी काही गोलगोल फिरत परत मूळच्या जागी आली. काही धावत पुढे गेली. तिथल्या एका कड्यावरून खोलवर खाली पडली. काही ठिकाणी पाण्याचे झरे मिळाले. एका ठिकाणी तर एक छोटेखानी सरोवरच मिळालं. स्वच्छ, गार आणि चवदार पाणी होतं तिथलं."

"पण एवढी वणवण करून त्या चोराचा काही थांगपत्ता लागला नाही."

"नाही. तरीही तो इथेच असावा अशी खात्री मात्र पटली आहे माझी. तेवढे क्लूज नक्कीच मिळाले आहेत."

अमृतराव आणि राऊतच इतका वेळ बोलत होते. कौशिक मात्र गप्पच होते. नाही म्हणायला आपला पाईप पेटवण्याचा त्यांचा प्रयत्न चालला होता. पण समोरून येणारी ती गार वाऱ्याची झुळूक मात्र तो पेटू देत नव्हती. वर नजर वळवून त्यांनी तो वाऱ्याचा उगम कुठे असावा, याचा अंदाज घेण्याचा प्रयत्न केला आणि ते म्हणाले, "जुन्या काळच्या बांधकामात वायुविजनाची उत्तम व्यवस्था असायची. त्यामुळे अशी वाऱ्याची झुळूक सगळीकडे पसरायची पण इथला मामला काही न्याराच आहे. कुठून येतो हा वारा, याचा शोध घेण्याचा काही प्रयत्न केला आहे का तुम्ही?"

राऊत त्यांचा तो प्रश्न ऐकून अवाकच झाले. काय बोलावं हेच त्यांना समजेना. आपण त्या चोराला हुडकून काढण्यासाठी किती जंगजंग पछाडलं, याची माहिती देत आहोत आणि हा गृहस्थ त्या वाऱ्याच्या उगमाचा शोध घेतला का, हे विचारतो आहे! अमृतरावांनाही थोडीफार चीड आली. आपण कोणत्या कामासाठी आलो आहोत, याचा विसर पडून कौशिक नेहमीच अशा भलत्याच पण त्यांच्या वैज्ञानिक चिकित्सक नजरेला भावणाऱ्या बाबीवर लक्ष केंद्रित करत असत. या त्यांच्या सवयीची त्यांना माहिती होती; तरीही आजचा प्रसंग कोणता, कसलं राष्ट्रीय संकट उभं राहिलं आहे

आणि कौशिक आपल्याच नादात वाहवत चालले आहेत, याचा त्यांनाही राग आला होता. न राहवून त्यांनी तो बोलूनच दाखवला.

"आता ते त्या चोराला शोधतील, का त्या वाऱ्याचा शोध घेत फिरतील?"

"काय म्हणालात? चोराचा शोध? हं, हं तेही खरंच आहे. पण काही म्हणा, या वाऱ्यानं मोहवून टाकलं आहे. सगळीकडेच असा प्रवाह आहे का हो त्याचा? आणि सगळीकडे याच दिशेनं वाहतो का हो तो?"

यावर काय बोलावं हे न उमजून राऊत गप्पच राहिले. त्यांच्या कपाळावरची शीर मात्र थाडथाड उडत होती. खुद्द संरक्षणमंत्र्यांनी शिफारस केली होती म्हणून, नाहीतर त्या क्षणी त्यांनी कौशिकांना तिथून हाकलूनच लावलं असतं.

कौशिक मात्र आपल्याच नादात होते. चक्क शीळ घालत त्यांनी त्या वाऱ्यावर आपला रुमाल धरला आणि तो आपल्याच अंगावर भिरभिरत कसा येतो, ते पाहण्याचा खेळ सुरू केला. तितक्यात सरपंच म्हणाले, "सायब वरल्या अंगाला बगा. थतं तर याच्यापरीस जोऱ्यांदा येतूया ह्यो वारा."

"असं का! अरे वा! मग गेलंच पाहिजे तुमच्या या वरच्या अंगाला. तिथे ती आदिमानवानं काढलेली गुंफाचित्रंही आहेत म्हणता ना. तीही बघता येतील. काय अमृतराव, ब्रिगेडियर साहेब येणार का तिकडे?"

राऊतांनी काहीही न बोलता पाठ फिरवली. इथला हा सारा जामानिमा आणि शोध सोडून कसली ती चित्रं पाहताय आणि कसली ती वाऱ्यावर स्वारी करताय, असंच त्यांना विचारायचं होतं. पण आता त्या वाऱ्याचा ध्यास घेतला आहे तर कौशिक काही त्याचा पिच्छा सोडणार नाहीत, याची अमृतरावांना पुरती जाणीव होती. तिथून त्यांनी आणखी दुसरीकडेच कुठेतरी जाऊ नये, या उद्देशानं ते मात्र कौशिकांबरोबर जायला तयार झाले. शिवाय जमलं तर ते दोघंच असताना कौशिकांना हातातल्या कामाची आठवणही करून देता आली असती.

सरपंचांबरोबर वरच्या बाजूच्या त्या प्रशस्त दालनापर्यंत पोहोचायला त्या सर्वांना जवळजवळ पस्तीस मिनिटं लागली. तरी बरं राऊतांनी थोड्याफार नाखुशीतेनं का होईना, पण एक जीप त्यांच्या दिमतीला दिली होती. तरीही दगडधोंड्यांच्या त्या वाटेवरून जाताना त्यांची शरीरं चांगलीच हिंदकळून निघाली.

तिथे पोहोचल्यावर मात्र सारा शिणवटा दूर झाला. खरोखरीच, अतिशय रम्य ठिकाण होतं ते. सरपंच त्याची तोंड फाटेस्तोवर स्तुती करत होते, ती अनाठायी नव्हती याची प्रचिती कौशिकांनाच काय पण अमृतरावांनासुद्धा आली. तिथला दगडही जरा ठिसूळ होता. त्यामुळे त्याच्यात शिल्प कोरणं तर सहजसाध्य होतंच, पण तिथल्या जमिनीतूनही शिल्पं उगवली होती. छतातूनही शिल्पं लोंबकळत होती. चुनखडीच्या दगडामधून पाणी झिरपून त्याच्याबरोबर येणाऱ्या रसायनांमधून स्टॅलॅक्टाईट

आणि स्टॅलॅग्माईटचे स्फटिक निसर्गच तिथे तयार करत होता. त्या स्फटिकांची उभी वाढ होताना त्यातून अनेक चित्रविचित्र आकार निर्माण होत होते. ढगांचा कापूस पिंजतापिंजता त्यांनी विविध आकार धारण करावेत आणि आकाशाला एखाद्या चित्रकाराच्या विशाल कॅनव्हासचं रूप द्यावं, तसंच इथे निसर्गानंच शिल्पकलेचं भव्य प्रदर्शन मांडलं होतं. वारूळ जसं वाढत जावं तसे जमिनीतून उभे राहणारे स्टॅलॅक्टाईटचे डोंगर कुतुबमिनारासारखा एखादा सरळसोट मिनार, तर कधी गोल घुमट असलेली वास्तू, तर कधी एखाद्या चर्चच्या टोकदार कळसासारखा आकाशभेदी सुळका, अशी निरनिराळी रूपं धारण करत होते. त्यातून सतत झिरपणाऱ्या पाण्याची ओल त्यांच्यावर एक वेगळीच झळाळी आणत होती. त्यांचा मूळचाच मोतिया रंग आणखीच खुलवत होती. छतावरून लोंबकळणारे स्फटिक तर झुंबरांसारखे लटकत होते. तिथली पाण्याची ओल त्या झुंबरांमध्ये मंद तेवत असणाऱ्या दिव्याची चमक त्यांना बहाल करत होती.

कौशिक त्यात गुंतून पडत असल्याचं पाहून अमृतरावांची चुळबुळ मात्र वाढत होती. काय करून त्यांचं लक्ष परत मूळ समस्येकडे वळवावं, याचा विचार ते करत असतानाच कौशिकांनीच त्यांना त्यांच्या तंद्रीतून जागं करत म्हटलं, "पाहिलात अमृतराव, निसर्गाचा हा चमत्कार. हा आविष्कार. माणसानं आपण निरनिराळ्या कला, निरनिराळी शास्त्रं विकसित केली म्हणून भलेही बढाई मारू दे. निसर्गानं त्याच्याही आधी त्याच्यावर वरताण केलेली असणार, याची खूणगाठ बांधायला हरकत नाही. हा विश्वाचा पसारा त्यानं नाहीतर कसा मांडला असता! आता हेच पाहा ना, एखादी इमारत एअरकंडिशन्ड कशी करावी यावर अभियंत्यांनी आपलं डोकं कितीही खाजवून अधिकाधिक शक्तिशाली यंत्रं जरी जन्माला घातली, तरी इथल्यासारखी वायुविजनाची व्यवस्था करणं त्यांना अजूनतरी जमलेलं नाही. पाहा, किती जोमदार प्रवाह आहे इथे या मोकळ्या आणि थंडगार हवेचा. इथेच कुठेतरी वरच्या बाजूला एखाद्या कपारीतून हा प्रवाह येत असावा. दोन्ही बाजूला उंचचउंच डगरी असलेली एखादी निरुंद चिमुकली कपार असली, की तिथून बाहेरची हवा वेगानं आत घुसते आणि त्यातून मग हा प्रवाह तयार होतो. तसंच त्या चिमुकल्या वाटेतून धसमुसळेपणानं आत घुसताघुसता स्वत:जवळची ऊर्जा खर्ची घालावी लागल्यानं ती हवा थंडगारही पडत जाते. पाहिलंत हे दालन आपल्या त्या दर्शनी दालनापासून जवळजवळ पंधरा एक किलोमीटर दूर असूनही तिथवरही हा वारा पोहोचतो. त्याची मंद झुळूक का होईना सतत वाहत असते. खरं आहे ना मी म्हणतो ते, काय सरपंच?"

"तर व्हो. लई इय्कासच बगा. म्हून तर उन्हं लई कावायला लागली की आमी हितंच येतो न्हवं का दोन पारी लवंडाया."

"पण हा वारा जिथून येतो ती कपार शोधून काढली पाहिजे, सरपंच. हा बाहेरचा डोंगर चढून गेलं की सापडेल बघा ती. येता काय?"

खरंतर सरपंचांनाही काट्याकुट्यांची ती वाट तुडवत जाणं जिवावर आलं होतं, पण त्यांचाही नाइलाज झाला. हातातली काठी जमिनीवर आपटत ते उठले. मग अमृतरावांचाही नाइलाज झाला.

तासाभराच्या पायपिटीनंतर कौशिकांनी मात्र त्या कपारीचा शोध लावलाच. एखाद्या खिंडीसारखी ती होती. दोन्ही बाजूला उंचचउंच सुळके. त्यातून अगदी अरुंद अशी जाणारी ती वाट. तिथून खाली उतरता आलं असतं. मात्र तिची रुंदी इतकी कमी होती की सरपंचांसारखा आडदांड माणूस तर सोडाच, पण स्वत:ची शरीरयष्टी तशी आटोक्यात राखलेल्या अमृतरावांनाही तिथून पुढे सरकणं मुश्कील झालं असतं.

बाहेरच्या बाजूला मात्र वारा पडलेलाच होता. जी काही थोडीफार चुणूक मिळत होती ती उन्हाची झळाळ लेवूनच येत होती. अमृतरावांनाही बाहेरच्या आणि आतल्या हवेच्या वेगातला तसंच तापमानातला फरक जाणवल्याखेरीज राहिला नाही. कौशिकांनी सादर केलेल्या निसर्गाच्या किमयेचं ते रूप पाहून तेही खरंतर प्रभावित झाले होते. प्रसंग वेगळा असता तर त्यांनीही त्याचा आनंद लुटला असता. पण आता हातात वेगळीच कामगिरी होती.

"चला, त्या वाऱ्याच्या उगमाचा शोध तर लागला. आता आपल्या त्या चोराचा थांगपत्ता कुठे आहे, हे या वाऱ्यालाच विचारा म्हणजे झालं." वक्रोक्तीचा सढळ वापर करत अमृतरावांनी कौशिकांना ते कोणत्या कामगिरीवर तिथे आले आहेत, याची आठवण करून देण्याचा प्रयत्न केला.

"बहोत खूब, अमृतराव. या रम्य ठिकाणी येताच तुमच्याही प्रतिभेला पालवी फुटलेली दिसते. विचारू, विचारू या वाऱ्यालाच. त्याचा ठावठिकाणा सांगायची विनंती करू या आपण. हे सरपंच मदत करतील आपल्याला. नाहीतरी हा वारा त्यांचा दोस्तच आहे ना!"

ब्रिगेडियर राऊत अस्वस्थपणे येरझाऱ्या घालत होते. ते, अमृतराव, कौशिक, इतर काही फुटकळ मंडळी पाताळगुंफांच्या दर्शनी दालनात बसली होती. कौशिकांनी त्यांना बोलावून घेतल्यामुळे ते सर्व जण तिथे आले होते. वास्तविक, राऊतांना कौशिकांना परत भेटायची अजिबात इच्छा नव्हती. पण आज तो चोर त्यांच्या हाती सोपवण्याचं आश्वासन त्यांनी दिल्यामुळेच ते तयार झाले होते; तरीही तो चोर हाती लागेल, अशी अपेक्षा त्यांनी बाळगलेली नव्हती. केवळ कौशिकांना उद्या तक्रार करायला जागा राहू नये म्हणून नाखुशीनं ते तिथे आले होते. म्हणून तर आता इतका

वेळ झाला तरी तो न मिळाल्याचं पाहून ते अस्वस्थ झाले होते. बसून राहण्याऐवजी येरझारा घालत होते.

त्यात कौशिकांच्या जगावेगळ्या मागण्यांमुळेही ते त्रासून गेले होते. कौशिकांनी प्रथम त्या गुहांमधले सगळे लाऊडस्पीकर्स काढून टाकायला सांगितले होते. एवढंच नाहीतर तिथे बोलतानाही सर्वांनी आवश्यक तेव्हाच आणि कुजबुजल्यासारखं बोलण्याची ऑर्डर काढली होती. त्यांना तिथे संपूर्ण शांतता हवी होती. कोणत्याही प्रकारचा आवाज झाल्यास तो घुमतो, त्याचे असंख्य प्रतिध्वनी उमटत राहतात आणि मग काहीही नीट ऐकू येत नाही म्हणून हा सारा खटाटोप असल्याचं त्यांनी सांगितलं होतं. पण एवढी धडपड करून काय ऐकायचं आहे, हे मात्र त्यांनी सांगितलं नव्हतं.

तिथे वावरणाऱ्या सर्वांना कौशिकांनी तोंडावर एक कापडी मास्क घालण्याची सक्ती केली होती. जैन मंडळी कसा कापडाचा एक छोटेखानी चौकोन नाका-तोंडावर बांधून घेतात तशा प्रकारे सर्वांनाच त्यांनी आपली नाकं झाकून घ्यायला सांगितली होती. एवढं करून ते राहिले नव्हते तर एका डॉक्टरांनाही त्यांनी तिथे हजर राहायला सांगितलं होतं. त्यांची गरज काय या प्रश्नाला त्यांनी उडवाउडवीची उत्तरं दिली होती. राऊतांच्या सगळ्या फौजफाट्याला त्यांनी तैनात केलं होतं आणि त्या दर्शनी दालनातून निघणाऱ्या अरुंद बोळकंडीवजा मार्गावरून पुढे जात निरनिराळ्या वाटेनं चालत राहायला सांगितलं होतं. आपण कोणत्या वाटेनं आलो आहोत याचा माग ठेवण्यासाठी त्यांनी जिथेजिथे वळण घेतलं तिथेतिथे काहीतरी खूण ठेवण्याचीही व्यवस्था करायला सांगितलं होतं आणि अशा तऱ्हेनं जात असताना कसलाही आवाज आला तर त्या आवाजाचा मागोवा घ्यायला सांगितलं होतं.

बाहेर उभ्या केलेल्या गाड्यांचे ड्रायव्हर आणि काही निरोप देण्यासाठी गरज पडलीच तर हाताशी असावेत असे काही जवान सोडल्यास बाकी सारा फौजफाटा त्या गुहांमधून हिंडत होता. त्यांना आपले नेहमीचे बूट बदलायला लावून रबरी तळाचे कॅनव्हासचे बूट घालायला लावले गेले होते. त्याचं कारणही कौशिकांनी सांगितलं होतं. नेहमीच्या बुटांचा खाडखाड होणारा आवाजही त्या गुहांमधून घुमत राहिला असता. तोही त्यांना नको होता.

आपण हा सारा भाग पिंजून काढून, लाऊडस्पीकरद्वारे अनेक वेळा गंभीर इशारे देऊनही जो चोर आजवर दडून राहिला होता, तो आता एकदम सर्व शांत झाल्याचं पाहून आपणहून बाहेर येईल यावर राऊतांचाच काय, पण अमृतरावांचाही विश्वास बसत नव्हता. आजवर कौशिकांनी अशा विक्षिप्त मागण्या करून गुन्ह्यांची उकल करायला मदतच केली आहे, याची आठवण असल्यामुळेच ते राऊतांइतके विचलित झाले नव्हते एवढंच. पण आता पाऊण तास उलटून गेल्यावर त्यांचाही धीर सुटत चालला होता. या वेळी कौशिक यशस्वी होणार नाहीत, असंच त्यांनाही वाटू लागलं

होतं. हा सारा खटाटोप व्यर्थ जाणार आहे, अशी भीती त्यांना वाटू लागली होती.

अकस्मात पलीकडच्या बोळकंडीतून काही मंडळी येत असल्याचे आवाज येऊ लागले. कोणीतरी बोलत असल्याचा आवाज तिथे घुमू लागला. आपण ऑर्डर दिलेली असतानाही ती मोडली जात आहे, हे पाहून राऊत तर भलतेच रागावले होते. ती मोडणाऱ्यांना जाब विचारण्यासाठी ते पुढे होणार तोच कोणीतरी जबरदस्त शिंका देत असल्याचा आणि त्या शिंकांच्या प्रतिध्वनींचा आवाज एकसाथ त्या गुहांमध्ये गुंजू लागला. त्या पाठोपाठ कोणीतरी खोकत असल्याचाही आवाज ऐकू येऊ लागला. एकच कोलाहल माजला.

इतका वेळ शांतपणे आपल्या पाईपातून धुराचे भपकारे सोडत राहिलेले कौशिक ताडकन उठून उभे राहिले. जवळजवळ धावतच ते त्या बोळकंडीच्या प्रवेशद्वाराकडे गेले आणि तिथूनच त्यांनी त्या गदारोळावर मात करणाऱ्या आवाजात विचारलं, "सापडला?"

"यस सर!" असं तितक्याच जोरदार आवाजात त्यांना उत्तर मिळालं आणि त्या पाठोपाठ शोध करायला गेलेली एक तुकडी एका सडपातळ इसमाला ढकलत-ढकलतच तिथे घेऊन आली. त्याला दोघा धट्टयाकट्ट्या जवानांनी आपल्या मजबूत हातांच्या पकडीत धरलं होतं. तसं त्यांनी धरलं नसतं, तरी त्याला त्यांच्या तावडीतून निसटणं अशक्य झालं असतं. कारण शिंकांनी आणि खोकल्यानं तो बेजार झाला होता. त्याचा चेहराही लालीलाल झाला होता. फुलून आला होता. बरोबर असलेल्या डॉक्टरांना खुणावत कौशिकांनी त्यांना त्या इसमाकडे बघायला सांगितलं.

राऊत अवाक होऊन बघतच राहिले आणि मग तो कोण आहे हे ध्यानात येताच त्याच्या अंगावर धावून गेले. इतरांनी आवरलं म्हणून नाहीतर रागाच्या भरात त्यांनी त्याला बुकलूनच काढला असता. तरीही उजव्या हाताची तर्जनी उंचावत ते त्याला धमक्या देतच राहिले.

तो काहीही प्रतिकार करण्यापलीकडे होता. सटासट शिंकांनी त्याला जेरबंदच केलं होतं. डॉक्टरांनी त्याला कसलंसं इंजेक्शन दिल्याचं राऊतांनी पाहिलं आणि त्यानंतर मग कौशिकांनी त्याला बेड्या ठोकण्याची ऑर्डर दिल्याचंही पाहिलं.

हा काय प्रकार आहे, हे विचारण्यासाठी ते पुढे झाले. अमृतरावही तेवढ्यात त्यांना येऊन मिळाले, पण कौशिकांनी आपला मोहरा त्या शोधतुकडीचं नेतृत्व करणाऱ्या अधिकाऱ्याकडे वळवला होता. त्याच्या पाठीवर शाबासकीचा हात फिरवत त्यांनी विचारलं, "काही त्रास तर नाही ना झाला?"

"छे, छे, सर. आपण सांगितल्याप्रमाणे आम्ही फक्त कुठे काही आवाज होतोय की काय, याकडे लक्ष देऊन होतो. याच्या शिंकांचा आणि खोकल्याचा असा जबरदस्त आवाज तिथे होत होता, की आम्ही आपसूकच तिकडे खेचले जात होतो.

फक्त हे आवाज घुमत असल्यामुळे ते नेमके कुठून येताहेत, हे शोधायला थोडा वेळ लागला, पण एकदा तिथे पोहोचल्यावर काहीच अडचण आली नाही.''

''एकटाच होता का तो?'' राऊतांनी विचारलं. ''आणि त्याच्याबरोबरचं सामान?''

''तेही आणलंय ना सर. ही त्याची बॅग.

त्याव्यतिरिक्त खाण्याची भरपूर बेगमी केली होती त्यानं. वरचेवर जाऊन त्यानं तो साठा केला असणार. तो तिथेच सोडून आलोय, पण हवा असेल तर नंतर जाऊन तो ताब्यात घेता येईल. बाकी तो एकटाच होता.''

तोपर्यंत कौशिक त्या कोंडाळ्यातून बाहेर पडून जरा बाजूला जाऊन उभे राहिले होते. ब्रिगेडियर राऊतांचं लक्ष त्यांच्याकडे जाताच ते पुढे झाले. राऊतांनी त्यांचा हात हातात घेतला आणि क्षणभर काहीही न बोलता ते तसेच त्यांच्याकडे पाहत राहिले. अन् मग ओशाळगत होत म्हणाले, ''थँक्यू डॉक्टर, थँक्यू व्हेरी मच. ती कागदपत्रं व्यवस्थित हाती लागली आहेत आणि गेले दोन-तीन दिवस मी फटकून वागलो त्याबद्दल सॉरी. एकतर मी अतिशय टेन्शनमध्ये होतो आणि तुम्ही काय करताय हेच समजत नव्हतं. आताही आम्हाला जंगजंग पछाडून त्याचं नखही दिसलेलं नसताना तुम्हाला त्याचा ठावठिकाणा नेमका कसा कळला, हे अजूनही समजत नाहीय.''

''ते सांगतो पण त्याआधी त्या पलीकडच्या प्रवेशद्वाराकडे कोणालातरी पाठवून सरपंचांना आता आपलं काम थांबवायला सांगा. त्यांची फारच मोलाची मदत झालीय.''

''त्यांची मोलाची मदत?'' काहीच न कळून अमृतरावांनी विचारलं. ''ते तर इथे नाहीतच.''

''तरीही त्यांनी या कामगिरीत महत्त्वाचा वाटा उचलला आहे आणि या चोराचा ठावठिकाणा म्हणाल तर तो मला माहिती नव्हताच, पण त्यानं आपणहूनच तो सांगितला आहे. मी त्याच्याबद्दलची माहिती विचारत असताना तुम्ही त्याला हे फीव्हरचा त्रास होतो, हे सांगितलं होतंत. त्याचाच फायदा घेण्याचं मी ठरवलं. इथे अशी वाऱ्याची झुळूक सर्वत्र खेळत असलेली पाहून मला एक कल्पना सुचली. म्हणूनच तो वारा कुठून येतो याचा शोध घेत होतो मी. त्या पलीकडच्या दाराच्या तिथे मला ती कपार आढळली. सरपंचांनी तिचा शोध घ्यायला मला मदत केली. तिची व्यवस्थित पाहणी केल्यानंतर मी त्यांना परागकणांचं एक पोतं आणायला सांगितलं. एरवी केरकचरा म्हणून जमिनीवरची सुकलेली फुलं टाकून दिली जातात. तीच गोळा करून आणायला मी सरपंचांना सांगितलं होतं आणि त्यातलेच ते परागकण त्या कपारीतून आत सोडून द्यायला सांगितलं होतं. तिथेच ते काम करत बसले होते.

वाऱ्याच्या झोतासरशी रुमाल आपल्याच अंगावर कसा येत होता, हे त्या दिवशी आपण पाहिलंच आहे... त्यामुळे त्या कपारीतून सोडलेले ते परागकण वाऱ्याच्या झुळकीबरोबर सगळीकडे पसरत चालले होते. जिथे हा चोर दडून बसला होता तिथेही ते पोहोचले आणि त्यांनी आपली कामगिरी चोख पार पाडली. त्यांच्या प्रभावाखाली हे फीव्हर बळावून हा चोर सटासट शिंकायला आणि खोकायला लागला. त्याचा मागोवा घेत मग आपली ही शोधतुकडी अलगद त्याच्यापर्यंत पोहोचली. तो आवाज शोधतुकडीला व्यवस्थित ऐकू यावा म्हणून मी इतर आवाज बंद करायला सांगितलं होतं आणि इतरांना त्या परागकणांचा त्रास होऊ नये म्हणून तोंडावर ते मास्क बांधायला सांगितलं होतं.''

''कमाल आहे तुमची डॉक्टरसाहेब. संरक्षणमंत्री तुमचं नाव आदरानं का घेतात हे आता कळलं आम्हाला.''

''अहो, कमाल माझी कसली? श्रेय द्यायचंच तर ते त्या सरपंचांना द्यायला हवं आणि आमच्या या अमृतरावांना.''

''मला? मी कुठे काय केलं?'' गडबडून अमृतरावांनी विचारलं.

''वा! नाही कसं! तुम्हीच तर हे फीव्हर म्हणजे काय असं विचारत त्या चोराच्या अंगी असलेल्या या वैशिष्ट्याकडे माझं लक्ष वेधलंत. तसंच 'तो वारा कुठून येतो,' असं विचारत त्याचंही महत्त्व आमच्या मनावर बिंबवलंत आणि सर्वांत कडी म्हणजे त्या वाऱ्यालाच आता चोराचा पत्ता विचारा, हे सांगितलंत. हे आमचे अमृतराव आहेत ना ब्रिगेडियर साहेब, यांची हीच खोड मला पसंत नाही. अतिशय सूचक बोलून ते अतिशय महत्त्वाच्या पुराव्याकडे आपलं लक्ष वळवतात आणि मग आपण त्या गावचेच नाही असा आव आणतात. पण काही म्हणा, त्यांना गुन्ह्यांची ॲलर्जीच असावी बहुतेक. म्हणून तर त्याचा सुगावा त्यांना पटकन लागतो आणि मग असा पाताळातही दडून बसलेला चोर आपसूक आपल्या जाळ्यात येतो. ब्रेव्हो अमृतराव.''

यावर अमृतराव काहीही बोलले नाहीत. बोलूच शकले नाहीत कारण तेवढ्यात त्यांना एक जोरदार शिंक आली.

''बघा, सत्य आहे,'' डॉक्टर कौशिक म्हणाले.

◆

मुका साक्षीदार

आपल्या वयाचा यत्किंचितही विचार न करता, एकेका उडीत दोन-दोन पायऱ्या पार करीत, डॉ.कौशिक जिना चढत होते. वंदनाचा, परांजपेच्या सेक्रेटरीचा फोन आल्याबरोबर कशाचाही विचार न करता, टॅक्सी पकडून धावत-पळतच कौशिक तिथे पोहोचले होते. आपण येताना कोणत्या रस्त्यानं आलो, हे जर कोणी विचारलं असतं, तर एरवी अशा बाबतीत जागरूक असलेल्या त्यांना त्याचं बरोबर उत्तर देता आलं नसतं. कारण वाटेतही त्यांचं चित्त थाऱ्यावर नव्हतं. परांजपेच्या ऑफिसजवळ पोहोचल्याचं टॅक्सीवाल्यानं लक्षात आणून दिलं तेव्हाच आपल्या तंद्रीतून जागं होत, ते टॅक्सीतून खाली उतरले आणि तसेच जिन्याकडे धावत सुटले. टॅक्सीवाला जेव्हा मोठ्यामोठ्यानं हाका मारत त्यांच्या पाठी आला, तेव्हा खिशातल्या हाताला लागल्या त्या नोटा त्याच्या हातात ठेवत ते परत तसेच जिन्याकडे धावत सुटले.

या साऱ्या धांदलीत, घरून निघताना अमृतरावांना फोन करून परांजपेच्या ऑफिसमध्ये बोलवायला मात्र ते विसरले नाहीत. त्यांच्या अंतर्मनात शिस्तीचा जो एक पगडा ठाम बसून राहिला होता, त्याच्यामुळेच अमृतरावांना ते फोन करू शकले होते. एरवी वंदनाच्या फोननं त्यांच्या मनात जी प्रचंड खळबळ उडवून दिली होती तिच्यापायी कोणताच सुसंगत विचार त्यांच्या मनात ठरत नव्हता.

वंदनाचा फोन आला तेव्हा नुकतंच दुपारचं जेवण आटपून पाईप शिलगावून धुराचे लोट सोडत कौशिक बसले होते. म्युझिक सिस्टिमवर शिवकुमार शर्मांची संतूर वाजत होती. त्या नादब्रह्मात हरवून जात त्यांनी नुकतेच आपले डोळे मिटून घेतले होते. सारं अंग सुखावून सुस्तीकडे वाटचाल करू लागलं होतं. फोनची घंटा

वाजते आहे, हे त्यांच्या लक्षातही आलं नाही. धोंडिबानं त्यांच्या खांद्याला हलकासा स्पर्श करत फोन आल्याची जाणीव करून दिली, तेव्हा कुठे त्यांनी रिसीव्हर कानाला लावला. सुरुवातीला त्या क्षणी फोन केल्याबद्दल, तो करणाऱ्यावर ते चिडलेच होते. त्या भरात एरवी त्यांनी त्याला सुनवायलाही पाठी-पुढे पाहिलं नसतं, पण फोन वंदनाचा आहे हे ध्यानात येताच ते जरासे शांत झाले.

पण वंदनाचं बोलणंही तुटकतुटक आणि अर्थहीन होत होतं. ती नुसती हमसून-हमसून रडत होती. त्या आवेगातच काहीतरी बोलायचा प्रयत्न करत होती. कौशिकांना ती काय सांगते आहे, का रडते आहे, हेच समजत नव्हतं. फक्त तसंच काही कारण असल्याशिवाय ती अशी आपल्याला फोन करणार नाही, याची त्यांना खात्री होती. म्हणून मग थोडंफार तिच्या कलानं घेत, तिला धीर देत ते म्हणाले, "वंदना, अगं स्वतःला जरा सावर पाहू. तू अशी रडत राहिलीस तर तुला काय सांगायचंय, ते मला कळणार कसं?"

"डॉक्टरसाहेब, डॉक्टरसाहेब..." एवढं बोलता-बोलताच तिला परत मोठ्यानं हुंदका फुटला.

"होय, अगं मीच बोलतोय, काय झालंय. तू अशी रडते का आहेस?"

"साहेबांना, साहेबांना, म्हणजे साहेब..."

"काय झालंय साहेबांना?"

"त्यांना काहीतरी झालंय हो. त्यांच्या, त्यांच्या, म्हणजे ते रक्ताच्या, म्हणजे सगळीकडे रक्त रक्त..." आणि परत एकदा ती मोठ्यानं रडायला लागली होती.

तिच्याकडून आणखी काही माहिती मिळणं अशक्य आहे, हे कौशिकांच्या लक्षात आलं होतं. परांजपेंना काहीतरी झालं होतं. त्यांना बहुधा जखम झाली असावी, त्यातून पुष्कळ रक्त वाहिलं असावं, एवढंच त्यांना वंदनाच्या त्या तुटक सांगण्यावरून समजलं होतं. ती एवढी बावचळून गेली होती, घाबरून गेली होती, याचा अर्थ मामला तसाच गंभीर असला पाहिजे, हेही त्यांच्या ध्यानात आलं होतं. फोनवरून आता आणखी काही तपशील मिळणार नाही आणि तो मिळणार असला तरी त्यात वेळ घालवणं इष्ट होणार नाही, याचीही जाणीव त्यांना झाली होती. धोंडिबाला सांगून, अमृतरावांना आणि डॉक्टर केळकरांना फोन करून परांजपेंच्या ऑफिसात बोलावलंय असा निरोप देण्याची व्यवस्था त्यांनी केली. मग आणखी वेळ न दवडता ते तातडीनं निघालेच. वाटेत मात्र परांजपेंना काय झालं असावं, यासंबंधी तर्कवितर्क करत ते स्वतःच्या विचारातच हरवून गेले होते.

परांजपेंच्या ऑफिसच्या दारातच अमृतरावांनी त्यांना गाठलं. ते आपल्याआधी तिथे कसे पोहोचले, असा प्रश्न तेवढ्यातही त्यांच्या मनात एखाद्या अवखळ मुलासारखा हुंदडून गेला. पण त्याचा पाठपुरावा करायला त्यांना अवसरच मिळाला नाही.

अमृतरावांच्या चेहऱ्याकडे नजर जाताच परिस्थिती भलतीच गंभीर आहे, हे ते समजून चुकले होते.

तोंडातून चकार शब्द न काढता मग ते अमृतरावांबरोबर आत शिरले. तिथे परांजपेच्या ऑफिसातली सारीच मंडळी घोळक्यानं उभी होती. सगळेच जण अतिशय भेदरलेले आहेत, हे स्पष्ट दिसत होतं. काही जणांच्या डोळ्यांत अश्रू उभे राहिल्याचंही दिसत होतं. वंदनानं तर त्यांना पाहताच आपल्या ओढणीचा बोळा करत तोंडात खुपसला आणि येत असलेला हुंदका तोंडाबाहेर पडणार नाही याची व्यवस्था केली. पण तिच्या जोरानं गदगदणाऱ्या शरीरावरून तिला रडं अनावर होतंय, हे सहज लक्षात येत होतं. तिच्याजवळ जात, तिच्या पाठीवरून हात फिरवत तिला धीर द्यायचा प्रयत्न करत असतानाच, त्यांनी डोळ्यांनीच अमृतरावांना काय झालंय ते विचारलं.

अमृतराव त्यांना काही सांगणार तोच परांजपेच्या केबिनमधून डॉक्टर केळकर बाहेर आले. त्यांचा चेहराही गंभीर होता. कौशिकांना पाहताच खिन्नपणे त्यांनी मान हलवली, पण ओठांतून बाहेर पडू पाहणाऱ्या शब्दांना अखेरच्या क्षणी आवरत त्यांनी खुणेनंच कौशिक आणि अमृतरावांना परांजपेच्या केबिनमध्ये चलायला सांगितलं.

वंदनाला तिथेच सोडून ते मग डॉक्टरांच्या पाठोपाठ परांजपेच्या केबिनमध्ये गेले.

आतलं दृश्य पाहून अशा प्रसंगांना सरावलेले असूनही त्या दोघांना मोठाच धक्का बसला.

परांजपे आपल्या आवडत्या फिरत्या खुर्चीवरच मान मागे टाकून निश्चेष्ट पडले होते. त्यांच्या चेहऱ्याच्या चिंधड्या उडाल्या होत्या. छातीवरही हृदयाच्या जागी काळसर भोक पडलं होतं आणि त्यातून बरंच रक्त वाहून गेलं होतं. त्यांच्या खुर्चीवर तर रक्ताचं थारोळं झालेलंच होतं, पण ते खाली वाहून खालच्या कार्पेटमध्येही झिरपून गेलं होतं. खुर्ची टेबलाशी असा काही कोन करून राहिली होती, की परांजपेंनी खुर्चीतून उठायचा प्रयत्न शेवटच्या क्षणी तरी निश्चित केला असावा, असं वाटत होतं. त्यांचा उजवा हात खुर्चीच्या हातावर पडला होता आणि त्यात पिस्तूल होतं. डावा हात टेबलावर पडला होता आणि त्या हाताच्या शेजारीच त्यांचा मोबाईल फोन पडला होता. फोन करता-करताच तो त्यांच्या हातातून गळून पडला असावा, असं अमृतराव आणि कौशिक दोघांनाही वाटून गेलं.

केबिनमधलं ते दृश्य पाहून कोणाचंही मन हेलावून गेलं असतं. कौशिकांसारख्या परांजपेच्या निकटच्या मित्राच्या गळ्यात तर हुंदकाच दाटून आला होता. क्षणभर ते भान हरपून बसले होते.

पण क्षणभरच! पुढचे सारे सोपस्कार आपल्यालाच करायला हवेत, याची जाणीव त्यांना झाली होती. परांजपेंनी अशा तऱ्हेनं अंत का करावा, हे कोडं

सोडवायला हवं होतं. पण त्याची तशी घाई नव्हती. त्याआधी बाकीचे सारे व्यवहार पार पाडायला हवे होते.

अमृतरावांना आपण बोलावून घेतलं हे बरंच केलं, याची कौशिकांना जाणीव झाली. कारण परांजप्यांचा मृत्यू नैसर्गिक नव्हता हे उघड होतं. तेव्हा पोस्टमॉर्टेम तर करणं आवश्यकच होतं. तसं पाहिलं तर वरवर परांजप्यांचा मृत्यू त्यांच्या हातात असणाऱ्या रिव्हॉल्व्हरमधल्या गोळीनं झाला होता, असं दिसत होतं. पण पुराव्यानिशी ते सिद्ध होणं आवश्यक होतं. म्हणजेच बॅलिस्टिक्सचा रिपोर्ट यायला हवा होता. शिवाय तसं सिद्ध झालं तरी ती गोळी स्वत: परांजपेंनीच स्वत:वर झाडली, हेही सिद्ध व्हायला हवं होतं. सगळं काही पोलिसांनी हाताळणंच योग्य होणार होतं.

त्यांच्या मनातले विचार समजल्यासारखे अमृतराव त्याच क्षणी पुढे झाले आणि त्यांनी हलकेच कौशिकांना बाजूला केलं. परांजपेच्या मोबाईल फोनवरून आपल्या ऑफिसमध्येच निरोप द्यावा, असा विचार त्यांच्या मनात आला. पण ज्या प्रकारे तो मोबाईल फोन परांजपेच्या हाताजवळ पडला होता त्यावरून तो पुराव्याचा एक भाग ठरू शकेल, असंही त्यांना वाटलं. म्हणून मग ते साईड टेबलवर ठेवलेल्या फोनकडे वळले. त्यातला डायरेक्ट लाईनवरचा फोन कोणता याची खातरजमा करून घेत त्यांनी मग निरनिराळे नंबर फिरवायला सुरुवात केली. कौशिकांच्या पाईपमधून धुराचे भपकारे सुटत असल्याचं तेवढ्यात त्यांच्या नजरेला आलं. त्यांचं विचारचक्र सुरू झाल्याची ती खूण होती.

परांजपे तसे एकटा जीव सदाशिव होते. इन्कमटॅक्स कन्सल्टंट म्हणून त्यांची ख्याती दूरवर पसरली होती. त्या व्यवसायात शिरलेल्या नीतिबाह्य व्यवहारापासून मात्र ते नेहमीच दूर राहिले होते. अतिशय सचोटीचा व्यवहार आणि आपल्या क्लायंटसनाही तसाच नियमात बसणारा सल्लाच ते देत असत. कर वाचवायचा, टॅक्स प्लॅनिंग करायचं, पण ते नियमांच्या चौकटीतच यावर त्यांचा कटाक्ष असे. त्यामुळे प्रसंगी त्यांनी आपल्या काही क्लायंटना दुखावलंही होतं. तो धोका पत्करूनही त्यांनी आपल्या तत्त्वांना मुरड नव्हती घातली. त्यापायी काही आर्थिक नुकसान झालं असेल, तर तेही आनंदानं सोसलं होतं. तरीही त्यांची प्रॅक्टिस जोरदार चालली होती, यात शंकाच नव्हती. कामापायी त्यांना आपल्या आवडत्या छंदांना जोपासणंही जमत नव्हतं. नाही म्हणता सामाजिक कार्याची असलेली आपली आवड त्यांनी थोड्याफार प्रमाणात का होईना जोपासली होती. अशाच एका कामात कौशिकांची आणि त्यांची प्रथम गाठ पडली. कोणतीही अपेक्षा न बाळगता तळमळीनं काम करण्याची त्यांची धाटणी पाहून कौशिक भलतेच प्रभावित झाले होते. त्यातून वाढलेला त्यांचा स्नेह दाट झाला होता. एकमेकांना ते भाऊच मानत. वंदनालाही ते ठाऊक होतं. म्हणून तर परांजपेंना त्या स्थितीत पाहिल्यावर तिला कौशिकांची आठवण झाली होती.

विचारांच्या तंद्रीतून कौशिक एकदम जागे झाले. वंदना जरा सावरली असेल, तर तिला विचारायला हवं, हा सारा प्रकार झालाच कसा! परांजपेंनी स्वत:वरच गोळी झाडून घेतल्यानंतर डॉक्टरांना ताबडतोब का बोलावलं गेलं नाही? त्यांना हॉस्पिटलमध्ये हलविण्याचा काही प्रयत्न का केला गेला नाही?

कौशिकांचा पाईप विझला होता. अमृतरावांच्याही ते ध्यानात आलं होतं. तोवर त्यांचे सहकारीही तिथे आले होते. त्यांनी सारा ताबा घेतला होता. त्यामुळे अमृतराव तात्पुरते का होईना मोकळे झाले होते. ते कौशिकांकडे आले आणि दोघांनी मिळून डॉक्टर केळकरांना विचारायला सुरुवात केली.

"काय वाटतं तुम्हाला, डॉक्टर?"

"साधारण दीड-दोन तासांपूर्वी सगळं घडलं असावं. परांजपेंना वेदना सहन करत पडावं लागलं नसणार, हे नक्की. मृत्यू तडकाफडकी आलेला आहे. बहुतेक थेट हृदयातच गोळी लागली असावी. म्हणूनच तर इतकं रक्त वाहिलं आहे. पण पहिली गोळी डोक्यात लागली आहे."

"असं कशावरून म्हणता तुम्ही?"

"कारण पहिल्यांदा हृदयात लागली असती, तर तिथूनच रक्ताची चिळकांडी उडून बरंचसं रक्त तिथूनच वाहून गेलं असतं. मग डोक्याला झालेल्या जखमेतून फारसा रक्तस्राव झाला नसता."

"हंऽऽऽ, खरंय तुमचं म्हणणं." त्यांच्याशी सहमत होत कौशिक म्हणाले, "पण एक सांगा डॉक्टर, डोक्याला झालेली जखमही जीव जायला पुरेशी होती ना?"

"हो. तिथेही गोळीचा नेम अगदी अचूक होता."

"हॅं, नेम अचूक नसायला काय झालंय!" त्यांचा उत्साहभंग करत अमृतराव म्हणाले, "गोळी अगदी पॉईंट ब्लँक रेन्जवरून घातलीय. अगदी डोक्याला किंवा छातीला पिस्तूल टेकवूनच झाडलं गेलंय."

"राईट अमृतराव, तेही खरंच आहे. त्यामुळे अंगावर किंवा कपड्यावर पावडरचे ट्रेसेस राहिलेले असतील. ते तुमची माणसं पाहतीलच."

"ऑफ कोर्स! अगदी पहिला धडा आहे आमच्या अशा प्रकारच्या चौकशीतला. पण कौशिक, परांजपे डावरे होते का हो?"

"असं का विचारताय?"

डोक्यावर झाडलेली गोळी डाव्या कानशिलातून आत गेलेली आहे, अशी शंका अमृतरावांना आली असावी आणि म्हणून त्यांनी हा प्रश्न विचारला असावा, असं कौशिकांना वाटून गेलं. पण डोक्यावर झाडल्या गेलेल्या गोळीनं डोक्याच्या पार चिंधड्या उडाल्या होत्या. त्यामुळे गोळी नेमकी कुठून आत शिरली, हे खात्रीपूर्वक

सांगणं अशक्य होतं. पोस्टमॉर्टेमचा रिपोर्टच त्यावर काही प्रकाश टाकू शकला असता. म्हणूनच कौशिकांना अमृतरावांच्या प्रश्नाचं आश्चर्य वाटलं होतं.

"हातातून गळून पडलेला मोबाईल फोन डाव्या हाताजवळच आहे म्हणून म्हटलं."

"ओऽ, मोबाईल फोन. फोन काय आपण कोणत्याही हातात घेतो. एरवी उजवा हात वापरणारा माणूस नेहमी फोन उजव्या हातातच घेईल असं नाही," कौशिक म्हणाले. पण आता त्यांचं लक्ष त्या मोबाईल फोननं वेधून घेतलं होतं. तो तिथे पडलेला असूनही मगाशी अमृतराव पलीकडच्या बाजूला असलेला नेहमीचा फोन वापरायला गेले होते, हेही त्यांना आठवलं. अमृतराव कोणतीही गोष्ट अनवधानानं करणार नाहीत, याची त्यांना खात्री होती. त्यामुळे त्या मोबाईल फोनमध्ये काहीतरी महत्त्वाची बाब असावी, असंही त्यांना वाटून गेलं. पुढे होऊन ते तो फोन उचलणार, तोच अमृतरावांनी त्यांना मागे खेचलं आणि ते म्हणाले, "कदाचित त्या फोनवर काही फिंगरप्रिंट्स असतील. आमच्या माणसांना येऊन सगळा पुरावा गोळा करू दे. मग आपण स्वत: सगळ्या गोष्टी पाहू याच." वास्तविक कौशिकांना हे सांगावं लागावं याचंच अमृतरावांना नवल वाटत होतं. वरवर दाखवत नसले, तरी परांजपेच्या अशा मृत्यूमुळे कौशिक कसे चलबिचल झाले आहेत, हेच त्यातून दिसून येत होतं.

अमृतरावांची माणसं काम उरकून जाईपर्यंत आता तिथे फारसं काही करता येण्याजोगं नाही, हे ध्यानात येताच कौशिक तिथून बाहेर पडले. त्यांच्या मनात मात्र कधी नव्हे ते विचारांचं मोहोळ उठलं होतं. तसं खोल विचारात गढून जाणं कौशिकांना नवं नव्हतं, पण प्रत्येक वेळी विचारांमध्ये कशी सुसंगती असे. ध्यानीमनी नसताना परांजपेच्या अशा अचानक जाण्यानं ते सैरभैर झाल्यासारखे झाले होते.

असं काय झालं, की परांजपेंनी अशा तऱ्हेनं स्वत:च्या जीवनाचा अंत करण्याचं ठरवलं? परांजपे तसे भित्रेही नव्हते की हाय खाणाऱ्यातलेही नव्हते. कितीही कठीण प्रसंग आला तरी डगमगून न जाता ते धीरानं त्याचा सामना करत असत. मग आजच असं अकस्मात काय झालं, की त्यांचा आत्मविश्वास इतका ढासळला! अशी कोणती घटना घडली, की जगण्यातलं त्यांचं स्वारस्यच हरवून बसलं! आपण गेलो म्हणून कोणाचं नुकसान होणार नाही, कोणावर अकस्मात कसलाही बोजा पडणार नाही, हे परांजपे जाणून होते. कौशिकांकडे तसं त्यांनी बोलूनही दाखवलं होतं. पण म्हणून असं एकदम सर्व सोडून जाणाऱ्यांतले परांजपे नव्हते. मग असं झालं तरी काय? आणि इतकी जीवघेणी परिस्थिती उद्भवलेली असूनही त्यांनी आपल्याला कॉन्टॅक्ट कसं नाही केलं? एरवी अशी कोणतीही अकल्पित समस्या उभी राहिली, की परांजपे कौशिकांची गाठ घेत. त्यांचा सल्ला घेत. त्या पेचप्रसंगातून मार्ग काढत. मग आजच असं काय वेगळं झालं, की त्यांना आपली आठवणही झाली नाही?

शेजारून कोणीतरी मोठ्यानं हुंदका दिल्याचा आवाज ऐकून कौशिक आपल्या

तंद्रीतून जागे झाले. वंदना अजूनही हुंदके देत होती. रडण्याचा पहिला उमाळा आता ओसरला होता, पण ती तशी संपूर्ण सावरली नव्हती. परांजपेच्या केबिनमधली परिस्थिती, विशेषत: परांजप्यांचा तो रक्ताच्या थारोळ्यात पडलेला निश्चेष्ट देह पाहिल्यापासून कौशिक वंदनाला विसरलेच होते. परांजपे तिला आपल्या मुलीसारखीच मानत, हे कौशिकांना माहिती होतं. तिला अनावर दु:ख होणं स्वाभाविकच होतं. तिला सावरण्याचं काम आपल्यालाच करायला हवं, हेही कौशिकांच्या ध्यानात आलं होतं. त्याचबरोबर परांजपेच्या सगळ्या व्यवहारांची तिला माहिती असल्यामुळे नेमकं काय झालंय हे तिच्याकडूनच आपल्याला समजू शकेल, याचीही जाणीव कौशिकांना झाली होती.

तिच्याजवळ जात तिच्या पाठीवर हात फिरवत कौशिक म्हणाले, ''झाली गोष्ट अतिशय वाईट झाली वंदना, पण आता तुला सावरलं पाहिजे. इथल्या कारभाराची जी काही निरवानिरव करायची आहे, त्यात तुझ्या वाट्यालाच जास्त काम येणार आहे. आता मी आलोय ना! मग आता जरा स्वत:ला सावर अन् मला सांग, हे सगळं नेमकं झालं कसं? आणि पिस्तुलाच्या गोळीचा आवाज ऐकू येताच तुम्ही सारी जणं धावून आत का नाही आलात? काकांना ताबडतोब हॉस्पिटलमध्ये का नाही हलवलंत? कोणी सांगावं, कदाचित डॉक्टरांच्या प्रयत्नांपोटी काका वाचलेही असते.''

''पण, पण, आम्हाला कोणाला समजलंच नाही ते. आम्ही गोळ्यांचा आवाज ऐकलाच नाही.''

''ऐकला नाही? म्हणजे पिस्तुलाला सायलेन्सर बसवलाय की काय? का हो अमृतराव?''

''मला नाही वाटत तसं. पण मी तशी तपशीलवार तपासणी नाही केलेली. आता आमची माणसं आलेलीच आहेत, तेव्हा त्यांना विचारून सांगतो पाहिजे तर.''

''नाही, नाही, डॉक्टरसाहेब. आम्ही तो आवाज ऐकला नाही म्हणजे आम्ही त्या वेळी तिथे नव्हतोच.''

''तुम्ही तिथे नव्हता? मग कुठे होता?''

''आम्ही लंचला गेलो होतो. परत येतो तो साहेबांना, साहेबांना...'' वंदनाला परत एकदा हुंदका फुटला. तिला पुढे काही बोलवेना.''

''पण तुम्ही सगळेच जण गेला होतात? एकाच वेळी? इथे कोणीच नव्हतं? दॅट्स ऑड! तुम्ही सगळ्यांनी एकाच वेळी लंचला जायचं नाही, कोणी ना कोणी इथे राहणं आवश्यकच आहे, असाच काकांचा नियम होता. मला माहिती आहे. मग आजच नेमके सगळे जण एकाच वेळी कसे काय गेलात?''

''साहेब आज भलतेच खूश होते. आमच्या एका महत्त्वाच्या क्लायंटच्या केससंबंधी साहेबांनी केलेलं अपील मंजूर झालं होतं. त्या क्लायंटचा फार मोठा

फायदा झाला होता. त्यानं साहेबांनाही फार मोठी फी देऊ केली होती. पण त्या फीपेक्षाही साहेबांनी लावलेला कायद्याचा आणि नियमांचा अर्थ मान्य झाला होता. त्यामुळे साहेबांना खूपच आनंद झाला होता. आज सकाळीच ते पत्र आलं होतं. मीच ते सगळ्या पत्रांच्यावर ठेवून दिलं होतं. ते वाचताच त्यांनी मला बोलावून सांगितलं होतं आणि आज सगळ्या स्टाफला लंचला न्यायचं ठरवलं होतं. त्यांच्याच सांगण्यावरून मी गुलमोहोरमध्ये टेबलं बुक केली होती. आम्ही तिकडे मेजवानीवर ताव मारत होतो आणि इकडे...''

''एक मिनिट, एक मिनिट...'' कौशिकांना अडवत अमृतराव मध्येच एकदम ओरडले, ''सगळ्यांसाठी बुक केली होती, असं म्हणालीस ना तू? म्हणजे मग परांजपेही तुमच्याबरोबर आज जेवायला येणार होते. मग त्यांना इथेच सोडून तुम्ही गेलात कसे? का ते एकटेच लवकर परत आले?''

''नाही. साहेब आलेच नाहीत. आम्ही निघणार तोच एक फोन आला.''

''कोणाचा?''

''मला कल्पना नाही, कारण आम्ही तोपर्यंत दारात पोहोचलो होतो. त्यामुळे तो आला तेव्हा साहेबांनी मला पुढे व्हायला सांगितलं आणि स्वतःच तो उचलला. त्यामुळे तो कोणाचा होता, हे मला समजलंच नाही.''

''पण मग हॉटेलमध्ये तुम्ही पोहोचल्यानंतर त्यांची वाट पाहत थांबला नाहीत?''

''नाही. कारण फोन आल्यानंतर तो उचलता-उचलता जरी साहेबांनी मला पुढे व्हायला सांगितलं, तरी मी थांबूनच राहिले होते. फोनवर अर्धा एक मिनिट बोलल्यानंतर त्यांनी मला परत एकदा पुढे जायला सांगितलं आणि आपल्यासाठी न थांबता जेवण सुरू करायला सांगितलं. आपण थोड्याच वेळात येत आहोत, तुम्ही सुरुवात करा, मी जॉईन होतोच तुम्हाला, असं ते म्हणाले.''

''आणि जॉईन झालेच नाहीत. म्हणजे तुम्ही कोणीच इथे नव्हता, तेवढ्या वेळात सारं काही घडून गेलं तर!''

''पण अमृतराव, वंदनाच्या सांगण्यावरून एक गोष्ट तुमच्या लक्षात आलीच असेल. आज परांजपे खुशीत होते. जीवनाला कंटाळलेले नव्हते. मग हा इथला सगळा स्टाफ जेवायला गेलेल्या तासा-दीड तासाच्या काळात अशी काय अस्मानी-सुलतानी झाली, की त्यामुळे परांजपेंनी असं स्वतःला संपवून टाकावं?''

''मलाही तेच समजेनासं झालंय. त्यांनी आत्महत्या करायला कोणतंच सबळ कारण दिसत नाही. त्यामुळे त्यांनी आत्महत्या केलीच नाही, असंच कोणीही म्हणेल.''

''वंदना, तुम्ही निघतानिघता जो फोन आला तो कोणत्या फोनवर? त्यांच्या मोबाईल फोनवर की ऑफिसातल्या नेहमीच्या फोनवर?''

''ऑफिसातल्या या आमच्या, माझ्या टेबलावरून येणाऱ्या. मी बाहेर निघाले

होते म्हणून नेहमीच्या सवयीप्रमाणे मी डायरेक्ट कनेक्शन जोडून ठेवलं होतं. त्यामुळेच तर साहेबांच्या टेबलावरच्या फोनची घंटी वाजली.''

''म्हणजे मग परांजपेंच्या हातातून गळून पडलेल्या मोबाईल फोनवर दुसराच कोणाचातरी फोन आला असणार. ही सगळी मंडळी इथून निघून गेल्यानंतर आलेला.''

''एक्झॅक्टली अमृतराव. त्या मोबाईल फोनला इतकं महत्त्व आहे, हे तुमच्या मगाशीच ध्यानात आलं होतं. म्हणून तर त्याला मी हात लावू नये, असं म्हणत तुम्ही माझं लक्ष तिकडे वेधायचा प्रयत्न करत होतात तर! आय सी. मोबाईल फोनवर कोणाचा फोन आला होता, हे शोधून काढणं तितकंसं कठीण नाही. कारण तो करणाऱ्याचं आणि घेणाऱ्याचं, दोघांचं त्या कंपनीत रेकॉर्ड राहत असणार. पण वेळ कशाला! आता लगेच फोन करून विचारू या.''

अन् अमृतरावांच्या प्रतिक्रियेची वाट न पाहता कौशिक परांजपेंच्या केबिनकडे निघाले. अमृतरावांच्या असिस्टंटसनी तोवर आपली कामगिरी आटोपलेली होती. परांजप्यांचा मृतदेह पोस्टमॉर्टेमसाठी हलविण्याची व्यवस्था करणंच बाकी उरलं होतं.

कौशिक आणि अमृतराव, दोघांनीही परत एकदा बारकाईनं पाहणी केली. परांजपेंच्या उजव्या हातात पिस्तूल होतं. छातीत शिरलेली गोळी हृदयाच्या वर म्हणजे डाव्या भागात शिरलेली होती. डोक्यातली गोळी मात्र कुठून आत गेली, हे नेमकं सांगणं कठीण झालं होतं. फक्त गोळी जवळून झाडली गेली होती, एवढंच नक्की सांगता आलं असतं. तरीही का कोण जाणे, कौशिकांना कसलीतरी शंका छळत होती. तिचं नेमकं स्वरूप मात्र त्यांच्या लक्षात येत नव्हतं. कदाचित, तो मोबाईलवरचा फोन कोणाचा याचा उलगडा झाला, तर आपल्याला का आणि कसली शंका येत आहे हेही ध्यानात येईल, असं त्यांना वाटलं.

घाईघाईनं त्यांनी परांजपेंच्या टेबलावरचा तो फोन उचलला. पण कंपनी कोणती आणि तिचा नंबर काय हे आपल्याला माहिती नाही, हे तेवढ्यात त्यांच्या लक्षात आलं. त्याबरोबर त्यांनी दाराजवळ जाऊन वंदनाला बोलावलं आणि तिच्याकडून तो नंबर घेतला. अमृतराव मात्र तोपर्यंत परांजपेंच्या डोक्याच्या जखमेची बारकाईनं तपासणी करत असल्याचं त्यांच्या नजरेतून सुटलं नाही. आपल्याला सतावत असलेल्या शंकेनं अमृतरावांचाही पिच्छा पुरवलेला दिसतोय, असं त्यांना वाटून गेलं.

वंदनानं दिलेला नंबर फिरवून कौशिकांनी फोन कानाला लावला. पण त्यातून कोणताच आवाज निघत नसल्याचं पाहून ते वैतागले. नंबर परत फिरवण्यापूर्वी डायल टोन ऐकण्याचा त्यांनी प्रयत्न केला, तरी फोनमधून कसलाच आवाज येत नसल्याचं पाहून मात्र ते चक्रावले. परत त्यांनी वंदनाला बोलावलं.

''वंदना, तूच बघ पाहू. या फोनमधून काहीच आवाज ऐकू येत नाहीये. फोन बिघडलेला नव्हता ना?''

"नाही सर. आम्ही इथून निघेपर्यंत तरी चालूच होता." तोवर तिनं तो कानाला लावून तपासलाही होता. "पण आता तर हा डेड झाला आहे, डॉक्टरसाहेब."

"डेड? कशामुळे? टेबलावर आपटला गेल्यामुळे तर नाही?"

"नाही, तसं वाटत नाही. बहुतेक बॅटरी संपली असेल. हे काय, हा इथला सिग्नल बॅटरी संपल्याचंच दाखवतोय."

"पण वंदना," अमृतरावांनी मध्येच विचारलं, "तुम्ही जाईपर्यंत तो काम करत होता. म्हणजे मग तोपर्यंत तरी बॅटरी चालू होती. मग त्यानंतर आत्तापर्यंत अडीच तास झाले. तेवढ्यात बॅटरी संपली. अशी अचानक संपते? ती संपत आल्याची काही वॉर्निंग मिळत असेल ना?"

"हो, सर. तसा सिग्नल मिळतो. साहेब या बाबतीत फारच पर्टिक्युलर होते. ते तसा सिग्नल मिळताच बॅटरी संपण्याची वाट न पाहता बॅटरी चार्ज करून टाकत असत."

"मग आताच ही अशी संपली कशी?"

"एक्झॅक्टली अमृतराव. याचाच अर्थ की परांजपे जिवंत असेपर्यंत तरी बॅटरी संपलेली नव्हती. त्यानंतरच केव्हातरी ती संपली."

"पण ते कसं शक्य आहे? त्यांना मृत्यू आल्यानंतर ही सगळी मंडळी परत येईपर्यंत इथे कोणीच नव्हतं. परांजपेंनी तर तो फोन वापरणं शक्यच नव्हतं. मग ती बॅटरी का संपली?"

"त्या मधल्या वेळात इथे कोणी आलं असलं आणि त्यानं तो फोन वापरला असला तर?"

"तसं असेल तर त्याचे फिंगरप्रिंट्स मिळायला हवेत. ते आहेत की काय कळेलच आपल्याला."

"पण तसं कोणी आलं असलंच आणि त्यानं तो फोन वापरला असला, तरी त्यामुळे इतक्या लवकर बॅटरी का संपावी?"

वंदना काहीतरी बोलू पाहतेय, आपल्याला सांगू पाहतेय, हे तेवढ्यात कौशिकांच्या नजरेला आलं. आपलं आणि अमृतरावांचं महत्त्वाचं संभाषण चालू असताना ती उगीचच मध्ये बोलणार नाही, याची कौशिकांना खात्री होती. काही झालं तरी परांजपेंच्या पठडीत ती तयार झाली होती.

"काय आहे वंदना? या फोनबद्दल काहीतरी सांगायचंय का तुला?"

"हो सर. चुकून जर फोन चालूच राहिला किंवा कन्टिन्युअसली दीड-एक तास वापरला गेला तर बॅटरी डाऊन होते. पाठी एकदा माझ्या हातून तो तसाच चालू राहिला होता आणि त्या वेळीही बॅटरी डाऊन झाली होती."

"हंऽऽऽ. ते शक्य आहे. तो फोन घेत असतानाच जर परांजपेंना मृत्यू आला

असेल, तर मग तो फोन तसाच चालू राहिला असणार. मग बॅटरी डाऊन झाली यात नवल ते काय!''

''नो, नो, कौशिक, ते शक्य नाहीये. इम्पॉसिबल!''

''का? का?''

''कारण तो फोन बाहेरून आलेला होता. परांजपेंनी केलेला नव्हता आणि बाहेरून आला असला, तर तिकडून तो बंद झाला की इथेही आपोआपच बंद होणार. जर तो फोन परांजपेंनी कोणालातरी केला असता, तरच मग तो चालू राहण्याची शक्यता होती आणि ते तर अशक्यच आहे.''

''असं तुम्ही खात्रीनं कसं काय सांगू शकता अमृतराव?''

''एलिमेन्टरी, डॉक्टर कौशिक!'' शेरलॉक होम्सच्या थाटात अमृतराव म्हणाले. कधी नाही ती कौशिकांवर कुरघोडी करण्याची संधी चालून आली होती. त्यामुळे अमृतरावांना भलताच हुरूप आला होता. शिवाय कधी नाही ते कौशिक बुचकळ्यात पडले आहेत. शिवाय परांजपेंच्या या अकस्मात आणि अशा भीषण पद्धतीनं जाण्यानं ते हवालदिलही झाले आहेत, हे अमृतराव समजून चुकले होते. ''कारण जर परांजपेंनी स्वत:हून कोणाला फोन केला असता, तर मध्येच ते स्वत:वर गोळी झाडून घ्यायला उद्युक्त झाले नसते. हंऽऽ, आता आपला आत्महत्या करण्याचा मनोदय कोणालातरी सांगण्यासाठी त्यांनी फोन केला, असं तुम्हाला म्हणायचं असेल तर इट्स अ डिफरन्ट मॅटर.''

अमृतरावांचं आर्ग्युमेन्ट कौशिकांना पटलं होतं असं नाही. पण त्यांच्या म्हणण्यात तशी काही चूक असल्याचं कौशिक ताबडतोब दाखवू शकत नव्हते. त्यामुळे एक दीर्घ सुस्कारा सोडून ते गप्प राहिले. नाही म्हणायला त्यांनी आपला पाईप पेटवायला सुरुवात केली. ते आता त्यांच्या विचारचक्रात गुरफटून जाणार याची जाणीव अमृतरावांना झाली. आपल्याला जे काही सांगायचंय ते त्यापूर्वीच त्यांना सांगायला हवं, हेही ते समजून चुकले. पाईप पुरता पेटायच्या आतच ते पुढे म्हणाले, ''परांजपेंना कोणाचातरी फोन आला. ते त्यामुळे अतिशय डिस्टर्ब झाले. इतके, की स्वत:च्या जीवनाचा अंत करण्याचा पराकोटीचा डिसिजन त्यांनी घेतला. स्वत: कोणालातरी फोन करत असताना माणसाचं मन इतकं हेलकावे खात एकदम टोकाला जाऊन पोहोचेल, हे पटत नाही कौशिक. निदान, परांजपे तरी अशा कमकुवत मनाचे निश्चित नव्हते, हे तुमच्याकडून ऐकलं होतं मी.''

तोपर्यंत कौशिकांचा पाईप झकास पेटला होता. त्यातून धुराचे भलेमोठे भपकारे उतावीळपणानं बाहेर पडत होते. एरवी ते पाहताच अमृतरावही मिठाची गुळणी धरून गप्प झाले असते, पण आज ते वेगळ्याच उत्साहानं भारून गेले होते. कौशिकांच्या उपस्थितीत त्यांच्या मदतीविना, किंबहुना त्यांच्याशी स्पर्धा करत

आपण एका कोड्याची उकल करू शकत आहोत, याची जाणीव त्यांना स्वस्थ बसू देत नव्हती. म्हणूनच वरचा रुमाल दूर करत त्याखालच्या कबुतराला उडू देणाऱ्या जादूगाराच्या आविर्भावात ते म्हणाले, "तेव्हा तो फोन कोणाचा होता, याचा छडा लावला की परांजपे एवढ्या टोकाच्या निर्णयाला का पोहोचले, याचा उलगडा होईल. तेव्हा प्रथम त्या अज्ञात फोन करणाऱ्याचा शोध घेतला पाहिजे."

त्यावरही कौशिकांचं मौन चालूच राहिल्यानं त्यांनी आपलं म्हणणं नीट ऐकलं की नाही, हेच अमृतरावांना समजेना. आता आपण परत बोलत राहिलो, कौशिकांना टोकत राहिलो तर ते भडकतील, हे इतक्या वर्षांच्या अनुभवातून अमृतरावांना समजलेलं होतं. त्यामुळे त्यांनीही मौन बाळगणंच पसंत केलं. तेही आपल्या विचारात गुरफटून गेले.

अन् अकस्मात ध्यानीमनी नसताना गर्रकन वळत आणि आपला पाईप त्यांच्यावर रोखत कौशिक अमृतरावांना म्हणाले, "तुम्हीच म्हणत होतात ना, अमृतराव..."

कौशिकांची ही सवय तशी परिचयाची असली तरी एकाएकी झालेल्या त्या हल्ल्यानं अमृतराव दचकलेच. क्षणभर ते गडबडून गेले. आपण नेमकं काय म्हणालो, ते त्यांना आठवेना. कौशिकांचा रोख नेमका कशावर आहे, हेही त्यांना कळेना. काय करावं या दुग्ध्यात ते असताना कौशिकांनीच त्यांची सुटका केली. तेच पुढे बोलू लागले, "तुम्हीच म्हणाला होतात ना की, परांजपेंनी आत्महत्या केली नाही असंच कोणालाही वाटेल."

"हो म्हणालो होतो. म्हणजे तसं काही कारण दिसत नव्हतं, म्हणून तसा समज होत होता. पण आता ज्या कोणाचा फोन आला होता त्याच्याकडून आपल्याला काय ते समजलं, की मग परांजपेंनी आत्महत्या का केली, हेही कळून येईल."

"पण समजा, तुम्ही म्हणालात त्याप्रमाणे त्यांनी आत्महत्या केली नसेल, तर मग त्यांनी कोणालातरी फोन करणं शक्य आहे आणि तशा परिस्थितीत तो बंद न केला जाता चालूच राहणंही शक्य आहे. तसं झालं तर मग बॅटरी डाऊन होईलच. काय?"

कौशिकांचं म्हणणं तसं लॉजिकल वाटलं, तरी ते ओढून-ताणून आपलीच थिअरी सिद्ध करू पाहत आहेत, हे अमृतरावांच्या लक्षात आल्यावाचून राहिलं नाही. परांजपेंनी आत्महत्या केली नाही असं गृहीत धरलं, तरच पुढची विचारधारा लक्षात घेता आली असती. त्यातही बरीच जरतारी आर्ग्युमेन्टस होती. बॅटरी का डाऊन झाली, याचं उत्तर शोधण्यासाठी केलेली ती एक बादरायणी धडपड होती. पण तसं कौशिकांना सांगणं कठीण होतं. म्हणून मग अमृतराव म्हणाले, "पण परांजपेंनी आत्महत्या केली नाही, असं कुठे सिद्ध झालंय?"

"त्यांनी ती केलीय, असं तरी कुठे सिद्ध झालंय?"

"नाही, अजून तसं सिद्ध झालेलं नाही, हे खरं आहे. आमची मंडळी इथून जो काही पुरावा घेऊन गेली आहेत त्यावरून आणि आता परांजप्यांची बॉडी पोस्टमॉर्टेमसाठी गेली, की त्याचाही उलगडा होईल. पण समजा, तुम्ही म्हणता त्याप्रमाणं परांजपेंनी आत्महत्या केलेली नाही, तर मग त्यांना मृत्यू आला कसा? कोणी त्यांचा खून केला?"

"ते तसं वरवर अशक्य वाटत असलं, तरी तसं झालंच नसेल, असं नाही सांगता यायचं, अमृतराव."

"पण कोण त्यांना मारेल? परांजपेंना तसे कोणी शत्रू असतील, असं वाटत नाही."

"खरं आहे तुमचं म्हणणं. तरीही परांजपे ज्या तत्त्वांना शिरोधार्य मानत होते, ती आजच्या जमान्यात बाद झालेली नाणी होती. टॅक्स वाचवायचा तो व्यवस्थित प्लॅनिंग करून, कायद्याच्या चौकटीत राहूनच, यावर त्यांचा कटाक्ष होता. कर चुकवायचा नाही, तर वाचवायचा असा त्यांचा दंडक होता. त्यामुळे कर चुकविण्यासाठी आज इतर मंडळी ज्या काही लांड्यालबाड्या करतात, त्या त्यांना बिलकूल पसंत नव्हत्या. त्या पकडून देण्यासाठी त्यांनी वेळप्रसंगी आयकर विभागालाही मदत केलेली आहे. त्यामुळे जी मंडळी पकडली गेली, त्यांचा परांजप्यांवर दात असणारच."

"पण अशा प्रकारे केल्या गेलेल्या मदतीची डिपार्टमेंट वाच्यता करत नाही. ती माहिती अतिशय गुप्त ठेवते."

"खरं आहे ते. पण अशी गुप्त माहितीही काढून घेण्याची खटपट केली जातेच ना! शिवाय डिपार्टमेंटमधली सगळीच मंडळी काही भीष्मप्रतिज्ञा करणारी नसतात. पुरेसं आमिष दाखवल्याबरोबर अशी माहितीही लीक केली जातेच."

कौशिकांनी एकदा का एखादा विचार मनात आणला, की त्याचा अंत लागेपर्यंत ते त्याचाच पाठपुरावा करत राहतील, हे अमृतरावांना चांगलंच माहिती होतं. त्या विचारातला फोलपणा त्यांच्याच लक्षात येईपर्यंत ते त्याच्यापासून ढळणार नाहीत, हे अमृतराव जाणून होते. तेव्हा आता त्यांच्या विचारात कसं परिवर्तन घडवून आणावं, याचा शोध अमृतराव घेणार, तोच परांजप्यांचा मृतदेह पोस्टमॉर्टेमसाठी घेऊन जाण्यासाठी पोलीस सर्जनची मंडळी आली. देह हलविला जात असताना वंदनाला परत शोक आवरला नाही. कौशिकांचा गळाही दाटून आला होता. पण एकतर आपल्या मनातील आंदोलनांना प्रकट करण्याचा त्यांचा स्वभावच नव्हता. शिवाय, आपणच जर धीर सोडला तर वंदनाला कोण आवरणार, याचीही जाणीव त्यांना होती. अमृतरावही गलबलल्यासारखे झाले होते. त्यामुळे बराच वेळ कोणीच काही बोललं नाही.

थोड्या वेळानं कौशिकांनीच परत बोलायला सुरुवात केली.

"अमृतराव, आपल्याला या फोन कंपनीच्या ऑफिसात गेलंच पाहिजे. तिथून काही माहिती मिळवल्याखेरीज पुढचं पाऊल टाकताच यायचं नाही. परांजपेंनी आत्महत्या केलेली असो, की त्यांचा तुम्ही म्हणता तसा खून झालेला असो, त्यांचं त्या अखेरच्या क्षणी फोनवरून कोणाशी संभाषण झालं, हे समजणं अतिशय आवश्यक आहे. त्याच्याकडून आपल्याला काही महत्त्वाची माहिती मिळण्यासारखी आहे."

"खरं आहे." कौशिकांची गाडी अशी रुळावर आलेली पाहून अमृतराव खूश होत म्हणाले, "कोणी सांगावं! कदाचित सारा उलगडा तिथेच होईलही."

आता तिथे थांबण्यात फारसा अर्थ नव्हता. जी काही माहिती तिथून मिळण्यासारखी होती, ती मिळाली होती. बाकीची जी काही सारवासारव करायची होती ती नंतरही करता आली असती. वंदनाला आपल्याबरोबर घेत कौशिकांनी मग इतर साऱ्या स्टाफला घरी जायला सांगितलं. आपला फोन नंबर देऊन दुसऱ्या दिवशी सकाळी कॉन्टॅक्ट करायला सांगून, ते अमृतरावांबरोबर बाहेर पडले. परांजपेंच्या ऑफिसला कुलूप लावण्याच्या क्षणी मात्र परत त्यांना मोबाईल फोनची आठवण झाली. त्याबरोबर आत जाऊन त्यांनी तो बरोबर घेतला आणि मगच ते तिथून निघाले. वंदनाला तिच्या घरी सोडून ते आणि अमृतराव फोन कंपनीच्या ऑफिसात पोहोचले.

अमृतरावांच्या होऱ्याप्रमाणे सारा उलगडा काही तिथे झाला नाही. पण दोन महत्त्वाच्या बाबी मात्र स्पष्ट झाल्या. एक म्हणजे फोन परांजपेंनीच केला होता. त्यामुळे अर्थातच तो बंद न होता तसाच चालू राहिला होता. म्हणजे तो फोन करताकरताच त्यांना मृत्यूनं गाठलं होतं आणि म्हणूनच तिथे समजलेल्या दुसऱ्या माहितीचं महत्त्व अनन्यसाधारण झालं होतं. परांजपेंनी त्यांच्या नात्यातच असलेल्या त्यांच्या क्लायंटला, दिनकर नेरुरकरांना फोन केला होता. नेरुरकरशी कौशिकांचाही चांगला परिचय होता. त्यामुळे त्यांच्याकडून माहिती मिळण्याची शक्यता वाढली होती. पण त्यामुळे एक नवाच प्रश्न फडा काढून कौशिकांना सतावू लागला होता. नेरुरकरांशी बोलता-बोलताच जर परांजपे पिस्तुलाच्या गोळीला बळी पडले होते, तर मग काय झालंय ते बघायला नेरुरकर का नाही धावून आले? परांजपेंच्या मृत्यूनंतर अर्ध्या-पाऊण तासांनी जेव्हा वंदना आणि इतर स्टाफ जेवण करून परत आला, त्या वेळी कौशिकांना जो वंदनाचा फोन आला, त्याऐवजी ती घटना घडल्यानंतर काही मिनिटांतच तिथे पोहोचून नेरुरकरांनी आपल्याला फोन का केला नाही?

पण त्या सवालाचा जवाब नेरुरकरच देऊ शकले असते. तेव्हा त्यांना ताबडतोब गाठणं हे पहिलं कर्तव्य ठरत होतं.

कौशिकांनी मग तिथे आणखी वेळ घालवलाच नाही. अमृतरावांना जवळजवळ खेचतच आपल्याबरोबर घेऊन जात ते नेरुरकरांच्या घराच्या दिशेनं निघाले. तिथे

पोहोचताच गाडीचं दार उघडून ते सुसाट धावतच सुटले. त्यांच्या पाठोपाठ जाताना अमृतरावांची मात्र तारांबळ उडाली. नेरुरकरांशी बोलायची कौशिकांना इतकी घाई झाली होती की, घराचं दार उघडेपर्यंत त्यांना धीर धरवत नव्हता. म्हणूनच की काय तो दरवाजा उघडेपर्यंत त्यांनी दारावरची बेल दाबूनच धरली होती. त्यामुळे वैतागलेल्या गंगारामनं, नेरुरकरांच्या नोकरानं दार उघडता-उघडताच शिव्यांची लाखोली वाहायला सुरुवात केली होती. कौशिकांना आणि अमृतरावांना पाहताच मात्र त्यानं जीभ चावली.

त्याच्या अंगावरून आत जाताजाताच कौशिकांनी त्याला नेरुरकरांना आपण आल्याची वर्दी द्यायला सांगितलं आणि त्याच वेळी आपण अतिशय घाईत असल्याचं त्यांच्या कानावर घालायलाही सांगितलं. त्याबरोबर त्यांच्या पाठोपाठ येत गंगाराम म्हणाला, ''पण साहेब इथे नाहीत. ते आणि बाईसाहेब, दोघंही कलकत्त्याला गेले आहेत.''

''कधी? कधी गेले? आणि कधी येणार आहेत?''

''तीन दिवसांपूर्वीच गेले, साहेब. आठवडाभर तरी लागेल असं म्हणाले. परत कधी येणार ते आपण फोन करून सांगू, असंच म्हणाले.''

खरंतर तीन दिवसांपूर्वीच ते बाहेरगावी गेले असले, तर कधीही परत आले तरी त्याला कौशिकांची हरकत नव्हती. परांजपेंच्या फोनबद्दल जर ते काहीच माहिती देऊ शकत नसतील, तर मग त्यांना भेटण्यात कौशिकांना तरी स्वारस्य उरलं नव्हतं. आता तिथे थांबण्यात फारसा अर्थ नव्हता. फोन कंपनीत जाऊन कदाचित आणखी काही माहिती मिळवता आली असती पण त्याबाबतही फारशी आशा धरण्यात मतलब नव्हता, हे तेवढ्यातही कौशिकांना जाणवून गेलं. अमृतरावांनाही आता पुढे काय करावं, हे समजेनासं झालं होतं. कौशिक उठले तसे तेही उठले. बाहेरचा दरवाजा लावून घेताघेता, गंगारामनं साहेबांना काही निरोप द्यायचा का असं विचारलं, तेव्हा अमृतराव म्हणाले, ''नाही, तसं काही खास नाही. पण त्यांचा फोन आला, तर आम्ही येऊन गेल्याचं आणि कौशिकसाहेबांना फोन करायला सांगायचं विसरू नकोस.''

''पण साहेब, मी त्यांना कसा निरोप देणार?''

''का? का? त्यांचा फोन येईल तेव्हा तू सांग त्यांना.''

''पण साहेब, आमचे साहेब एवढ्यात येणार नाहीत, म्हणून मीही दोन दिवस गावाला जाणार आहे. आता दुपारी निघणारच आहे बघा.''

''ठीक आहे. मग ते परत आल्यावर आम्हीच परत त्यांना कॉन्टॅक्ट करू.''

गाडीत बसेपर्यंत कौशिकांच्या पाईपमधून धुराचे भपकारे बाहेर पडत होते. त्यावरून आता त्यांच्याशी बोलण्यात काही अर्थ नाही, अशी अटकळ अमृतरावांनी मनाशी बांधलीच होती. त्याऐवजी एक डुलकी काढावी असा विचार करत त्यांनी डोळे मिटले.

पण अमृतरावांना ते सुख जेमतेम मिनिटभरच उपभोगायला मिळालं. त्यांना गदागदा हलवत त्यांच्यावर आपला पाईप रोखत कौशिक म्हणाले, ''गंगाराम बाहेरगावी जाणार आहे असं म्हणाला?''

कौशिकांची ही खोड अमृतरावांच्या परिचयाची होती. अकस्मात ते कसलाही संबंध नसलेला प्रश्न विचारत. त्यांच्या मनात चाललेल्या विचारचक्राशी तो सुसंगत असे. पण त्याचा आगापिछा काहीच माहिती नसलेल्या दुसऱ्याला मात्र त्यांचं ते खडसावून विचारणं साफ भांबावून टाकत असे. इतक्या वर्षांच्या अनुभवानंतरही अमृतरावांची कित्येक वेळा भंबेरी उडत असे. आताही त्यांची तीच परिस्थिती झाली.

''असंच काहीसं म्हणत होता खरं तो.'' कसेबसे ते म्हणाले. खरंतर गंगारामच्या गावी जाण्याचा आणि परांजपेंच्या मृत्यूच्या गूढाचा काय संबंध होता, तेच त्यांना समजत नव्हतं. वास्तविक तसा नेरुरकरांशीही काही संबंध होता की काय, याविषयीही त्यांना शंका होती. कारण नेरुरकर जर गावातच नव्हते, तर परांजपे त्यांच्याशी काही बोलले असण्याचा संभवच नव्हता. आणि मग त्यांच्याशी बराच वेळ बोलत राहिल्यामुळे त्या मोबाईल फोनची बॅटरी डाऊन होण्याचीही शक्यता नव्हती. त्यामुळे हरिदासाची कथा परत मूळ पदावर आली होती. ती बॅटरी डाऊन झालीच कशी? त्याचं उत्तर गंगारामकडे मिळेल, याची सुतराम शक्यता नव्हती. तरीही तो गावी जाणार असल्यामुळे कौशिक अस्वस्थ झाले होते. काहीकाही वेळा कौशिक असेच कुठेतरी भरकटत जात.

''पण अमृतराव, तो बाहेरगावी जाणार असेल, तर नेरुरकर परत कधी येणार, ते त्याला समजणार कसं? आपण फोन करू असं त्यांनी सांगितल्याचं तो आपल्याकडे बोलला होता. आठवतंय?''

''हो. तसं तो म्हणाला खरं. पण तो घरी नसतानाही नेरुरकर कदाचित परतू शकतील. ते परत येण्याच्या वेळी तो हजर असलाच पाहिजे असं नसेलही.''

''तुम्ही म्हणता तसं असेलही, पण आपण खात्री करून घेतलेली काय वाईट! कितीही कच्चा धागा असला तरी त्याचा पाठपुरावा करायला विसरू नका, असा धडा तुम्हीच तर दिला होतात ना!''

गाडी उलटी फिरवून परत नेरुरकरांच्या घरी गेल्याशिवाय आणि गंगारामशी बोलल्याशिवाय आता कौशिक स्वस्थ बसणार नाहीत, आपल्यालाही बसू देणार नाहीत, याची खात्री अमृतरावांना होतीच. तेव्हा उगीच टाळाटाळ करण्याऐवजी त्यांनी ड्रायव्हरला गाडी परत फिरवायला सांगितली.

या वेळी मात्र दरवाज्यावरची बेल कौशिकांनी एकदाच वाजवली आणि गंगाराम तो दरवाजा केव्हा उघडतो, याची ते शांतपणे वाट पाहत राहिले. वरकरणी ते असे शांत वाटत असले, तरी त्यांच्या मनात कशी खळबळ माजून राहिली असेल, याची

कल्पना अमृतरावांना होती. त्यामुळे गंगारामनं वेळ न लावता दरवाजा उघडावा, अशी ते मनोमन प्रार्थना करत राहिले.

दरवाजा उघडताच आत पुरतं शिरायच्या आतच कौशिकांनी गंगारामला विचारलं, "तू आजच दुपारी बाहेर जाणार आहेस?"

कौशिकांच्या त्या उलट तपासणी घेतल्याच्या सुरात विचारलेल्या प्रश्नानं गंगाराम पुरता बावचळून गेला होता. त्याच्या तोंडून पटकन शब्दच फुटेना. शेवटी त्यानं मान हलवतच होकार दिला.

"म्हणजे मग नेरुरकरांकडे घराच्या चाव्या आहेत तर? तू घरात नसतानाही ते परत येऊ शकतात तर?"

"नाही साहेब. साहेबांकडे घराच्या चाव्या नाहीत. ते परत येण्याच्या वेळी मी घरी असलंच पाहिजे, असाच त्यांचा हुकूम आहे."

"आहे ना! मग तू बाहेर गेलास तर तुला ते परत कधी येणार, हे समजणारच कसं?" आता अमृतरावांनाही त्याला विचारायला उत्साह आला होता.

"मला समजेल ना, साहेब. मी काय परवा सकाळपर्यंत परत येणार आहे."

"पण तेवढ्यात त्यांचा फोन आला तर? तो घ्यायला काही तू घरी असणार नाहीस. मग ते केव्हा परत येणार आहेत, ते तुला कळेलच कसं?"

"त्यासाठीच त्यांनी ते मशीन बसवलंय नाही का?"

"कसलं मशीन? टेलिफोन आन्सरिंग मशीन बसवलंय नेरुरकरांनी?"

"त्याचं नाव काही नाही माहिती आपल्याला, पण घरात कोणी नसताना फोन आला, तर त्यावर निरोप ठेवता येतो, साहेब."

"कुठे आहे पाहू मला." उतावीळपणा करत कौशिक म्हणाले. आता त्या आन्सरिंग मशीनची पाळंमुळं शोधून काढल्याशिवाय कौशिक स्वस्थ बसणार नाहीत, हे अमृतराव समजून चुकले. डुलकी घेणं आपल्या नशिबात नाही, याविषयी त्यांना शंका राहिली नव्हती.

"तुमच्या लक्षात आलं असेलच, अमृतराव. बॅटरी डाऊन का झाली याचा उलगडा आता झाला बघा. परांजपेंनी फोन केला त्या वेळी नेरुरकर घरात नव्हते. समजा, गंगारामही त्या वेळी घरात नव्हता. तर मग त्यांचा फोन आन्सरिंग मशीनशी कनेक्ट झाला असणार आणि मग इकडून तो बंद होण्याची शक्यताच उरली नसणार. जर फोन करताकरताच तो परांजपेंच्या हातातून गळून पडला असेल, तर मग बॅटरी डाऊन होईपर्यंत तो चालूच राहिला असणार. किंबहुना तसा तो चालू राहिला. म्हणूनच तर बॅटरी डाऊन झाली."

हे समजलं ना, बॅटरीचं ते कोडं उलगडलं ना! तर मग आता ते आन्सरिंग मशीन पाहण्यात आणखी वेळ कशाला घालवताय? परत फिरून पोस्टमॉर्टेमचे

रिपोर्ट काय आहेत, ते पाहू या आणि परांजपेंच्या मृत्यूचं गूढ तिथे उलगडतंय का ते पाहू या, असं कौशिकांना सांगणं अमृतरावांच्या जिभेवर आलं होतं. पण त्याचा काहीएक उपयोग होणार नाही, हेही ते आजवरच्या अनुभवातून जाणून होते. मुकाट्यानं ते कौशिकांच्या पाठोपाठ आतल्या खोलीत गेले.

गंगारामनं आन्सरिंग मशीन कुठे ठेवलंय ते दाखवताच, एखादं नवीन खेळणं हाती आल्यावर ज्या उत्साहानं एखादं मूल त्यावर तुटून पडतं, तसंच कौशिकांनी ते हातात घेतलं. त्याची सर्व बाजूनं तपासणी केली आणि मग बाजूचं बटण ऑन करून त्यांनी ते सुरू केलं.

सुरुवातीला इलेक्ट्रॉनिक सिग्नलचे थोडेफार कर्कश असे आवाज आले. त्यानंतर एक दीर्घ बीप असा आवाज आला आणि लगेच परांजप्यांचा परिचित आवाज ऐकू आला.

"हॅलो, नेरुरकर, मी परांजपे बोलतोय. आता एवढ्यात..."

परांजप्यांचा आवाज क्षणभर तुटल्यासारखा झाला. एक वेगळाच आणि मोठा आवाज त्यानंतर ऐकू आला. तो कशाचा याचा विचार कौशिक आणि अमृतराव करताहेत, तोच परत परांजप्यांचा आवाज ऐकू आला. त्यांच्या बोलण्यावरून तो मोठ्यानं झालेला आवाज परांजपेंच्या केबिनचं दार कोणीतरी धाडकन उघडल्याचा असावा, असा तर्क दोघांनीही केला. परांजपे परत बोलत होते.

"आय से, व्हॉट इज द मीनिंग ऑफ धीस. आत येण्यापूर्वी नॉक नाही करता येत तुम्हाला?"

"ओऽह, फर्गेट दीज एटिकेट्स अँड मॅनर्स, परांजपे. इथे आमचा जीव जायची वेळ आली आहे आणि तुम्ही अजूनही नाईस्टीजच्या गोष्टी करताय. आज कल्याणीसाठी केलेलं तुमचं ते अपील मान्य झालंय, हे कळलंय मला. तेव्हा माझ्यासाठी तुम्ही त्या नोटिसीला तसंच उत्तर कधी देणार आहात, ते सांगा."

"हे पाहा, त्या अपीलाचा आणि तुमच्या केसचा काहीही संबंध नाहीये. दोन्हींमधली परिस्थिती अतिशय वेगवेगळी आहे. कल्याणींची केस सरळ होती. त्यांनी सगळे टॅक्सेस व्यवस्थित आणि वेळच्यावेळी भरलेले होते. त्यांना पाठविलेली नोटीस ही कायद्याचं चुकीचं इंटरप्रिटेशन केल्यामुळे दिली गेलेली होती. तेव्हा त्याविरुद्ध अपील करणं योग्यच होतं. एवढंच नाहीतर ते कायद्याचा बरोबर अर्थ लावण्याच्या दृष्टिकोनातूनही करणं आवश्यक होतं. खुद्द टॅक्स कमिशनरनीही तो मुद्दा मान्य केलाय."

"केलाय ना! मग आमच्या केसलाही तो लावा आणि संपवा एकदाचं ते नोटिसीचं झेंगट."

"तसं कसं करता येईल? किती वेळा सांगितलं तुम्हाला मी की, तुमची केस

निराळी आहे आणि कल्याणींची केस वेगळी आहे. खरंतर ते अपील करायला तयारच नव्हते. मीच त्यांना तयार केलं.''

''छान! ते तयार नसताना त्यांच्या पाठी लागलात आणि आम्ही कधीचे तयार आहोत, तर तुम्ही त्या खुर्चीतून आपलं बूड हलवायलाही तयार नाही आहात. ते मोजतात त्या नोटा आणि आम्ही काय चिंचोके देतो तुम्हाला!''

''हे पाहा, जपून बोला. मी जी काही फी चार्ज करतो त्याचा पुरेपूर मोबदला देतो. शिवाय फी किती त्याची आधीच कल्पना दिली होती. शिवाय फी दिली म्हणजे मला विकत घेतलंत, असं समजू नका. फीच्या बदल्यात तुमची टॅक्स फाईल तयार करायची ती केलीय मी.''

''मग आणखी फी चार्ज करा. ती दिल्यावर सरकारच्या बोडक्यावर आणखी थैल्या ओतायला नको. शिवाय त्या नोटिसीत तर शिक्षेच्या गोष्टी केल्या आहेत.''

''ते बरोबरच आहे. तुम्हाला मी आधीपासूनच सांगत होतो. त्या व्यवहारासंबंधीची माझी मतं तुम्हाला मी आधीच ऐकवली होती.''

''तुमची मतं नको आहेत मला. ॲक्शन हवी आहे. तुम्ही काय मोठे हरिश्चंद्राचे अवतार लागून गेला आहात, ते माहिती आहे. तुम्ही अपील करणार की नाही ते बोला.''

''नाही, कदापि नाही. कायद्याच्या चौकटीबाहेर जाणं मला पसंत नाही, हे मी तुमचा अकाऊंट घेण्याआधीच स्पष्टपणानं सांगितलं होतं.''

''माहिती आहे, माहिती आहे. मला तर वाटतंय, तुम्हीच टॅक्स इन्स्पेक्टरला ही माहिती पुरवली असणार.''

''असली कामं मी करत नाही.''

''मग त्यांना ही एवढी माहिती मिळाली कुठून?''

''ते मी कसं सांगू? काही झालं तरी सरकार आहे ते, त्यांच्याकडे अनेक रिसोर्सेस आहेत.''

''तरीही मला तुमचाच संशय आहे. तरी तुम्हाला संधी देतोय. बऱ्या बोलानं अपील करा.''

''हे पाहा, धमक्या देऊ नका. शिवाय अपील केलं तरी ते फेटाळलं जाईल.''

''मग त्यानंतरही काय कोणाला चारायचे ते चारा आणि ते फेटाळलं जाणार नाही हे पाहा.''

''ते मला जमणार नाही. असले धंदे करायची सवय नाही मला.''

''तुम्ही कोणाशी बोलताय हे कळलेलं दिसत नाही. आमची मागणी पुरी करणार नसाल तर जड जाईल तुम्हाला. आमच्याशी गाठ आहे हे ध्यानात ठेवा. तुमची त्या इन्स्पेक्टरबरोबर पार्टनरशिप आहे, हे का नाही सांगत?''

"आय थिंक, यू मस्ट लीव्ह माय ऑफिस धिस मोमेन्ट. इतका वेळ ऐकून घेतलं तेच पुष्कळ झालं आणि तुमचा अकाऊंटही मी सोडलाय असं समजा. प्लीज फाईंड अनदर कन्सल्टंट फॉर युवरसेल्फ ."

"म्हणजे मग आमच्याविरुद्ध साक्ष द्यायलाही मोकळे, असंच ना! तसा तुला सहजासहजी सोडणार नाही."

"आय से गेट आऊट! धिस व्हेरी मोमेन्ट."

"आणि नाही गेलो..."

त्या मशीनमधून आवाज येणं थांबलं होतं. कौशिकांनी चिडून मशीनकडे पाहिलं. त्याचा छोटासा कप्पा खाडदिशी उघडला. मशीन चालू होतं पण आतली टेप संपली होती. त्यामुळे पुढे काय झालं ते कळायला मार्ग नव्हता.

"ओऽह, डॅम इट! ऐन मोक्याच्या क्षणाला टेप संपलीय, पण अमृतराव काही महत्त्वाच्या गोष्टी स्पष्ट झाल्या आहेत. तुम्ही म्हणत होतात, त्याप्रमाणे परांजपेंनी आत्महत्या केली नाहीये, हेच खरंय. थोड्याच वेळानंतर स्वत:वर गोळी झाडून घेणारा इसम इतक्या ठामपणानं आणि स्पष्टपणानंही ्स करत बसणार नाही. आपल्या तत्त्वांशी इतक्या ठामपणानं चिकटून बसणार नाही. दुसरी गोष्ट, इतर कोणी नसताना परांजप्यांकडे कोणीतरी आलं होतं."

"कोणीतरी म्हणजे त्यांचाच कोणीतरी क्लायंट होता तो, कौशिक. ज्या प्रकारे तो बोलत होता, त्यावरून ते स्पष्टच होतं. शिवाय परांजपेंनीही त्याच्या अकाऊंटचा दोनदा उल्लेख केला आहे."

"दॅट्स राईट! पण त्याचं नाव कळलं नाही तरीही त्याच्या केससंबंधीचे जे काही उल्लेख आले आहेत, त्यावरून वंदना आपल्याला काही सांगू शकेल. त्याच्याबरोबर परांजप्यांची बाचाबाची झाली आणि त्यानं परांजपेंना धमक्याही दिल्या, हेही आपल्याला कळून चुकलंय. तेव्हा गोळी त्यानं झाडली असल्याची शक्यताही नाकारता येत नाही. तुम्ही मगाशी परांजपे डावरे होते का ते विचारलंत. तेव्हा डोक्यात झाडलेली गोळी डाव्या कानशिलावर झाडली गेली असावी, असा तुम्हाला संशय आला आहे, हे मी ओळखलं होतं. तुमच्या बारीक नजरेतून अशा गोष्टी सुटणार नाहीत हे निश्चित. तुम्ही केव्हापासून पोस्टमॉर्टेमचा रिपोर्ट पाहण्याची घाई का करत होतात, ते मात्र आत्ताच समजतंय मला. परांजप्यांचा खूनच झाला असावा असा संशय तुम्हाला कधीपासून आला आहे, हे लपवून ठेवायचा तुम्ही प्रयत्न केला असलात तरी ते तुमचं गुपित आता उघडं झालंय, अमृतराव!"

"काहीतरी काय बोलता, कौशिक. खरंतर मी चक्रावूनच गेलो होतो. आता या टेपवरून बऱ्याच बाबी कळल्या. नाहीतर..."

"...हेच तुमचं मला नाही आवडत, अमृतराव." त्यांना मध्येच अडवत कौशिक

म्हणाले, ''परांजपेंनी आत्महत्या केलेली नाही असंच कोणीही म्हणेल, असं तुम्हीच म्हणालात. आडूनआडून सुचविण्याची तुमची ही ढब मला चांगली माहिती आहे. शिवाय त्या मोबाईल फोनकडे तुम्हीच माझं लक्ष वेधलंत. आताही पाहा ना, गंगाराम बाहेरगावी जाणार आहे, असं आडूनआडून सांगून तुम्हीच त्या आन्सरिंग मशीनचा छडा लावलात आणि हा आधुनिक आन्सरिंग मशीनचा म्हटलं तर मुका आणि म्हटलं तर बोलका साक्षीदार उभा केलात. तरीही परांजपेंच्या मृत्यूचं गूढ तुम्ही उकललं नाही, असं म्हणायचंय तुम्हाला? आता त्या खुन्याच्या शोधामध्ये हा असा अनाठायी विनय नका दाखवू. ताबडतोब त्याला शोधून काढा आणि लटकवा फासावर. परांजपेंच्या मैत्रीला तुम्ही जागल्यावाचून राहणार नाही, याची खात्री आहेच मला.''

यावर त्या बॅटरी डाऊन झालेल्या मोबाईल फोनसारखं चूप होण्यावाचून अमृतरावांपुढे दुसरा पर्याय तरी कोणता होता!

◆

पोलादाचा चिरला साग

"मुर्दाबाद! मुर्दाबाद!"

"हमसे जो टकरायेगा मिट्टीमें मिल जायेगा!"

"महादेव नाईक अमर रहे!"

"महादेवच्या मारेकऱ्यांना शिक्षा झालीच पाहिजे."

अमृतरावांबरोबर जीपमधून उतरता-उतरता डॉ.कौशिकांच्या कानावर उच्च स्वरात जोरजोरानं दिल्या जाणाऱ्या घोषणांचा आवाज आला.

गेटसमोर पन्नास-साठ जणांचा जमाव जमलेला होता. निदर्शनं चालू होती. ती मोठी सुनियोजित पद्धतीनं चालू होती असं काही जाणवत नव्हतं. कारण दोन घोषणा एकमेकांत गुंतून पडत होत्या. त्यामुळे मधूनच महादेव नाईक मुर्दाबाद अशीही घोषणा ऐकू येत होती. पण जमाव उत्स्फूर्तपणे जमला असावा, असं कौशिक आणि अमृतराव दोघांनाही जाणवून गेलं.

जमावातल्या सगळ्यांच्याच अंगावर निळे ओव्हरऑल होते. काहींच्या खिशातून पाने, स्क्रूड्रायव्हर यांसारखी औजारंही डोकावत होती. काम सोडून सगळे जण तिथे हजर झाले होते हे उघड होतं. पोलिसांची जीप आल्याचं पाहताच काही काळ घोषणा बंद पडल्या. जीपला जायला वाट करून देण्यासाठी जमाव थोडाफार पांगला. डोक्यावरच्या टोपलीत तान्हुल्या श्रीकृष्णाला घेऊन जाणाऱ्या वासुदेवासाठी नदीचं पात्र दुभंगलं असं गोष्टीमधून वाचल्याचं कौशिकांना त्यातही आठवून गेलं. समोरचा जमाव तसाच पांगलाय, अशी एक कल्पना त्यांच्या मनात चमकून गेली.

जमावाच्या त्या दुभंगण्यामुळे रस्त्याचा काही भाग मोकळा झाला. पण तितक्यात

कोणीतरी इशारा केला आणि दुभंगलेला जमाव परत एकत्र आला. त्यातलाच एक जण पुढे झाला आणि जीपजवळ आला.

"आम्हाला पांगवण्यासाठी आला असाल ना इन्स्पेक्टरसाहेब..." अमृतरावांनी काही विचारण्यापूर्वीच त्यानं भांडण केल्यासारख्या आवाजात सुरुवात केली. अमृतरावांचा हुद्दा काय हेही पाहण्याची तसदी त्यानं घेतली नाही. अमृतराव इन्स्पेक्टर नाहीत, कमिशनर आहेत हे त्याला सांगण्याचा प्रयत्न कौशिकांनी केला. पण त्यानं तो धुडकावून लावला. अमृतरावांनीही हाताच्या इशाऱ्यानंच कौशिकांना अडवलं.

"आम्ही त्यासाठी मुळीच आलेलो नाही. तुमच्या एका सहकाऱ्याचं, महादेव नाईकचं कामावर असताना निधन झालं ना?"

"हो, हो." सगळेच जण एकसाथ ओरडले. त्यांना शांत करत त्यांचा तो म्होरक्या म्हणाला, "निधन नाही झालं साहेब. मारलाय त्याला आमच्या मालकानं. त्यालाच बेड्या ठोकून घेऊन जा फरासखान्यात. तसं झाल्याशिवाय आम्ही गप्प बसणार नाही. मग भले आम्हाला बी जेलमध्ये घेऊन गेलात तरी बेहत्तर."

"कोणी तुम्हाला जेलमध्ये घेऊन जात नाहीये. पण झाल्या प्रकाराची नीट कसून चौकशी तर करायला हवी. तीच करण्यासाठी आम्ही आलोय. तुमच्या मालकाला भेटायचंय. त्यालाही या बाबतीत विचारायचंय. म्हणून तर आलो आहोत. आता तरी आत जाण्यासाठी वाट करून द्याल?"

"साहेब, मालक लुच्चा आहे. तो तुम्हाला काहीतरी खोटनाटं सांगून फसवेल. तुम्ही आमचं म्हणणं ऐकून घेतलं पाहिजेल."

"हो तर. तुमचंही म्हणणं ऐकून घेणार आहे. पण त्यापूर्वी जिथे महादेवला मृत्यू आला ती जागा आम्हाला पाहिली पाहिजे. तिथे तो काय करत होता हे नीट तपासलं पाहिजे. महादेवला हॉस्पिटलमध्ये नेण्यात आलं. त्यामुळे तो नेमका कुठे पडला, कसा पडला, हेही समजावून घेतलं गेलं पाहिजे. झालंच तर महादेवचं पोस्टमॉर्टेम होतंय. त्याचा रिपोर्ट आल्याशिवाय त्याला नेमका कशानं मृत्यू आला ते नाही समजायचं."

"तो मेला तो मालकाच्या हलगर्जीपणामुळे साहेब. कामगारांच्या मागण्यांकडे सतत दुर्लक्ष केल्यामुळे. आमच्या सेफ्टीची कदरच नाही साहेब, त्या हरामखोराला. आमच्याकडून जास्तीतजास्त काम कसं करवून घ्यायचं आणि जबर नफा कसा कमवायचा एवढंच माहितीय भडव्याला."

शिव्या ऐकल्यानं अमृतरावांनी एवढा वेळ स्वत:वर ठेवलेला ताबा ढळू पाहत होता. त्यांच्या कपाळावरची शीर थडाथडा उडू लागली होती. कौशिकांच्या नजरेतून ती सुटली नाही. इतका वेळ ते मोकळा पाईप चोखत, अमृतराव आणि तो म्होरक्या यांच्यात चाललेलं संभाषण ऐकत होते.

आता मात्र तोंडातला पाईप काढून त्याचं तोंड तळहातावर आपटत ते त्या म्होरक्याला म्हणाले, ''हे पाहा, तुमच्या भावना आम्ही जाणतो. पण मालकाला शिव्या दिल्यानं तिढा सुटणार आहे थोडाच! त्यासाठी शांत डोक्यानं तपास करायलाच हवा ना! तुम्ही कमिशनर साहेबांना ओळखत नाही. तुमचे मालकच काय, पण कोणीही आला तरी गोडगोड बोलून अमृतरावांना फसवणं त्याला शक्य होणार नाही. तुम्ही निश्चिंत असा आणि तुमच्याशी मलाही बोलायचंय. महादेव नेमकं काय काम करत असे हे तुम्हीच तर सांगू शकाल, नाही का?''

कौशिकांच्या त्या भरदार आवाजातल्या पण शांतपणे केलेल्या आवाहनाचा परिणाम म्हणा किंवा अमृतराव साधे इन्स्पेक्टर नसून कमिशनर आहेत, हे समजल्यामुळे म्हणा, पण तो म्होरक्या शांत झाला. आपण त्यांच्यासमोर शिव्या दिल्याची जाणीव होऊन त्याने जीभही चावल्याचं कौशिकांच्या नजरेतून सुटलं नाही.

तोपर्यंत जीप जाण्यासाठी जमावानं वाटही करून दिली होती. आता सगळे जण एकाच बाजूला झाले होते. त्यामुळे रस्ता चांगलाच मोकळा झाला होता. गेटवरच्या दरवानानंही कडक सलाम ठोकत जीपला वाट करून दिली. त्या वेळी गेट उघडलं जाऊनही जमावापैकी कोणीही आत घुसण्याचा प्रयत्न केला नाही.

पण दरवानानं पोलीस आल्याची बातमी आत ऑफिसात पाठवलेली असावी. कारण अमृतराव आणि कौशिक जीपमधून उतरताहेत तोच त्यांचं स्वागत करायला दोन-चार मंडळी पुढे आली होती. त्यातलाच एक जण आणखी पुढे होत आणि थोडंफार लवल्यासारखं करत म्हणाला, ''वेलकम, वेलकम. मी अश्विन चोकसी, प्रिसिजन इलेक्ट्रिकल इंडस्ट्रीजचा मॅनेजिंग डायरेक्टर. आपण आलात साहेब, आता आम्हाला फिकीर नाही. मॉब कसा बेफाम झालाय हे तुम्ही पाहिलंच असेल, साहेब!''

अमृतराव चमकले. जमाव बेफाम झाल्याचा कोणताच अनुभव त्यांना आला नव्हता. कौशिकांनाही त्या बोलण्याचं नवल वाटलं होतं. पण त्यांनी गप्प बसून पाईपात तंबाखू भरायला सुरुवात केली.

''तुमच्या एका कामगाराचं कामावर असताना अपघाती निधन झालं, असं समजलंय तेव्हा...''

अमृतरावांना आपला प्रश्न पुरा करू न देताच घाईघाईनं अश्विन म्हणाला, ''हो ना साहेब. हे लोक ढोसून कामावर येतात. त्यातून मग काही अपघात झाला, की आमच्यावर त्याचं खापर फोडतात.''

''हा कामगार, काय त्याचं नाव, तो...'' कौशिकांनी आपल्याला नाव माहिती नसल्याचा बहाणा करत विचारलं.

''हे डॉ.कौशिक,'' त्यांची ओळख करून देत अमृतराव म्हणाले, ''सायंटिस्ट आहेत. पोलीसदलाचे मित्र आहेत. आम्हाला नेहमीच त्यांची मदत होते.''

त्यांच्याकडे लाचारीची नजर टाकत अश्विन म्हणाला, ‘‘महादेव नाईक, डॉक्टरसाहेब.’’

‘‘तर हा महादेव नाईक दारू पिऊन कामावर आला होता?’’

‘‘नाहीतर काय! तसंच असणार. म्हणून तर त्या घोड्यावरून पडला. त्या पडण्यानंच तर मेला तो.’’

‘‘पण तो खरोखरच दारू पिऊन आला होता याचा तसा पुरावा तुमच्याजवळ नाही. तसा तुमचा अंदाज आहे म्हणायचा.’’

‘‘पुरावा कशाला पाहिजे साहेब. नेहमी पाहतो ना आम्ही. किती वेळा बजावलं तरी ऐकत नाहीत. इथे हाय टेन्शनवर काम करावं लागतं. जरा कुठे हात सरकला तरी जबरदस्त शॉक बसू शकतो.’’

‘‘आय सी! म्हणजे हाय टेन्शन इलेक्ट्रिक उपकरणं हाताळतात तुमचे कामगार. पण त्यासाठी सेफ्टी गॅजेट्स तयार ठेवली असतीलच तुम्ही. झालंच तर कामगारांना प्रोटेक्टिव्ह गियर म्हणजे त्यांचं संरक्षण करणारी साधनं तुम्ही दिली असतीलच. नाही का?’’

‘‘तशी दिली आहेत, साहेब.’’ अश्विन म्हणाला. पण त्याच्या बोलण्यात आत्मविश्वास नव्हता. त्यानं तेवढ्यात आपल्या इतर सहकाऱ्यांकडे घाईघाईनं एक दृष्टिक्षेप टाकल्याचं कौशिकांच्या नजरेतून सुटलं नाही. अमृतरावांनीही ते हेरल्याचं त्यांनी तेवढ्यात पाहून घेतलं. ते पुढे काही बोलणार तोच अश्विन परत म्हणाला, ‘‘या प्रोटेक्टिव्ह गियरचं काय आहे साहेब, की कितीही दिली तरी या कामगारांचं समाधानच होत नाही. कुठेतरी, काहीतरी ऐकतात. टीव्हीवरच्या फॉरिन सीरियलमध्ये काहीतरी पाहतात आणि मग त्याचाच हट्ट धरून बसतात. आता तो माल इथे मिळाला तर पाहिजे. नाही मिळत काही वेळा. इम्पोर्ट करायचा तरी भारी कटकटी असतात, पण कामगारांना त्याचं काय! त्यांची माथी भडकलेलीच असतात. मग काहीतरी बेसलेस ॲक्युजेशन करत राहतात.’’

‘‘खरं आहे. आपण पाहूच ना आता, तुम्ही किती झकास बंदोबस्त ठेवलाय तो,’’ अमृतराव म्हणाले.

त्याबरोबर अश्विनच्या कपाळावरून परत घाम ओघळू लागला. तरीही चाचरत तो म्हणालाच, ‘‘ऑफकोर्स! ऑफकोर्स! पाहा ना, पण तुम्ही एवढी तसदी कशाला घेता साहेब. आमचे सेफ्टी ऑफिसर तुम्हाला आमच्या फाईल्सच दाखवतील ना. बेडेकर...’’

‘यस सर’ म्हणत बेडेकर पुढे झाले, पण त्यांना तिथेच थांबवत अमृतराव कौशिकांना म्हणाले, ‘‘त्या महादेव नाईकला कुठे अपघात झाला ते बघायला हवं असं म्हणत होतात ना तुम्ही कौशिक?’’

त्यांच्या सांगण्याचा इशारा ध्यानात येऊन त्यांच्याकडे न बघताच कौशिक म्हणाले, ‘‘हो तर, ती जागा बघायलाच हवी. नेमका अपघात कसा झाला ते तर

समजायला हवंच. हे अश्विनभाई म्हणतात त्याप्रमाणे तोल जाऊन महादेव पडला असला तर किती उंचावरून पडला, हे पण समजून घ्यायला हवं नाही का? शिवाय, आपले पॅथॉलॉजिस्ट महादेवच्या शरीरात दारूचं प्रमाण किती होतं ते पाहतीलच. तुम्ही त्यांना तशा खास इन्स्ट्रक्शन्सही द्याल म्हणा. चला तर मग.''

बोलताबोलताच कौशिक अश्विनच्या त्या आलिशान ऑफिसातून बाहेर पडण्यासाठी दरवाज्याच्या दिशेने चालू लागले. त्यांच्या सहकाऱ्यांना त्यांच्या पाठोपाठ जाण्यावाचून, गत्यंतर राहिलं नाही.

महादेव जिथे काम करत होता, त्या शॉप फ्लोअरवर आल्यानंतर मात्र कौशिकांना आपण त्याच कारखान्यात आहोत, यावर विश्वास ठेवणं कठीण जाऊ लागलं. अश्विनच्या पॉश ऑफिसच्या मानानं इथे सर्वत्र पडझड झाल्यासारखी अवस्था होती. यंत्रसामग्री कोणतीही आखीव योजना नसल्यासारखी इतस्तत: पसरलेली होती. इतर सेफ्टी इक्विपमेंट तर सोडाच, पण साधे फायर एक्स्टिन्विशरही कुठे असल्याचं दिसत नव्हतं. अमृतरावांनी त्यासंबंधी विचारणा करताच एका कोपऱ्यातून कशाच्यातरी आड ठेवलेले दोन एक्स्टिन्विशर बेडेकरांनी दाखवले. ते व्यवस्थित काम करताहेत की काय, हे विचारण्याच्या भानगडीत अमृतरावही पडले नाहीत की कौशिक. ते जरी काम करत असले, तरी ते शोधून काढून त्यांना हव्या त्या जागी नेण्यात किती वेळ गेला असता याचा अंदाज त्यांना आला होता.

महादेव ज्या यंत्रावर काम करत होता ते चांगलंच उंच होतं. त्यामुळे त्यावर काम करण्यासाठी त्याच्या बाजूनं एक पर्मनंट लोखंडी प्लॅटफॉर्म उभारण्याची आवश्यकता होती. त्याऐवजी त्या लाकडाच्या डगमगत्या घोड्यावर निभावून नेण्यात आलं होतं. तीच कथा त्या यंत्राला जोडण्यात आलेल्या वायर्सची होती. वास्तविक, हाय टेन्शनला जोडलेलं ते यंत्र. त्याचं वायरिंग व्यवस्थित आणि भरपूर इन्शुलेशन असलेलं असं हवं होतं. जोडलेल्या तारांचे लोंबणारे जुडगे न ठेवता त्या नीटपणे बांधून लाकडी पट्टीतून भिंतीलगत लावणं आवश्यक होतं. काही तारा जुजबी रीतीनं केवळ एक काळी टेप वापरून जोडण्यात आल्याचंही दिसत होतं.

बेडेकर त्या दोघांचंही तोंड चुकवण्याची केविलवाणी धडपड करत होते. खराखुरा घाम पुसून त्यांचा हातरुमाल चिंब भिजून गेला होता. बाहेर जमावाच्या म्होरक्यानं केलेली तक्रार तशी योग्यच असल्याचं अमृतराव आणि कौशिक दोघांनाही जाणवून गेलं. हा हलगर्जीपणा त्यांच्या अखत्यारीत येत नव्हता. आपल्याला मिळालेली माहिती फॅक्टरी कमिशनरना देऊन कारवाई करता आली असती, पण त्यातून महादेवच्या मृत्यूचं गूढ उकललं गेलं नसतं. त्याला मृत्यू आला तो या कोणतीही सुरक्षा यंत्रणा नसलेल्या यंत्रावर काम करत असताना मिळालेल्या

विजेच्या शॉकमुळे की उंचीवरून पडल्यामुळे, याचा छडा लावणं आवश्यक होतं. शिवाय, मृत्यू जरी उंचावरून पडून झालेल्या जखमांमुळे आलेला असला, तरी शॉक मिळाल्यामुळे तो पडला की इतर काही कारणांनी तोल जाऊन पडला हे तपासणंही जरुरीचं होतं.

पोस्टमॉर्टेमचा रिपोर्ट हाती येईपर्यंत इथे थांबण्यात आता कौशिकांना कसलंच स्वारस्य उरलं नव्हतं. अमृतरावही जणू त्यांच्या इशाऱ्याचीच वाट पाहत होते. कौशिकांनी त्यांना खुणावताच तिथल्या सगळ्या वस्तू तपास आटोपेपर्यंत जैसे थे ठेवण्याची ऑर्डर देऊन तेही तिथून निघाले.

कौशिकांच्या मनात एक विचार मात्र वरचेवर येत होता. महादेव नाईक हा तसं पाहिला तर एक सामान्य कामगार. त्याचा मृत्यू अपघाती असला, तरी काही फारसा खळबळजनक होता असंही नाही. त्याच्या त्या मृत्यूपायी कामगारांनी निदर्शनं जरूर केली होती, पण त्यांनीही काही अनिष्ट वळण घेतलं होतं अशातलाही भाग नव्हता. कामगार तसं पाहिलं तर शांततेनं निदर्शनं करत होते. मालकानंही पोलिसांचं संरक्षण मागितलं नव्हतं.

मग एरवी एखाद्या सबइन्स्पेक्टरनं ज्याची ही प्राथमिक चौकशी करायची तिथे कमिशनर असलेल्या अमृतरावांनी जातीनं लक्ष घालायचं काय कारण?

अमृतरावांना तसं विचारता आलं असतं. पण त्यांनी असे प्रश्न कधी अमृतरावांना विचारले नव्हते आणि कौशिकांनीही एखाद्या केसमध्ये आपणहून रस घ्यायला सुरुवात केली, की अमृतरावही त्यांना त्याचं कारण सांगायला भाग पाडत नसत.

पण कौशिकांना पडलेल्या प्रश्नाचं उत्तर थोड्याच वेळात त्यांना मिळालंही. कारण फॅक्टरीतून ते दोघं बाहेर पडतात तोच बाहेर अजूनही थांबलेल्या कामगारांनी त्यांना गराडा घातला.

"पाहिलंत ना तुम्ही साहेब, काय अवस्था आहे फॅक्टरीची ती?" त्या म्होरक्यानं विचारलं.

"हो पाहिली," गंभीर चेहऱ्यानं अमृतराव म्हणाले. पण त्याचा आपल्या मनावर कोणता परिणाम झालाय याचा थांगपत्ता मात्र त्यांनी लागू दिला नाही.

"म्हणजे मग महादेवचा मृत्यू कंपनीच्या निष्काळजीपणामुळे, बेपर्वाईमुळे झाला याची खात्री पटली असेलच तुमची?"

"महादेव काम करत होता तेव्हा तो उंचावर होता. तिथूनच तो पडला असं कळलंय आम्हाला."

"बरोबर आहे साहेब. त्या लंगड्या घोड्यावर चढून तो काम करत होता. एकदम ओरडला. फेफरं आल्यासारखा गरगरला आणि पडला साहेब. शॉकच बसला असणार त्याला."

“शक्य आहे, पण तो उंचावरून पडल्यामुळे जर त्याला मरण आलं असेल, तर ते शॉक बसल्यानंच हे पुराव्यानिशी सिद्ध व्हायला हवं. त्याचा तपास घेऊच आम्ही. त्याला शॉक बसला होता की काय याचाही तपास करू.”

“समजलो साहेब,” दुसराच एक पोट सुटलेला आणि भरदार मिशा राखलेला कामगार म्हणाला, “म्हणजे तुम्ही नेहमीप्रमाणे टोलवाटोलवी करणार. अरे, आत भक्कम चहापाणी केलेलं दिसतंय.” ‘चहापाणी’ या शब्दावर विचित्र भर देत तो लठ्ठंभारती आपल्या इतर सहकाऱ्यांना उद्देशून म्हणाला.

त्यावर सगळे छद्मीपणानं हसले. अमृतरावांच्या कपाळावरची शीर परत ताडताड उडू लागली. ती पाहून कौशिकांनी त्यांच्या मनगटावर आपला हात ठेवत त्यांना शांत करायचा प्रयत्न केला. कामगारांना उद्देशून तेच म्हणाले, “तुम्ही जी चूक आत्ता केलीय ना तीच कमिशनरसाहेबांना टाळायचीय. पुराव्याशिवाय त्यांना कोणावरच आरोप करायचे नाहीत. आम्ही आत पाणीसुद्धा घेतलं नाही, तर मग तुमच्या त्या चहापाण्याचा प्रश्नच येत नाही. महादेवच्या बाबतीतही पोस्टमॉर्टेमचा रिपोर्ट येईपर्यंत आपल्याला वाट बघायलाच हवी.”

“म्हणजे आता महादेवची बॉडीही त्याच्या घरच्या मंडळीना मिळायची नाही. त्यांना काय सांगायचं आम्ही?”

“तुम्ही काहीच सांगू नका. मीच सांगतो त्यांना. माझ्यावर ते नक्कीच विश्वास ठेवतील.” मोठ्या आत्मविश्वासपूर्वक अमृतराव म्हणाले. त्यांच्या त्या विधानाचं कौशिकांना आश्चर्य वाटलं, तरी त्यांनी ते दाखवलं मात्र नाही. पाईप पेटवण्यात गुंतल्याचा बहाणा त्यांनी केला.

“मग आता मला घरी सोडूनच जाल तुम्ही, अमृतराव.” ते म्हणाले. वास्तविक त्यांनाही अमृतरावांबरोबर महादेवच्या घरी जायचं होतं. पण तसं आपण दाखवलं तर मग कौशिक कसले! अमृतरावांनीही ते ओळखलं होतं. म्हणून तेही उत्साहानं म्हणाले, “घरीच जायचंय म्हणता, बरं बुवा. सोडतो तुम्हाला आधी. मला मात्र त्या महादेवच्या घरी गेलंच पाहिजे. आमच्या काशिनाथची मुलगी म्हणजे या महादेवची वहिनी. ती वाटच पाहत असेल.”

तरीच अमृतराव या केसमध्ये इतका इंटरेस्ट घेताहेत तर! आता तर त्यांच्याबरोबर महादेवच्या घरी जाण्याची अधिकच ओढ लागली कौशिकांना. म्हणून मग ते घाईघाईनं म्हणाले, “म्हणजे तुम्हाला तसदी पडणार नसेल तर. तशी घाई नाही मला. मी तसा रिकामटेकडाच तर आहे.” तसं म्हणताना त्यांनी अमृतरावांची नजर मात्र टाळली होती.

अमृतरावांनीही त्यांचा खेळ ओळखला. आपणही तोच खेळत ते म्हणाले, “तसदी म्हणाल तर तशी आहे. कारण महादेव राहतो पार दुसऱ्या दिशेला. त्यामुळे

तुम्हाला सोडायचं म्हणजे तशी वाट वाकडीच करावी लागणार आहे, पण हरकत नाही. तसा थोडासा वेळ आहे अजून.''

''छे! छे! छे! माझ्यामुळे तुम्हाला उशीर झालेला मला नाही आवडायचं. तुम्ही वचन दिलंयत ना त्या काशिनाथच्या मुलीला? मग त्याचं पालन आधी. आधी लगीन कोंडाण्याचं म्हणतात ना तसं.''

आता अधिक ताणलं तर या खेळाचा खेळखंडोबा व्हायचा हे दोघांनीही हेरलं होतं. त्यामुळे अमृतराव काहीही न बोलता जीपकडे निघाले. कौशिकही मग त्यांच्या पाठोपाठ तिथे पोहोचले.

महादेवच्या घरापुढेच माणसांचा जमाव जमला होता. मात्र कामगारांच्या जमावापेक्षा इथला मूड वेगळा होता. इथे राग, चीड कोणाला आलीच असली तरी दुःखापुढे तिला स्थान मिळालेलं नव्हतं. शून्यामध्ये नजर लावून सगळे बसले होते. त्या निर्विकार चेहऱ्याआड काय खळबळ माजली असेल, याची कल्पना कौशिक आणि अमृतराव दोघंही करू शकत होते. अमृतरावांना पाहताच कोणीतरी लगबगीनं घरात गेलं. त्याच्या पाठोपाठ घरातनं एक-दोन पुरुषमंडळी बाहेर आली.

अमृतरावांनी पुढे होऊन त्यापैकी किरकोळ शरीरयष्टीच्या एकाच्या पाठीवर सांत्वनासाठी आपला हात फिरवला. आलेल्या उमाळ्यानं त्याचं सारं शरीर उकळत्या पाण्यानं भरलेल्या भांड्यासारखं गदगदू लागलं.

आतल्या बाजूनंही कोणीतरी हंबरडा फोडल्याचं कौशिकांना ऐकू आलं.

ओघळणाऱ्या अश्रूंना आवरण्याचा काहीही प्रयत्न न करता तो किरकोळ इसम अमृतरावांना म्हणाला, ''दाजीसाहेब, काय झालं हो हे!'' त्या प्रश्नाच्या उत्तराची अपेक्षा त्याला नव्हतीच. अमृतरावांनीही काहीही न बोलताच त्याला कवेत घेतलं. क्षणभर तसंच राहून स्वतःला सोडवत तो म्हणाला, ''बॉडी अजून दिली नाही त्यांनी.''

''तेच सांगायला आलोय मी. अजूनही जरा वेळ लागेल. महादेवला नेमकं काय झालं, हे समजून घ्यायचंय ना आपल्याला? मग पोस्टमॉर्टेम व्यवस्थित व्हायला नको का? म्हणून...''

''...आता काय उपेग साहेब कळून. गेलेला जीव परत थोडाच येणार आहे?''

''खरं आहे तुमचं म्हणणं. पण काय झालं होतं हे कळलं तर कंपनीचा निष्काळजीपणा त्याला भोवला की काय, हे समजून येईल. महादेवच्या इतर सहकाऱ्यांना असं काही होऊ नये याचा तरी बंदोबस्त करता येईल ना. महादेवही नेहमी इतरांची काळजी करायचाच ना! मग आताच्या तपासणीतून इतरांच्या सुरक्षेची अधिक सोय झाली तर त्याच्या आत्म्याला शांती लाभेल की नाही! माझ्यावर विश्वास ठेवा. जरुरीपेक्षा जास्त वेळ लागणार नाही याची मी स्वतः काळजी घेईन.''

क्षणभर कोणीच काही बोललं नाही. इतक्यात आतून एकदम गलका झाला. त्याबरोबर अमृतराव झटकन पुढे झाले. पाठोपाठ कौशिकही पोहोचले.

एका म्हातारीला चक्कर आली होती. केवळ अतिताणानं तसं झालं असणार, हे दोघांनीही ओळखलं. पाणी मारून तिला शुद्धीवर आणल्यानंतर चहा पाजायला सांगून ते बाहेर पडणार तोच कौशिकांनी बरोबरच्या त्या किरकोळ इसमाला विचारलं, "कोण हो या महादेवच्या?"

"महादेवची आई नव्हं का ती!"

"अस्सं! अस्सं! नेहमीच येते का चक्कर त्यांना?"

"छ्या हो. तरी पण आता वय झालंय तेव्हा..."

"खरंच आहे म्हणा. म्हातारपणी काही ना काही व्याधी पाठी लागतेच. पण इतरांना कोणाला, महादेवला कधी अशी चक्कर येत नसे ना. फेफरं वगैरे काही? म्हणजे महादेव तसा तगडा होता असं सगळे म्हणाले, पण मी काही त्याला पाहिलेलं नाही."

"नाही. नाही. काहीच तक्रार नव्हती बघा महादेवची. म्हणून तर हे आक्रित कसं घडलं हे अजूनही कोणाला उमगत नाहीय."

त्यावर काहीही न बोलता कौशिक बाहेर पडले. जीपकडे जाऊ लागले.

जीपमध्ये बसताबसताच अमृतराव म्हणाले, "काय दशा झालीये सगळ्यांची! कसे पांढरेफटक पडलेत सगळे!"

"पांढरेफटक?" कौशिक म्हणाले. त्यांचं लक्ष दुसरीकडेच होतं. कारण त्यांच्या पाईपातून धुराचे लोट बाहेर पडायला सुरुवात झाली होती.

बोलावं की न बोलावं अशा संभ्रमात अमृतराव पडले होते. कौशिकांचं विचारचक्र सुरू असताना त्यांना डिस्टर्ब केलेलं आवडत नाही, याची त्यांना जाणीव होती. म्हणून तर त्यांनी गप्पच राहणं पसंत केलं. पण त्यांच्या मनात मात्र खळबळ उडाली होती.

महादेवला विजेचा धक्का बसून त्याचा मृत्यू झाला हे सिद्ध झालं तर मालकाकडून त्याची भरपाई तर करता आली असतीच. पण त्याहूनही महत्त्वाचं म्हणजे मालकाला सुरक्षा यंत्रणा व्यवस्थित करायला लावून यापुढे तरी असा अपघात होणार नाही, याची काळजी घेता आली असती. मालकाची चूक असूनही जर तो मोकळाच राहिला तर आणखी किती महादेव बळी पडले असते, हे सांगणं कठीण होतं. वरकरणी जरी मालकानं त्यांच्याशी नम्रतेनं वागण्याचं नाटक केलं असलं, तरी त्याची मग्रुरी अमृतरावांना जाणवून गेल्याशिवाय राहिली नव्हती. त्यांच्या अंगावर वर्दी नसती तर तो त्यांच्याशी तसाच वागला असता याची खात्री नसती देता आली त्यांना. एवढंच कशाला, पण वर्दी असूनही इतर कोणत्या वेळी असा अपघात झालेला नसताना ते

तिथे गेले असते, तरी त्यांची बोळवण मालकानं कशी केली असती, याचीही कल्पना करू शकत होते ते.

"किती उंच असेल तो घोडा?" त्यांच्या अंगावर आपला पाईप रोखून कौशिकांनी विचारलं.

त्यांची ही सवय तशी अमृतरावांच्या परिचयाची असली तरी अकस्मात असा, जणू त्या घोड्याची उंची हा आपलाच अपराध असल्यासारख्या स्वरात केल्या गेलेल्या त्या प्रश्नानं अमृतराव क्षणभर गडबडलेच.

"घोडा? कुठे आहे घोडा?"

"त्या फॅक्टरीतला. ज्याच्यावर चढून महादेव काम करत होता तो."

"हं. हं. तो होय! तो असेल आठ एक फूट उंच. निदान, महादेव तरी तेवढ्या उंचीवर काम करत होता हे नक्कीच."

"एवढ्या उंचीवरून पडल्यानं माणसाचा मृत्यू होऊ शकतो असं वाटतं तुम्हाला, अमृतराव?"

"तसं छातीठोकपणे नाही सांगता यायचं. पण जर माणूस डोक्यावर आपटला तर ते अगदीच अशक्य नाही. मेंदूला इजा झाली, त्याच्यात रक्तस्राव सुरू झाला तर मृत्यू येणं शक्य आहे. रस्त्यावरच्या ॲक्सिडेन्ट्समध्ये कितीतरी वेळा दिसून येतं. महादेवला मृत्यू आला तो असा उंचीवरून पडल्यानं असंच वाटतं तुम्हाला?"

"तसंच नाही म्हणायचं मला. पोस्टमॉर्टेम रिपोर्ट काय येतो, हे पाहिलंच पाहिजे आपल्याला. जर विजेचा धक्का बसलेला असेल तर त्याची लक्षणं दिसतीलच. ती तशी मिळाली तर संदेह राहणार नाही. पण समजा, तसा पुरावा नाही मिळाला तर मग इतर कारणांचा विचार करायलाच हवा. महादेवला चक्कर येण्याचं तसं काही कारण नव्हतं, असं आताच त्याच्या नातेवाइकांकडून आपल्याला समजलंच आहे. तरीही जर त्या दिवशी त्याच्या पोटात काही फारसं गेलं नसलं किंवा ॲसिडिटी वगैरेचा त्रास झाला असला तर चक्कर येणं शक्य आहे. आणखीही एक शक्यता आहे."

"कोणती?"

"तो नेमकं कशा प्रकारचं काम करत होता, हे आपल्याला समजलं पाहिजे. काही वेळा वेल्डिंग करताना काही वायू वापरतात. या गॅसेसचा त्रास काही जणांना असह्य होतो. त्यामुळेही चक्कर येण्याची शक्यता आहे."

"पण तशी चक्कर आली असेल तर त्याची जबाबदारी मालकावर नाही का येणार? कामगारांच्या सुरक्षेची व्यवस्था अपुरी असल्यानं जर अपघात झाला असेल तर त्याची जबाबदारी व्यवस्थापनावर, पर्यायानं मालकावरच येते."

कौशिकांनी वळून अमृतरावांकडे पाहिलं. महादेवच्या मरणाची जबाबदारी मालकाचीच असावी, असं त्यांना तीव्रतेनं वाटत असावं असंच त्यांचं वक्तव्य

आहे, हे त्यांच्या ध्यानात आल्यावाचून राहिलं नाही. तरीही अमृतराव आपल्या ब्रीदाशी पक्के राहतील. सज्जड पुराव्याअभावी विनाकारण कोणावरही कारवाई करणार नाहीत याची त्यांना खात्री होती. महादेवच्या बाबतीत ते जरासे हळवे झाल्यानंच त्यांची अशी प्रतिक्रिया होत आहे, हेही कौशिकांनी ओळखलं होतं. पुराव्याची कशी कसून छाननी करावी लागेल याची जाणीव त्यांना झाली होती.

पोस्टमॉर्टेमचा रिपोर्ट आला तेव्हा अमृतराव खिन्न झाले होते. महादेव उंचावरून पडल्यानं त्याच्या शरीरात मल्टिपल फ्रॅक्चर्स झाली होती. त्याच्या मणक्यालाही मार बसला होता. त्याचाच परिणाम होऊन त्याला मरण आलं असावं असाच त्या अहवालाचा निष्कर्ष होता.

तो तसा अनपेक्षित नव्हता. खरा प्रश्न होता तो महादेव पडलाच कसा याचा. तो काही पहिल्यांदाच त्या घोड्यावर चढून काम करत नव्हता. तो घोडा खिळखिळा झालेला असला, त्याचं बूड स्थिर राहत नसलं तरी त्याच्यावर चढून तोल सांभाळत काम करण्याचा अनुभव महादेवच्या गाठीशी होता. तेव्हा याच वेळी त्याच्यावरून तो कसा काय पडला? तो पडला त्या वेळी त्याने मोठ्याने आक्रोश केला होता, हे तर त्या वेळी शिफ्टवर असलेला सुपरव्हायझरही मान्य करत होता. महादेव तसा का ओरडला? केवळ आपण पडतोय हे ध्यानात आल्यानं तो ओरडला? की विजेचा धक्का बसल्यानं तो ओरडला? त्या यंत्राच्या विजेच्या कनेक्शनची आपण जरा कसोशीनं तपासणी करायला हवी होती, असं आता अमृतरावांना वाटत होतं. त्यातून कुठे करंट लीक होतो की काय, याची छाननी करायला हवी होती. आता ती करून काही फायदा झाला नसता. कारण जर लीकेज होत असलंच तर आतापर्यंत मालकानं ते दुरुस्त करून त्याचा बंदोबस्त केला असेल याविषयी त्यांच्या मनात शंका नव्हती.

डॉक्टर तरी विजेचा धक्का बसला असण्याची शक्यता का नाकारत होते? त्याचं स्पष्टीकरण त्यांनाच विचारायला हवं होतं. ते पटणारं आहे की नाही, हे आपण ठरवू शकणार नाही, हेही अमृतराव जाणून होते. त्यासाठी त्यांना कौशिकांचीच मदत घ्यावी लागणार होती.

अमृतराव आणि कौशिक यांच्यात टेलिपथी चालत होती की काय, अशीच कोणालाही शंका यावी. कारण आत्ता कौशिकांचा विचार अमृतरावांच्या मनात आला आणि कौशिकच हजर झाले. वास्तविक कौशिक असे न सांगता, कळवता अमृतरावांकडे येत नसत. पण या केसनं त्यांनाही बुचकळ्यात पाडलं असावं, म्हणून तर विचाराच्या नादात ते अमृतरावांकडे आले होते.

त्यांना जे काही विचारायचं होतं त्याला संधी न देताच अमृतरावांनीच आपला सवाल प्रथम केला.

“पोस्टमॉर्टेमचा रिपोर्ट पाहिलाच असेल तुम्ही कौशिक. मी एक कॉपी पाठवली होती तुमच्याकडे.”

“हो, पाहिला ना. म्हणूनच तर...”

“महादेवला विजेचा धक्का बसून मृत्यू आला असण्याची शक्यता त्यांनी जवळजवळ फेटाळून लावली आहे.”

“त्याचबद्दल बोलायचं होतं तुमच्याशी, अमृतराव. महादेवच्या भावानं जरी त्याला चक्कर येत नव्हती असं सांगितलं, तरी मला त्याच्या सांगण्यावर विसंबून राहणं ठीक वाटत नाही. आपण जरा अधिक खोलात जाऊन चौकशी करायला हवी.”

म्हणजे कौशिक आता महादेवच्या आधीच हबकून गेलेल्या आप्तांना आणखी छळणार की काय, या शंकेनं अमृतराव अस्वस्थ झाले. एकतर कंपनीच्या हलगर्जीपणामुळे महादेव मेला हे त्याच्या घरची मंडळीच काय, पण इतर कामगारही धरून चालले होते. ते खरं नाही आणि महादेवला मरण आलं ते एकतर त्याच्या निष्काळजीपणामुळे किंवा त्याला असलेल्या आधीच्याच काही व्याधीमुळे, हे त्यांना सांगितलं गेलं असतं तर त्यांची काय प्रतिक्रिया झाली असती याची अमृतरावांना पुरेपूर जाणीव होती. त्याच्या घरची मंडळी तर चिडली असतीच, पण कामगारही भडकले असते. तसं झालं तर मग त्यांचं आंदोलनही उग्र स्वरूप धारण केल्याशिवाय राहिलं नसतं.

जर मिळालेला पुरावा ठामपणे तसं सिद्ध करू शकला असता, तर अमृतरावांनी त्याच्या परिणामांची एवढी फिकीर केली नसती. कामगारांची आंदोलनं आणि चिडलेले नातेवाईक यांना कसं सांभाळायचं याचा त्यांना पुष्कळ अनुभव होता. महादेवच्या मृत्यूचं निदान पक्कं व्हायला हवं होतं. विजेचा धक्का त्याला बसला नाही याचा ठोस पुरावा हवा होता.

कौशिकांना त्यांनी तसं बोलून दाखवलंच.

“महादेवला विजेचा धक्का बसला नाही असं हे डॉक्टर शपथेवर सांगू शकतील का कोर्टात?” त्यांनी कौशिकांना विचारलं.

“ते त्यांनाच विचारायला हवं. विजेचा धक्का बसून जर कोणी मरण पावलं असेल, तर शरीरावर तशा खुणा नेहमीच सापडतात. डॉक्टरांनी त्या आहेत की नाही याची शहानिशा केली असेलच.”

“अशा असतात तरी कोणत्या खुणा या?”

अमृतरावांनी थोडंसं चिडूनच विचारलं.

“त्याचं असं आहे अमृतराव, की माणसाचं शरीर हे काही विजेचं गुड कंडक्टर नाही. म्हणजे असं पाहा, तांब्याची तार ही गुड कंडक्टर आहे. म्हणजे विजेचा प्रवाह फारसा अडथळा न येता आरामात वाहून नेण्यासाठी तांब्याची तार वापरली जाते. ॲल्युमिनियमची तारही तशी चांगली असते. तिच्यामधूनही तो विजेचा प्रवाह

चटकन वाहून जातो. पण सगळेच पदार्थ असे नसतात. लाकूड किंवा पोर्सेलिन हे पदार्थ तर इन्शुलेटर्स असतात. त्यांच्यामधून विजेचा प्रवाह मुळी वाहून जाऊच शकत नाही. इतर काही पदार्थांमधून प्रवाह वाहून जाऊ शकतो, पण त्याला खूप विरोध सहन करावा लागतो. त्यामुळे त्या विजेतली बरीचशी शक्ती तो विरोध मोडून काढण्यातच खर्ची पडते. त्यामुळे तो पदार्थ तापतो. तसा तो खूप तापला तर त्या उष्णतेचं प्रकाशातही रूपांतर होतं. विजेच्या बल्बमध्ये जी टंगस्टनची तार वापरतात ती अशापैकीच असते. म्हणून तर तिच्यातून विजेचा प्रवाह गेला, की ती तार तापून त्यापासून आपल्याला प्रकाश मिळतो. तसंच आपलं शरीर हे विजेच्या प्रवाहाला वाहून जाण्यास विरोधच करतं.''

''पण मग आपलं शरीरही पेटायला हवं. तसं तर होताना दिसत नाही.''

''तितका विरोध नाही होत. पण या विरोधामुळे शरीरात भलतीच उष्णता निर्माण होते आणि त्यातूनच मग पेशीतलं पाणी आटून शरीरक्रिया बंद पडतात. माणसाला मरण येतं ते यामुळेच. हा विजेचा प्रवाह जिथून शरीरात शिरतो तिथेही त्याला विरोध झाल्यामुळे तिथे तो भोक पाडूनच आत शिरतो. शरीरात गोळी शिरली तर ती जिथून शिरली तिथे त्याची खूण उमटतेच ना! तशीच या विजेच्या शरीरातल्या प्रवेशाचीही खूण उमटते. तीच पाहण्याचा प्रयत्न डॉक्टर करतात. तशी खूण मिळाली तर मग विजेचा धक्का बसल्याचा निःसंदिग्ध पुरावा मिळतो. तशी खूण सापडली नाही, तर मात्र विजेचा धक्का बसल्याचा निष्कर्ष काढू शकत नाही. महादेवच्या बाबतीतही डॉक्टरांना तशी खूण सापडली नसेल.''

''पण मग महादेवच्या भावाला काय सांगायचं? त्याची, त्याच्या आईची समजूत कशी घालायची? आणि त्या कामगारांचं काय? आपण जे काही सांगू त्याला त्यांचा विरोध असेलच आणि मग त्यापायी ते कसे तुमच्या त्या टंगस्ट्नच्या तारेसारखे पेटून उठतील याची चुणूक त्या दिवशी पाहायला मिळालीच आहे तुम्हाला.''

''ओऽह, त्याची काळजी आहे होय तुम्हाला! तुम्ही ते माझ्यावर सोपवा. मी ते हॅन्डल करेन. नाहीतरी त्या महादेवच्या घरच्या मंडळीना भेटायला हवंच आहे.''

आपल्यावरचं संकट कौशिक आपल्या शिरावर घेत आहेत, हे पाहून अमृतरावांच्या ओठातून बाहेर पडू पाहणारा सुस्कारा घशातच अडकला. कौशिक महादेवच्या घरच्या मंडळींना कशासाठी भेटू पाहत आहेत, याची त्यांना कल्पना आली. तिथे गेल्यानंतर महादेवला चक्कर येत होती की काय, त्याला फेफऱ्याचा त्रास होत असे की काय, त्याला ब्लड प्रेशरचा विकार होता की काय असे प्रश्न विचारून ते त्यांना भंडावून सोडतील याविषयी त्यांच्या मनात संदेह उरला नव्हता. पण आता माघारही घेता आली नसती. कौशिकांनी एकदा काही मनात घेतलं, की त्याचा सोक्षमोक्ष लागेपर्यंत ते स्वस्थ बसणार नाहीत, याचा इतक्या वर्षांचा त्यांचा अनुभव होता.

महादेवच्या घरी पोहोचल्याबरोबर त्याच्या भावांनी दोघांना गराडाच घातला.

"मग साहेब, कधी मिळणार आमच्या हातात महादेव..." वास्तविक त्यांना त्याची डेड बॉडी असं म्हणायचं होतं, पण ते शब्द ओठावर आणणं त्यांना शक्य झालं नाही.

"आता पोस्टमॉर्टेमचा रिपोर्ट आलाच आहे तर आता फार वेळ नाही लागणार."

"तरी पण साहेब, नक्की कळलं म्हणजे आम्हालाही पुढच्या तयारीला लागायला बरं."

"मी सांगतो त्यांना तसं करायला."

इतका वेळ कौशिक गप्पच होते. ते पोस्टमॉर्टेमच्या रिपोर्टबद्दल त्या सगळ्यांना सविस्तर सांगायला केव्हा सुरुवात करतात याचीच अमृतराव वाट पाहत होते. आपण ते सगळं हॅन्डल करू असं आश्वासनच त्यांनी दिलं होतं. पण ते नुसते एकटक महादेवच्या भावांकडेच पाहत होते. एकाएकी त्यांनी त्यांच्यापैकी एकाला पुढे बोलावलं आणि ते त्याचा चेहरा बारकाईनं तपासू लागले. थोड्याच वेळात त्यांनी त्याला त्याच्या सदऱ्याच्या बाह्या वर करायला सांगितलं. तोही गोंधळून गेला. अमृतरावांबरोबर आलेले हे साहेब म्हणून तो काही बोलला नाही, पण सदऱ्याच्या बाह्या वर करायला त्यानं थोडीफार टाळाटाळ केलीच. कौशिक अस्वस्थ होत असल्याचं पाहून मग अमृतरावच पुढे झाले आणि त्यांनी हलक्या आवाजात त्याला कौशिकांनी सांगितल्याप्रमाणे करायला सांगितलं.

त्याचे उघडे हात काचसामान हाताळत असल्यासारखे हळुवारपणे आपल्या हातात घेत त्यांनी तपासायला सुरुवात केली. त्याच्या कातडीचा पोत ते तपासून पाहू लागले. त्यानंतर त्यांनी त्याला सदरा काढायलाच सांगितलं. त्याबरोबर तर महादेवचा तो भाऊ एकदम संतापल्यासारखाच झाला. तिथे असलेले इतरही अस्वस्थ होत असल्याचं अमृतरावांच्या नजरेला आलं.

"कौशिक, मला वाटतं, आपल्याला त्या महादेवचं पोस्टमॉर्टेम करणाऱ्या डॉक्टरांकडे जायला हवं आता." त्यांना तिथून निघण्याविषयी सुचवत अमृतराव म्हणाले.

पण कौशिकांचं तिकडे फारसं लक्षच नव्हतं. अमृतराव आपल्याला उद्देशून काहीतरी म्हणाले एवढंच त्यांना कळलं होतं. त्यामुळे केवळ आपली नजर महादेवच्या भावाच्या हातावरून वळवून अमृतरावांकडे फिरवत ते म्हणाले, "काय म्हणालात?"

"पोस्टमॉर्टेम–"

"येस, येस. यू आर ॲब्सोल्यूटली राईट! बाय द वे, अमृतराव, तुम्ही म्हणजे नेहमीप्रमाणे अगदी लाखमोलाचं बोललात. येस, येस, पोस्टमॉर्टेम. त्याआधी मला या सगळ्यांची जरा तपासणी करायला हवी."

"यांची? ती कशाला?"

"छ्या अमृतराव, मला तुमचं हेच आवडत नाही. बरं का मंडळी, आमचे हे अमृतराव आहेत ना त्यांच्या तीक्ष्ण नजरेतून कधी कुणी सुटायचा नाही. आताही बघा ना, त्यांनीच काही महत्त्वाची माहिती मला दिली आणि आता त्याची छाननी करून खात्री करून घ्यायची वेळ आली तेव्हा मात्र आपण त्या गावचेच नाहीत असा बहाणा करताहेत. मी सांगतो तुम्हाला, की अमृतरावांचा हा होराही नेहमीप्रमाणे खरा ठरणार आणि या केसचं रहस्य सुटायला मदत होणार. मग तुम्ही मंडळी अमृतरावांना या केसचा उलगडा करायला मदत करणार ना? त्यात तुमचंही भलंच आहे. काय, खरं ना?"

ते काय बोलताहेत याची अमृतरावांना काहीच कल्पना आली नसली, तरी इतरांच्या बाबतीत मात्र एकदम ट्रान्सफर सीन झाला होता. इतका वेळ कौशिकांकडे संशयाने पाहणाऱ्या, त्या सगळ्यांनी आता निमूटपणे, खरंतर अगदी उत्साहाने ते सांगतील तसं करायला सुरुवात केली होती.

सदऱ्याच्या बाह्या वर करायला का कू करणाऱ्या महादेवच्या भावानं काहीही अनमान न करता आपला सदरा काढला आणि उघड्या बंब अंगानं तो कौशिकांसमोर उभा राहिला. बाकीचे सगळे जणही आपल्याला सदरा काढायला केव्हा सांगतात याचीच वाट पाहू लागले.

कौशिकांनी त्याच्या उघड्या अंगाचं बारकाईनं निरीक्षण केलं. त्याच्या अंगावरच्या कातडीचा पोतही परत चाचपून पाहिला. मग त्याला समोरच्या चारपाईवर झोपायला लावून त्याचं पोट चाचपायला सुरुवात केली. मध्येच ते स्वतःशीच 'ओऽह आय सी, इंटरेस्टिंग' असं पुटपुटत होते. त्यांनी त्याची जीभही तपासून पाहिली. मग त्याला इतर काही व्याधी आहेत की काय, याचीही चौकशी सुरू केली.

"लघवीतून साखर जाते का कधी?"

"होय साहेब, पाठीमागे एकदा डॉक्टरांनी लघवी तपासून घ्यायला सांगितली होती. तेव्हाच सांगितलं होतं, की लघवीत साखर ज्यादा आहे म्हणून आणि गोडधोड खायला बंदी केली होती."

"पण हा ऐकतच नाही साहेब. दाबून खातो बघा गोडाचं." दुसऱ्याच एकानं कौशिकांकडे तक्रार केली.

"असं करून नाही चालणार बघा. तुम्हालाच त्रास होईल."

इतरांचीही अशीच तपासणी करून झाल्यानंतर ते म्हणाले, "मला तुमची आणखी काही तपासणी करावी लागेल, पण ती इथे नाही करता येणार. कारण त्यासाठी काही इन्स्ट्रुमेन्ट्स लागतील. शिवाय इतरही काही गोष्टी लागतील. तेव्हा तुम्ही माझ्याबरोबर जरा आमच्या डॉक्टरांकडे आलात, तर चटकन सारा मामला

क्लिअर होऊन जाईल. अमृतरावांना तर मदत होईलच, पण महादेवलाही फायदा होईल बघा.''

महादेवला फायदा होईल हे ऐकून त्या इतर सर्वांची खात्री पटली असली, तरी अमृतरावांचा मात्र कौशिकांच्या त्या सांगण्यावर विश्वास बसला नव्हता. नेहमीप्रमाणे त्यांना काहीतरी वेगळंच सुचलं असणार, कोणत्यातरी सायंटिफिक प्रिन्सिपलचा सुगावा लागला असणार आणि त्याचा पाठपुरावा करण्यामागे त्यांना आपण तिथे कशासाठी आलो आहोत याचा विसर पडला असणार याबद्दल अमृतरावांच्या मनात शंका उरली नव्हती. तसं बोलून दाखवलं तर कौशिक तर नाराज होतीलच, पण बाकीचे सगळेही बिथरतील याचीही त्यांना तितकीच खात्री होती. त्यामुळे कौशिकांच्या कलानं घेण्यावाचून गत्यंतर नाही, हे त्यांना कळून चुकलं. त्यात किती वेळ जाईल याचीही काहीच कल्पना नव्हती. तितका वेळ महादेवची बॉडी हातात यायला उशीर होईल. हे महादेवच्या भावांना सांगावं असंही त्यांना वाटून गेलं, पण त्यातून नसत्या कटकटी उभ्या राहतील अशीही शंका त्यांना आल्यानं ते गप्पच राहिले.

कौशिक त्यांना घेऊन गेले ते त्यांच्या ओळखीच्या पॅथॉलॉजिस्टकडे. तिथे मग कोणाचं लिव्हर तपास, कोणाचं वृषण तपास असा उद्योग त्यांनी सुरू केला. ते त्या पॅथॉलॉजिस्टना जसं सांगत होते आणि त्यानुसार बिनबोभाट सगळ्या तपासण्या होत होत्या. त्या संपेपर्यंत अमृतराव चुळबुळत, मनगट चावत स्वस्थ बसून होते.

शेवटी एकदा सगळ्यांच्या तपासण्या संपल्या आणि त्या सगळ्यांना जाण्याची मुभा मिळाली. जाताजाता त्यांनी विचारलं, ''पण साहेब, आता तरी महादेवला कसं मरण आलं याचा पत्त्या लागंल नव्हं?''

''तुम्ही त्याची चिंताच करू नका. अमृतराव ही केस हाताळताहेत ना? मग तुम्ही काळजी करायचं कारणच नाही. आता चटसारी सगळं समजून येईल. फक्त महादेवचीसुद्धा तुमच्यासारखी काही आणखी तपासणी करायला हवी. त्यामुळे त्याला तुमच्या ताब्यात द्यायला जरा आणखी वेळ लागेल. तेव्हा...''

''त्याची कायबी चिंता नाय बगा साहेब. लागंल तितका वेळ लागू द्या. इतका वखुत थांबल्यालोच आहे आम्ही. आनखी थोडा वेळ. पण महादेवला कसं मरण आलं याचा शाप उलगडा झाला पायजेल. त्याची कायबी चूक नाही हेबी समजून यायला पायजेल.''

''मग झालं तर! मी स्वत: येईन अमृतरावांबरोबर तुमच्याकडे.''

एवढं आश्वासन मिळाल्याबरोबर ती सगळी मंडळी रामराम करत उपकार झाल्याच्या भावनेनं तिथून निघाली. कौशिक स्वत:चं कुतूहल शमवण्यासाठी त्यांचा उपयोग करून घेत आहेत आणि त्यासाठी आपल्या नावानं आश्वासन देत आहेत,

असं मात्र अमृतरावांना राहूनराहून वाटत होतं. ती शंका त्यांच्या मनात थैमान घालत होती. शेवटी त्यांना राहवलं नाहीच. ते उघड म्हणालेच, ''कशाला खोटी आशा लावताय त्यांना कौशिक! महादेवला मृत्यू आला तो उंचावरून पडून, विजेचा धक्का बसल्यानं नाही, हे तर आता उघड झालंच आहे. मग ते त्यांना सांगून त्यांचा काय फायदा होणार आहे?''

''अमृतराव, तुम्ही बोलताय हे! माझा माझ्या कानांवर विश्वासच बसत नाही. अहो, तुम्हीच तर सांगितलं होतंत ना मला, की त्या सगळ्यांची कातडी कशी पांढरीफटक पडलीय ते?''

''शॉक बसलाय सगळ्यांना, तेव्हा ते पांढरेफटक पडणारच.''

''म्हणून तर माझं लक्ष गेलं त्यांच्या कातडीकडे. कसा पोलादाच्या तुकड्यासारखा करडा रंग आहे त्या सर्वांच्या कातडीचा.''

''रंग असेल कातडीचा पोलादासारखा. म्हणून काही त्यांच्या नसा पोलादाच्या नाही बनलेल्या. त्यांचं हृदय नाही पोलादाचं. म्हणून तर उंचावरून पडून मरण आलं, हे ऐकून त्यांना आता आहे त्याहूनही अधिक शॉक बसणार आहे.'' वैतागून अमृतराव म्हणाले.

त्यावर आपल्या पेटलेल्या पाईपातून धुराचे लोट सोडण्याखेरीज कौशिकांनी कोणतीच प्रतिक्रिया व्यक्त केली नाही. त्यांची ती तंद्री लागलेली पाहून मग तिथेच चरफडत बसण्यावाचून अमृतरावांनाही गत्यंतर उरलं नाही.

''चला अमृतराव,'' आपल्या तंद्रीतून जागे होत आणि डुलक्या घेणाऱ्या अमृतरावांना जागं करत कौशिक म्हणाले, ''आपल्याला आता गेलं पाहिजे तुमच्या डॉक्टरांकडे. ज्यांनी पोस्टमॉर्टेम केलं त्यांच्याकडे चला. चला आता, उगीच वेळ काढण्यात अर्थ नाही.''

वेळ कोण काढतंय, मी का तुम्ही, असं विचारायचं अमृतरावांच्या मनात आलं होतं. पण शेवटच्या क्षणी त्यांनी ते शब्द आपल्या जिभेच्या टोकावरून परतवून लावले.

डॉक्टरांकडे पोहोचल्यावरही कौशिकांनी त्यांना घाई करायला लावली. महादेवची बॉडी त्यांनी बाहेर काढायला लावली. त्याच्या कातडीचा रंग आता इतक्या वेळानंतर चांगलाच पांढराफटक पडला होता. त्यामुळे त्यावरून कौशिकांना काही सांगता येईना. तेव्हा त्यांनी डॉक्टरांना विचारायला सुरुवात केली.

''डॉक्टर, महादेवची बॉडी तुमच्याकडे आणण्यात आली तेव्हा त्याला मरण येऊन किती वेळ झाला असावा?''

''तसा फार वेळ झाला नव्हता, कारण शरीर एकदम थंड पडलेलं नव्हतं.''

''गुड! मग मला सांगा त्याच्या कातडीचा रंग कसा होता?''

"मलाही तो तसा नॅचरल नाही वाटला. त्याला विजेचा धक्का बसला असल्यानं कदाचित तसा तो झाला असावा, असा माझा समज झाला. पण आता त्याला इलेक्ट्रोक्युशननं मरण आलेलं नाही, हे सिद्ध झाल्यामुळे ते कारण नसावं हे कळून आलंय."

"नॅचरल नव्हता म्हणजे कसा होता?"

"असा धुरकट, पांढरा-राखाडी रंग होता. भलताच फिकुटलेला. ॲनिमिक कंडिशनमध्ये व्हावा तसा."

"ॲनिमियामध्ये कातडीचा रंग फिकुटलेला पांढरा होतो हे मान्य. पण महादेवाचा अगदी तसा होता?"

"आता तुम्ही असं रोखठोक विचारताय, तर नेमका तसाच होता असं नाही म्हणता यायचं मला. कारण त्यात करड्या रंगाचा बराच प्रभाव होता. काहीतरी वेगळाच होता तो कलर."

"म्हणजे तो सिल्व्हर ग्रे किंवा मेटॅलिक ग्रे होता असं म्हणता येईल का?"

"एक्झॅक्टली! एकदम बरोबर. मेटॅलिक ग्रेच. दॅट्स राईट! अगदी पर्फेक्ट शब्द वापरलात तुम्ही. मेटॅलिक ग्रेच."

"गुड! आता सांगा डॉक्टर, महादेवच्या लिव्हर, टेस्टीज वगैरेंची तपासणी केलीच असेल तुम्ही. त्यांच्यामध्ये काही ॲब्नॉर्मॅलिटीज आढळल्या तुम्हाला?"

"नाही म्हणजे तशी खोलात जाऊन काही तपासणी केली नाही मी. तशी फारशी गरज नाही वाटली मला. कारण ही काही सस्पेक्टेड पॉयझनिंगची केस नव्हती. तरी पण लिव्हर तसं नॉर्मल होतं."

"म्हणजे त्याला सूज आलेली नव्हती? किंवा ते टणकही झालेलं नव्हतं?"

"नाही. त्याच्या टेक्श्चरमध्ये किंवा आकारमानात बदल झालेला असता, तर ताबडतोब समजलं असतं मला."

"शुअर?"

"हंड्रेड परसेंट. आय ॲम ॲब्सोल्यूटली शुअर."

"आणि टेस्टीज? त्यांचं काय?"

"नाही, त्याचे काही सेक्शन्स वगैरे घेतलेले नाहीत मी. त्याबद्दल फारसं काही नाही सांगता यायचं."

"पण जर त्याच्या आकारमानात फरक झालेला असता, त्यांचा साईज लहान झालेला असता, ॲट्रॉफी झालेली असती तर तुमच्या नजरेतून ती सुटली नसतीच. काय?"

"नक्कीच सुटली नसती, पण तसं काही झालेलं नव्हतं. पाहिजे तर बॉडी काढून परत पाहता येईल."

"आणि महादेवच्या अंगात वीज शिरल्याची, ज्यूल बर्नची कसलीच खूण तुम्हाला दिसली नाही, म्हणून त्याला विजेचा धक्का बसलेला नाही, इलेक्ट्रोक्यूशनमुळे त्याला मरण आलेलं नाही, असा निष्कर्ष तुम्ही काढलात. राईट?"

"करेक्ट!"

कौशिकांची भलतीच निराशा झालेली एरवी निर्विकार असणाऱ्या त्यांच्या चेहऱ्यावर अमृतरावांना स्पष्टपणे दिसलं. अमृतरावही काळजीत पडले. कारण आता महादेवच्या कुटुंबाची निराशा करावी लागणार होती आणि ते कौशिकांमुळे होणार असलं, तरी ती मंडळी आपल्यालाच जबाबदार धरतील अशीही भीती त्यांना वाटत होती.

कौशिक मात्र तोवर आपल्या विचारचक्रात गुरफटून गेले होते. लॅबोरेटरीमध्ये असल्यामुळे त्यांचा पाईप पेटलेला नसला, तरी तो पेटलेलाच असल्यासारखा दिसत होता. त्यांच्या ओठांच्या होणाऱ्या हालचालींवरून अमृतरावांना ते स्पष्टपणे कळून आलं होतं. त्यातून त्यांना बाहेर काढण्याचं धाडस अमृतरावांनी आजवर तरी कधी केलं नव्हतं. त्यामुळे ते स्वस्थ बसून राहिले. डॉक्टरही अवघडल्यासारखे आपल्या जागीच बसून राहिले होते.

"ऑफ कोर्स! दॅट्स राईट!" अकस्मात कौशिक स्वत:शीच बोलले. पण तसं करताना ते इतके एक्साईट झाले होते, की त्यांच्या या वागणुकीची ओळख नसणारे डॉक्टर एकदम गोंधळूनच गेले. त्यातच कौशिकांचा मोहरा आपल्याकडे वळत असल्याचं पाहून तर त्यांच्या गोंधळात भरच पडली.

"डॉक्टर, एक बॅटरी सहा व्होल्टची, एक बल्ब, थोडी वायर आणि कोणत्याही कॉलेजच्या फिजिक्स लॅबोरेटरीमध्ये वापरतात तसलं एक इलेक्ट्रिक स्विच एवढ्या वस्तू आपल्याला मिळवायला हव्यात. जेवढ्या लवकर मिळतील तेवढी आपणा सर्वांचीच लवकर सुटका होईल."

कौशिकांनी रिक्वेस्ट केल्यासारखा सूर जरी धरला तरी त्यांच्या बोलण्याच्या एकंदरीत आविर्भावावरून ती ऑर्डरच असल्याचं डॉक्टरांना जाणवून गेलं. ती पाळावी की नाही अशा दुविधेत सापडलेल्या त्यांनी मदतीसाठी म्हणून अमृतरावांकडे पाहिलं. त्यांनी खांदे उडवून आपणही हेल्पलेस असल्याचं डॉक्टरांना सूचित केलं. अशा मूडमध्ये कौशिकांना कोणीच अडवू शकत नसे. असा कोणत्या वैज्ञानिक कल्पनेचा पाठपुरावा ते करू लागले, की मग त्यांना इतर कशाचीच शुद्ध राहत नसे की कोणाचीही पर्वा वाटत नसे.

ती सामग्री येताच कौशिकांनी काळजीपूर्वक ती बॅटरी आणि तो बल्ब एका सर्किटमध्ये जोडून टाकले. त्या सर्किटमधलं ते स्विच दाबताच तो बल्ब पेटतो आहे हे पाहून त्यांनी ते सर्किट व्यवस्थित चालत असल्याची खात्री करून घेतली.

"आता डॉक्टर, तुम्ही महादेवच्या बॉडीमधून एक चांगलीशी नर्व्ह कापून आणा."

डॉक्टर आणि अमृतराव दोघंही दचकलेच. बल्ब, वायर वगैरे ठीक होतं, पण नर्व्ह! आणि तीही पोस्टमॉर्टेमसाठी आलेल्या बॉडीमधली! काय करावं हे त्यांना कळेना. त्यांची परिस्थिती पाहून कौशिकच म्हणाले, "माझी ही रिक्वेस्ट विचित्र वाटेल तुम्हाला, पण हा प्रयोग शेवटचा. आय ॲश्युअर यू. तो एक झाला, की मग सगळ्या प्रश्नांची उत्तरं मिळतील. प्लीज!"

अमृतरावांना कौशिकांनी अशी मिनतवारी कधी केल्याचं आठवत नव्हतं. काहीही न बोलता त्यांनी डॉक्टरांना कौशिक सांगताहेत तसं करायला सांगितलं. डॉक्टरांनी महादेवची बॉडी आणून ओपन केली. त्यातली एक जाडशी नर्व्ह काळजीपूर्वक कापली आणि सलाईनमध्ये ठेवून कौशिकांना दिली. हे सगळं होईपर्यंत चांगली पंचेचाळीस मिनिटं गेली होती. तेवढा वेळ कौशिक आढ्याकडे आणि अमृतराव त्यांच्याकडे नजर लावून बसले होते.

ती नर्व्ह आणल्या क्षणी कौशिक विजेचा धक्का बसल्यासारखे उठून उभे राहिले. डॉक्टरांकडून ती नर्व्ह हलक्या हातानं घेत, ते आपण तयार केलेल्या त्या सर्किटकडे गेले. त्यातली एक छोटीशी वायर त्यांनी काढून टाकली. त्याच्या जागी मग त्यांनी ती नर्व्ह जोडून दिली.

अमृतराव आणि डॉक्टर पाहतच राहिले. महादेवच्या अंगातली एक नर्व्ह आता एखाद्या सामान्य वायरसारखी एका इलेक्ट्रिक सर्किटमध्ये जोडली गेली होती. त्या सर्किटची जोडणी व्यवस्थित झाली आहे याची कौशिकांनी परतपरत खात्री करून घेतली. जसाजसा वेळ जात होता तसेतसे अमृतराव अधीर होत होते. पण अशा वेळी कौशिकांना घाई केलेली चालणार नाही, हेही ते आजवरच्या अनुभवावरून शिकले होते.

त्यांची खात्री पटताच कौशिकांनी ते स्विच दाबलं. पुढच्याच क्षणी तो बल्ब पेटला. त्याबरोबर कौशिकांनी एखाद्या लहान मुलासारखी उडीच मारली.

"पाहिलंत अमृतराव, डॉक्टर, बल्ब पेटला. द सर्किट इज कम्प्लीटेड."

कौशिक भलतेच एक्साईट झाले होते. बल्ब पेटल्याचं पाहून अमृतराव आणि डॉक्टर दोघंही आश्चर्यचकित झाले होते. महादेवची नस एखाद्या वायरसारखी काम करत होती, हे त्यांनाही दिसत होतं. पण त्याचा अर्थ काय हे त्यांना समजलं नव्हतं. दोघंही प्रश्नार्थक मुद्रा करून कौशिकांकडे पाहत राहिले होते.

कौशिकांच्याही ते ध्यानात आलं. त्याबरोबर ते एकदम मोठ्यानं हसले आणि सर्किटमधलं स्विच दाबत दिवा विझवत ते म्हणाले, "महादेवच्या घरातल्या बहुतेक सर्वच मंडळींची शरीरं मी पाहिली तेव्हाच मला शंका आली होती. तरी खात्री करून घेण्यासाठी मला सगळ्यांच्याच शरीराची, विशेषत: त्यांच्या कातडीच्या रंगाची तपासणी करायची होती. तो मेटॅलिक ग्रे कलर हा हेमोक्रोमॅटॉसिसचं लक्षण आहे.

या व्याधींमध्ये रक्तातल्या लोहाचं प्रमाण वाढतं. ते वाढतं लोह मग शरीरात साचून राहतं. त्यापायीच कातडीचा रंग मेटॅलिक ग्रे होतो. लोखंडाची भांडी स्वयंपाकासाठी वापरली तर शरीरात असं लोह भिनून राहतं. त्यापायीच मग लिव्हरला सूज असल्यासारखं ते वाढतं, तर वृषण आकसतं. त्याची तशी अ‍ॅट्रॉफी होते.''

''पण महादेवच्या शरीरात तसं काहीच नव्हतं.'' बुचकळ्यात पडलेल्या डॉक्टरांनी विचारलं.

''राईट. म्हणून तर प्रथम मीही चक्रावून गेलो होतो. कारण त्याच्या सगळ्याच भावांमध्ये अशा प्रकारची काही ना काही लक्षणं निश्चित दिसली होती. त्यामुळे ते सगळं कुटुंबच हेमोक्रोमॅटॉसिसनं पछाडलेलं होतं, याबद्दल माझ्या मनात शंका उरली नव्हती. महादेवलाही त्याच व्याधीनं ग्रासलेलं असावं, हे त्याच्या कातडीच्या रंगावरून दिसत होतं. पण मग त्याचं लिव्हर किंवा टेस्टीज यांना त्याची बाधा का पोहोचली नव्हती, याचाच विचार मी करत होतो. तोच मला आठवलं, या विकाराची बाधा झालेल्या काही जणांच्या बाबतीत का कोण जाणे, पण लिव्हर किंवा टेस्टीज जरी नॉर्मल असले तरी सगळं लोह हृदयात किंवा नर्व्हज्‌मध्ये साठून राहतं. त्यांच्या नसा तुम्ही म्हणालात ना अमृतराव, तशा अक्षरशः पोलादाच्या बनलेल्या असतात. त्या तशा आहेत हे आता तुम्ही मी केलेल्या या प्रयोगातून पाहिलंच आहे. डॉक्टर, तुम्ही आता त्याचं टोटल बॉडी आयर्न मोजून पाहा. त्यावरून तुमची खात्रीच पटेल. ते पुष्कळच वाढलेलं दिसून येईल तुम्हाला. त्याच्या शरीरातून विजेचा प्रवाह सहजगत्या वाहून गेला. त्याला विरोध झालाच नाही. म्हणून तर तुम्हाला ज्यूल बर्नची खूण दिसली नाही.''

''पण कौशिक, मग त्याचा मृत्यूही इलेक्ट्रोक्युशनमुळे झालाय असं म्हणता येणार नाही. कारण जर विजेच्या प्रवाहाला विरोध झाला तरच उष्णता वाढून मरण येतं, असं तुम्ही म्हणाला होतात.''

''ते खरंच आहे. तरीही महादेवचा मृत्यू इलेक्ट्रोक्युशनमुळेचं, विजेच्या धक्क्यामुळेच झाला हे नक्की. कारण विजेचा प्रवाह सहजगत्या वाहून गेला तरी लोखंडाचं प्रमाण इतकं वाढल्यानंतर त्यात तयार होणारा करंट हृदय किंवा मज्जातंतू सहन करू शकत नाहीत आणि त्यामुळे मग मृत्यू येतो. डॉक्टर ते कोर्टात सविस्तर आणि शपथेवर सांगू शकतीलच. त्यामुळे महादेवच्या कुटुंबीयांना भरपूर कॉम्पेन्सेशन मिळण्याचा आणि त्या मालकावर अ‍ॅक्शन घेण्याचा मार्ग मोकळा झालाय. महादेवच्या कुटुंबीयांना ही बातमी द्यायला तुम्ही किती उत्सुक झाला आहात ते दिसतंच आहे मला. पण त्याआधी डॉक्टरांना आपला फायनल पोस्टमॉर्टेम रिपोर्ट तयार करू दे. बाकी हे सगळं तुमच्या तीक्ष्ण नजरेपायीच साध्य झालं आहे, अमृतराव. तुम्ही त्या घरातल्या मंडळींच्या कातडीच्या रंगाकडे माझं लक्ष वेधलं नसतंत, तर त्यांच्या नसा ते मर्ढेकर म्हणाले होते त्याप्रमाणे

'पोलादाचा चिरला साग' अशा झाल्या आहेत, हे माझ्या ध्यानातही आलं नसतं.''

लाजलेल्या अमृतरावांच्या चेहऱ्याचा रंग गुलाबी होऊ लागला होता. आपल्यालाही तो हेमोक्रोमॅटॉसिस असता तर बरं झालं असतं, असं अमृतरावांना वाटून गेलं असावं. कारण मग त्यांच्या चेहऱ्याचा रंग गुलाबी होण्याऐवजी मेटॅलिक ग्रे झाला असता आणि ते लाजले आहेत हे कोणाच्याही लक्षात आलं नसतं.

◆

पाठपुरावा

डॉ.कौशिक सुन्न होऊन पाहत होते. त्यांची गात्रं न् गात्रं बधिर होऊन गेली होती. मेंदूला जणू मुंग्या आल्या होत्या! आपण हे दुःस्वप्न तर पाहत नाही ना, असं त्यांना वाटू लागलं होतं. निदान तशी आशा ते धरून होते. कोणत्याही क्षणी आपल्याला जाग येईल आणि या दुःस्वप्नातून आपण बाहेर पडू, या अपेक्षेनं ते वाट पाहत होते, पण ते स्वप्न नव्हतं. समोरचा टीव्ही चालू होता. त्याचा आवाज त्यांच्या कानावर स्पष्टपणे पडत होता. स्वप्नात तसं होत नाही. आवाज होत असल्याची जाणीव झाल्यासारखं होतं. प्रत्यक्षात आवाज ऐकू येत नाही आणि टीव्हीचाच कशाला, बाहेर चाललेल्या अखंड रहदारीचा आवाजही त्यांच्या कानावर पडत होता. तिकडून येणारे अनेक गंध त्यांच्या नाकपुड्यांना चाळवत होते. घट्ट धरून बसलेल्या खुर्चीच्या हातांचा टणक स्पर्श त्यांच्या तळव्यांना होत होता. पण त्यांच्या मज्जातंतूंनी जणू संप पुकारला होता! कसल्याही संवेदनेची जाणीव त्यांना अंधुकशीच होत होती. ठसठसणाऱ्या गळवासारखी! केवळ समोरची, टीव्हीच्या पडद्यावरची ती दृश्यं परतपरत त्यांच्या डोळ्यांवर आघात करून जात होती. अंगावर सपासप वार होत राहावेत तशी!

कोणत्यातरी वाहिनीवरच्या बातम्या सुरू केल्या होत्या. कोणती वाहिनी याला महत्त्व नव्हतं. कारण कोणतीही वाहिनी निवडली असती तरी तीच दृश्यं दिसली असती. तीच दृश्य सारखी दाखवली जात होती. विचारहीन, विवेकशून्य विध्वंसाची. माईन्डलेस, वॅन्टन डिस्ट्रक्शन. एका आदरणीय संस्थेच्या वास्तूवर होणारे ते आघात. दगडधोंड्यांनी त्या वास्तूच्या सर्व बाजूच्या खिडक्यांची तावदानं फोडली जात होती. त्यांच्या काचा फुटल्याचे आवाज येत होते. खाली त्या काचांच्या तुकड्यांचा खच

पडत होता. भिंतीवर दगड आपटून खड्डे पडत होते. दरवाज्याच्या चौकटी उचकटून टाकण्याचे प्रयत्न चालू होते.

वास्तूच्या बाह्यरूपावर केलेले ते वार कमी पडत होते म्हणून की काय, मंडळी आत शिरली होती. तिथले संगणक उचलून बेभानपणे खाली फेकले जात होते. ते उचलताना त्याला जोडलेल्या विजेच्या तारा वेड्यावाकड्या खेचल्या जात होत्या. त्यापायी उडणाऱ्या ठिणग्या वातावरणाची भीषणता वाढवतच होत्या. ग्रंथालयातली पुस्तकं ठेवलेली कपाटं उलटीपालटी केली जात होती. त्यातले दुर्मीळ ग्रंथ काढून फाडले जात होते. इतस्तत: फेकले जात होते. कोणत्याही क्षणी एखादा वेडापीर त्यांच्यावर रॉकेल ओतून ते पेटवून देईल अशी भीती वाटत होती.

तिथले कर्मचारी भीतीनं गर्भगळीत झाले होते. दीनवाणेपणे एका कोपऱ्यात गर्दी करून उभे होते. समोरचा विध्वंस उघड्या आणि पाण्याची धार लागलेल्या डोळ्यांनी पाहण्याशिवाय काहीही करू शकत नव्हते. एखाद्यानं धीर करून काही जाब विचारलाच तर त्याला प्राणांना मुकावं लागेल, अशीच परिस्थिती निर्माण केली गेली होती.

इतक्यात कोणीतरी एका वयस्क गृहस्थाला त्याच्या पांढऱ्याशुभ्र झालेल्या केसांना धरून खेचत तिथे आणलं. अस्ताव्यस्त केस आणि छातीवर रुळणारी दाढी. गोरापान रंग. पूर्ण सहा फुटांची उंची. त्या मानानं नाजूक चण पण विलक्षण धारदार डोळे. आपल्या साऱ्या विद्वतेची साक्ष देणारा तजेलदार चेहरा त्या वेदना सोसूनही निर्विकार होता. त्या ऋषितुल्य व्यक्तीच्या अंगावरचे कपडे फाडले जात होते. कसलातरी काळाकुट्ट रंग त्यांच्या तोंडावर फासला जात होता. कोणताही प्रतिकार न करता एखाद्या दीपस्तंभाप्रमाणे ते गृहस्थ उभे होते.

पाहतापाहता कौशिकांना ओळख पटली. "अरे, हे तर डॉक्टर सदाशिव मालवणकर."

सदाशिव मालवणकर. राज्यशास्त्र, इतिहास, इंडॉलॉजी या विषयांतले आंतरराष्ट्रीय ख्यातीचे तज्ज्ञ. जगभरचे अभ्यासक त्यांचं मार्गदर्शन मिळावं म्हणून काही काळ या संस्थेत येऊन संशोधन करत. गाढा व्यासंग, अखंड ज्ञानोपासना आणि तर्ककठोर, बुद्धिनिष्ठ विचार यांची आयुष्यभर कास धरलेल्या त्या विद्वानाची आता विटंबना होत होती. मालवणकर अविचल होते. एखाद्या नगाधिराजासारखे.

कौशिकांनी हातातल्या रिमोटवरचं बटण दाबून टीव्ही बंद केला. आणखी काही वेळ असंच पाहत राहिलो तर कदाचित पलीकडची फुलदाणी घेऊन आपण ती टीव्हीवर मारून तो फोडून टाकू, असं त्यांना वाटू लागलं होतं.

दुसऱ्याच क्षणी त्यांच्या मनात विचार आला. तसं आपण केलंच तर मग आपल्यात आणि त्या अंदाधुंद विध्वंस करणाऱ्या गुंडांमध्ये काय फरक राहिला! एखादा विचार पटला नाही म्हणून त्यावर हिंसा हा एकच उपाय आहे, असं मानायचं थोडंच कारण आहे? आपल्या भावनांचा प्रक्षोभ व्यक्त करण्याचं ते एकमेव साधन

थोडंच आहे? विचारांचा सामना विचारांनीच करायला हवा, हे त्या कठीण प्रसंगातही आपली धीरोदात्त वृत्ती न सोडणारे मालवणकर मूकपणे सांगत नव्हते का? मालवणकरांबद्दल असलेला आपला स्नेहभाव, आपल्याला वाटत असलेला आदर त्यांच्यावर होत असलेल्या या हल्ल्यांचा धिक्कार करायला आपल्याला प्रवृत्त करतो आहे. पण तो धिक्कार व्यक्त करण्याचे संसदीय मार्गही आहेतच ना!... त्यांचाच अवलंब करायला हवा.

पण त्यासाठी मालवणकरांचा असा जाहीर अधिक्षेप करण्याची, त्यांचा असा उद्धटपणे अवमान करण्याची ऊर्मी या गुंडांना का यावी, हे तर जाणून घ्यायला हवं.

मालवणकरांसारख्या ऋजू व्यक्तिमत्त्वाच्या सज्जनाकडून कोणालाही जाणूनबुजून दुखवण्याचा प्रयत्न झाला असेल, यावर कौशिकांचा विश्वासच बसेना. असं केलं तरी काय त्यांनी, की हा समुदाय असा खवळून उठावा? मान्य, की त्या समुदायातली बहुतेक मंडळी समाजविघातक कारवाया करणारी गुंड मंडळी वाटत होती. त्यांपैकी कोणीही अध्ययनाच्या किंवा अध्यापनाच्या, ज्ञानोपासनेच्या क्षेत्रात असण्याची सुतराम शक्यता वाटत नव्हती. जो कोणी ग्रंथालयाची किंवा एखाद्या संशोधन-संस्थेची अशी बेधुंद नासधूस करू शकतो, त्याचा ज्ञानार्जनाशी काही दूरचाही संबंध असणं कसं शक्य होतं? आणि अप्पाशास्त्री मालवणकरांनी तर आयुष्यभर दुसऱ्या कशाचाही ध्यास धरलेला नाही. त्यांच्या हातून उच्च दर्जाचं संशोधन-साहित्यच प्रसवलं गेलं होतं. बहुतांश वेळा ते लिखित स्वरूपातलं होतं. काही वेळा एखादं व्याख्यान देण्याच्या निमित्तानं त्यानं मौखिक रूप धारण केलं होतं. लेखनाच्या वेळी आपला शब्द न् शब्द काटेकोरपणे तपासण्याची अप्पाशास्त्रींची पद्धत कौशिकांच्या चांगल्याच परिचयाची होती. पाठीमागे एकदा तो चंद्रगुप्ताच्या अंगठीचा सिलसिला त्यांच्याकडे आला होता. त्या वेळी गुप्तकालीन संस्कृतीत धातूविज्ञान कितपत प्रगत होतं, याविषयीची माहिती मिळवण्याच्या निमित्तानं कौशिकांच्या आणि अप्पाशास्त्रींच्या काही बैठका झाल्या होत्या. चर्चा घडल्या होत्या. त्या वेळी आपल्या तोंडून योग्य तोच शब्द निघेल याबद्दल ते किती दक्षता बाळगतात, याचीही ओळख त्यांना झाली होती. त्यामुळे अप्पाशास्त्रींकडून कोणाचीही आगळीक होईल, असा शब्द तोंडून किंवा हातून निसटेल याची अजिबात शक्यता नव्हती. मुंगीलाही न दुखावणाऱ्या अशा ऋषितुल्य व्यक्तीकडून असा राग बेभान होण्यासारखी कृती तरी काय घडली होती, याचाच अचंबा कौशिकांना वाटत होता.

आणि जरी त्यांनी तसं काही लिहिलं असलंच, तरी त्या गण्या-गणप्यांच्या समुदायामधील कोणीही ते वाचलं असण्याचीही शक्यता नव्हती. अप्पाशास्त्रींचं लेखन तशाच भारदस्त संशोधनपत्रिकांमधून प्रकाशित होत असे. चिल्लर भपकेबाज सिनेसाप्ताहिकांपलीकडे त्या समुदायातल्या कोणाचं वाचन गेलं असेल, याची

शक्यता नव्हती. त्यामुळे अप्पाशास्त्रींचा वजनदार संशोधनलेख त्यांच्या वाचनात आला असण्याची शक्यता किती होती? आणि आलाही असला तरी त्यातल्या कोणत्याही विधानाचा अर्थ लावण्याची कुवत किती जणांमध्ये होती? तीच गत त्यांच्या व्याख्यानांची. त्या क्षेत्रात काही गम्य असलेल्यांशिवाय त्यांच्या व्याख्यानांकडे कोणी फिरकत नसे. हशा आणि टाळ्या घेणारी हजारांची गर्दी त्यांच्या व्याख्यानांना जमत नसे. मोजकीच अभ्यासू मंडळी त्या वाटेला जात असत. तेव्हा तिथेही काही अधिक-उणं त्यांच्या तोंडून अनवधानानं बाहेर पडलं असलंच, तरी ते या टोळक्यांच्या कानावर गेल्याची शक्यता तशी नगण्यच होती.

तेव्हा कोणीतरी भडकवल्याशिवाय त्यांचा मोर्चा त्या संशोधन संस्थेकडे आणि पर्यायाने अप्पाशास्त्रींकडे वळलाच नसता. एरवी अशी एखादी संस्था आपल्या गावात आहे, याचीही माहिती त्यांपैकी किती जणांना असेल, हेही सांगता आलं नसतं. आणि असलीच तरी तिच्याकडे जाणाऱ्या वाटेचा त्यांना पत्ताच लागला नसता. पण चूड पेटवणाऱ्या त्या कोणालातरी हाती कोलीत घेण्याची इच्छा का झाली असावी? तेच कौशिकांना जाणून घ्यायचं होतं. त्याचा छडा लागल्याशिवाय त्यांना चैन पडणार नव्हतं.

सरळ उठावं आणि अप्पाशास्त्रींकडे जावं, असं त्यांना वाटून गेलं. समाजाच्या वतीनं त्यांची क्षमाही मागता आली असती आणि साऱ्या प्रकाराचं मूळ कशात आहे, याचीही चौकशी करता आली असती. अप्पाशास्त्रींचं सांत्वन करण्याचा प्रश्नच नव्हता. एखाद्या लघुग्रहानं सूर्याला त्याच्यावरच्या काळ्या डागांपायी हिरमुसलं न होण्याची सूचना करण्यासारखं ते झालं असतं. अप्पाशास्त्री या सर्व प्रकारानं स्तंभित झाले असतील. आपल्या अमूल्य आणि महत्प्रयासानं मिळवलेल्या काही संदर्भांची नासधूस झाल्याबद्दल व्यथित झाले असतील, पण स्वतःचं दुःख आळवत बसणाऱ्यांपैकी ते नव्हते. स्वतःचीच कीव करत बसण्यात त्यांनी आपला वेळ निश्चितच घालवला नसता. पण या अविवेकी कृत्याचं मूळ शोधून काढल्याशिवाय त्याची पुनरावृत्ती होणार नाही, याची काळजी कशी घेता आली असती? निदान त्यासाठी तरी झाल्या घटनेची अधिक खोलात जाऊन चौकशी करणं आवश्यक होतंच.

पण त्याची सुरुवात अप्पाशास्त्रींपासून करण्यात अर्थ नाही, याचीही जाणीव कौशिकांना झाली. ते आपल्याएवढेच बुचकळ्यात पडले असतील, दिङ्‌मूढ झाले असतील याबद्दल कौशिकांना खात्री होती. आपण काय केलं आहे, हेही त्यांना समजलं नसेल याविषयी शंका नव्हती. मग त्यांच्याकडून काही उलगडा होण्याचा संभवच कुठे होता? उलट तेच 'हे काय चाललंय हे जरा मला समजावून सांगाल का?' असा सवाल आपल्याला करतील, अशी खात्री कौशिकांना वाटत होती.

पण मग या साऱ्या प्रकाराची चौकशी करायची तरी कशी? कदाचित वृत्तपत्रांचे

किंवा वार्तावाहिन्यांचे वार्ताहर उद्या-परवा त्याबद्दल काही सांगतीलही, पण त्यांची माहिती वस्तुनिष्ठ आणि तटस्थ वृत्तीनं मिळवलेली किंवा सादर केलेली असेल, याची खात्री नव्हती. आपण स्वत:च सारी माहिती स्वतंत्रपणे मिळवायला हवी, याची जाणीव कौशिकांना होती.

पण काय करावं, कुठून सुरुवात करावी हेच समजत नव्हतं. आजवर अशी कोंडी कधीच झाली नव्हती. नाही म्हणायला कमिशनर अमृतरावांना विचारता आलं असतं. नाहीतरी असा कायदा आणि सुव्यवस्थेचा प्रश्न उभा राहिल्यावर पोलिसांना साकडं घातलं जाईलच. कोणावरही हल्ला झाल्यानंतर पोलिसांना स्वस्थ बसून राहता येणार नव्हतं. अप्पाशास्त्रीचं वय झालं होतं. त्यांना काही शारीरिक इजा झाली असती तर? आणि शारीरिक इजा नसली तरी बसलेल्या मानसिक धक्क्यापोटी त्यांच्या प्रकृतीत काही बिघाड झाला तर?

एखाद्या अस्वस्थ ज्वालामुखीमधून धुराचे काळेकुट्ट ढग एकामागून एक बाहेर पडावेत, तशी धुराची भेंडोळी कौशिकांच्या पाईपमधून बाहेर पडत होती. स्वत:शीच त्यांचं विचारमंथन चालल्याची, आपल्याच तंद्रीत ते गुरफटून गेल्याची ती खूण होती.

अमृतराव सचिंत होऊन बसले होते. दूरचित्रवाणीवरच्या सगळ्याच वाहिन्यांनी त्या घटनेचं तपशीलवार चित्रण केलं होतं. संस्थेवर हल्ला करणारा समूह तिथून निघून गेल्यानंतरही त्यांनी तिथे झालेल्या नुकसानीचं चित्रण दाखवलं होतं. समाजाच्या सर्वच थरांतून झालेल्या घटनेच्या निषेधाचे तीव्र पडसाद उमटले होते. विशेषत: मालवणकरांसारख्या जगद्विख्यात संशोधकावर झालेल्या वैयक्तिक हल्ल्यामुळे, तर सर्वांनाच संताप आला होता. राष्ट्रीय स्तरावरही ज्यांच्या विद्वत्तेला मान मिळाला आहे, अनेक राष्ट्रीय पुरस्कार, आंतरराष्ट्रीय सन्मान ज्यांच्या वाट्याला आलेले आहेत, अशा मालवणकरांवरच्या हल्ल्याचं कोणीच समर्थन करू शकणार नव्हतं. त्यामुळे झाल्या घटनेच्या मुळापर्यंत जाणारी सखोल चौकशी करणं आवश्यक होतं.

तशी ती त्यांनी केलीही असती. त्यांच्या स्वत:च्या भावनाही या बाबतीत तीव्रच होत्या. कारण काहीही असो, कोणालाही अशा तऱ्हेनं कायदा हातात घेण्याची मुभा मिळू नये, अशीच त्यांची धारणा होती. त्यामुळे संस्थेकडून रीतसर तक्रार नोंदवली जाण्याअगोदरच त्यांनी चौकशीचे आदेश दिले होते. पण आता मात्र त्यांना त्याच चौकशीला लगाम घालवा लागत होता. वरून आलेल्या आदेशानुसार या बाबतीत चालढकल करण्याचा, धिम्या गतीनं काम करण्याचा मार्ग अवलंबिण्यास सांगण्यात आलं होतं. 'गो स्लो' असाच जरी त्या आदेशाचा वरकरणी अर्थ होत असला तरी 'नो गो' असंच त्याचं स्वरूप आहे, याविषयी अमृतरावांच्या मनात संदेह राहिला नव्हता. किंबहुना तसा तो चुकूनही राहू नये, असंच त्या आदेशाचं स्वरूप होतं. तोही

लेखी दिला गेला नव्हता. तोंडीच सांगितला गेला होता. तसा लेखी द्यावा असा आग्रह अमृतरावांनी धरलाच असता, तर त्यांचीच त्या केसवरून उचलबांगडी झाली असती. आजवरच्या अनुभवातून अमृतराव हे ओळखून होते आणि तसं झालं असतं तर मग जे काही थोडंबहुत करण्याची संधी होती ती पार नाहीशी झाली असती.

त्यात ज्या कारणावरून तो हल्ला करण्याची प्रेरणा मिळाली, तेही आता उघड केलं गेलं होतं. त्यालाही वर्तमानपत्रांनी प्रसिद्धी दिली होती आणि त्यामुळे संस्थेची तसंच मालवणकरांची बाजू लंगडी पडली होती. मालवणकरांनी लिहिलेल्या आणि संस्थेच्या वेबसाईटवर प्रकाशित झालेल्या एका लेखापोटी सारा गदारोळ उठला होता. तो लेख खरोखरीच वेबसाईटवर असल्याची खात्री करून घ्यायला अर्थात अमृतराव विसरले नव्हते. तशा प्रकारचा लेख अप्पाशास्त्रींनी लिहिला असेल, यावर विश्वास ठेवणं अमृतरावांना कठीण जात होतं. मालवणकरांच्या वृत्तीतच ते नव्हतं. त्यात व्यक्त केलेले विचार जरी मालवणकरांचे असते, तरी त्यांची अशी स्पष्ट अभिव्यक्ती करताना तो विचार मनात का रुजला, फोफावला याचं तर्कसंगत निरूपण अप्पाशास्त्रींनी केलं असतं. त्या निरुपणाला आधारभूत ठरतील असे शे-सव्वाशे वादातीत संदर्भ उधृत केले असते. त्या विचाराचा प्रतिवाद करायचा झालाच तर अतिशय व्यासंगपूर्ण रीतीनंच करावा लागेल, अशी तरतूद केली असती. यांपैकी काहीही त्या लेखात नव्हतं, तरीही अप्पाशास्त्रींच्या इतर संशोधनलेखांसारखीच त्याची धाटणी होती. त्यामुळे तो त्यांचा नाही, असं छातीठोकपणे सांगणंही कठीण होऊन बसलं होतं. तसं पाहता संस्थेनं तसा खुलासाही केला होता. किंबहुना संस्थेनं तो त्या वेबसाईटवर प्रकाशित केलेलाच नाही, असंच संस्थेच्या संचालकांनी ठासून सांगितलं होतं. पण त्यावर विश्वास ठेवायला कोणीही तयार नव्हतं. एरवीही तसं करणं सोपं गेलं नसतं. आता तर काय भावनांचा प्रक्षोभ झाल्यानंतर सारासार विचार करायला वेळ उरतोच कुठे!

तरीही केवळ मनगटं चावत स्वस्थ बसून राहावं, हे अमृतरावांना योग्य वाटत नव्हतं. अधिकृतपणे आपण याचा खोलवर तपास करू शकणार नाही, हे ते समजून चुकले होते. गुप्तपणेही तसा तपास करणं शक्य नव्हतं. कारण आपल्याच खात्यातल्या, अगदी आपल्याच टीममधल्या किती जणांचा त्या विध्वंसकांच्या करणीला छुपा पाठिंबा असेल, हे त्यांनाही सांगता आलं नसतं. दुसऱ्या कोणी स्वतंत्रपणे तसा शोध घ्यायचा प्रयत्न केला असता, तर अमृतरावांनी त्यांना आडूनआडून मदत केली असती. तसं करताना मग त्यांना मिळालेल्या आदेशाचा अवमान न करताही बरंच काही साध्य करता आलं असतं. संस्थेनंच ती कामगिरी कोणावर सोपवली असती तर मग उघडपणेच तसा शोध घेता आला असता.

एकच व्यक्ती ते काम बिनबोभाट करू शकली असती– डॉ.कौशिक. त्यांनाच

आता भरीला घातलं पाहिजे. त्यांचं मन वळवलं पाहिजे. नेहमीप्रमाणे त्यांच्याशी बौद्धिक आट्यापाट्यांचा खेळ न खेळता सरळसरळ त्यांना हा मामला आपल्या हातात घेण्याची विनंती करायला हवी. त्याआधी अर्थात संस्थेच्या संचालक मंडळाचं मत जाणून घेऊन त्यांना अप्रत्यक्षरीत्या कौशिकांच्या हाती चौकशी सोपवण्याची सूचना करायला हवी. ते कामही नाजूक होतं. फट् म्हणता ब्रह्महत्या व्हावी अशीच परिस्थिती होती. अतिशय सावधगिरी बाळगणं आवश्यक होतं. संस्थेला भेट देणं आणि तिथे गेल्यानंतर सहज म्हणून किंवा एक उपचार म्हणून संचालकांची भेट घेणं हे काही आपल्याला मिळालेल्या आदेशाचा भंग केल्यासारखं होणार नाही, याची अमृतरावांना खात्री होती. किंबहुना, त्या बाबतीत विचारणा झालीच तर संचालकांनी केलेल्या पोलीस तक्रारीचा फारसा पाठपुरावा करू नये, असंच त्यांना सुचवण्यासाठी गेलो होतो, असं सांगता आलं असतं आणि ते सांगताना खोटं सांगण्याचाही प्रश्न उद्‌भवला नसता. कारण खरोखरीच अमृतराव त्यांना तेच सांगणार होते. पण तसं करताना अभावितपणे त्यांनी ती कामगिरी कौशिकांवर सोपवावी अशी शिफारसवजा सूचनाही करणार होते.

आपली गाडी काढायला सांगत अमृतरावांनी आपली कॅप चढवली आणि ते संस्थेत जाण्याची तयारी करायला लागले.

"पण हे कसं शक्य आहे? अशी चौकशी करण्याचा मला अधिकारच काय?" कौशिक अमृतरावांना विचारत होते. अमृतरावांनी सर्व परिस्थितीची माहिती दिल्यावरही त्यांच्या मनातल्या त्या शंका तशाच कायम होत्या. अप्पाशास्त्रींना आपण सर्वतोपरी मदत करायला हवी, हे त्यांनाही मान्य होतं. पण आता इतर माहिती मिळाल्यानंतर दोन शंका त्यांच्या मनात धुमाकूळ घालत होत्या. अमृतराव या बाबतीत त्यांच्या नेहमीच्या पद्धतीनं तपशीलवार चौकशी करू शकत नाहीत, हे तर स्पष्टच झालं होतं. त्यांचे हात बांधले गेले होते, तरीही कौशिकांना चौकशी करण्याचे काय अधिकार होते? तुम्ही हा अव्यापारेषु व्यापार का करता आहात, नसती लुडबूड करायला तुम्हाला कोणी सांगितलं आहे, असं जर कोणी विचारलं असतं, तर त्यावर ते काय उत्तर देणार होते? तशी 'फोरम फॉर पर्सनल फ्रीडम'सारखी सेवाभावी स्वायत्त संस्था होती. तिच्या वतीनं चौकशीच काय पण कोर्टात पब्लिक इंटरेस्ट लिटिगेशनही सादर करता आली असती. पण तशा परिस्थितीत या बाबीशी संबंधित सर्वांनी सहकार्य केलं असतं की काय, याविषयी शंकाच होती. अगदी अप्पाशास्त्री किंवा संस्थेचं संचालक मंडळ यांचाही सहकार्याचा हात पुढे झाला असता की काय, याबद्दल संदेहच होता.

पण त्याहूनही जास्त छळणारी शंका दुसरीच होती. अप्पाशास्त्रींनी लिहिलेला तो

लेख संस्थेच्या वेबसाईटवर प्रकाशित झाल्याचं सिद्ध झाल्यापासून साऱ्याच प्रकरणानं वेगळं वळण घेतलं होतं. त्या गुंडांनी घातलेल्या हैदोसधुल्ल्याचं समर्थन जरी करता येत नव्हतं, तरी अप्पाशास्त्रींनीच त्यांच्या हाती कोलीत पुरवल्याची भावना सर्वांचीच झाली होती. अप्पाशास्त्री निर्भीड संशोधक आहेत आणि ज्यासंबंधी निर्विवाद पुरावा त्यांच्या हाती आला आहे, ज्याचं वस्तुनिष्ठ आणि तर्ककठोर विश्लेषण झालं आहे असं विधान कशाचाही मुलाहिजा न बाळगता करण्याची त्यांची वृत्तीच आहे, वगैरे प्रतिवाद उफाळलेल्या लोकक्षोभाला आवर घालायला कमीच पडला असता. जिथे कौशिकांच्या मनाची चलबिचल होत होती, तिथे सारासार विवेक गमावून बसलेल्यांची काय कथा!

"तुमच्या अधिकाराचाच प्रश्न असेल, तर त्याची फिकीर करण्याचं कारण नाही," कौशिकांच्या एका शंकेचं निरसन करत अमृतराव म्हणाले, "तुमच्याकडे येण्यापूर्वी मी संस्थेच्या संचालकांशी बोलूनच आलो आहे. त्यांनाही या प्रकरणाची सखोल चौकशी व्हायला हवी आहे. संस्थेच्या इभ्रतीचा प्रश्न आहे तो. त्यांची तर आमच्याकडून मोठी अपेक्षा होती. पण आमच्याकडून ती पूर्ण होऊ शकत नाही, याची कल्पना मी त्यांना दिली आहे."

"म्हणजे तुम्हाला मिळालेल्या आदेशाबद्दल त्यांना सांगितलंत की काय?"

"कसा सांगेन? एक तर मला आदेश तोंडीच मिळाला आहे. उद्या बभ्रा झालाच तर हात झटकून, ही मंडळी नामानिराळी होतील. तोफेच्या तोंडी मलाच जावं लागेल. शिवाय तसं करणं, म्हणजे आमचीही नाचक्कीच आहे. या सर्व बाबतीत ती वेबसाईट आणि त्यावरचा लेख या महत्त्वाच्या बाबी असल्यामुळे, त्या बाबतीतल्या तज्ज्ञाचीच मदत घेणं कसं आवश्यक आहे, हे त्यांना पटवून दिलंय मी,अशा प्रकारच्या तांत्रिक केसेसमध्ये चौकशी करण्यात तुमचा हात धरणारा कोणी नाही, हेही त्यांच्या मनावर बिंबवलंय. ते करणं सोपं होतं कारण त्यांनाही तुमच्याविषयी माहिती आहे. संचालक मंडळापैकी, एक जण त्या सुमित्राराजे घाटगे पाटलांचा नातलग आहे. त्यांना जाळलं गेलं तेव्हा तुम्हीच त्यांच्या सासऱ्यांच्या, वीरेंद्रराजेंच्या होलोग्रामचं बिंग फोडलंत, हे त्यांना माहिती होतं. त्यामुळे मग तुमच्याकडे केस सोपवण्याचा निर्णय घ्यायला त्यांना अडचणच पडली नाही. तेव्हा आता तुम्ही अधिकृतरीत्या या केसमध्ये लक्ष घालू शकाल."

"ते ठीक आहे. मलाही एरवी या केसच्या मुळाशी जायला आवडलंच असतं. अप्पाशास्त्रींबद्दलचा आदर मला स्वस्थ बसू देणार नव्हता. पण आता त्यांनीच तो लेख लिहिला आहे म्हटल्यावर संपलंच सगळं. सुरुवातीलाच माशी शिंकली आहे."

"खरं आहे तुमचं म्हणणं," एक लांबलचक सुस्कारा सोडत अमृतराव म्हणाले, "वरवर तसंच दिसतंय खरं, पण मुख्यत्वे त्याचीच चौकशी तुम्ही करावी,

अशीच संचालक मंडळाची अपेक्षा आहे. आपल्या वेबसाईटवर तो लेख कसा आला, हेच त्यांना कळेनासं झालंय.''

''पण मालवणकरांचं काय म्हणणं आहे? त्यांना नाही का विचारलं संचालक मंडळानं?''

''विचारलं, पण ते काही बोलण्याच्या, सुसंबद्धपणे काही सांगण्याच्या मनःस्थितीतच नाहीत. वाचा बसल्यासारखी झालीय त्यांची. शून्यात बघत ते नुसते बसून असतात. त्यांच्या घरची मंडळीही काळजीत पडली आहेत. डॉक्टरांनाही बोलवण्यात आलं होतं.''

''मग काय म्हणाले डॉक्टर?''

''त्यांना जबरदस्त मानसिक धक्का बसला आहे. त्यातून ते कसे आणि केव्हा बाहेर पडतील, हे सांगणं कठीण आहे. त्यामुळे त्यांच्याकडून अधिक माहिती मिळणं अशक्य आहे.''

''पण संस्थेचा कोणी वेबसाईट मॅनेजर असेलच ना? त्याच्याकडे चौकशी करता येईल.''

''तेच म्हणतोय मी. ते तुम्हालाच जमेल. मला ही सारी भानगडच कळत नाही. एका गोष्टीचं मात्र राहूनराहून आश्चर्य वाटतंय. अप्पाशास्त्रींनी तो लेख लिहिलाच कसा? कशासाठी? आपल्या या लेखाचे काय परिणाम होतील, याची कल्पना त्यांना कशी आली नाही?''

''योग्य बोललात. तीच तर खरी मेख आहे या साऱ्या प्रकरणात. अप्पाशास्त्री निर्भीड असले, हाती व्यवस्थित पुरावा आला की मग त्याविषयी न बिचकता लिहिणारे असले, तरी अशी प्रक्षोभक विधानं करण्यापूर्वी, त्यांनी परतपरत त्याचं खरेपण पडताळून पाहिलं असतं, याबद्दल शंका नाही. शिवाय, संस्थेच्या वेबसाईटवर ते येण्यापूर्वी तिथल्या संचालकांनी किंवा दुसऱ्या कोणातरी पदाधिकाऱ्यानं त्याला संमती तर दिली असेलच. तसं असेल तर मग संस्थेचा किंवा अप्पाशास्त्रींचा या जनक्षोभापासून बचाव करणं कठीण आहे. तेव्हा आपल्याला त्या लेखावरच आपलं लक्ष केंद्रित करायला हवं. तो लेख अप्पाशास्त्रींनीच लिहिला याची खातरजमा करून घ्यायला हवी. आणि...''

''...पण त्याची आणखी ती खातरजमा काय करायची? अप्पाशास्त्री तर त्याविषयी काहीही बोलायला तयार नाहीत. त्याअर्थी तो त्यांनीच लिहिला याबद्दल शंका घ्यायला जागा उरतेच कुठे?''

''तुम्ही म्हणता त्यात तथ्य जरूर आहे; तरीही अप्पाशास्त्री आपल्याच विश्वात वावरत असतात, हे तुम्हालाही माहिती आहेच. त्यांना या आसपासच्या जगाच्या रीतीरिवाजांची, त्यातल्या क्षुद्र हेव्यादाव्यांची काहीच कल्पना नसते. त्यामुळेच त्यांच्यावर

गुदरलेल्या या प्रसंगापोटी ते गोंधळले आहेत, त्यांची विचारशक्ती बधिर झाली आहे. त्यामुळेच ते या लेखाविषयीच काय, पण काहीही बोलत नाहीयेत. त्यामुळे त्यांचं मौन म्हणजे त्यांची या लेखाद्दलची कबुली आहे, असा समज निदान आपण तरी करून घेता कामा नये. इतरांनी तो तसा करून घेतला आहे, म्हणून तर त्यांनी त्यांची अशी जाहीर विटंबना केली आहे.''

''खरं आहे. त्यांची चूक असलीच तरी इतरांना असा कायदा हातात घेण्याची मुभा नाही. खरोखरीच त्यांची चूक असेल, तर मग त्यांच्यावर हल्ला करणाऱ्यांविरुद्ध खटला भरणं अवघड होऊन बसणार आहे. माझ्या खात्याची संमती त्याला मिळणं कठीण होऊन बसणार आहे. पब्लिक इंटरेस्ट लिटिगेशनही कोणी केली, तरी अप्पाशास्त्रींना समाजाची सहानुभूती मिळणं कठीणच आहे.''

''तरीही विचारस्वातंत्र्याची कदर करणाऱ्या मंडळींची तरी मदत होईलच ना?''

''त्यांची? त्यांना फक्त त्यांच्यासारखे विचार व्यक्त करणाऱ्या मंडळींच्या स्वातंत्र्याचीच पर्वा असते. ते जाऊ द्या. तुम्ही आता वेळ न दवडता पुढच्या चौकशीला लागावं हे बरं. मला लवकर परत माझ्या कार्यालयात परतलं पाहिजे. मी खरोखरीच खोलात जाऊन चौकशी करतो आहे, असा समज व्हायला नको.''

''मला तुमच्या वेबसाईट मॅनेजरशी बोलावं लागेल. अप्पाशास्त्रींशीही बोलण्याचा, त्यांना बोलतं करण्याचा प्रयत्न मला करायचा आहे.'' संस्थेच्या संचालकांच्या कार्यालयात बसून कौशिक संचालक मंडळाच्या काही सदस्यांशी बोलत होते. कौशिकांनी या प्रकरणाची चौकशी करण्याचं कबूल केल्यामुळे त्यांना जरासा दिलासा मिळाला होता. वेबसाईटवर तो लेख प्रकाशित करण्याची अनुमती कोणीच दिलेली नाही, असंच सर्व जण ठासून सांगत होते. याचा अर्थ अप्पाशास्त्रींनीच सरळसरळ स्वत:च्या अधिकारात तो लेख वेबसाईटवर प्रकाशित केला असावा, असंच दिसत होतं. त्याला अप्पाशास्त्रींचा दुजोरा मिळणं किंवा त्यांनी ते नाकारणं, दोन्हीही सद्य परिस्थितीत अशक्यच होतं. तेव्हा वेबसाईट मॅनेजरकडेच अधिक चौकशी करणं भाग होतं.

त्याच्याशी भेट होताच कौशिकांनी विचारलं, ''साधारणपणे किती दिवसांनी तुम्ही वेबसाईट अपडेट करता?''

''महिन्यातून एकदा वेबसाईटची नव्यानं जडणघडण होत असते.''

''म्हणजे त्याचं डिझाईनच नवीन करता?''

''नाही. नवीन डिझाईन तर तीन-चार वर्षांतून एकदा होतं. पण दर महिन्याला त्यावरचा मजकूर नव्यानं प्रकाशित केला जातो.''

''म्हणजे नेमकं काय करता?''

“महिन्याभरात काही नवीन घटना घडलेल्या असतात. एखादा सेमिनार झालेला असतो. त्याचा वृत्तांत प्रकाशित करण्यात येतो किंवा कोणी निवृत्त झालेला असतो, कोणी नव्यानं संस्थेत रुजू झालेला असतो. एखादा नवीन प्रोजेक्ट सुरू करण्यात येतो. नवीन अनुदान मिळालेलं असतं. रिसर्च असिस्टंट किंवा रिसर्च असोसिएटच्या जागा खाली झालेल्या असतात. त्या सर्वांची माहिती प्रकाशित केली जाते. एखादा नवीन शोधनिबंध प्रकाशनासाठी एखाद्या जर्नलकडून स्वीकारला गेलेला असतो. तो त्या जर्नलमध्ये प्रकाशित व्हायला आणखी काही वेळ जाणार असतो. मग त्याची प्रीप्रिंट वेबसाईटवर आम्ही उपलब्ध करून देतो. तसं करताना एकंदरीत वेबसाईटची स्थलमर्यादा पाळायची असल्यामुळे जुना मजकूर काढून टाकला जातो. त्यापैकी काही कालबाह्यही झालेला असतो.”

“कोणता मजकूर काढायचा आणि कोणता घालायचा याचा निर्णय तुम्हीच घेता?”

“कोणता काढायचा याचा निर्णय बहुधा मलाच घ्यावा लागतो. कारण किती नवीन मजकूर आला आहे, त्यानुसार किती जागा उपलब्ध करून द्यायला हवी, हे मलाच बघावं लागतं. पण कोणता नवीन मजकूर घालायचा याचा निर्णय माझा नसतो. निरनिराळ्या खात्यांकडून तो माझ्याकडे येतो. मग मी तो साईटवर प्रकाशित करण्यासाठी त्यावर जे संस्कार करावे लागतात, जे एक प्रकारचं संपादन करावं लागतं, ते करतो. कारण कित्येक वेळा माझ्याकडे आलेला मजकूर आम्ही साईटसाठी ठरवलेल्या फॉरमॅटमध्ये नसतो. मला तसा तो बनवून घ्यावा लागतो.”

“म्हणजे कोणीही तुमच्याकडे मजकूर पाठवतो आणि तुम्ही त्याची शहानिशा न करता तसाच तो प्रकाशित करता.”

“नाही, तसंच नाही. मी शहानिशा करत नसलो, तरी संस्थेतल्या कोणीही उठावं आणि मनाला येईल तो मजकूर प्रकाशनासाठी माझ्याकडे पाठवावा, असं नाही. प्रत्येक खात्यानं त्याची जबाबदारी एका संशोधकाकडे सोपवली आहे. ॲडमिनिस्ट्रेशननं ते काम एका अधिकाऱ्याकडे सोपवलं आहे. या मंडळींकडून आलेला मजकूरच मी स्वीकारायचा असतो. तशी ऑर्डरच आहे मला.”

“म्हणजे तो मजकूर प्रकाशनासाठी योग्य आहे की नाही, याची खातरजमा त्या मंडळींनी केलेली असते?”

“हो. म्हणजे तीच त्यांची जबाबदारी आहे. ‘मी तो हमाल भारवाही,’ अशीच माझी स्थिती आहे.”

कौशिकांना हसू आलं. त्या मॅनेजरनं त्या अभंगाची आळवणी केली म्हणून नाही. तर झालेल्या परिस्थितीची जबाबदारी आपली नाही, हेच ठासून पटवण्याचा प्रयत्न तो

कसा करत होता हे पाहून. संचालक मंडळाच्या सदस्यांचीही भूमिका वेगळी नव्हती. अप्पाशास्त्रींच्या पाठी कोणीही ठामपणे उभं राहायला तयार नव्हतं.

त्यामुळे कौशिकांची स्थिती अवघड झाली होती. अप्पाशास्त्रींचा बचाव करण्यासारखा कोणताच पुरावा मिळत नव्हता. काही न बोलता ते गप्पच बसले. शून्यात पाहत खिशातून त्यांनी आपला पाईप काढला. तो भरला आणि त्यावर आता काडी धरणार, तोच अकस्मात आपण कुठे आहोत याची जाणीव होऊन त्यांनी घाईघाईनं ती काडी विझवली पण तेवढ्यात तिनं त्यांना चटका दिलाच.

त्या चटक्यानंच असावं कदाचित, पण मघापासून त्यांच्या मनात धूसरपणे घुटमळणाऱ्या एका सवालानं आपलं स्वरूप आता उघड केलं.

"तुम्ही म्हणालात की तुमच्याकडे आलेल्या मजकुरावर तुम्ही काही संस्करण करता, काही संपादन करता. ते सर्वच मजकुराबाबत होत असेल नाही का?"

"हो, म्हणजे तो आमच्या ठरलेल्या फॉरमॅटमध्ये नसतो ना, त्यामुळे..." आपल्याला कोणत्यातरी सापळ्यात तर अडकवलं जात नाही ना या भीतीनं चाचरतच तो मॅनेजर म्हणाला.

"ते बरोबरच आहे. सेमिनारचे वृत्तांत किंवा कोणा पाहुण्यांची भेट, खाली झालेल्या जागा, मिळालेलं अनुदान याविषयीचे वृत्तांत तसे नेहमीसारखेच लिहून येत असणार. त्यांना एकाच साच्यात बसवण्याची करामत मग तुम्हाला करावीच लागत असेल."

"एक्झॅक्टली," एक सुटकेचा सुस्कारा टाकत तो घाईघाईनं बोलला.

"पण मग एखाद्या शोधनिबंधाचं काय? तो तर त्या-त्या जर्नलच्या धाटणीनुसार लिहिलेला असणार. तो तुमच्या त्या ठरावीक चौकटीत कसा काय बसेल? त्यासाठीच मग त्याचं संपादन करता तर तुम्ही?"

"मुळीच नाही." आपल्याला फसवण्याचा हा नवीन प्रयत्न आहे असा समज करून घेत, तो सुरुवातीलाच हाणून पाडण्याच्या उद्देशानं तो मॅनेजर म्हणाला, "तो जसाच्या तसा, त्या असलेल्या फॉरमॅटमध्ये एवढंच काय त्यासाठी वापरलेल्या फॉन्टमध्येच प्रकाशित करतो. त्यात कोणतेही बदल, अगदी कानामात्रेचे किंवा स्वल्पविराम, पूर्णविरामाचेही करत नाही."

"म्हणजे मग अप्पाशास्त्रींचा हा खळबळजनक लेखही तुम्हाला मिळाला तसाच तुम्ही प्रकाशित केलात तर?"

"नाही, नाही."

"का? अधिकृतरीत्याच, त्या खात्यानं मुक्रर केलेल्या संशोधकाकडूनच तो तुमच्याकडे आला होता ना?"

"नाही ना. तेच तर सांगतोय मी."

“म्हणजे अप्पाशास्त्रींच्या खात्याच्या प्रवक्त्याकडून तो तुमच्याकडे आलेला नव्हता?”

“नाही. त्यांच्याकडून आलेला नव्हता.”

“मग तुम्ही नियम मोडून तो प्रकाशित का केलात? अप्पाशास्त्रींनी तुमच्यावर तसा दबाव आणला होता? अगदी बिनघोर, मोकळेपणी सांगा मला.”

“नाही. डॉ.मालवणकरांनी माझ्यावर कोणताही दबाव आणलेला नव्हता. त्यांनी तो लेख माझ्याकडे सरळ प्रकाशनासाठी दिला नव्हता. आजवर त्यांनी कधीच तसं केलेलं नाही. रीतसर त्यांच्या प्रवक्त्याकडूनच त्यांचे लेख माझ्याकडे येत आले आहेत.”

“पण हा तसा आला नव्हता? मग तो तुम्ही का प्रकाशित केलात?”

“तेच तर सांगण्याचा प्रयत्न करतोय मी, पण माझं कोणी ऐकूनच घ्यायला तयार नाही.”

“मी आता ऐकतोय ना तुमचं म्हणणं? मग मला व्यवस्थित आणि कोणाचीही भीती न बाळगता सांगा बघू.”

“मी तो प्रकाशित केलेलाच नाही. तो लेख माझ्याकडे आलेलाच नव्हता. माझ्या हातून तो वेबसाईटवर टाकला गेलेलाच नाही.”

हा नवीनच मुद्दा कौशिकांपुढे येत होता. संस्थेनं अधिकृतरीत्या तो प्रकाशित केलेला नव्हता. मग कोणी केला? या मॅनेजरला डावलून संस्थेतल्या अप्पाशास्त्रींच्या कोणातरी हितशत्रूनं तर हा सारा उपद्व्याप केला नव्हता?

“तुमच्याशिवाय संस्थेतील दुसरं कोणी कोणताही मजकूर वेबसाईटवर प्रकाशित करू शकतो का?”

“नाही सर. माझ्याशिवाय कोणीही वेबसाईटवर कोणताही मजकूर प्रकाशित करू शकत नाही.”

“का? तसा काही खास पासवर्ड आहे का त्यासाठी?”

“पासवर्ड तर आहेच. पण वेबसाईटवरचा मजकूर प्रकाशित करण्यासाठी जे जावा नावाचं सॉफ्टवेअर वापरतात, त्याची इतर कोणालाही माहिती नाही. शिवाय त्या सॉफ्टवेअरचा वापर करून आम्ही, खरंतर मीच एक खास प्रणाली तयार केली आहे. तिचा वापर कसा करायचा, तेही इतर कोणाला माहीत नाही.”

“याचा अर्थ एखाद्या महिन्यात तुम्ही सुट्टीवर असाल तर त्या महिन्यात वेबसाईट अपडेट होत नाही, असाच करायचा का?”

आपल्या म्हणण्याचा काय अर्थ होतो, हे प्रथमच त्या मॅनेजरच्या ध्यानात आणून दिलं गेलं होतं. त्यामुळे तो चमकला, पण तीच वस्तुस्थिती होती. त्यामुळे त्यानं ती मान्य केली. संस्थेच्या दृष्टिकोनातून ती परिस्थिती योग्य नसली, तरी आपल्या

चौकशीला ती चांगलीच पूरक आहे, हे तेवढ्यातही कौशिकांच्या ध्यानात आल्यावाचून राहिलं नाही. कारण तसं असल्यानं तो लेख अप्पाशास्त्रींनीच लिहिला, असं दस्तुरखुद्द अप्पाशास्त्रींशिवाय कोणीही शपथेवर सांगू शकलं नसतं. खुंटा हलवून बळकट करण्याचा प्रयत्न करत कौशिकांनी त्या मॅनेजरला विचारलंच.

"म्हणजे तो लेख अप्पाशास्त्रींनीच लिहिलेला आहे असा कोणताही पुरावा तुमच्याजवळ नाही. राईट?"

"राईट."

"तो लेख अप्पाशास्त्रींनीच लिहिलेला आहे, असं शपथेवर सांगायची पाळी आली तर?"

"नाही. तसं शपथेवर नाही सांगता यायचं मला. किंबहुना तो लेख तिथे कसा आला, हेही मी शपथेवर सांगू शकणार नाही."

आपण कोणत्या परिस्थितीत आहोत, याची जाणीव होऊन त्याच्या स्वरात कंप आला होता. सूर रडवेला झाला होता. त्याला दरदरून घाम फुटला होता. आता आपली नोकरी जाईल या भीतीनं तो व्याकूळ झाला होता. कारण जी जबाबदारी त्याची होती, ती त्याला नीट पार पाडता आली नव्हती. बँकेच्या तिजोरीवर पहारा करणाऱ्या वॉचमनच्या डोळ्यांदेखत ती फोडली जावी आणि तो प्रकार कसा झाला हे त्याला सांगता येऊ नये, असं झाल्यावर त्या वॉचमनची जी स्थिती होईल, तीच त्या बिचाऱ्याची झाली होती.

त्याच्या पाठीवर आपला आश्वासक हात फिरवत कौशिक म्हणाले, "डोन्ट वरी. यात तुमचा काहीही दोष नाही हे दिसतंय मला. तुमची वेबसाईट हॅक झाली असणार. अहो, चक्क भाभा अणुशक्ती केंद्राची किंवा अमेरिकेतल्या पेन्टॅगॉनची वेबसाईटही हॅक होते, तिथे तुमची काय कथा!"

"तरीही मी इथे असताना ही हॅक कशी झाली, असं कोणी विचारलं तर? आणि ती हॅक झाल्यावरही मी रिपोर्ट का केला नाही, असं विचारलं तर?"

"तो दुसरा प्रश्न जरा अडचणीत टाकणारा आहे खरं. खरं म्हणजे मीच ते विचारणार होतो. का नाही रिपोर्ट केला तुम्ही?"

"सर, पण हा सगळा गदारोळ उठल्यावरच माझ्या ते ध्यानात आलं. परवा संध्याकाळी घरी जाईपर्यंत वेबसाईट व्यवस्थित होती. काल सकाळी मी इथे येईपर्यंत तो मोर्चा आला होता. जोरजोरानं घोषणा दिल्या जात होत्या. आमचं सर्वांचंच लक्ष तिकडे लागलं होतं. त्यानंतर तर काय, तो जमाव आत घुसला. आम्ही आपला जीव वाचवण्यासाठी लपून बसण्याकडेच ध्यान देत होतो. नशिबानं आमच्या सर्व्हरला कोणी काही केलं नाही. ते सगळं निस्तरता-निस्तरता वेबसाईटकडे लक्ष द्यायला वेळच झाला कुठे? काल रात्रीच्या बातम्यात मी पहिल्यांदा त्या

लेखाविषयी ऐकलं. त्यानंतर सकाळी आल्यावर हॅकिंग झाल्याचं माझ्या ध्यानात आलं. पण ते सांगायला गेलो असतो, तर कदाचित माझ्यावरच सारं प्रकरण शेकलं असतं. कारण इथे या कॉम्प्युटरचं काम कसं चालतं, याची फारशी कोणालाही माहिती नाही. म्हणून तर मी गेले कित्येक महिने फायरवॉलची तजवीज करा, ते सॉफ्टवेअर विकत घ्या म्हणून पाठी लागलो आहे, पण त्यासाठी फंड्स सॅन्क्शन होत नाहीयेत.''

''म्हणजे तुमची वेबसाईट हॅक करणं सोपं आहे तर!''

त्यावर त्यानं काही उत्तर द्यावं अशी कौशिकांची अपेक्षाच नव्हती आणि त्यानं दिलंही असतं तरी ते त्यांच्या कानावर पडून तिथून परतवलं गेलं असतं. ते आपल्या विचारात गढून गेले होते. त्याच तंद्रीत ते तिथून निघून घरी गेले आणि त्यांनी अमृतरावांना फोन केला.

''अमृतराव, एक गुड न्यूज. तो लेख अप्पाशास्त्रींनी प्रकाशित करण्यासाठी दिलेलाच नाही.''

''पण ते कसं शक्य आहे? त्यांनी तो दिल्याखेरीज संस्थेच्या त्या मुखपत्रात म्हणजेच तुम्ही काय म्हणता त्या वेबसाईटवर त्याचं प्रकाशन होईलच कसं?''

''वेबसाईट हॅक झाली आहे.''

''म्हणजे?''

''म्हणजे त्या वेबसाईटवर हमला झाला आहे. अमृतराव, जमाना बदललाय. तुम्हाला माहिती असलेले गुन्हेगार वेगळे आणि आजच्या या संगणक युगातले गुन्हेगार वेगळे. पूर्वी बँकांच्या तिजोरीवर डाका घातला जायचा. आज त्याच बँका इंटरनेटद्वारे वेबसाईटवरून आपले सारे व्यवहार करत असताना त्या वेबसाईटवरच जर डाका घातला तर त्यातून बरीच लूट जमवता येते. यातूनच नव्या ई-गुन्हेगारीचा उदय झाला आहे.''

''नुकत्याच झालेल्या आम्हा पोलीस अधिकाऱ्यांच्या कॉन्फरन्समध्येही असंच म्हटलं जात होतं आणि त्यासाठी आपण वेगळ्या प्रकारच्या तपासाची दिशा पकडायला हवी, असा आग्रहही होत होता; तरीही कौशिक, संस्थेच्या वेबसाईटवर डाका घालून कोणाला काय मोठं घबाड मिळणार आहे?''

''प्रत्येकाचा डोळा केवळ पैशाच्या दौलतीवरच असतो, असं नका मानू अमृतराव. संपत्तीपेक्षा सत्तेला जादा महत्त्व आलंय आजकाल. सत्ता मिळाली की संपत्ती आपसूकच मागोमाग येते, असं दिसून आलंय. ही चर्चा आपण अशीच बराच काळ करू शकू. ती नंतरही करता येईल. आपल्या हातच्या या प्रकरणात जरा आशेचा किरण दिसू लागलाय हेच तुम्हाला सांगायचं होतं.''

''किरणच? मला तर वाटत होतं, की चौकशी संपलीच आहे. तो लेख जर

अप्पाशास्त्रींनी दिलेला नाही, असं तो मॅनेजर शपथेवर सांगायला तयार असेल, तर मग आता आणखी मुद्दा राहिलाच कसला?''

''नाही, अमृतराव. केवळ त्याच्या किंवा अप्पाशास्त्रींच्या सांगण्यावर विश्वास ठेवून ही बाब निकालात काढली जाईल, असं खरोखरीच वाटतं तुम्हाला? अप्पाशास्त्रींनीच ती वेबसाईट हॅक करून स्वत:च तो लेख तिथे स्थापित कशावरून केला नसेल, असा सवालही केला जाऊ शकेल. त्यासाठी आपल्याला स्वतंत्र पुरावाच मिळवला पाहिजे.''

''तो कसा मिळवायचा? तो लेखच आता तुम्हाला येऊन सांगणार आहे थोडंच, की माझं लेखन अप्पाशास्त्रींच्या हातून झालेलं नाही.''

''हंऽऽ'' एक भलामोठा सुस्कारा सोडत कौशिक म्हणाले, ''तेच मोठं जिकिरीचं काम आहे. त्याचाच विचार करतो आहे मी.''

फोन खाली ठेवून कौशिकांनी आपला पाईप पेटवला आणि थोड्याच वेळात त्यातून धुराची भलीमोठी वेटोळी बाहेर पडू लागली. ते विचारात गुंतून गेल्याचं पाहून न्याहारीचा ट्रे घेऊन आलेला, धोंडिबाही आल्यापावलीच आवाजही न करता परतला.

''मला अप्पाशास्त्रींनी आजवर लिहिलेल्या सर्वच लेखांच्या प्रती मिळू शकतील का?'' कौशिक संचालकांना विचारत होते. वेबसाईट मॅनेजरकडून मिळालेली माहिती, त्यांनी संचालक मंडळाला दिली होती आणि संस्थेची वेबसाईट कशी हॅक केली गेली असावी, हेही त्यांना पटवून दिलं होतं. ते करतानाच त्यांनीही मॅनेजरच्या फायरवॉलसाठीच्या सॉफ्टवेअरची मागणी उचलून धरली होती.

''पण ती वेबसाईट हॅक करणारा कोण आहे? त्याचा शोध घ्यायला हवा आपण.'' संचालक मंडळापैकी एकानं सांगितलं.

''ते तितकंसं सोपं नाही. कोणीही असू शकेल. वादाकरताच बोलायचं तर या संस्थेतील कोणीही असू शकेल. खुद्द अप्पाशास्त्री मालवणकरही असू शकतील. मीही असू शकेन. ते शोधून काढणं आणि तसं सिद्ध करणं तसं सोपं नाही. आताचं आपलं मुख्य उद्दिष्ट काय आहे? वेबसाईटवरचा तो लेख खरोखरीच अप्पाशास्त्रींचा आहे की नाही, हे शोधून काढणं आणि तेही केवळ त्यांच्या सांगण्यावर विश्वासून न राहता इतर मार्गानं ते निर्विवादरीत्या सिद्ध करणं महत्त्वाचं आहे. तो लेख त्यांचा नाही, असं जर आपण दाखवू शकलो, तर सध्याचा गदारोळ शांत होऊ शकेल आणि मग त्या वातावरणात आपल्याला इतर शोध घेता येतील.''

''पण अप्पाशास्त्रींशिवाय दुसरं कोण आपल्याला त्याविषयी सांगू शकणार आहे?''

''आमचे अमृतराव म्हणतात त्याप्रमाणे तो लेखच कदाचित आपल्याला तसं

सांगू शकेल. त्याचाच पाठपुरावा करू पाहतोय मी. म्हणूनच मला त्यांच्या आजवरच्या लेखनाचा संग्रह मिळायला हवा. शिवाय, तुमच्या संस्थेत कोणी स्टॅटिस्टिशियन असेलच. त्याचीही मदत लागेल मला.''

ती देण्याचं अर्थात संचालक मंडळानं कबूल केलं, पण थोड्याफार अनिच्छेनंच. केवळ कौशिकांच्या दबदब्यापोटी. एरवी ते भलतीकडेच भरकटत चालले आहेत, असंच सर्वांचं मत बनलं होतं. वेबसाईट हॅक झालीय अशी त्यांची खात्री झाली असली, तर मग ती कोणी केली, याचाच शोध घ्यायला हवा होता. तो लागला, की त्या भामट्याला थर्ड डिग्री दाखवत सारा मामला सांगायला लावता आला असता. पण हे कौशिक त्या लेखालाच विचारायला निघाले आहेत. तो मुका लेख आपला पिता कोण, हे सांगणार आहे थोडंच!

''सगळे काही नाही सर, पण अप्पाशास्त्री मालवणकरांचे बरेचसे लेख इथे आहेत.''

''सगळे हाती येतील अशी माझी अपेक्षाही नव्हती; तरीही साधारण किती लेख असतील इथे?''

''दीड-दोनशे तरी असतील. मला वाटतं त्यांच्या एकूण लेखांपैकी नव्वद टक्क्यांहून अधिक लेख इथे आहेत. त्याव्यतिरिक्त त्यांनी लिहिलेल्या एकूण ग्रंथांपैकी एखाद-दुसरा वगळता सर्व इथे आहेत.''

''गुड, गुड! मग आता तुमची कसोटी लागणार आहे.'' कौशिक त्या स्टॅटिस्टिशियनला उद्देशून म्हणाले.

''लागू दे सर. डॉ.मालवणकरांसाठी काहीही करावं लागलं तरी तयारी आहे आमची. त्यांच्यामुळेच तर संस्थेला प्रतिष्ठा लाभली आहे. डॉक्टरसाहेब असलेल्या संस्थेतच मी कामाला आहे, असं सांगताच माझ्याबद्दलही लोकांना रिस्पेक्ट वाटायला लागतो.''

''तर मग आता या सर्व लेखनामध्ये जे निरनिराळे शब्द मालवणकरांनी वापरले आहेत त्यांचा इंडेक्स बनवून त्याची फ्रिक्वेन्सी काढायला हवी. म्हणजेच त्या सर्व शब्दांची सूची बनवून त्यातला प्रत्येक शब्द किती वेळा वापरला गेला आहे, याचा तक्ता बनवायला हवा. शिवाय जर काही शब्दांच्या जोड्या एकत्र वापरल्या गेल्या असतील, तर त्यांचीही जंत्री तयार करायला हवी. थोडक्यात, तुमचं स्टॅटिस्टिक्सचं कौशल्य वापरून या शब्दसंग्रहापासून जेवढे काही तक्ते बनू शकतील तेवढे बनवायला हवेत. जमेल?''

''या लेखनाबाबत नक्कीच जमेल, सर. कारण हे सगळं आम्ही डिजिटाईज केलेलं आहे. कॉम्प्युटरच्या प्रणालीत या सगळ्यांचा संग्रह गेल्या वर्षीच केलेला

आहे. त्यामुळे आताही इंडेक्सिंग प्रोग्रॅम वापरून तुम्हाला पाहिजे तसे तक्ते तयार करता येतील. एवढंच काय, पण काही वाक्प्रचार वरचेवर येत असतील किंवा व्याकरणाच्या दृष्टिकोनातून काही खास प्रयोग केले गेले असतील, तर त्यांचीही सूची तयार करता येईल.''

''आंधळा मागतो एक डोळा आणि स्टॅटिस्टिशियन देतो तीन. वाऽह, बहोत खूब. तुम्ही तर माझ्या अपेक्षेपेक्षाही जास्ती मालमत्ता पुरवणार तर. शिवाय, हे सगळं तुम्ही कॉम्प्युटरच्या मदतीनं करणार असल्यामुळे तसं कमी वेळात साध्य होईल, राईट?''

''येस सर. मी तर आमचा सिलिकॉन ग्राफिक्सच वापरतो याच्यासाठी. त्याचा स्पीडही जास्ती आहे. शिवाय पॅटर्न रेकग्निशन सॉफ्टवेअर वापरता येईल मला.''

''चला तर मग, लागा कामाला.''

''तुम्हा सर्वांना आज इथे बोलावलं आहे त्याचं तसंच कारणही आहे,'' संस्थेच्या प्रमुख सभागृहात जमलेल्या मंडळींना उद्देशून कौशिक म्हणाले. संस्थेचे सर्व पदाधिकारी तर तिथे उपस्थित होतेच, पण कौशिकांच्या खास आग्रहावरून स्वत: अप्पाशास्त्रीही हजर झाले होते. कौशिकांच्या बरोबरीनं तो स्टॅटिस्टिशियनही हजर होता. कौशिकांनी सुरुवात केल्यानंतर काही वेळानं अमृतराव मांजराच्या पावलांनी सभागृहात हजर झाले आणि पाठीमागेच एका कोपऱ्यात शांतपणे बसून राहिले. आपल्याला कौशिकांनी कशासाठी बोलावलं असेल, याची साधारण कल्पना त्यांना आली होती. तो वादग्रस्त लेख अप्पाशास्त्रींनी लिहिला नसल्याचा तसाच काही खात्रीशीर पुरावा त्यांच्या हाती लागला असणार आणि तो ते आता सर्वांसमक्ष सादर करणार, असाच त्यांचा होरा होता.

''डॉ.मालवणकरांनी आजवर कितीतरी संशोधन निबंध प्रकाशित केले आहेत, हे आपण जाणताच. त्यातल्या काहींवर मालवणकरांबरोबरच त्यांच्या सहाध्यायांची किंवा विद्यार्थ्यांची नावं लेखक म्हणून असली तरी त्याचं लेखन स्वत: मालवणकरांनीच केलं असावं, निदान त्यावरचं अंतिम संस्करण त्यांचंच असावं, असं मी गृहीत धरलं आहे. पण संशोधनपद्धतीचा ज्यांना अनुभव आहे, त्यांना ते मान्य होईल यात शंका नाही. शिवाय डॉ.मालवणकरांनी स्वतंत्रपणे इतरत्रही लेखन केलं आहे. त्याचा ढाचा संशोधन निबंधांचा नसला, तरी त्याचा आशय आणि स्वरूप त्याच प्रकारचं आहे, यात शंका नाही. डॉ.मालवणकरांनी जी पुस्तकं लिहिली आहेत, त्यावर तर संपूर्णपणे त्यांच्याच व्यक्तिमत्त्वाचा आणि लेखनशैलीचा ठसा उमटलेला आहे. म्हणूनच मी त्यांचं आजवरचं सर्व लेखन मला उपलब्ध व्हावं, अशी आपल्याला विनंती केली होती. ती आपण मान्य केलीत याबद्दल मी प्रथम तुमचे आभार मानतो. या प्रयत्नांतून डॉ.मालवणकरांचं यच्चयावत लेखन जरी उपलब्ध झालं नाही, तरी निदान नव्वद-

पंचाणणव टक्के लेखांचा आणि पुस्तकांचा समावेश या संग्रहात आहे. त्यांचंच काही विश्लेषण तुमच्या संस्थेतील हे स्टॅटिस्टिशियन, पार्थ पटवर्धन यांनी केलं आहे. त्यासंबंधी त्यांनी काही माहिती द्यावी यासाठीच मी त्यांना इथे उपस्थित राहण्याची विनंती केली होती. तेच आता आपले निष्कर्ष आपल्यापुढे सादर करतील.''

कौशिक बसले आणि पार्थ उभा राहिला तशी पदाधिकाऱ्यांची चुळबुळ सुरू झाली. अमृतरावांप्रमाणेच त्यांनाही कौशिक काही पुरावा सादर करतील, असं वाटलं होतं. त्यासाठीच त्यांनी आपली इतर कामं बाजूला ठेवत तिथे हजेरी लावली होती आणि आता कौशिक जणू एक संशोधनपर व्याख्यानच देण्याच्या प्रयत्नात होते! तेही स्वत: न देता त्या संस्थेत नव्यानंच दाखल झालेल्या पार्थला सांगत होते. खरंतर आपल्या संस्थेत स्टॅटिस्टिशियनची गरजच काय असाच बऱ्याच जणांचा सवाल होता. संचालकांचं एक फॅड म्हणून त्यांनी पार्थचं संस्थेत असणं सहन केलं होतं, पण हे कौशिक तर त्यालाच संस्थेत सेमिनार द्यायला आणि तो त्यांना ऐकायला लावत होते.

एक-दोघांनी आपली अस्वस्थता दाखवण्याचा प्रयत्नही केला. पण त्यांनी उघडपणे तसा आक्षेप घेतला असता, तरी कौशिकांनी त्यांना धूप घातली नसती हे अमृतरावांना अनुभवातून माहिती झालं होतं. त्यामुळे ते त्या पदाधिकाऱ्यांची मजा पाहत स्वस्थ बसले होते. पण त्यांनाही कौशिकांची ही खोड कधीच आवडली नव्हती. तपासासाठी यायचं आणि कोणत्यातरी वैज्ञानिक बाबींमध्ये रस वाटून त्याचा पाठपुरावा करत राहायचं!

पाठपुरावा हा शब्द मनात येताच अमृतरावांना गंमत वाटून गेली. कौशिक पुरावा सादर करतील म्हणून तिथे आलेल्या त्या पदाधिकाऱ्यांना चक्क एक पाठच दिला जात होता.

''हे ॲनॅलिसिस जरी मी केलं असलं, तरी ते डॉ.कौशिकांच्या मार्गदर्शनाखाली केलं आहे. त्यांनी वेळोवेळी ज्या सूचना दिल्या त्यानुसार स्टॅटिस्टिक्समधले निरनिराळे थेरम आणि फॉर्म्युले वापरून मी हे ॲनॅलिसिस केलं आहे. प्रथम मला डॉ.मालवणकरांच्या या सर्व लेखनामध्ये त्यांनी जे निरनिराळे शब्द वापरले त्यांची एक सूची, एक इंडेक्स बनवण्यास सांगण्यात आलं. ते सर्वांत जिकिरीचं काम होतं. पण हे सर्व लेखन डिजिटाईज्ड फॉरमॅटमध्ये म्हणजेच संगणकाच्या प्रणालीत उपलब्ध असल्यामुळे आपल्याकडे असलेल्या नव्या सॉफ्टवेअरचा उपयोग करून मी ते केलं. त्यासाठी मला आपल्या सिलिकॉन ग्राफिक्सच्या सर्व्हरचा उपयोग करावा लागला. त्यातून हे स्पष्ट झालं, की आजवर डॉ.मालवणकरांनी एकूण सत्तावीस हजार पाचशे सहासष्ट शब्द वापरले आहेत. त्यांपैकी निम्मे म्हणजे साधारण चौदा हजार शब्द त्यांनी एकदाच वापरले आहेत. तर पाच हजार तीनशे सदतीस शब्द दोनदा वापरले आहेत.

अशाच प्रकारे तीनदा, चारदा, अनेकदा वापरलेल्या शब्दांचा एकूण ताळेबंद तयार झाला आहे. यालाच 'कॉन्कॉर्डन्स' असं म्हणतात. जगद्विख्यात ब्रिटिश स्टॅटिस्टिशियन रोनाल्ड फिशर यांनी या कॉन्कॉर्डन्सवर आधारित नवीच प्रणाली शोधून काढली आहे. तिचाच वापर करत त्यांनी अनेक गूढ समस्यांचा उलगडा केला आहे. त्याचाच...''

आता मात्र, प्राध्यापक चंद्रशेखर गुणे यांना हे असह्य झालं. मालवणकरांबद्दल त्यांना थोडी अढीही होती. त्यांना संस्था विनाकारण महत्त्व देते, असंच त्यांना वाटत होतं. त्यामुळे झाल्याप्रकाराबद्दल त्यांना तेवढंसं वाईट वाटलं नव्हतं. उलट मालवणकरांमुळे संस्थाही बदनाम होत आहे आणि संस्थेनं यातून लवकर नामानिराळं व्हावं, मालवणकरांनी तो लेख अनधिकृतपणे लिहिला, त्याचा आपल्याशी काहीही संबंध नाही असं जाहीर करावं, असं त्यांनी सुचवूनही पाहिलं होतं. इतरांनी त्यांना तेवढासा पाठिंबा दिला नव्हता. म्हणूनच ते गप्प राहिले होते. आता हे कोण कौशिक, मालवणकरांच्या लेखनाचा पंचनामा त्या नव्यानंच आलेल्या पार्थकडून करवून घेत होते आणि तो आपल्याला ऐकवण्यासाठी आपला वेळही खात होते. त्यांना ते असह्य झालं. त्यांनी स्पष्टच विचारलं, ''डॉ.कौशिक, हेच आम्हाला ऐकवण्यासाठी इथे बोलावलंत आज? डॉ.मालवणकरांनी कोणते शब्द किती वेळा वापरले याच्याशी इतरांचा संबंधच काय? त्याचा आणि तुमच्यावर सोपवलेल्या कामगिरीचा काहीही संबंध आहे, असं मला दिसत नाही.''

अमृतरावांनाही तसंच वाटत होतं, पण ते उघडपणे बोलून दाखवण्याची त्यांना सवय नव्हती. कौशिकांनी अशा प्रकारे भरकटल्यासारखं होऊनही प्रत्येक वेळी त्यातूनच अचूक पुरावा सादर केल्याच्या त्यांच्या आठवणी त्यांना तसं करू देत नव्हत्या. या वेळी मात्र कौशिक फारच भरकटले आहेत, असंच त्यांनाही वाटलं.

''थँक्यू सर, फॉर युअर टाईम्ली कमेन्ट.'' थोड्याफार उपरोधानं गुणेंची भलावण करत कौशिक म्हणाले. ती संधी साधून त्यांनी सूत्रं परत आपल्या ताब्यात घेतली. ''ॲण्ड थँक्यू पार्थ, फॉर युअर एक्सलन्ट ॲनॅलिसिस. वेल मंडळी, पार्थनं एवढ्यावरच आपलं काम थांबवलेलं नाही. कोणते शब्द किती वेळा वापरले त्यानुसार त्यानं एक ऑर्डर ऑफ प्रायॉरिटीची लिस्टही बनवली आहे. त्यानुसार शॅनॉन एन्ट्रॉपीची किंमतही काढता येते. तीही मालवणकरांच्या लेखनासंबंधी काढली गेलेली आहे. नुसत्या शब्दांचीच नाही, तर काही वाक्प्रचारांचीही. उदाहरणच द्यायचं झालं तर 'दॅट सेड' हा मालवणकरांचा एक लाडका शब्दप्रयोग आहे. प्रत्येक लेखात तो निदान एकदा तरी येतो. तसंच ते 'इट हॅज बीन मेड ॲम्प्ली क्लिअर' असं म्हणतात. नुसतंच क्लिअर म्हणत नाहीत. अर्थात, त्या ॲम्प्लीची पुष्टी करणारा सज्जड पुरावाही सादर करतात. संख्यात्मक आणि गुणात्मकही.''

तुम्ही असा सज्जड पुरावा केव्हा सादर करणार, असा प्रश्न अनेकांना विचारावासा

वाटत होता, पण गुणेंची जी संभावना कौशिकांनी केली ती पाहता तोंड दाबून हा मुद्द्यांचा मार सहन करणंच प्रत्येकानं पत्करलं.

"तर अमेरिकेतील व्हास्सार कॉलेजमधल्या, डॉन फॉस्टरनं अशा प्रकारच्या विश्लेषणांवर आधारित एक नवी संशोधन प्रणाली विकसित केली आहे. त्याचा वापर करत त्यानं अनेक लेखांचा मूळ जनक कोण आहे हे, किंवा कोण नाही हेही सिद्ध करून दाखवलं आहे. ते तिथल्या कोर्टामध्ये मान्यही झालं आहे. एक ठळक उदाहरणच द्यायचं झालं तर जेव्हा अमेरिकेचे राष्ट्राध्यक्ष बिल क्लिन्टन यांचं प्रेमप्रकरण गाजत होतं, तेव्हा बाजारात त्या प्रकरणाचं रंगीतसंगीत वर्णन करणारं 'प्रायमरी कलर्स' हे निनावी पुस्तक आलं होतं. त्याचा लेखक कोण हे गुलदस्त्यातच ठेवलं गेलं होतं, पण फॉस्टर यांनी त्या लेखकाची ओळख पटवून दिली."

"म्हणजे इथेही असं एखादं प्रेमप्रकरण आहे असं म्हणायचंय की काय तुम्हाला?" गुणेंनी कुत्सितपणे विचारलं.

"त्याचा शोध घेण्याची अनुमती किंवा अनुज्ञा आपणाकडून झाली, तर त्याचाही शोध घेता येईल." कौशिकांनी अतिशय सहजपणे तो टोला परतवला. गुणेंना ते अनपेक्षित होतं. ते रागानं लालीलाल झाले. पण ते पुढे काही बोलणार तोच कौशिकांनी आवाजाची पट्टी चढवत बोलायला सुरुवात केली.

"तीच प्रणाली अवलंबून या सध्याच्या वादग्रस्त लेखाचा तपास करता येतो. डॉ.मालवणकरांनीच तो लिहिला असेल, तर त्यांच्या आजवरच्या लेखनाची सारी वैशिष्ट्यं गुणदोषांसकट त्यात प्रतिबिंबित व्हायला हवीत. उदाहरणार्थ, एक हजार पाचशे तीन शब्दांच्या त्या लेखात सतरा-अठरा नवीन, प्रथमच वापरण्यात येणारे शब्द यायला हवेत. तसे जेमतेम तीनच आहेत. पूर्वी एकदाच वापरलेल्या, दोनदा, तीनदा अशा प्रकारे वापरलेल्या शब्दांची अपेक्षित संख्या आणि प्रत्यक्षात असलेली संख्या यात लक्षणीय तफावत आहे. 'दॅट सेड' हा शब्दप्रयोग तर एकदाही आढळत नाही. 'इट हॅज बीन मेड सबस्टॅन्शियली क्लिअर' असं या लेखात म्हटलं आहे. 'ॲम्पली' नाही. उलट मालवणकरांनी कधीच न वापरलेले काही शब्दप्रयोगही आहेत."

"पण त्यांना नवनवीन शब्द वापरण्याची आवड आहे असं आताच म्हणालात ना?" आपली ढासळलेली प्रतिमा सावरण्याचा प्रयत्न करत गुणेंनी विचारलं.

"यू आर राईट, सर. पण म्हणून मालवणकर व्याकरणदृष्ट्या अशुद्ध किंवा चूक शब्दप्रयोग कसे वापरतील? तशी त्यांना सवय असती तर त्यांच्या आजवरच्या लेखनात तशा व्याकरणाच्या चुका भरपूर दिसायला हव्या होत्या. आम्ही त्या व्याकरणाचाही वेध घेतला. एकही चूक आढळली नाही. या लेखात तर अशा किमान सात ढोबळ आणि बारीकसारीक कितीतरी चुका दिसतात."

“यातून तुम्ही नेमका काय अर्थ काढलात, डॉ.कौशिक?” संचालक मंडळाच्या अध्यक्षांनी विचारलं.

“संस्थेच्या वेबसाईटवरचा तो वादग्रस्त लेख डॉ.मालवणकरांनी दिलेला नव्हता, असं तुमच्या वेबसाईटचे मॅनेजर शपथेवर सांगायला तयार आहेत. आता पार्थ पटवर्धन आणि आपल्याला गरज वाटल्यास मी, तो लेख डॉ.मालवणकरांनी लिहिलेला नाही, हेही शपथेवर सांगायला तयार आहोत.”

“मग कोणी लिहिलाय तो?” गुणेंनी तरीही आपलं घोडं पुढे दामटवायचा प्रयत्न केलाच.

“तेही शोधून काढता येईल. प्रायमरी कलर्सच्या लेखकानं पांघरलेला बुरखा फाडता आला तसाच तो इथेही फाडता येईल. ते करण्याची...”

“...काहीही आवश्यकता नाही,” अध्यक्ष कौशिकांना थोपवत म्हणाले, “डॉ.मालवणकरांचं नाव यातून क्लिअर होत आहे, ‘ॲम्प्ली क्लिअर’ होत आहे, याचं आम्हाला फार मोठं समाधान आहे.” एक मंद स्मित करत आपल्याच कोटीवर समाधान पावत अध्यक्ष म्हणाले, “आता प्रेस कॉन्फरन्स घेऊन ते आम्ही जाहीर करू. त्या लेखाचा खरा लेखक कोण, हे शोधून काढण्याचं काम आपण पोलिसांवर सोपवू या. डेप्युटी कमिशनर अमृतराव मोहितेंना ते सांगता येईल.”

“मग सांगा ना. ते काय तिथेच तर बसलेले आहेत,” त्यांच्याकडे सगळ्यांचं लक्ष वेधत कौशिक म्हणाले.

“त्यांनीच तर मला आव्हान दिलं होतं, की यासंबंधीचा पुरावा काय त्या लेखाकडूनच मिळवणार आहात की काय?”

“मी ते थट्टेनं, उपरोधानं म्हणालो होतो,” अमृतराव घाईघाईनं म्हणाले, “त्यांना ते जमणारच नाही अशीच माझी अपेक्षा होती. पण डॉ.कौशिक म्हणजे गुन्हेगाराचाच काय, पण त्यानं दिलेल्या पाठाचाही पाठपुरावा करून सज्जड पुरावा सादर करणारे आहेत. खरं की नाही, डॉ.कौशिक?”

यावर प्रथमच गप्प बसण्याची पाळी कौशिकांची होती. त्यांनी पाईप साफ करण्याचं निमित्त करून काहीही बोलणं टाळलं.

◆

शह-काटशह

शिवकुमार शर्मांच्या संतूरवरचा यमनकल्याण, कानात साठवून घेतघेत डॉ.कौशिक कॉफीचे घुटके घेत होते. त्यांनी युरोपातून आणलेली खास ब्राझिलियन कॉफी, त्यांनीच आणलेल्या पर्कोलेटरमधून धोंडिबानं त्यांच्या डिटेल्ड इन्स्ट्रक्शन्स-नुसार बनवली होती. तिची मधुर-कडवट चव तोंडात घोळवत कौशिक आपल्याच तंद्रीत हरवून गेले होते. आसपासच्या जगाचं त्यांना भानच राहिलं नव्हतं.

फोनची वाजत राहिलेली घंटीही, त्यांना नादब्रह्मातून जागं करू शकली नव्हती. शेवटी शिरस्त्याप्रमाणे धोंडिबानंच फोन उचलून त्या घंटीला चूप केलं होतं. अशा वेळी कोणाचाही फोन असला तरी साहेबांना डिस्टर्ब करायचं नसतं, हे त्याला पुरतं माहिती होतं. पण तो फोनच असा होता, की त्यांच्या रागाची पर्वा न करता त्यांची ब्रह्मानंदी लागलेली टाळी भंग करण्यावाचून त्याला गत्यंतरच नव्हतं.

दुसऱ्या प्रयत्नानंतर जेव्हा धोंडिबाची हाक त्यांच्यापर्यंत पोहोचली, तेव्हा ते खवळून उठले. आपल्या तपस्येचा भंग करणाऱ्या मदनाला जाळून टाकताना शंकरानं आपला तिसरा डोळा उघडण्यापूर्वी त्याच्याकडे ज्या जळजळीत नजरेनं पाहिलं असेल, त्याच नजरेनं कौशिकांनी धोंडिबाकडे पाहिलं. नजरेच्या जोडीला जिभेचा पट्टा ते चालवणार, तोच धोंडिबा घाईघाईनं म्हणाला, "रावसायबांच्या बाईसायबांचा फोन हाय."

रावसाहेबांच्या बाईसाहेब? म्हणजे उल्कावहिनी? अमृतराव तर गावातच होते. कुठेही टूरवर गेले नव्हते. मग त्यांच्याऐवजी डायरेक्ट उल्कावहिनींचा फोन? म्हणजे झालंय तरी काय? काहीतरी खास असल्याशिवाय त्या स्वतःहून असा फोन करणार नाहीत.

''हॅलो'' फोन घेत कौशिक म्हणाले, ''वहिनी, काही विशेष? एवढ्या सकाळी-सकाळीच फोन केलात.''

''भावजी, तुम्ही आधी असाल तसे इकडे निघून या.'' उल्कावहिनींच्या आवाजातला कंप कौशिकांना जाणवल्यावाचून राहिला नाही. तो दाबून टाकण्याचा आटोकाट प्रयत्न त्या करत असाव्यात, पण त्यांना न जुमानता तो प्रकट होतच होता. याचीही जाणीव कौशिकांना झाली. कदाचित उल्कावहिनींना रडूही येत असावं आणि ते आवरण्याचा त्यांचा प्रयत्न चालला असावा, असंही त्यांना वाटून गेलं.

''पण झालंय तरी काय असं वहिनी? अमृतरावांची प्रकृती ठीक आहे ना?''

गेल्या आठवड्यात कौशिक, अमृतरावांबरोबर होते त्या वेळी त्यांचं डोकं विलक्षण ठणकायला लागलं होतं. दोन-तीन ॲनासिनच्या गोळ्या घेऊनही ते थांबलं नव्हतं. त्याचा कार्ट्याचा नायटा तर झाला नव्हता!

''यांची प्रकृती तशी ठीक आहे. बाकी या परिस्थितीत ती झपाट्यानं खालावली नाही म्हणजे मिळवली.'' वहिनी काहीतरी कोड्यात बोलल्यासारखं म्हणाल्या.

मामला वाटला त्याहूनही गंभीर आहे, हे कौशिक समजून चुकले. पण अजूनही नेमकं काय झालंय, याचा अंदाज त्यांना येत नव्हता. त्यांनी परत विचारलं, ''पण असं झालंय तरी काय वहिनी?''

''ते असं फोनवर नाही सांगता यायचं, भावजी. तुम्ही इथे या, मग प्रत्यक्षच बोलू.''

कौशिकांना पुढे बोलण्याचा अवसरही न देता वहिनींनी फोन ठेवून दिला. कौशिकांना त्यांचं असं करणंही विचित्र वाटलं. एवढा घाईघाईनं त्यांनी फोन ठेवून का दिला? तो टॅप होत असल्याची भीती तर त्यांना वाटत नव्हती ना? पण प्रत्यक्ष अमृतरावांचा, ॲडिशनल कमिशनरांचा फोन कोण टॅप करणार? पण मग त्यांचा स्वतःचा फोन तर टॅप होत नाहीये ना? आणि तसं असेल तर मग ते वहिनींना कसं समजलं? अमृतरावांकडून समजलं असलं, तर मग त्यांनी स्वतःच फोन करून त्यांना इशारा का नाही केला? का अमृतरावांनी स्वतःच तसं कळवलं, अशी कोणाचीही कल्पना त्यांना करून द्यायची नव्हती?

कोडं अधिकच गुंतागुंतीचं होत चाललं होतं. कदाचित, आपण नेहमीच अशा प्रकारच्या केसेस हाताळत असल्यामुळे आपली विचार करण्याची पद्धतच तशी झाली असावी, असंही कौशिकांना वाटून गेलं. तसं काही नसेलही. अगदीच साधं, सरळ एक्स्प्लनेशन असेल, ते समजेल तेव्हा आपण शून्यात कायकाय वसाहती वसवल्या होत्या हे कळून आपल्यालाच कसं हसू येईल, अमृतराव आपली कशी खिल्ली उडवतील, असा विचार मनात येऊन त्या प्रसंगातही कौशिकांच्या चेहेऱ्यावर एक स्मितरेषा आपला क्षणाचा नाच करून गेली.

पण आता विचार करत तिथेच बसून वेळ दवडण्यात अर्थ नव्हता. उल्कावहिनींच्या

सुरावरून कितपत अर्जन्सी आहे, हे कौशिकांच्या ध्यानात आलं होतं. धोंडिबाला सांगून ते लगेच बाहेर पडलेही.

अमृतरावांना असं शून्यात नजर लावून बसून राहिलेलं कौशिकांनी कधीच बघितलं नव्हतं. त्यांच्या आजवरच्या कारकिर्दीत हताश होण्याचे, एखाद्या तपासाच्या कामकाजात सगळेच आडाखे चुकून गुन्हेगारानं आपल्यावर मात केलीय असं वाटायला लावण्याचे कमी प्रसंग आले नव्हते. अशा कित्येक प्रसंगांच्या वेळी कौशिकही तिथे हजर होते. पण तेव्हाही अमृतरावांना असं संपूर्णपणे हरवून बसलेलं त्यांनी कधी पाहिलं नव्हतं.

कौशिक आल्याची दखलही त्यांनी घेतली नाही. किंबहुना ते तिथे आले आहेत, याची जाणीवही त्यांना झालेली दिसली नाही. खरंतर अमृतराव या जगात नव्हतेच. आपल्या आजूबाजूला काय चाललं आहे, याचं यत्किंचितही भान त्यांना नव्हतं. कोणत्यातरी विचारात ते गुंगून गेले आहेत, असं म्हणावं तर त्यांचं मन अगदी रिकामं, कोरं ठणठणीत असावं, असंच वाटत होतं. त्यांचा मेंदू जणू बधिर झाला होता. कोणत्याच संवेदनांना दाद देत नव्हता. अगदी तहान-भूक यांचीही जाणीव त्यांना होत नव्हती. म्हणून तर त्यांच्या समोरचा भरलेला चहाचा कप तसाच होता. त्यावर सायीचा एक हलकासा तवंग धरला होता.

कौशिकांना ते बघवेना. अमृतरावांना त्यांच्या त्या बीभत्स तंद्रीतून जागं करावं म्हणून ते पुढे होणार, तोच उल्कावहिनींनी त्यांना मागे खेचलं आणि त्या त्यांना डायनिंग टेबलजवळ घेऊन गेल्या.

"काय झालंय काय, वहिनी? अमृतरावांची ही काय दशा झालीय? आणि तुम्ही मला त्यांना जागं का करू दिलं नाहीत?"

यावर काही बोलण्याऐवजी उल्कावहिनींच्या गळ्यातून एक हुंदका त्यांच्या प्रयत्नांना न जुमानता बाहेर पडला. आतापर्यंत अमृतरावांकडे पाहण्याच्या नादात कौशिकांचं लक्ष वहिनींकडे गेलंच नव्हतं. आता त्यांनी चमकून पाहिलं तर त्यांचीही रया उतरलेलीच होती. रडूनरडून त्यांचे डोळे सुजले होते. रात्रभर त्यांच्या डोळ्याला डोळा लागला नसणार हेही उघड होतं.

मामला आपल्याला वाटला होता त्याहीपेक्षा गंभीर आहे, हे कौशिक समजून चुकले. त्याचबरोबर वहिनींना घाई करायला लावण्यानंही काही साध्य होणार नाही, याचीही समज त्यांना आली. म्हणून मग ओठावर आलेले शब्द परतवून ते गप्पच बसून राहिले.

थोड्या वेळानं पदरानं आपले डोळे आणि वाहणारं नाक पुसून उल्कावहिनींनी सांगायला सुरुवात केली, "आयुष्यभराच्या निष्ठेची राखरांगोळी व्हायची पाळी आल्यावर माणसाची अशी दशा होईल नाहीतर काय होईल? यातून तुम्हीच आम्हाला वाचवू

शकाल, भावजी. यांना तुम्ही ओळखताच. नेहमीसारखेच हे तुमच्याकडे यायला का कू करतील, म्हणून मीच तुम्हाला बोलवून घेतलं. एवढी भीक घालाच तुमच्या या बहिणीला.''

''अहो, असं काय करताय वहिनी! मला भाऊ मानता आणि तरीही अशी औपचारिक भाषा? काय झालंय हे स्पष्ट आणि सविस्तर सांगा पाहू.''

''कालच कमिशनर साहेबांनी यांना बोलावून घेतलं.''

त्यात काहीच वावगं नव्हतं. एकतर कमिशनर हे अमृतरावांचे इमीजिएट सुपिरियर होते. एकमेकांबरोबर त्यांनी कितीतरी वर्षं एकत्र काम केलं होतं. अमृतरावांवर कमिशनरांचा पूर्ण विश्वास होता. एवढंच नाहीतर त्यांच्याबद्दल त्यांना आदरही होता. एखादी अवघड, कठीण कामगिरी आली, की ते सहसा अमृतरावांवरच सोपवत. पाठीमागे ती चंद्रगुप्ताच्या अंगठीची अतिशय नाजूक कामगिरी त्यांनी अशीच अमृतरावांवरच सोपवली होती.

''त्यांचा आणि आमचा इतक्या वर्षांचा जवळचा संबंध आहे. त्यांचा यांच्यावर पूर्ण विश्वास आहे. म्हणूनच त्यांनी यांना बोलावून घेऊन सांगितलं.''

''काय सांगितलं?''

''त्यांचाही नाइलाज होता. केवळ यांच्यासाठी म्हणून त्यांनी हे वेगळंच पाऊल उचललं होतं. तसं ते न करते तर त्यांच्यावरही बिकट प्रसंग येण्याची शक्यता नाकारता येत नव्हती.''

अजूनही कौशिकांना कशाचाच थांगपत्ता लागत नव्हता. उल्कावहिनींचं अजूनही, बीटिंग अराउन्ड द बुशसारखंच बोलणं चाललं होतं. त्याही अतिशय ताणाखाली आहेत, हे त्यांच्या ध्यानात आलं होतं. त्यामुळे त्यांना आपल्या कलाप्रमाणे बोलू देणंच इष्ट होतं.

कौशिक गप्पच राहिलेले पाहून उल्कावहिनींनीच पुढे सांगायला सुरुवात केली.

''म्हणूनच त्यांनी काल यांना सांगितलं, की यांना ते सस्पेन्ड करताहेत.''

''व्हॉट द हेल? काय सांगताय काय तुम्ही, वहिनी? अमृतरावांना सस्पेन्ड केलंय? का? कशासाठी? असा काय घोर अपराध घडलाय त्यांच्या हातून?'' अमृतरावांकडून काही गुन्हा घडला असेल, याची कल्पनाही कौशिकांना करवत नव्हती. इतका शिस्तीचा भोक्ता, आपल्या कामाशी अत्यंत प्रामाणिक आणि ज्याच्या सचोटीबद्दल कोणालाही शंका येऊ नये, असा दुसरा पोलीस ऑफिसर शोधनूही सापडला नसता. कमिशनरानांही हे माहिती होतं; तरीही त्यांनी अमृतरावांना सस्पेन्ड करावं!

उल्कावहिनींना परत एकदा रडू कोसळणार होतं. मेटाकुटीनं स्वत:ला सावरत त्या म्हणाल्या, ''हो, यांनी आपल्या एका ज्युनियर ऑफिसरकडून लाच घेतली, असा

आरोप आहे यांच्यावर. तसा पुरावाही कमिशनरांकडे दाखल केला गेला आहे. फक्त त्यांच्यापुरतीच बात असती, तर त्यांनी त्याची पुरती शहानिशा केल्याशिवाय गोष्ट या थराला येऊच दिली नसती. पण पार मंत्र्यांपर्यंत प्रकरण पोहोचलं आहे. मंत्र्यांचाही यांच्यावर विश्वास आहे. म्हणूनच त्यांनी याची जाहीर वाच्यता न करता यांना सस्पेन्ड केल्याची खबर फक्त मंत्री आणि कमिशनर यांच्याव्यतिरिक्त तिसऱ्या कोणाला लागू न देण्याची खबरदारी घेतली आहे. त्यांनी यांना महिन्याची मुदत दिली आहे आपल्या बाजूनं पुरावा सादर करायला. तोपर्यंत ते याविषयी आणखी कुठेच बोलणार नाहीत."

"म्हणजे मग अजूनही वेळ गेलेली नाहीतर! अजूनही या बाबतीत तपास करता येईल आणि अमृतरावांवरचं हे किटाळ साफ करता येईल."

"म्हणून तर तुम्हाला एवढं तातडीनं बोलावलं भावजी. यांची दशा तुम्ही पाहताच आहात. शिवाय मीच माझ्यावरच्या आरोपांची कशी चौकशी करायची, असाही यांचा सवाल आहे. त्यांची प्रिन्सिपल्स आड येताहेत. आज तीच यांचा गळा घोटायला, कारणीभूत होताहेत. तुम्हाला यांचा स्वभाव ठाऊकच आहे. ते काहीही करणार नाहीत आणि मुदत टळून गेली, की मग कमिशनर काय किंवा मंत्री काय, त्यांचाही नाइलाज होईल. आजवर महत्प्रयासानं मिळवलेली यांची ख्याती, प्रतिष्ठा सगळंसगळं धुळीला मिळेल. हे तर पार उद्‌ध्वस्त होतील. आत्ताच त्यांची काय दशा झालीय, हे दिसतंच आहे तुम्हाला."

"आणि तुमचीही, वहिनी. आता तुम्ही आधी स्वत:ला सावरा आणि अमृतरावांचीही काळजी घ्या. मी बघतो काय करायचं ते. कोणी तक्रार केलीय, पुरावा कोणत्या प्रकारचा आहे, नक्की आरोप काय आहे, याची तपशीलवार माहिती अमृतरावांनी तुम्हाला दिली असेलच, याची मला खात्री नाही. तेव्हा मला या बाबतीत कमिशनरांनाच गाठलं पाहिजे. तसे ते मला ओळखतात आणि पोलीस खात्याला मी वेळोवेळी केलेल्या मदतींचं त्यांनाही भान आहे; तरीही तुम्ही जर त्यांना फोन करून मी या बाबतीत काही करू इच्छितो असं सांगितलंत, तर त्याचा कदाचित फायदा होईल. सुदैवानं मंत्रीमहोदयही मला ओळखतात. त्यामुळे ते याची परवानगी देतीलही. त्यांना खरोखरीच यातून अमृतराव सुटावेत असं मनोमनी वाटतंय, की नुसतंच नाटक करायचंय, याचाही छडा लागेल."

अमृतरावांशी काहीही न बोलता किंवा त्यांची काहीही विचारपूस न करता कौशिक तिथून निघाले. आहे त्या परिस्थितीत अमृतरावांशी बोलण्याचा प्रयत्न करणं म्हणजे दगडावर डोकं आपटून घेण्यासारखंच होतं. स्वत: घायाळ होण्याशिवाय त्यातून काहीच निष्पन्न झालं नसतं.

घरी न जाता कौशिकांनी थेट कमिशनरांच्या ऑफिसकडेच मोर्चा वळवला. वास्तविक त्यांनी आधी त्यांची ॲपॉइन्टमेन्टही घेतलेली नव्हती. ते एखाद्या महत्त्वाच्या

मिटिंगमध्ये असतील तर मग फुकटचा हेलपाटा पडला असता. पण त्याचा विचारही न करता कौशिक तिथे जाऊन धडकले.

कौशिक आल्याचं समजताच, कमिशनरांनीही मीटिंग आवरती घेत त्यांना बोलावलं. ते आत येताच खुर्चीतून उठत त्यांना सामोरे जात ते म्हणाले, "या-या, तुम्ही याल अशी अपेक्षाच होती. तुमचीच वाट पाहत होतो. तुम्ही आत्ता आला नसतात, तर मीच तुम्हाला बोलावणं पाठवणार होतो."

"थँक्यू सर."

"तुम्ही कशासाठी आला असाल, याची कल्पना आहे मला. माझंही तेच म्हणणं होतं. तेव्हा त्याविषयी स्पष्ट असं इथे न बोलता मी म्हणेन, गो अहेड आणि..." एकदम आपला सूर खाली आणत कुजबुजल्यासारखं बोलत ते म्हणाले, "चला, बाहेर चला. आपण चहा घेऊ या."

कौशिकांना ते जरा विचित्रच वाटलं. वास्तविक चहाच द्यायचा असता, तर कमिशनर आपल्या चेंबरमध्येच त्याची व्यवस्था करू शकले असते. त्यासाठी बाहेर जाण्याची गरज नव्हती. पण ज्याअर्थी त्यांनी बाहेर चलायचं असं म्हटलं आणि कौशिकांच्या प्रतिसादाची वाट न पाहता ते उठून दरवाज्याच्या दिशेनं चालूही लागले, त्याअर्थी त्यांचा दुसराच काहीतरी उद्देश असावा, हे त्यांनी जाणलं. काहीही न बोलता तेही कमिशनरांच्या पाठोपाठ चालू लागले.

ते बाहेर पडले ते थेट आपल्या गाडीत जाऊन बसले. अकस्मात, त्यांच्या सेक्रेटरीकडून कसलीच आगाऊ सूचना न मिळाल्यानं त्यांच्या ड्रायव्हरचीही धांदल उडाली. गाडी कुठे घ्यायची हे ड्रायव्हरला सांगण्यापुरतंच कमिशनरांनी आपलं तोंड उघडलं. बाकी ते चकार शब्द बोलले नाहीत. प्रसंग ओळखून कौशिकही गप्प बसले. त्यांचं विचारचक्र सुरू झालं होतं. अशा वेळी आपला पाईप पेटवून त्यातून त्यांनी धुराचे लोट सोडले असते. अमृतराव बरोबर असते तर त्यांनी तसंच केलं असतं, पण आता कमिशनर बरोबर होते. त्यामुळे रिकाम्या पाईपचा देठ नुसताच चावत ते विचार करू लागले. कमिशनर असं हा वागताहेत, याचा थोडाफार अंदाज त्यांना आला होता आणि तो खरा असेल तर मग आपल्याला वाटली होती त्याहीपेक्षा परिस्थिती गंभीर आणि धोकादायक आहे, हे लक्षात येऊन त्यांच्या नकळत कौशिकांच्या अंगावर एक शहारा उमटला.

गाडी 'गुलमोहर' समोर थांबताच पटकन दार उघडत जवळजवळ धावतच कमिशनर आत शिरले आणि कॉफी शॉपमधली कोपऱ्यातली जागा त्यांनी पटकावली. कौशिक आपल्या पाठोपाठ येताहेत की काय, हे बघण्यासाठीही त्यांनी मागे वळून पाहिलं नाही.

कोपऱ्यातल्या टेबलावर बसून कॉफीची ऑर्डर दिल्यानंतर ते म्हणाले, "मी हा

असा तुम्हाला घेऊन तडकाफडकी इथे का आलो, याचं आश्चर्य वाटलं असेल तुम्हाला, डॉक्टर.''

कौशिकांना तसं वाटलं होतंच, पण काहीही न बोलता ते कमिशनर पुढे काय बोलताहेत याकडेच लक्ष देऊन राहिले.

''अमृतरावांनी आपला एक ज्युनियर, एसीपी सोमनाथ याच्याविरुद्ध तो अंडरवर्ल्डकडून लाच घेऊन पोलीस खात्याच्या हालचालींची बित्तंबातमी पुरवतो, अशी तक्रार केली होती. त्याबद्दलचा काही पुरावाही दिला होता. प्रिलिमिनरी एन्क्वायरीनंतरत्यात तथ्य आढळल्यावरून आम्ही त्याला सस्पेड केलं. त्याला चार्ज शीट इश्यू केलं. त्याच्याविरुद्धची डिपार्टमेंटल प्रोसिडिंगजची प्रक्रिया चालू आहे. तोच परवा माझ्याकडे आला होता. त्यानं आपल्याविरुद्ध हे कुभांड रचलं गेलंय आणि याला अमृतरावच कारणीभूत आहेत, असं सांगितलं. आपल्या म्हणण्याच्या पुष्टीसाठी त्यानं एक व्हिडिओ टेपही मला दाखवली. त्यात अमृतरावांनी या सोमनाथकडे दहा लाख रुपयांची मागणी केल्याचं दिसतं. जर त्यानं हे पैसे दिले नाहीत, तर त्याचे गुन्हेगारांशी लागेबांधे असून तो त्यांना पोलीस खात्याच्या हालचालींची गुप्त माहिती पुरवतो, अशी तक्रार करून त्याला सस्पेन्ड करण्याची धमकीही अमृतरावांनी दिली आहे. त्यानं टेप मंत्रीमहोदयांनाही दाखवली आहे आणि जर यावर ॲक्शन घेऊन आम्ही अमृतरावांविरुद्ध कारवाई केली नाही, तर नाइलाजानं आपल्याला ही टेप खळबळ डॉट कॉम या वेबसाईटला द्यावी लागेल, त्या मंडळींकडून त्या टेपला मागणी आहे, असंही सांगितलं. आपलं पोलीस खात्यावर प्रेम असून ते बदनाम होऊ नये, अशीच इच्छा असल्यानं आपण ही टेप घेऊन प्रथम इथे आलो, असंही त्यानं सांगितलं.''

''आपण ती टेप संपूर्णपणे पाहिलीच असेल. अमृतरावांविरुद्ध कोर्टामध्ये पुरून उरेल असा पुरावा तिच्यात आहे, असं वाटतं आपल्याला?''

''ते नक्की नाही सांगता यायचं. पण हे प्रकरण तिथपर्यंत जावं, असंच चिघळावं, असं मला वाटत नाही आणि मला वाटतं अमृतरावांनाही ते आवडणार नाही.''

''पण सोमनाथ खरं सांगतोय, असं वाटतं तुम्हाला?''

''ऑनेस्टली स्पीकिंग, नो. पोलीस खात्याची बदनामी टाळावी वगैरे त्याचा मानभावीपणा आहे. अमृतरावांनी त्याच्याविरुद्ध तक्रार करण्यापूर्वीही त्याच्याविषयीची कुजबूज माझ्या कानावर आली होती. अमृतरावांनी उलट त्याला सावरण्याची, सुधारण्याची संधी देण्याचा प्रयत्न केला होता. पण तो बधला नाही आणि आता त्यांच्यावरच उलटला आहे.''

''असंच जर तुम्हाला वाटतं तर मग...''

''...मला काय वाटतं याला महत्त्व नाही.'' त्यांना मध्येच अडवत कमिशनर म्हणाले, ''शुगर?''

मध्येच हा साखरेचा प्रश्न कुठे उपस्थित झाला, याचं कोडं कौशिकांना पडलं होतं पण तोवर ऑर्डर दिलेली कॉफी आली होती आणि कौशिकांच्या कपात साखर घालायची की नाही, असा प्रश्न कमिशनर विचारत होते.

''वन स्पून. थँक्यू.'' कपातली साखर कौशिक चमच्यानं ढवळत असलेली पाहत कमिशनर पुढे म्हणाले, ''माझं सोमनाथविषयी किंवा अमृतरावांविषयी काय मत आहे, याला काहीच महत्त्व राहिलेलं नाही. कारण जर ही टेप त्या वेबसाईटवर गेली तर प्रसारमाध्यमं त्यावरून धमाका उडवून देतील. मग त्यातलं खरं काय, खोटं काय याची शहानिशा करण्यासाठी कदाचित एखादं ज्युडिशियल कमिशन नेमण्यावाचून सरकारलाही पर्याय राहणार नाही. त्या कमिशनच्या कामगिरीला काय आणि कसे फाटे फुटतील, त्याला किती वेळ लागेल, त्याचा रिपोर्ट मानला जाईल की नाही, त्याचं पॉलिटिसायझेशन होईल की नाही, हे सांगता येईल? तुम्हीही आज परिस्थिती कशी आहे, हे जाणता.''

''मग यावर उपाय तरी काय?''

''तोच सांगण्यासाठी तर तुमच्याशी बोलायचं होतं. ती टेप पाहिल्यानंतर मला माझ्या ऑफिसमध्येही सेफ वाटेना. म्हणून तर तुम्हाला इथे घेऊन आलोय.''

''पण खरोखरीच अमृतराव असं वागतील. कोणाकडून निर्लज्जपणे पैसा मागतील, त्याला ब्लॅकमेल करतील, असं वाटतं तुम्हाला? खऱ्याखुऱ्या गुन्हेगाराविरुद्धही सज्जड पुरावा मिळवल्याशिवाय आरोपपत्र दाखल करायला नाखूश असलेले अमृतराव मी पाहिले आहेत.''

''मीही पाहिले आहेत आणि मंत्रीमहोदयांनीही पाहिले आहेत. ते असं करतील, असं आम्हा दोघांनाही वाटत नाही. पण ती टेप तर आहे. त्यातली व्यक्ती अमृतराव आहेत आणि तो आवाजही त्यांचा आहे, याबद्दल आम्हाला तरी शंका वाटत नाही. म्हणून तर तिची जाहीर वाच्यता होण्यापूर्वीच काही तपास करून यातलं सत्य उघडकीस यावं, असं मला आणि मंत्रीमहोदयांना वाटतंय. सुदैवानं सोमनाथनं काही मुदत आम्हाला दिली आहे. तपास करायलाही सांगितलं आहे. त्याच ऑफरचा फायदा घेऊन आपण यातलं सत्य शोधून काढावं, असं मला तुम्हाला सुचवायचं आहे. तुमची संमती मिळाल्यावर मी मंत्रीमहोदयांनाही याची कल्पना देईन. खरंतर तशी जरुरी नाही. तपास कसा करायचा याचे तपशील ठरवण्याचे पूर्ण अधिकार त्यांनी मला दिले आहेत. आय वुड लाईक टू कीप हिम इन द पिक्चर ऑल द टाईम.''

त्यांनी 'कीप हिम इन द पिक्चर' या शब्दप्रयोगाचा वापर केल्याचं पाहून कौशिकांनाही गंमत वाटली. व्हिडिओ टेपचा त्यांच्या मनावर किती खोल परिणाम झाला होता, याचीच प्रचिती त्यातून मिळत होती.

"ही चौकशी अतिशय गुप्तता राखून करायला हवी, हे मी तुम्हाला सांगायला नकोच. म्हणून तर डिपार्टमेंटमधल्या कोणावर ती सोपवण्याऐवजी मी तुम्हाला विनंती करतो आहे. शिवाय, यात काही सायंटिफिक एव्हिडन्सही गोळा करावा लागेल. ते काम तर तुमच्याऐवजी दुसरं कोणीच करू शकणार नाही; तरीही तुम्हाला काही ऑफिशियल डॉक्युमेन्ट्स बघण्याची गरज भासेल. प्रत्येक वेळी माझ्याकडे यावं लागू नये, म्हणून मी माझ्या अत्यंत विश्वासातल्या एका तरुण ऑफिसरची निवड केली आहे. राजेश साठे, इज ए व्हेरी ब्राईट यंग ऑफिसर. अगदी तरुण अमृतराव वाटावेत असाच आहे तो. यू वुईल फाईन्ड हिम टू बी ए व्हेरी एबल असिस्टंट. तो तुम्हाला आजच घरी येऊन भेटेल. किंबहुना, तुम्ही इथून सरळ घरी गेलात तर मी ऑफिसात जाताच त्याला पाठवून देतो. इन फॅक्ट इथून जाताना आपण वेगवेगळ्या दिशांनी जावं, असंच मी सुचवेन."

"दॅट्स फाईन. आय ॲम इन टोटल ॲग्रीमेन्ट वुईथ यू, सर. एकच गोष्ट. मी आताच उल्कावहिनींना भेटून आलो. त्यांनीच बोलावून घेतलं होतं मला. तिथे अमृतरावांनाही पाहिलं. ही इज टोटली शॅटर्ड. मीच ही चौकशी करावी, असं उल्कावहिनींनाही वाटतंय."

"ग्रेट! ते एक बरं झालं."

"त्यासाठीच तुमची संमती घ्यायला आलो होतो, पण याला उल्कावहिनींचीही संमती आहे हे कळवण्यासाठी आणि खरंतर डिपार्टमेंटनं मला कोऑपरेशन द्यावं अशी विनंती करण्यासाठी वहिनी तुम्हाला फोन करणार होत्या. मी त्यांना आता त्याची गरज नाही असं सांगतोच. पण जर त्यांचा फोन आलाच, तर त्यांनी माझं नाव उच्चारण्यापूर्वीच तुम्ही तो कट करण्याची व्यवस्था करा. तुमचं ऑफिस कदाचित सेफ असेल नसेल. तुमचा फोन सेफ नसेल, असंच मला वाटतं आहे. आपल्यालाही कधी भेटायचं झालंच तर मी साठेबरोबर पर्सनल मेसेज पाठवत जाईन. आपणही तसंच करावं."

"डन! ॲग्रीड. आय ॲम एक्स्ट्रीमली ग्लॅड दॅट, यू हॅव अन्डरटेकन धिस टास्क, माझ्या छातीवरचं एक मोठं ओझं उतरलंय."

कौशिक मग तिथे थांबलेच नाहीत. टॅक्सी करून ते सरळ घरी गेले. पंधरा मिनिटांत राजेश साठेही हजर झाला. मोठा उमदा तरुण वाटला तो कौशिकांना. कामगिरी कोणती आहे, याची संपूर्ण कल्पना कमिशनरांनीही त्याला दिली नव्हती. 'नीड टू नो' बेसिसवर जेवढं त्याला सांगण्याची गरज होती, तेवढंच त्याला सांगितलं होतं. बाकीचा निर्णय त्यांनी कौशिकांवर सोपवला होता.

तो विश्वासू आहे अशी कौशिकांची खात्री पटली, तर मग तेच त्याला सगळं काही सांगतील असं त्यांचं मत होतं.

राजेशनंही कौशिकांची ख्याती ऐकली होती. त्यामुळे त्यांच्याबरोबर काम करायला मिळणार हे ऐकूनच तो खूश झाला होता. त्याचबरोबर सुपीरियर्सकडून उगीचच जास्त माहिती करून घेण्याची सवय त्याला नव्हती. कौशिकांचं त्याच्याबद्दल सुरुवातीलाच अनुकूल मत झालं.

तपासाला कुठून सुरुवात करायला हवी याबद्दल काहीही संदेह नव्हता. ज्या टेपवरून हे सगळं त्रांगडं उभं राहिलं होतं, ती टेप पाहिल्याशिवाय कौशिकांना कोणतंही पाऊल उचलता आलं नसतं. कमिशनरांनी राजेशबरोबर ती टेप पाठवलीच होती. ती कसली आहे हे मात्र त्यांनी त्याला सांगितलं नव्हतं.

कौशिकांनी ती घेतली आणि राजेशला परत दुपारी यायला सांगितलं.

तो गेल्याबरोबर आपल्या व्हिसीआरमध्ये ती टेप टाकून त्यांनी पाहायला सुरुवात केली. जेमतेम दहा मिनिटांची ती टेप होती. सुरुवातीला कॅमेरा फोकस केला गेला होता तोच मुळी अमृतरावांवर. ते आरामात बसलेले दिसत होते. कॅमेरा व्यवस्थित वापरला गेला नव्हता, असंच दिसत होतं. कारण मधूनमधून फोकस बिघडत होता आणि कोण आहे हे नीटसं ध्यानात येत नव्हतं. तर इतर वेळी फोकस अतिशय स्पष्ट होता. इतका की अमृतरावांच्या कपाळावरची त्यांना राग आला की उडणारी शीरही व्यवस्थित दिसत होती.

सुरुवात अमृतरावांवरून झाली होती, तरी लगेच त्यांच्यावरून कॅमेरा फिरला होता तो दुसऱ्या एकावर गेला होता. पोलीस ऑफिसरच्या गणवेषात ती व्यक्ती होती. कौशिक त्याला ओळखत नव्हते, पण संदर्भावरून तो सोमनाथ असावा, असं अनुमान त्यांनी काढलं होतं. अमृतरावांना तो 'सर' असं म्हणत होता, त्यावरून तो अमृतरावांना ज्युनियर होता, हे उघडच होतं.

"माझ्याकडे पुरेसा पुरावा आहे. त्याच्या आधारावर ॲक्शन घेणं मला भागच पडेल आणि ती घ्यायची तर तुला किमान सस्पेन्ड करणं भाग आहे. पण पुरावा तसा सॉलिड आहे यात शंका नाही. तेव्हा एन्क्वायरी झाल्यानंतर डिसमिस तर व्हावंच लागेल, पण पुढे क्रिमिनल केसही होईल, खडी फोडायला जावं लागेल."

"पण सर, ते खरं नाहीये. तो फॅब्रिकेटेड पुरावा आहे. माझ्याविरुद्ध कट केलाय कोणीतरी."

"असं तू म्हणतोयस. मी कदाचित त्यावर विश्वास ठेवीन. पण मलाही कमिशनर साहेबांना, डीआयजींना रिपोर्ट द्यावाच लागेल. त्यांची खात्री कशी पटवून देऊ मी?"

"सर, मी माणसातून उठेन. मला ओळखता तुम्ही सर."

"तुला ओळखून आहे मी. चांगलाच. तेव्हा काय करायचं सांग."

"काय करायचं म्हणजे, सर? तुम्ही त्या पुराव्याकडे लक्ष देऊ नका, एवढंच सांगायचं होतं मला."

"पण मी तुझं म्हणणं का मानावं?"

"कारण मी खरं बोलतोय, सर."

"आजकाल असं नुसतं कोणाच्या सांगण्यावर खरं-खोटं ठरवता येत नसतं. खरं हे तसं अतिशय मूल्यवान झालंय."

"मी नाही समजलो, सर."

"हे बघ, उगीच वेड पांघरून पेडगावला जाऊ नकोस आणि माझा वेळही घेऊ नकोस. मला बरीच कामं आहेत. स्पष्टच सांगतो, तुझ्याकडे सत्य नाही, हेच खरं आहे."

"नाही सर, देवाशपथ सांगतो. मी खरं तेच सांगतो आहे."

"उगीच देवाला भरीला घालू नकोस. त्याला अनेक जणांकडे लक्ष द्यायचं असतं. तुझी काळजी करायला त्याच्याकडे टाईम नाही. पण एक मार्ग आहे."

"कोणता सर? मी काहीही करायला तयार आहे."

"आता कसा सरळ वळणावर आलास! तू सत्य खरेदी करू शकतोस. खऱ्यालाही आजकाल किंमत आलीय, हे माहितीच आहे तुला!"

"किंमत सर? किती?"

"दहा. दहा पेट्या."

"दहा पेट्या? नाही सर. मला हे कसं झेपेल? माझ्यावर दया करा सर."

"दया नाही दहा. ते जर तुला जमत नसेल, तर मग माझा रिपोर्ट द्यायलाच हवा मला आणि तो द्यायला आता मला उशीरही करता नाही येणार. मी फारफार तर तुला परवा सकाळपर्यंत वेळ देऊ शकेन. तोवर तू काही व्यवस्था केलीस, तर ठीकच आहे. नाहीतर परवा अकरा वाजता माझा रिपोर्ट कमिशनरसाहेबांच्या टेबलावर असेल."

तिथेच टेप संपली होती. म्हणजे त्यानंतर ती ब्लॅन्क झाली होती. काही वेळ इलेक्ट्रॉनिक हम ऐकू येत होता. त्यानंतर तोही बंद झाला.

ती संपून नुसतीच टेप गुंडाळत असल्याचा आवाज येत राहिला, तरी कौशिक तसेच बसून होते. त्यांचा पाईपही विझला होता, पण त्यांचं त्याकडेही लक्ष नव्हतं. ते सुन्न झाले होते. त्यांच्या संवेदना बधिर होऊन गेल्या होत्या. अमृतराव इतक्या उघडउघड लाचेची मागणी करतील, यावर त्यांचा विश्वासच बसत नव्हता. इतर कोणी सांगितलं असतं, तर त्यांनी कदाचित तसं सांगणाऱ्याच्या कानाखालीच आवाज काढला असता. पण आता तर त्यांनी स्वतःच्या कानांनीच ऐकलं होतं. डोळ्यांनीच पाहिलं होतं. टेपमध्ये त्यांचा चेहरा तसा एक-दोनदाच स्पष्ट दिसला होता. इतर वेळी तसा धूसरच वाटला होता. कॅमेरा आलटून-पालटून अमृतरावांवर आणि सोमनाथवर फोकस केला होता. तो स्टॅंडवर ठेवून फिल्मिंग केलं असेलसं

वाटत नव्हतं. कोणीतरी हातात धरून उभ्यानंच शूटिंग केलं असावं, असंच वाटत होतं. पण अशा तऱ्हेचं शूटिंग तसं लपूनछपूनच केलं गेलं असणार, हे तर स्पष्टच होतं. त्यामुळे त्याचं आश्चर्य वाटायलाच नको होतं. उलट ते जर सुव्यवस्थित, एखाद्या स्टुडिओमध्ये केल्यासारखं असतं, तरच नवल वाटायला हवं होतं.

तरीही कौशिक अस्वस्थ होते. काहीतरी चुकत होतं. काय ते त्यांचं त्यांनाही उमजत नव्हतं. अंगात कसकस असावी, ते दुखत असावं, पण डॉक्टरांनी कुठे दुखतंय असं विचारल्यावर नेमकं काही सांगता येऊ नये, अशी स्थिती झाली होती. कशामुळे अस्वस्थ वाटतंय यावर जसजसा अधिक विचार करावा, तसतशी त्या प्रश्नाचं उत्तर सापडण्याऐवजी अस्वस्थतेत भरच पडत होती. कौशिकांनी आपला पाईप पेटवून त्यातून धुराचे भलेमोठे तीन-चार लोट बाहेर सोडले. पण अकस्मात त्यांना आपलं तोंड कडवट झाल्यासारखं वाटलं. पाईप साफ करायला हवा, हेही त्यांना सुचलं नाही. भरलेला पाईप वैतागानं टेबलावर आपटत ते स्वत:वरच चिडले.

थोड्या वेळानं मात्र ते शांत झाले. असं चिडून कसं भागेल! तिकडे वहिनी, कमिशनरसाहेब, यातून ते कसा काय तोडगा काढतात, याकडे चातकासारखे डोळे लावून बसले होते. असं स्वत:वर चिडून आपली तर्कसंगत विचार करण्याची हातोटी गमवून कसं चालेल! उद्या नाही, पण परवा-तेरवा वहिनींचा फोन येईलच. आपल्यावर त्यांचा विश्वास आहे. आपल्यावर भरवसा टाकून त्या अमृतरावांना धीर देण्यावर आपलं लक्ष केंद्रित करत आहेत. क्षणाक्षणाला त्यांचा स्वत:चाच धीर सुटत असला, तरी आपले भावजी आता आपल्या मदतीला आहेत, यावर भिस्त ठेवून त्या स्वत:ला आवरताहेत आणि अमृतरावांना त्यांच्या त्या बधिरावस्थेतून बाहेर आणण्याचा प्रयत्न करताहेत. कमिशनरसाहेबांना इतर महत्त्वाची कामं जरूर आहेत. पण आपल्या एका अतिशय विश्वासू आणि कर्तबगार सहकाऱ्याच्या करियरचे, नाहीनाही त्याच्या आयुष्याचेच असे धिंडवडे निघायची वेळ आल्यानं तेही हवालदिल झाले आहेत. त्यांच्याकडूनही दोन-चार दिवसांमध्ये विचारणा होईलच.

त्यांना आपण काय सांगणार आहोत? आणि अमृतराव? त्यांचं काय? ते आता इतर कोणाशीही संवाद न करता आपल्या स्वत:तच गुरफटून गेले असले, आतल्याआत कोसळत चालले असले, तरी तेही मूकपणे, अंतर्मनातून आपल्याला साद घालत असतीलच. नाही, तशी ती त्यांनी घातलीही आहे. आपल्यालाही ती भावली आहे. म्हणून तर आपण एवढे तडफडत आहोत. पण आपणच असं हाय खाऊन चालणार नाही.

कारण परिस्थितीच तशी गंभीर आहे. समोरचा पुरावाच तसा जबरदस्त आहे. आपल्यालाही, अमृतरावांनी अशी घोडचूक कशी काय केली, असं वाटून गेलंच होतं. आज नाही म्हटलं तरी, तीस-पस्तीस वर्षांचा आपला आणि अमृतरावांचा सहवास

आहे. अनेक दुर्धर प्रसंगात आपण एकमेकांना साथ दिली आहे. आपल्या मनात उमटलेली कळ त्यांना जाणवते आणि त्यांच्या मनानं घातलेली साद आपल्याला ऐकू येते. आता आली तशी. त्यांच्या व्यक्तिमत्त्वाचा पैलू न् पैलू आपल्या परिचयाचा आहे. कोणत्या प्रसंगी ते कसे वागतील, याबद्दल आपण एकशे एक टक्के खात्रीनं सांगू शकतो. इतर काहीही असलं, तरी अमृतराव आपल्या निष्ठेपासून ढळणार नाहीत. उघडच काय, पण आडूनआडूनही कोणाकडून लाच मागणार नाहीत. आपल्या विश्वासातल्या कोणावर कसला आळ आला, तर त्याचीही कसून शहानिशा करतील, तो आळ खोटा आहे, अशी त्यांची उपलब्ध पुराव्यावरून खात्री पटली, तरी त्याहूनही भक्कम पुरावा मिळवण्याचा प्रयत्न करतील. आणि तो त्याच्याविरुद्ध गेला, तर त्या अत्यंत जिवलग सहकाऱ्याविरुद्ध ॲक्शन घ्यायलाही कचरणार नाहीत. कोणाचाही मुलाहिजा बाळगणार नाहीत. तर मग ते स्वत:च इतक्या उघडपणे लाच मागतील? ती मागत असताना कोणीतरी त्याचं रेकॉर्डिंग करत असल्याचा संशय त्यांना येणार नाही? की तसा संशय येऊनही उद्दामपणे त्याविषयी बेफिकीर राहतील? माणूस बदलतो. त्याचं मन चळतं. खरंय. माणसाला मोह सुटतो. खरंय. तरीही अमृतराव एखाद्या नवशिक्यासारखे वागतील? एका भ्रष्ट अधिकाऱ्याच्या कृष्णकृत्यांवर पांघरूण घालण्यासाठी उभे राहतील? दहा लाखांच्या लालचीनं आयुष्यभराच्या खऱ्याखुऱ्या कमाईवर पाणी सोडायला तयार होतील?

मनात झिम्मा-फुगडी खेळणाऱ्या या प्रश्नांपैकी एकाही प्रश्नाचं होकारार्थी उत्तर देता आलं असतं, तरी कौशिकांनी त्याच क्षणी जाऊन कमिशनरांना सांगितलं असतं की "गो अहेड. स्टार्ट डिसिप्लिनरी प्रोसिडिंग्ज अगेन्स्ट अमृतराव."

अगदी टोकाचा विचार करूनही कौशिकांना त्यातल्या एकाही प्रश्नाचंच काय, पण त्यातल्या एकाही मुद्याचं तसं उत्तर देता येईना आणि म्हणूनच ते अस्वस्थ होत होते. अमृतराव दोषी असतील, असं त्यांचं मन मानायला तयार नव्हतं. त्यापाठी केवळ त्यांना अमृतरावांबद्दल वाटणारा जिव्हाळाच कारणीभूत नव्हता. तर्ककठोर विचारही तेच सांगत होता.

पण समोर असलेल्या त्या टेपचं काय? त्यातला पुरावा? पुरावा! कौशिक भूकंपाचा धक्का बसल्यासारखे जागच्याजागी हादरले. अमृतराव खरोखरीच दोषी आहेत की नाही, हे त्या टेपमधल्या पुराव्यावरूनच सिद्ध होणार होतं. त्या पुराव्याचीच कसून छाननी करायला हवी, हे आपल्याला कसं सुचलं नाही? छे, छे! हा सगळा या केसमध्ये अमृतराव आपल्याबरोबर नसल्याचाच परिणाम. ते असते तर ही अशी प्राथमिक चूक आपल्याकडून झालीच नसती. अमृतराव म्हणजे मूर्तिमंत शिस्त! साध्यासाध्या, सहज होणाऱ्या वर्तणुकीतही त्यांची शिस्त सुटली नसती. त्यांच्या कपड्यांमध्ये, त्यांच्या वागण्यामध्ये, बोलण्यामध्ये, खाण्यापिण्यामध्ये शिस्त असायचीच.

कोणतीही गोष्ट टापटिपीनं आणि आखून दिलेल्या क्रमानुसारच करायची शिस्त त्यांच्या इतकी अंगवळणी पडली होती, की त्याच्याविरुद्ध वागायची ऑर्डर जरी त्यांना त्यांच्या वरिष्ठांकडून मिळाली असती, तरी त्यांना ते जमलं नसतं. आणि त्यांनी ते जमवलंच असतं, तर तेही वरिष्ठांच्या ऑर्डरचा कधीही अवमान न करण्याची शिस्त त्यांनी अंगी बाळगली होती म्हणूनच! ते बरोबर असत म्हणून तर कौशिकांच्या एरवीच्या बेबंद वागण्यावर अंकुश राहून त्यांच्या तपासाला काही निश्चित दिशा मिळत असे. तो तपास भरकटत जात नसे.

या वेळी मात्र कौशिक एकटेच होते. चौखूर उधळणाऱ्या त्यांच्या विचारांच्या वारूला लगाम लावून त्याला आखून दिलेल्या ट्रॅकमधून धावायला लावणारे अमृतराव त्यांच्या साथीला नव्हते. त्यांचं कामही आता कौशिकांनाच करावं लागणार होतं. अमृतरावांच्या जीवन-मरणाचा प्रश्न होता. तेव्हा असं नेहमीसारखंच बेशिस्त, बेताल वागून चालणार नव्हतं. अमृतरावांची आठवण करून अशा प्रसंगी ते कसे वागले असते, त्यांनी काय केलं असतं, याची याद करून तसं वागायला हवं होतं.

तर ती टेप! त्यातल्या पुराव्याची कसून छाननी करायला हवी होती. ती बारकाईनं पाहायला हवी होती. त्यात दोनच व्यक्ती होत्या. त्यातल्या अमृतरावांची ओळख आपल्याला पटली होती. दुसरी व्यक्ती, तो सोमनाथ असावा असा आपला केवळ तर्क आहे. तशी खात्री करून घेतली पाहिजे. आपण सोमनाथला कधी पाहिलेलंही नाही. त्याला कसं ओळखणार? तोच तिथे आहे, याची खात्री कशी करून घेणार? आणि हो, पहिली व्यक्ती अमृतरावच आहेत, याचीही शंभरच नाही, तर दोनशे टक्के खात्री पटवून घेतली पाहिजे. केवळ त्यांचा चेहरा पाहूनच ते अमृतराव आहेत, असं आपण समजू लागलो. पण त्यांची वागणूक, ज्या अमृतरावांना आपण ओळखतो त्याच्याशी विसंगत वाटली. मग तेच अमृतराव आहेत, असं आपण शपथेवर सांगू शकू का? त्यासाठी ती टेप परत पाहिली पाहिजे. परतपरत पाहिली पाहिजे. त्यातली फ्रेम न् फ्रेम तपासली पाहिजे. ते काम एकट्याचं नाही. त्या राजेशला बोलावून घ्यायला हवं, पण आणखी कोणाला...

काहीतरी निश्चय झाल्यासारखे कौशिक उठले. त्यांनी राजेशला ताबडतोब घरी यायला सांगितलं आणि तो आला तसे व्हिसीआरमध्ये ती टेप टाकून ते पाहत राहिले.

राजेश ती टेप प्रथमच पाहत होता. त्याचा त्याला धक्का बसला असला, तर ते त्यानं दाखवलं तरी नाही किंवा त्यावर कसलीही मल्लीनाथीही केली नाही. कौशिकांना तो आता अधिकच पसंत पडू लागला होता. त्यांनी सांगितलं, "राजेश, टेप अगदी बारकाईनं पाहा. मायन्यूट्ली. एकेक फ्रेमच नाही, तर त्या फ्रेमचे तुकडेही व्यवस्थित पाहा. मीही पाहतोच आहे. त्यात तुझं लक्ष कशानं वेधून घेतलं, तर मोकळेपणी बोल. आपण ते डिस्कस करू या. त्यातूनच काहीतरी सुचेल."

त्यावर काय सुचायचंय, असंही राजेशनं विचारलं नाही. केवळ 'यस सर' म्हणत त्यांन आपलं सारं लक्ष त्या टेपकडे लावलं.

दहा मिनिटांची ती टेप पाहायला त्यांना दीड तास लागला. तोवर त्या दोघांमध्ये एका अक्षराचीही देवाणघेवाण झाली नाही. राजेश मात्र मधूनमधून आपल्याजवळच्या छोट्याशा वहीत काही नोट करत होता. कौशिकांच्या पाईपमधून धुराचे लोट सुटत होते. त्यांनी आपलं सारं लक्ष समोरच्या टेपकडे कॉन्सेन्ट्रेट केल्याचं ते लक्षण होतं.

टेप संपली. राजेशनं व्हिसीआर बंदही केला. तरीही कोणीच काही बोललं नाही. दहा-पंधरा मिनिटं अशीच गेल्यावर राजेश हळूच म्हणाला, ''काहीतरी बरोबर नाही, असं वाटतंय, सर.''

''काय?'' गर्रकन वळून आपला पाईप त्याच्यावर रोखत कौशिकांनी विचारलं. त्यांची ही खोड अमृतरावांच्या ओळखीची होती. कितीतरी वेळा त्यांना त्याचा अनुभव आला होता. पण राजेश एकदम गडबडून गेला. थोडा वेळ त्याच्या तोंडून शब्दच फुटेना. आपण काय बोलणार होतो, हेही तो त्या गडबडीत विसरून गेला. आणि आता आपण काहीच बोललो नाही, तर कौशिक एकदम आपल्यावर चिडतील, असं वाटून तो पुटपुटल्यासारखं म्हणाला, ''म्हणजे हे सगळं मोहितेसाहेबांच्या ऑफिसमध्ये रेकॉर्ड केलेलं नाही.''

''ऑफकोर्स नाही.''

''कोणतीच पोलीस कचेरीही नाही.''

''कशावरून?''

''आता साधारण पोलीस कचेरी ओळखता येते, सर मला. म्हणजे कसं ते नाही सांगता येणार, पण...''

''ओऽह, आय सी!'' किंचित हसत त्याचा पॉईंट ॲक्सेप्ट करत कौशिक म्हणाले, ''पण मग कुठे झालं असेल हे संभाषण?''

''तिथल्या ॲटमॉस्फिअरवरून तरी एखादा सीडी जॉईंट वाटतोय. अंडरवर्ल्डच्या दोन दादांमधलं संभाषण दाखवण्यासाठी हिंदी सिनेमात वापरतात तसला सेट वाटतोय.''

''सेट? सेट नसेल.''

''नसेलही. कोणत्यातरी जुन्या चाळीतली खोली असेल.''

''असेल. पण तिच्यामुळे काही बरोबर नाही, असं का वाटतंय तुला?''

''ऑड वाटतंय सर. म्हणजे साहेब अशा ठिकाणी इतके रिलॅक्स्ड होऊन बोलतील, असं वाटत नाही. खरंतर साहेब अशा ठिकाणी जातील, असंही वाटत नाही.''

"का? का? एखाद्या क्रिमिनलला पकडण्यासाठी किंवा गुन्हा घडलेल्या जागी तपासासाठी जात नाहीत मोहिते साहेब अशा ठिकाणी?"

"हो, तपासासाठी जातील..."

"...पण अशी बोलणी करण्यासाठी जाणार नाहीत. असंच ना? मग मला सांग, अशी बोलणी साहेब कुठे करतील? आपल्या ऑफिसमध्ये किंवा घरी तर निश्चित करणार नाहीत."

"खरं आहे सर. अशा प्रकारची बोलणी करण्यासाठी अशीच कोणतीतरी आडबाजूची जागा शोधावी लागेल. तरीही साहेब अशा ठिकाणी जातील..."

"... असं तुला वाटत नाही. असंच म्हणायचं होतं ना तुला?"

खरंतर आपल्याला दुसरंच काही म्हणायचं होतं, पण कौशिकांच्या आविर्भावामुळे गडबडल्यानं आपण या वेगळ्याच ट्रॅकवर आलो, हे आता राजेशला आठवलं. त्यासरशी तो म्हणाला, "मला दुसरंच एक सांगायचं होतं, सर. साहेबांचा आवाज मला जरा विचित्रच वाटला."

"म्हणजे तो आवाज अमृतरावांचा नाही, असं म्हणायचंय का तुला?"

"नाही सर, तो आवाज साहेबांचाच आहे."

"तेच म्हणतो मी. मी ओळखतो ना त्यांचा आवाज."

"मग परत पाहिजे तर नीट ऐका सर. तो जरासा मेटॅलिक, म्हणजे जरा वेगळाच वाटतो. कसं ते सांगायचं तर, सर, गेल्याच आठवड्यात मी माझ्या एका मित्राबरोबर एका रेकॉर्डिंग स्टुडिओत गेलो होतो. टीव्हीवरच्या सारेगम कार्यक्रमासाठी त्याची निवड झाली आहे. त्या कार्यक्रमातल्या एका राऊंडमध्ये तुमचा आवाज रेकॉर्डिंगला सूट होतो की नाही, याची टेस्ट घेतात. म्हणजे प्रत्येकाचा चेहरा कसा, फोटोजेनिक असतोच असं नाही. आपल्या डोळ्यांना सुंदर न वाटणारा एखादा चेहरा फोटोमध्ये भलताच अफलातून दिसतो." राजेश म्हणाला आणि त्यानं आपली जीभ चावली. कौशिक जणू आपल्या बरोबरीचे आहेत, असंच समजून त्यानं 'अफलातून' हा शब्द वापरला होता.

पण कौशिकांना त्याचं काही वाटल्याचं त्याला दिसलं नाही. उलट, तो मध्येच थांबला म्हणून त्यांच्या पाईपातून एक भलाथोरला लोट बाहेर पडला होता.

"तसा सर, प्रत्येकाचा आवाज रेकॉर्डिंगला सूट होतोच असं नाही. काहींचा वेगळाच वाटतो आणि प्रत्यक्ष ऐकताना त्यांच्या गाण्यात जी मजा अनुभवतो ती रेकॉर्डिंगमधल्या आवाजात सापडत नाही."

"तसं असेल तर मग उत्कृष्ट गायक असूनही, जर आवाज रेकॉर्डिंगमध्ये व्यवस्थित उमटत नसेल, तर काय त्याच्या कॅसेट्स किंवा सीडी बनवतच नाहीत की काय?"

"मीही तेच विचारलं तिथल्या रेकॉर्डिस्ट्सना. तर त्यांनी सांगितलं की तसं नाही. आता टेक्नॉलॉजी भलतीच ॲडव्हान्स्ड झालीय. तेव्हा कॉम्प्युटरचा वापर करून ते त्या आवाजावर काहीतरी प्रोसेसिंग करतात. त्या स्टुडिओमध्ये तर एक संपूर्ण चेंबरच कॉम्प्युटरनी भरलेला होता. त्यातली काही रेकॉर्डिंग ऐकताना मला असंच विचित्र वाटलं होतं. तो रेकॉर्डिस्टच त्याला मेटॅलिक साऊंड म्हणाला."

त्यावर काही प्रतिक्रिया देण्याऐवजी कौशिक गप्पच बसलेले पाहून राजेशही चूप राहिला. आपण कदाचित जरा जास्तीच बोललो असू, असं त्याला वाटलं. थोड्याच वेळात आपल्या विझलेल्या पाईपमधली राख समोरच्या ॲश ट्रेमध्ये ओतत कौशिकांनी त्याला त्या रेकॉर्डिंग स्टुडिओमध्ये ॲपॉईन्टमेन्ट घ्यायला सांगितलं.

स्टुडिओत पोहोचताच कौशिकांनी तिथे तयार केल्या गेलेल्या हिंदी पॉप संगीताच्या काही कॅसेट्स पाहण्यात आपल्याला इंटरेस्ट आहे असं सांगितलं. ते ऐकून राजेश तर गारच झाला.

अमृतराव आणि सोमनाथ यांच्या संभाषणाच्या त्या व्हिडीओ कॅसेटबद्दल काही तांत्रिक बाबींचा अधिक खुलासा व्हावा म्हणून कौशिकांनी ती ॲपॉईन्टमेन्ट घ्यायला आपल्याला सांगितलं असेल, अशीच त्याची समजूत झाली होती. पण कौशिकांनी तर दलेर मेहंदी आणि राजेश्वरी यांच्या सारख्यांच्या पॉप कॅसेटबद्दल उत्सुकता दाखवावी, हे त्याला विचित्रच वाटलं. स्टुडिओच्या मॅनेजरनी तशा कॅसेट्स आणून ठेवताच कौशिक राजेशला म्हणाले, "राजेश, तुला या म्युझिकमध्ये कितपत इंटरेस्ट आहे?"

"फारसा नाही, सर. पण..."

"...मलाही नव्हता." त्याचं बोलणं अर्ध्यावरच तोडत कौशिक म्हणाले, "अस्सल क्लासिकल संगीतात रमणारा मी, पण माझंही त्या 'तुझं आहे तुजपाशी' मधल्या काकाजींसारखं झालं. बघ, सूतकताईतही मजा असतो, हे एकदा कोणीतरी दाखवल्यावर टकळी फिरवून काय पल्लेदार धागा काढता येतो, हे त्यांनी दिलखुलासपणे अनुभवावं, तसंच मलाही एकदा कोणीतरी या संगीताच्या ठेक्याची चटक लावली. म्हणूनच तुझी ओळख आहे असं समजल्यावर मी त्यातल्या काही सिलेक्ट कराव्या म्हणून आलो. पण तुला त्यात फारसा इंटरेस्ट नसेल, तर तू बोअर होशील. तेव्हा तुला इतर कामं असतील, तर तू गेलास तरी हरकत नाही. संध्याकाळी फोन करून उद्याच्या प्रोग्रॅमबद्दल विचारशीलच तू."

'पण मग त्या मोहिते साहेबांच्या कॅसेटबद्दल काय?' असं विचारायचा मोह राजेशला झाला होता. त्याला कौशिकांचं हे वागणं कळतच नव्हतं. मोहिते साहेबांच्या त्या कॅसेटचा त्यांना पूर्ण विसर पडलेला वाटत होता. ती त्यांनी बरोबरही आणलेली नव्हती. राजेशलाही आता तिथे नुसतंच बसून माशा मारण्यात इंटरेस्ट नव्हता. तो

तडक गेला आणि कमिशनर साहेबांच्या ऑफिसमध्ये दाखल झाला. कमिशनरांनी त्याला कौशिकांबरोबरच्या कामाबद्दल विचारलंच.

"आम्ही दोघांनी मिळून ती कॅसेट बारकाईनं पाहिली, सर. त्यातला मोहिते साहेबांचा आवाज जरा मेटॅलिक वाटला मला. तसं मी कौशिकसरांना बोललोदेखील. शिवाय जिथे ते रेकॉर्डिंग झालंय ती जागाही आडबाजूची, एखाद्या गुन्हेगाराच्या अड्ड्यासारखी वाटते, असंही मी म्हणालो."

"मग कौशिक काय म्हणाले त्यावर?"

"ते म्हणाले, की गुन्हा गुन्हेगाराच्या अड्ड्यावरच व्हायचा. दुसरीकडे कुठे होणार?"

"असं म्हणाले ते? आय सी! मग आता कुठे आहेत ते? मला त्यांना भेटायचंय."

"ते तर आता पॉप म्युझिकच्या कॅसेट्स पाहण्यात दंग झाले आहेत सर. आता नाही भेटायचे तुम्हाला. पण संध्याकाळी मी त्यांना भेटणार आहे, तेव्हा सांगेन तुमचा निरोप."

कमिशनरही चक्रावून गेले होते. सोमनाथनं दिलेली टाईम लिमिट संपायला आता फारसा वेळ उरलेला नव्हता आणि कौशिक त्यासंबंधी तपास करण्याऐवजी स्टुडिओत जाऊन पॉप म्युझिकच्या कॅसेट बघण्यात वेळ दवडताहेत. अमृतरावांनी आजवर त्यांची भलावण केली होती, तसंच काही खरोखरीच्या कठीण केसेसमध्ये कौशिकांची बहुमोल मदत झाल्याची त्यांना माहिती होती. म्हणूनच हे अवघड काम त्यांनी त्यांच्यावर सोपवलं होतं. पण आता त्यांना आपण केलं ते योग्य केलं की काय, याबद्दलच शंका येऊ लागली होती. कदाचित त्या टेपमधला पुरावा अनइम्पिचेबल आहे, त्यात कसलीही त्रुटी नाही, अशी कौशिकांची खात्री पटलीय. म्हणून तर ते आता आपलं लक्ष दुसरीकडे वळवत नाही आहेत ना? तसंच असावं. त्याशिवाय का ते राजेशला म्हणाले, की गुन्हा गुन्हेगाराच्या अड्ड्यावरच होणार. नक्कीच. गुन्हा घडलाय याविषयी त्यांच्या मनात आता संदेह उरला नसणार. मग त्यांनी ताबडतोब येऊन मला तसा रिपोर्ट का नाही दिला? सोमनाथची टाईम लिमिट संपेपर्यंत वाट पाहण्याची काय गरज आहे?

तेवढ्यात फोनची घंटी वाजल्यानं त्यांची विचारश्रृंखला भंग पावली आणि मग कामाच्या धबडग्यात त्यांना कौशिकांबद्दल विचार करायला फुरसतच झाली नाही. संध्याकाळी झाली तोवर राजेश त्यांना घरी सापडला नाही. एवढंच काय, पण त्याचा मोबाईलही त्यानं स्विच ऑफ केल्याचं त्यांना जाणवलं. त्या बेपर्वाईबद्दल त्याची चांगली खरडपट्टी काढायचं ठरवून ते दुसऱ्या कामाकडे वळले.

पण त्यानंतर तीन दिवस त्यांना ना कौशिकांशी संपर्क साधता आला, ना राजेशशी. एरवी त्यांनी आपल्या माणसांना कामाला लावून शहरातल्या कोणत्याही व्यक्तीला आपल्यासमोर काही तासांतच हजर केलं असतं. पण हा सगळाच चोरीचा

मामला होता. हळूहळू बोंबलायचीही सोय नव्हती. राजेशबद्दल किंवा कौशिकांबद्दल ते कोणालाच सांगू शकत नव्हते. पण आता सोमनाथनं दिलेल्या टाईम लिमिटपैकी जेमतेम दोन दिवस उरले होते आणि त्यांच्याकडे कोणतीच ॲडिशनल माहिती नव्हती.

उल्कावहिनींचाही फोन एक-दोनदा येऊन गेला होता. त्यांना धीर देण्याचा प्रयत्न त्यांनी कसाबसा केला, पण तो लंगडा आहे याची जाणीव वहिनींनाही झाली असावी, अशी शंका त्यांना आली होती. छे! आपण चूकच केली. पोलीस खात्याबाहेरच्या कोणाकडेतरी ही कामगिरी सोपवण्याऐवजी, आपण जातीनं चौकशी करायला हवी होती. आता अर्थात तसा विचार करण्यात काहीच मतलब नव्हता. झाली गोष्ट होऊन गेली होती. आता कोणत्या तोंडानं अमृतरावांना आणि वहिनींना सामोरं जावं, याचा विचार ते करत असतानाच त्यांच्या सेक्रेटरीनं इंटरकॉमवरून राजेश आल्याची वर्दी त्यांना दिली. त्याला ताबडतोब आत पाठवून द्यायला सांगून त्याला फैलावर घेण्यासाठी ते सरसावून बसले.

"व्हेअर द हेल वेअर यू?" राजेशनं ठोकलेल्या सॅल्यूटकडे लक्षही न देता कमिशनरांनी विचारलं.

"मी कौशिकांबरोबर होतो."

"कुठे? डिस्कोबारमध्ये? पॉप म्युझिकच्या रेकॉर्ड्स लावून रम्बासम्बा करत?"

"नाही सर. तसं नाही..."

"आणि तुझा मोबाईल फोन? स्विच ऑफ का केला होतास?"

"कौशिकसरांची ऑर्डर होती तशी सर."

"दॅट्स राईट! आणि हे कौशिक कुठे आहेत?"

"त्यांचाच निरोप घेऊन आलोय, सर. आज दुपारी चार वाजता ते तुम्हाला भेटायला येताहेत. निदान तासभर तरी तुम्ही त्यांच्यासाठी राखून ठेवावा, अशी रिक्वेस्ट त्यांनी केलीये. त्या वेळी इतर कोणाचाही डिस्टर्बन्स नकोय, असंही ते म्हणाले. मलाही आणखी काही कामं सांगितली आहेत त्यांनी."

"कशासाठी भेटणार आहेत ते मला?"

"ते काही सांगितलं नाही सर त्यांनी. मात्र तसंच काही महत्त्वाचं आहे, असंच ते म्हणाले."

त्यांची उत्सुकता आता ताणली गेली होती, पण दुपारच्या चारपर्यंत वाट पाहण्याशिवाय गत्यंतर नाही, हेही ते समजून चुकले होते. आपल्या सेक्रेटरीला बोलावून त्यांनी दुपारी चार ते सहा इतर सगळ्या ॲपॉईन्टमेन्ट्स कॅन्सल करायला सांगितल्या. तसंच त्या वेळेत कोणालाही त्यांच्या ऑफिसकडे फिरकू न देण्याची व्यवस्थाही करायला सांगितलं. त्याबद्दल राजेशला विचारून अरेन्जमेन्ट करावी,

असंही तिला सांगितलं. आणि मग राजेशला डिसमिस करून अतिशय अस्वस्थपणे ते दुपारची वाट पाहत राहिले.

कौशिकांनी येताच इतके दिवस त्यांची गाठ न घेतल्याबद्दल माफी मागितली. पण तिच्याकडे दुर्लक्ष करत कमिशनरांनी विचारलं, "मग तुमचा रिपोर्ट तयार आहे ना?"

"रिपोर्ट? कसला?"

कमिशनर चमकलेच. अमृतरावांबद्दलचा रिपोर्ट द्यायलाच आला आहे ना हा गृहस्थ!

"अमृतरावाबंद्दलचा. ती टेप मी तुम्हाला दिली होती."

"येस, येस टेप. व्हिडीओ टेप. तीच दाखवायला आणलीय मी तुम्हाला. म्हणून तर राजेशला व्हिसीआरही तयार ठेवायला सांगितलं होतं. तुम्ही तयार असाल, तर लगेच सुरुवात करू या. उगीच उशीर नको."

"पण मी पाहिलीय ती टेप. तीन-चारदा पाहिलीय."

"नाही सर. ही टेप तुम्ही पाहिलेली नाहीये. प्लीज! पाच-सात मिनिटांचीच आहे, पण जरा नीट ध्यान देऊन पाहा."

कौशिकांनी तसं सांगितलं नसतं, तरी कमिशनरांनी आपलं सारं लक्ष त्या टेपवर केंद्रित केलंच असतं. कारण ती सुरू होताच सोमनाथ दिसला. तो म्हणत होता, "नाही, शोएबभाई. या वेळी नाही जमणार."

"जमायलाच पाहिजे. फार मोठी असाईनमेन्ट आहे." या वेळी कॅमेरा ज्याच्यावर फोकस झाला होता त्याला पाहून कमिशनर जागच्याजागी उडालेच. तो होता कुविख्यात अंडरवर्ल्ड डॉन शोएब रहिमान. तो सोमनाथला ऑर्डर्स देत होता आणि सोमनाथ अजिजीनं त्या ऐकत होता.

"पण भाई, माझ्याबद्दल संशय आलाय मोहित्याला. तो माझी एन्क्वायरी करतोय, असं कळलंय मला. येत्या काही दिवसांतच तो कमिशनरांकडे रिपोर्ट देणार आहे अशीही इन्फर्मेशन आहे. तसं तोंडी याआधीच सांगितलंय त्यानं."

"साला या मोहि..." आणि त्यावर शोएबनं अमृतरावांना एक कचकावून शिवी घातली होती.

कमिशनरांच्या त्या एअरकंडिशन्ड ऑफिसमध्ये ती ऐकतानाही राजेशला आणि कमिशनरांना घाम फुटला.

कमिशनरांच्या तळपायाची आग मस्तकात गेली होती. त्या शोएबची ही हिंमत! आणि हा सोमनाथही आपल्या सुपिरियरबद्दल एकेरी भाषा वापरत होता! पण काहीही न बोलता ते पुढे पाहतच राहिले.

"त्या मोहित्याच्या बच्च्याचा काहीतरी बंदोबस्त केलाच पाहिजे, सोमनाथ.

आम्हालाही तो डोईजड व्हायला लागलाय. साला ॲडिशनल कमिशनर आहे म्हणून. नाहीतर केव्हाच सुपारी दिली असती. आपला आदमी तर एका पायावर तयार आहे. त्यालाही बदला घ्यायचाय. पुराना हिसाब चुकवायचाय.''

''नाही भाई, त्याला खलास करून नाही चालणार. सगळं डिपार्टमेंट चवताळून उठेल. त्यासाठी वेगळंच ऑपरेशन करायला हवं.''

''तू बोलतोस, ते पण सच आहे. तोच करप्ट आहे, आपल्याला त्याचीच मदत आहे, असं उठवलं तर?''

''कोण विश्वास ठेवणार त्याच्यावर? त्यासाठी काही जबरदस्त पुरावा पाहिजे. तो कसा भेटणार?''

''पुरावा? एविडन्स. हां, असा केला तर. त्यानं तुझ्याकडून तुझ्या चौकशीचा मामला रफादफा करायला पेटीची मागणी केलीय, असं सांगितलं तर...?''

''नुसतं सांगून उपयोग नाही, भाई. तसा पुरावा हवा.''

''मग ॲन्टीकरप्शनकडे कम्प्लेन्ट करून त्याच्यासाठी सापळा लावू या.''

''हा काही जंजीरसारखा सिनेमा नाही, भाई. मोहित्या हरामखोर त्यात नाही अडकायचा. मी काय, तुम्ही काय त्याला कुठे बोलावलंच, तर यायचा नाही.''

''अच्छा! मग त्यासाठी दुसरीच काही तरकीब करायला पायजे. करू या. करू या. तू पण सोच काहीतरी, पण या असाईनमेन्टच्या वेळी तू असायलाच पायजे. काय बी झालं तरी.''

टेप तिथेच संपली होती. सोमनाथचे आणि शोएब रहिमानचे घनिष्ट संबंध होते, हे निर्विवादपणे सिद्ध करण्याएवढा पुरावा होता. क्षणभर कोणीच काही बोललं नाही. कौशिक आपला पाईप पेटवायला निघाले होते. तेवढ्यात आपण कुठे आहोत, याचं भान येऊन त्यांनी तो आपल्या खिशात टाकला.

''म्हणजे अमृतराव मला सोमनाथबद्दल सांगत होते, ते खरंच होतं तर! याच टेपचा त्यांना शोध होता तर! ती वेळीच त्यांच्या हाती आली असती, तर मग केव्हाच आम्ही सोमनाथविरुद्ध ॲक्शन घेतली असती. अमृतरावांवर सस्पेन्ड व्हायची पाळी आली नसती. कुठे मिळाली ही टेप तुम्हाला?''

''मिळाली नाही सर. मी तयार केलीय ती.''

''तयार केलीय? म्हणजे मी नाही समजलो.''

''आजच्या या कॉम्प्युटरच्या डिजिटलायझेशनच्या जमान्यात ऑडिओ आणि व्हिडीओ रेकॉर्डिंगमध्ये क्रांती झालीय, सर. तुम्ही भीमसेनच्या आवाजात गझल गाऊ शकाल. म्हणजे तशी व्हिडीओ कॅसेट तयार करता येईल. या टेपमध्ये जे दोघं जण तुम्हाला दिसताहेत, ते आहेत राजेश आणि मी. तिथे राजेशला युनिफॉर्म घालून बसवला होता मी. आणि ते रंगीबेरंगी कपडे घालून मी तिथे बसलो होतो. ते कपडे

अंगावर चढवताच माझ्या अंगात शोएबच संचारला. ते कॉन्व्हर्सेशन आम्हा दोघांतलं आहे. अमृतरावांना त्या शिव्या देताना माझी जीभ कचरली असती, पण म्हटलं ना माझ्या अंगात शोएब संचारला होता म्हणून. जरासंही न अडखळता ती शिवी माझ्या तोंडून बाहेर पडली. ते रेकॉर्डिंग करायला फारसा वेळ लागला नाही. त्यानंतरचीच कामगिरी वेळ घेणारी आणि आमच्या, तसंच टेक्नॉलॉजीच्या कौशल्याची कसोटी पाहणारी होती. 'फोटो ॲनिमेशन' असं नाव आहे त्या टेक्निकला. हॉलिवूडमध्ये त्याचा पहिल्यांदा वापर झाला. एका फिल्मचं शूटिंग चालू असतानाच अकस्मात त्याच्या हिरॉईनला ॲक्सिडेन्ट होऊन ती मेली. काही क्रुशियल सीन्स शूट करायचे राहिले होते. त्याच्याशिवाय सिनेमा पूर्ण होऊ शकत नव्हता आणि दुसरी हिरॉईन घेऊन नव्यानं शूटिंग करायचं तर कोट्यवधी डॉलर पाण्यात जाणार होते. त्या वेळी मग या फोटो ॲनिमेशनचं तंत्र वापरण्यात आलं. दुसऱ्याच एका मुलीला घेऊन ते सीन्स शूट करण्यात आले आणि त्यानंतर मग त्या हिरॉईनचे जे असंख्य फोटो होते, त्यांचं डिजिटायझेशन करून, म्हणजे त्या इमेजेस कॉम्प्युटरला वाचायला सोप्या अशा भाषेत रूपांतरित करून, मग कॉम्प्युटर प्रोसेसिंगकरवी त्या मुलीच्या जागी मूळच्या हिरॉईनचे चेहरे फिट्ट बसवण्यात आले. तोंडावरच्या एक्स्प्रेशनसकट. व्हर्चुअल रियॅलिटीचं टेक्निक त्यासाठी वापरण्यात आलं. म्हणजे ती एक्स्प्रेशन दुसऱ्याच एका चांगल्या नटीनं दिली आणि ती मग त्या हिरॉईनच्या चेहऱ्यावर चढवण्यात आली.''

''आणि याचा कोणालाही संशय आला नाही म्हणता?''

''नॉट ॲट ऑल! नन व्हॉटसोएव्हर! सिनेमा हिट गेला. रेकॉर्ड कलेक्शन केलं त्यानं.''

''ओऽह, आय सी!''

''तशीच ती अमृतरावांची टेप बनावट असावी, असा संशय आहे. नव्हे माझी तर खात्रीच पटली आहे.''

''मीही ती टेप पाहिली होती. अगदी मायन्यूट्ली ऑब्झर्व्ह केली होती. पण मला तसा कसलाच संशय आला नाही. ती बनावट असावी, असं तुम्हाला केव्हा वाटलं?''

''तसा सुरुवातीपासून मी अस्वस्थ होतो. काहीतरी बरोबर नाही, असं वाटत होतं. पण काय ते नेमकं लक्षात येत नव्हतं. परतपरत पाहूनही अस्वस्थता जात नव्हती, उलट वाढतच होती. पण तिचं नेमकं कारण उमजत नव्हतं. मग ती टेप मी राजेशबरोबर पाहिली. दुसऱ्यांदा पाहिली तेव्हा राजेशच म्हणाला, की या टेपमधलं सेटिंग विचित्र वाटतंय, एखाद्या गुन्हेगारीच्या अड्ड्यासारखं वाटतंय.''

''दॅट्स राईट! राजेशनं सांगितलं ते मला आणि त्यावर 'गुन्हा गुन्हेगारीच्या अड्ड्यावरच घडणार,' असं काहीसं तुम्ही म्हणालात, असं तो म्हणाला. त्यामुळे

अमृतरावांनी खरोखरीच हा गुन्हा केलाय असा तुमचा पक्का समज झालाय, असं मला वाटलं.''

''नो, नो, नो. उलट त्यांना सापळ्यात अडकवण्याचा गुन्हा गुन्हेगारीच्या अड्ड्यावरच शिजला असणार, असं मला वाटलं. म्हणून राजेश निघून गेल्यावर मी परत एकदा ती टेप पाहिली आणि त्या वेळी मला पहिला पुरावा मिळाला ती बनावट असल्याचा. त्या टेपमधल्या एका फ्रेममध्ये अमृतरावांचा उजवा हात दिसतो आहे. त्या हाताच्या मधल्या बोटात आणि अनामिकेत अशा दोन अंगठ्या आहेत. त्याही बटबटीत, मोठमोठे खडे असणाऱ्या. अमृतरावांनी आयुष्यात कधी हातात अंगठी घातली नाही. लग्नाच्या वेळी काही धार्मिक कार्यासाठी ती हवी होती. तेव्हा त्यांचं मन वळवता- वळवता त्यांच्या वडिलांच्या आणि खुद्द उल्कावहिनींच्या कसे नाकी नऊ आले होते, याची कहाणी मी वहिनींकडूनच ऐकली होती. आणि तेच अमृतराव एकच नाही, तर चक्क दोन-दोन अंगठ्या घालतात, हे बघून मला आश्चर्यच वाटलं. त्यानंतर बारकाईनं पाहतापाहता असेच आणखीही काही क्लूज मिळाले. त्यांच्या हातात सिगरेट होती. अमृतराव चिरुट सोडून इतर कशाला हात लावत नाहीत, हे तुम्हालाही माहीत आहे. राजेश म्हणाला होता, की अशा जागी अमृतराव कधीही जाणार नाहीत. तेही आता मला पटायला लागलं होतं. त्यांच्या अंगावरचा सूट पाहा. असा चेक्सचा सूट अमृतरावांनी घातलेला कधी पाहिलाय तुम्ही?''

''यू आर राईट! आता मलाही दिसतोय तो सूट. त्या वेळी त्याचं काही वाटलं नव्हतं. बट नाऊ दॅट यू मेन्शन...'' असं म्हणत कमिशनरसाहेबांनी चक्क शीळ घातली.

''अधिक काळजी घेतली असती, तर टेपमधल्या अमृतरावांच्या बोटातल्या अंगठ्या काढता आल्या असत्या. सिगरेटऐवजी त्यांच्या हातात चिरुट ठेवता आला असता. त्यांच्या अंगावरचा सूट सोबर करता आला असता. पण त्यासाठी एकतर अमृतरावांच्या व्यक्तिमत्त्वाची पुरेपूर ओळख हवी आणि तशा बारीकसारीक बाबींकडे लक्ष देणारी अक्कल हवी. तुमच्या राजेशकडे ती आहे. म्हणून तर त्यानं स्वत:ला प्रमोशन देत खांद्यावरच्या एपॉलेट्सवर असिस्टंट कमिशनरची चिन्हं चढवली. त्याला सोमनाथच्या इतर लकबींचीही बरीच माहिती असल्यामुळे त्यातही योग्य ते बदल करण्याची काळजी आम्ही घेतली आहे. त्यामुळेच गेले दोन दिवस त्यानं माझ्याबरोबर घालवले आणि माझ्याच सांगण्यावरून आपला मोबाईल ऑफ करून ठेवला. त्यासाठी आय ॲपॉलॉजाईज ऑन हिज बिहाफ.''

''नो, नो, यू शुड नॉट. तुम्ही आणि राजेशनंही किती मोठं काम केलं आहे, हे मला शब्दांत नाही सांगता यायचं.

पोलीस डिपार्टमेंटची इज्जत वाचवलीय तुम्ही आणि अमृतरावांसारखा नेक

ऑफिसरही परत मिळवून दिला आहात. तरीही ही तुमची टेप बनावट आहे हे माहिती असतानाही तिचा कसा काय उपयोग करायचा, मिनिस्टरना ती कशी दाखवायची आणि ती दाखवून पहिली टेपही बनावट आहे अशी त्यांची खात्री कशी पटवून द्यायची, हे मला समजत नाहीये.''

''छे, छे, छे! ती टेप मंत्रीमहोदयांना दाखवायची नाहीये. तशी पाळीच येणार नाही.''

''मग काय करायचं? केवळ माझी खात्री पटून फायदा नाही. केवळ त्या आधारावर जर मी सोमनाथचा अल्टिमेटम झिडकारला तर तो सरळ प्रेसकडे जाईल. असा जाहीर बोभाटा झाला तर मग काय होईल, ते सांगता नाही यायचं.''

''म्हणूनच मग तुम्ही सोमनाथला बोलावून घ्या. त्याला सांगा, की त्यानं दिलेल्या टेपच्या आधारे आता डिपार्टमेंटल एन्क्वायरी सुरू केली जाणार आहे. पण आता तुम्हाला दुसरीही एक टेप मिळाली आहे आणि तिच्याही आधारावरून एन्क्वायरी सुरू करावी लागणार आहे. ती टेप त्याला बघायला बोलवा आणि ती ग्राह्य धरून आता त्याच्या एन्क्वायरीत तिचा उपयोग करावा लागणार आहे आणि त्यामुळे त्यालाही डिसमिस करावं लागणार आहे, असं त्याला सांगा. ही मी दिलेली टेप पाहिल्यावर त्याची काय रिॲक्शन होते ते पाहा. आय ॲम सर्टन, तो ती टेप बनावट असल्याचा कांगावा करेल. त्या वेळी मग तुम्ही त्याच्याशी कडक वागा. त्याला विचारा, की त्याची टेप तेवढी खरी आणि ही बनावट, असं कसं म्हणता येईल. दोन्हीही खऱ्या धरल्या पाहिजेत आणि विशेष म्हणजे या दुसऱ्या टेपमधला पुरावा अधिक डॅमेजिंग आहे. एका सिनियर ऑफिसरचे लागेबांधे सरळसरळ अंडरवर्ल्डच्या नटोरियस डॉनबरोबर असल्याचा तो पुरावा आहे. एवढंच नाही, तर त्यातल्या संभाषणावरून अमृतरावांना बदनाम करण्याचा कट रचला जात असल्याचं स्पष्ट दिसतंय. व्हॉट आय मीन टू से इज दॅट, धीस वुईल मेक हिम सी दॅट हिज गॅम्बल हॅज फेल्ड. त्याचा उपयोग करून मग त्याच्याकडून त्यानं दिलेली टेप बनावट असल्याचा कबुलीजबाब घेता येईल. आणि यू कॅन इव्हन मेक हिम टेन्डर हिज रेझिग्नेशन वुईथ नो वे आऊट फॉर हिम टू यूज हिज टेप इन द फ्युचर. ती टेप तो पब्लिक करूच धजणार नाही. कारण तसं त्यानं केलंच, तर मी दिलेली टेपही आपण पब्लिक करू, हे त्याला स्पष्ट सांगा. त्यानं पोलीस खात्याला शह देण्याचा प्रयत्न केलाय. आपण त्याला काटशह द्या. इन द मीनव्हाईल त्यानं दिलेल्या टेपचं ॲनॅलिसिस करून ती खरोखरीच बनावट असल्याचा पुरावाही आपण गोळा करू शकू. बाकी पॉलिटिकल लेव्हलवर केस कशी हॅन्डल करायची, हे मी आपल्याला काय सांगणार! बाकी राजेशमुळेच ती टेप बनावट असल्याचं समजलं आपल्याला. ही डिझर्वज् कॉन्ग्रॅच्युलेशन्स.''

अशा प्रसंगी अमृतरावांनाही एम्बरॅसिंग व्हायचं, तिथे राजेशची काय कथा!

अमृतरावांचा असल्या गोष्टीवर विश्वास नसला, तरी या वेळी वहिनींचं म्हणणं त्यांना ऐकावंच लागलं होतं. वहिनींनी सत्यनारायणाची पूजा घालून संध्याकाळी काही मोजक्या मंडळींना जेवायचं आमंत्रण दिलं होतं. कौशिक होते, कमिशनरही होते. त्या वेळी वहिनींनी आणि कमिशनरांनीही कौशिकांचं ऋण उघडपणे मानण्याचा प्रयत्न केला. पण कौशिक म्हणालेच, ''खरंतर या केसची ही अशी सक्सेसफुल सांगता झाली, यालाही अमृतरावच कारण आहेत बरं का.''

''काहीतरी बोलू नका कौशिक, मी तर या वेळी तुमच्याबरोबर नव्हतोच.'' अमृतराव म्हणाले.

''तुम्ही नसलात तरी तुमच्या अंगठ्या होत्या ना!''

''अंगठ्या? मी तर आयुष्यात कधी अंगठी घातली नाही बोटात. विचारा उल्काला.''

''एक्झॅक्टली, माय डियर अमृतराव! तुम्हाला ती शेरलॉक होम्सची गाजलेली कथा माहितीच असेल. ती कुत्रा न भुंकल्याची. एलिमेन्टरी, माय डियर वॉटसन, शेरलॉक म्हणाला होता. कुत्रा का भुंकला नाही, हे शोधून काढ म्हणजे केसचा उलगडा होईल आणि तसंच झाले. कुत्रा भुंकला नाही, त्यामुळे गुन्हेगार सापडला. या वेळीही तुम्ही अंगठ्या घातल्या नाहीत म्हणून गुन्हेगार सापडला. हॅट्स ऑफ टू यू अमृतराव!''

यावर अमृतरावच काय, पण वहिनी किंवा कमिशनरही काही बोलू शकले नाहीत. तिघांनीही प्रसाद कोंबून आपली तोंडं बंद असल्याचा बहाणा मात्र केला.

◆

पशुमानव

"म्हणजे तुम्ही तेवढे खरे. इतकी सारी जणं स्वत:चा अनुभव सांगताहेत ती खोटी?'' जोशी तावातावानं म्हणाले.

"अहो जोशी, अनुभव कसला? तशी समजूत आहे प्रत्येकाची. कोणीही पाहिलेला नाही त्याला. केवळ ऐकीव गप्पांवरून लढवलेले तर्क आहेत ते.'' कर्नल पंडितांनी त्यांना समजवण्याचा प्रयत्न करत म्हटलं.

"तुम्हा मंडळीचं ठीक असतं कर्नलसाहेब. तुम्ही आपले आपल्या बंकरमध्ये आरामात आणि सुरक्षित वातावरणात असता. तिथे आघाडीवर ज्यांना तोफगोळ्यांना तोंड द्यावं लागलं, त्यांना तुम्ही आरामखुर्चीत बसून आपल्या चिरुटाचा धूर सोडत सांगणार, की तिथे खरे तोफगोळे नाहीतच. तो केवळ त्या जवानांचा तर्क आहे.'' तावडे कर्नलसाहेबांवर कमरेखाली वार करत म्हणाले. कर्नलसाहेबांची शौर्यगाथा वास्तविक तिथे हजर असलेल्या सर्वांनाच ठाऊक होती. तब्बल दहा वर्षं त्यांनी काश्मिरमध्ये अतिरेक्यांचा सामना करत काढली होती. त्यांच्याशी झालेल्या झटापटीच्या कितीतरी खुणा अजूनही त्यांच्या शरीरावर होत्या. राणा संगानंच काय ती त्यांच्यावर या बाबतीत मात केली असती. रानडे मध्ये पडून तावडेंना त्याची आठवण करून देणार तोच, हातातल्या चिरुटाच्या इशाऱ्यानं त्यांना अडवत कर्नल पंडितच पुढे म्हणाले, "तावडे, आम्ही सेनापती तसे पाठीच असतो हे खरं, पण आम्ही जवानांना 'तुम लढो हम कपडा संभालता है,' असं सांगत नसतो. वेळप्रसंगी आम्ही आघाडीवर जाऊन नेमका कुठे तळ ठोकायचा, याचा जातीनं तपास करत असतो. खैर, ती बात नाही. खरंतर तुमची उपमाच चुकलीय. कारण

तोफगोळ्यांचा मारा होतोय याची खात्री करून घेतल्यावरच, आम्ही जवानांना त्याला प्रत्युत्तर द्यायला पाठवतो. इथे तशी बात नाहीये. आजवर कोणीही चश्मदीद गवाह मिळालेला नाहीये. त्या मर्कटमानवाला प्रत्यक्ष पाहिलंय, असं सांगणारा कोणी पुढे आलेला नाहीये.''

''का? का? इतक्या जणांनी पाहिल्याचं सांगितलंय! पोलीसही म्हणाले, की इतके जण सांगताहेत तेव्हा कदाचित त्यात तथ्य असावं. आम्ही तपास करतो आहोत.''

''अहो, त्यांना तसं सांगणं भागच आहे. नाहीतर काहीच मिळत नाही म्हणून धास्तावलेले लोक पहिल्यांदा पोलिसांवरच दगड फेकायला उठायचे. हे अमृतराव देतील माझ्या म्हणण्याला दुजोरा. पण हे जे पाहणारे लोक सांगताय ना तुम्ही, त्यातल्या कोणीही त्याला व्यवस्थित पाहिलेला नाहीये. रात्रीच्या अंधारात, धुरकट वातावरणात त्यांना तसं कोणीतरी दिसलं. हे अत्याचार करणारं कोणीतरी आहे, यात शंका नाही. त्याला काही जणांनी असा निसटता पाहिलेलाही आहे. पण तो मर्कटमानव आहे, हे शुद्ध तर्कट आहे.''

''पण, पण त्यानं केलेल्या हल्ल्यांच्या त्या खुणा? ते हल्ले जर कोणी माणसानंच केलेले असते, तर अशा खुणा उमटल्याच नसत्या.''

''तोही केवळ तर्क. कारण तो हमलेखोर कोणतं शस्त्र वापरतो आहे, याची कुठे काय माहिती आहे आपल्याला? शहराच्या ज्या भागात हे हल्ले होताहेत, तिथे मुख्यत्वे झोपडपट्टीच आहे. तेव्हा गुन्हेगारही फारसा सोफिस्टिकेटेड असेल, असं नाही. त्यामुळे त्याच्याजवळचं शस्त्रही असं गावठी, क्रूडच असणार. त्याच्या पात्याला जर व्यवस्थित धार काढलेली नसली, ते वेडंवाकडं असलं, तर मग त्याच्या खुणाही अशा विचित्रच उमटणार. त्यात आपल्या समाजावर अंधश्रद्धेचा केवढा पगडा आहे, हे मी तुम्हाला सांगायला नको. कोणतंही गूढ असं फार दिवस न उकलता राहिलं, की मग कोणीतरी अशी आवई उठवतो आणि मग त्यावर विश्वास ठेवण्याची घाई उडते.''

''असं कसं होईल!'' आपला हेका न सोडता जोशी म्हणाले. वास्तविक, आपल्या म्हणण्यात तसा जोर आता उरला नाही, हे त्यांचं त्यांनाही कळून चुकलं होतं. पण आपण गप्प बसलो तर हार मानल्यासारखं होईल, अशा शंकेनं ते आपलंच घोडं पुढे दामटत राहिले.

''अहो, होतं तसं. ती मारुतीच्या बेंबीची गोष्ट माहिती आहे ना तुम्हाला? आपल्याला विंचू चावला, हे कोण आपणहून कबूल करील! त्याऐवजी बेंबी थंडगार आहे म्हणणं सोपं आणि सोईस्कर असतं. तसंच इथे आहे. इतर चारचौघं सांगत असले, की त्याचीच री ओढणं सोपं जातं. त्यापेक्षा दुसरं काही सांगायचं तर त्याला

गट्स लागतात. सर्वांकडेच ते असतात असं नाही. म्हणून तर एक जण ओरडला की दुसराही ओरडायला लागतो, लांडगा आला रे आला!''

"या लांडग्यावरून आठवण झाली. अगदी खरं आहे कर्नलसाहेबांचं म्हणणं.'' इतका वेळ त्या चर्चेकडे गंमतीने पाहत आपल्या पाईपातून धूर सोडत बसलेल्या डॉक्टर कौशिकांनी प्रथमच आपलं तोंड उघडलं.

दर महिन्याला एकदा कोणाकडेतरी अशी मैफल जमवायची, ही त्या मंडळींची गेल्या काही वर्षांची सवय होती. एरवी इतर कुठेही न जाणारे अमृतराव आणि डॉक्टर कौशिकही ही मैफल चुकवत नसत. तिथे जमणारी सगळीच मंडळी आपापल्या क्षेत्रात नामवंत होती. बुद्धिमान होती. त्यामुळे तिथे होणाऱ्या गप्पांचा आनंद काही आगळाच असे. गप्पांच्या ओघात काही नवनव्या कल्पना सुचून त्यांचा उपयोग आपापल्या क्षेत्रात करण्याचाही योग येत असे. अमृतरावांच्या तर काही केसेसचा कुंठित झालेला तपास त्या मैफलीत सुचलेल्या कल्पनेनं पुढे सरकला होता, त्यातला गुंता सुटला होता.

त्या मैफलीतल्या गप्पांना कोणत्याही विषयाचं बंधन नव्हतं. कोणताही विषय वर्ज्य नव्हता. त्या बैठकींना मुळी अजेंडाच नव्हता. कोणत्याही शब्दावरून गप्पा सुरू होत आणि मग त्याची परिणती कोणत्या सखोल चर्चेत होईल, याचं भविष्य त्यांचं त्यांनाही सांगता येत नसे.

त्या दिवशीही वर्तमानपत्रांमधून गाजत असलेल्या दिल्लीच्या मर्कटमानवावरून गप्पांची ठिणगी पडली होती आणि तिनं गप्पा बऱ्याच तापवत नेल्या होत्या. एरवी त्या आगीत तेल ओतण्याचंच काम कौशिकांनी केलं असतं. पण एकाएकी त्यांना त्या पशुमानवाच्या केसची आठवण झाली आणि त्यांनी मग अमृतरावांकडे एक सहेतुक कटाक्ष फेकत तो किस्सा सांगायला सुरुवात केली.

"आम्ही त्या वेळी नॉर्थईस्टमध्ये गेलो होतो. आसाम, मेघालय, मिझोराम यांच्या सीमारेषेवरचा तो भाग. पहाडी आणि घनदाट जंगलांचा. आपल्या देशात इतकं नयनरम्य ठिकाण आहे, असं त्याआधी कोणी सांगितलं असतं, तर त्यावर माझा तरी विश्वास नसता बसला. हवाही थंड, पण बोचरी नव्हती. अंगात एखादा हलकासा स्वेटर घालून त्या गुलाबी थंडीची मजा चाखता येत होती. अमृतरावांचे एक बॅचमेट, कुमुदरंजन राय यांचं पोस्टिंग तिथे झालं होतं. त्यांच्याच आग्रहावरून आम्ही सुटी घालवायला तिथे गेलो होतो. खरंतर त्यांनी अमृतरावांनाच आमंत्रण दिलं होतं. पण म्हणतात ना गाड्याबरोबर नळ्याची यात्रा, तसा मीही आपला एखाद्या आगंतुक घुसखोरासारखा तिथे गेलो होतो.''

"तुमचं हे नेहमीचंच आहे हं, कौशिक. मंडळी, कुमुदला कौशिकांना भेटायचीही उत्सुकता होतीच. त्यांचा लौकिक त्याच्यापर्यंतही पोहोचला होता. त्यामुळे मी नुसतं

त्यांचं नाव काढताच त्यानं कौशिकांनाही बोलावलं. गाड्याबरोबर नळ्याची यात्रा झाली असलीच, तर माझीच असं म्हणायला हवं.''

''ठीक आहे.'' त्यांची समजूत काढत जोशी म्हणाले. ''तुम्ही दोघंही गाडा. नळा कोणीच नाही, मग तर झालं! या नमनालाच घडाभर तेल वाया घालवण्याऐवजी त्या पशुमानवाचं काय सांगत होतात, ते पटकन सांगा.''

''तेच तर सांगायचंय, पण त्याआधी तिथला माहौल कसा होता हे समजून घ्यायला हवं. त्याशिवाय ती केस समजणार नाही तुम्हाला. तिथले पहाडी लोक तसे मोठे धार्मिक, पण बहुतांश ख्रिस्ती किंवा बौद्ध. त्यातले बौद्ध बहुतेक आपापल्या मठांमधून डोंगरकपारीच राहणारे. गावातली वस्ती साधारणत: ख्रिस्ती बांधवांची. शिवाय पहाडी असले तरी तिथे साक्षरतेचं प्रमाण जास्ती आहे. त्यात इंग्रजी जाणणारेही बरेच आढळतात. तशी त्यांची भाषा खासीच्या जवळचीच, पण आता हिंदीतून बोलणारेही पुष्कळ भेटतात. विशेषत: बाजारात टांगा किंवा रिक्षा चालवणारे, बोजा उचलणारे हिंदी बोलतात. आपल्या खास उच्चारशैलीतली हिंदी. त्यांचा तो ॲक्सेन्ट ऐकायला मजा येते.

इंग्रजी आणि ख्रिश्चन धर्म यांच्याबरोबर तिथल्या मंडळींनी इंग्रजांच्या जीवनशैलीचे इतरही पैलू अंगीकारलेले आहेत. त्यामुळे तिथे गावांमध्ये पबही बरेच दिसतात. आणि त्या पबमध्ये जाऊन संध्याकाळच्या शिळोप्याच्या गप्पा करणं तिथे समाजमान्य आहे. पबमध्ये कोणी दिसला, तर त्याला लगेच बेवडा म्हटलं जात नाही.

आम्ही होतो ते, तसं म्हटलं तर छोटंसं गावच होतं. बाकी शिलाँगसारखी राजधानीची शहरं सोडली तर तिथे शहरं अशी फारशी नाहीतच. आणि या शहरांमध्ये काम करणारी मंडळीही तशी आजूबाजूच्या गावांमध्ये प्रदूषणविरहित वातावरणात राहणंच पसंत करतात. ये-जा करण्यासाठी जवळ गाडी किंवा मोटार सायकल असली की झालं. कुमुदबाबूही त्यामुळे त्या गावातच राहत होते. त्यांच्या हेडक्वार्टर्सपासून ते फारसं दूर नव्हतं आणि पोलीस जीप होतीच त्यांच्या दिमतीला.

तर त्या दिवशी आम्ही असेच गावातल्या 'लायन्स हेड' असं नाव दिलेल्या पबमध्ये बसलो होतो. आम्हा तिघांच्या सोबतीला त्या दिवशी आणखीही चार-पाच जण होते. त्यातले चौघे जण त्या गावचे जुने रहिवासी होते. पाचवा एक तरुण अमेरिकेहून आला होता. त्याचे आजोबा तिथले रहिवासी होते. खरंतर त्या इतर चौघांचे ते मित्र होते. एका बैठकीतली होती ती सारी जणं. त्या तरुणाचे, नील संगमाचे वडील भारत सोडून अमेरिकेत स्थायिक झाले होते. तसा नीलचा जन्म त्याच गावात झाला होता. तो जेमतेम वर्षाचा असताना त्याचे वडील अमेरिकेत गेले होते. त्यामुळे नील तसा अमेरिकनच झाला होता. पण आत कुठेतरी त्याला आपल्या या मूळ मुलखाबद्दल ओढ होती. आपल्या आजोबांचं घर, त्यांचं गाव बघायला तो आला

होता. आपल्या कुटुंबाची जेवढी ओळख करून घेता येईल, तेवढी त्याला करून घ्यायची होती. पण दुर्दैवानं त्याच्या कुटुंबामधलं आता त्या गावात कोणी राहिलं नव्हतं. नाही म्हणायला त्याच्या आजोबांचे हे जवळचे मित्र तिथे होते. त्यांच्याकडूनच मिळेल तितकी माहिती गोळा करण्याचा त्याचा प्रयत्न चालला होता.''

''म्हणजे एकंदरीत वातावरण त्या जुन्या, अशोककुमारच्या महल चित्रपटासारखं होतं म्हणा ना.'' मध्येच तावडे म्हणाले. त्यांना चित्रपटांचा भारी नाद होता.

''फक्त 'आयेगा आनेवाला' असं म्हणत गूढपणे गुप्त होणारी कोणी मधुबाला होती की नाही, एवढं विचारायचं बाकी ठेवलंत तावडे.'' त्यांची टर उडवत महाजन म्हणाले.

त्यावर थोडंफार चिडून तावडे काही म्हणणार, तोच अमृतरावांनी मध्येच तुटलेली साखळी जोडून घेत पुढे सांगायला सुरुवात केली.

''पुढचं ऐकाल, तर महलही विसराल. बाकी तुम्ही म्हणता तसं वातावरण होतं खरं. एकतर तो ऑटमचा सीझन. पानगळीला सुरुवात झालेली. दिवस लहान होत चाललेला. त्यामुळे संध्याकाळी लवकरच काळोख होत असे. गर्द झाडी आणि रस्त्यावर फक्त मिणमिणते दिवे. संध्याकाळच्या वेळी धुकंही पसरायला सुरुवात होत असे. त्यामुळे त्या जुन्या काळच्या गूढ रहस्यमय चित्रपटांसारखंच वातावरण तिथे असे. त्यात त्या पबमध्ये अस्सल इंग्रजी वातावरण तयार करण्याचा खटाटोप केला असल्यामुळे अतिशय मंद प्रकाशाचे दिवेच होते. त्यांच्या प्रकाशापेक्षा टेबलावरच्या मेणबत्यांचा उजेड जास्ती असे.

'माझा तर अजून विश्वासच बसत नाहीये, की मी खरोखरीच माझ्या आजोबांच्या गावी आलोय आणि त्यांच्या घरातच राहतोय. तुम्ही सगळे त्यांचे जवळचे मित्र होतात तर! मी त्यांना कधी पाहिलेलंच नाही. आमची भेटच झाली नाही. कसे होते ग्रॅन्डपा?' नीलनं विचारलं. आपल्या गुरूच्या कंठातला स्वर न् स्वर टिपून घ्यायला उत्सुक झालेल्या शिष्याचा भाव त्याच्या चेहऱ्यावर होता.

'जेनिन संगमा म्हणजे स्वातंत्र्यवीर.' रामचंद्र संगमा म्हणाला. रामचंद्र हा म्हटलं तर नीलचा काका होता पण दूरचा. चुलतचुलत घराण्यातला. त्याचं आणि जेनिनचं नातं रक्तापेक्षा मैत्रीचंच जास्ती होतं. 'पण हे स्वातंत्र्यवीर म्हणजे कायदेशीर असहकार करून तुरुंगात वगैरे जाणारे नव्हते. उलट, भूमिगत राहून सरकारला सळो की पळो करून सोडणाऱ्यातले होते. बॉम्बस्फोट करणाऱ्यातले होते. प्रसंगी बँका किंवा सरकारी खजिना लुटायलाही त्यांनी मागेपुढे पाहिलं नाही. म्हणूनच तर आपल्या या कामगिरीचे परिणाम आपल्या मुलाबाळांनाही भोगावे लागतील, असं दिसल्याबरोबर त्यानंच तुझ्या वडिलांना अमेरिकेत निघून जायला सांगितलं. तिथेच सेटल व्हायला सांगितलं.'

'मला त्यांची माहितीच नव्हती. आपल्याला आजोबा आहेत आणि ते जिवंत आहेत, हे मला तसं उशीराच समजलं. माझ्या वडिलांनीच मला ते माझ्या सतराव्या वाढदिवशी सांगितलं. त्याला आता पाच वर्षं झाली. त्या वेळीच मी त्यांच्याशी पत्रव्यवहार करायला सुरुवात केली. व्हेरी स्ट्रेंज! कागदावर पेननी मी लिहिलेलं पहिलं पत्र होतं ते. कारण जगभर इतर सगळ्यांशी माझे कॉन्टॅक्ट इ-मेल द्वारेच ठेवले जात होते, पण तुमच्या या गावात अजूनही इ-मेलची फॅसिलिटी नाही. धडपणे टेलिफोनही पटकन लागत नाही. त्यामुळेच मला पत्र लिहून आजोबांशी कॉन्टॅक्ट ठेवावा लागत होता. मी लिहिलेलं पत्र त्यांना पोहोचायला कधीकधी तीन-तीन आठवडेही लागत आणि त्यांनी ताबडतोब उत्तर पाठवलं तर ते मला मिळायला आणखी तीन आठवडे. त्यामुळे तसा खूपसा पत्रव्यवहारही झाला नाही. त्यात त्यानंतर लवकरच त्यांचा मृत्यू झाला. म्हणजे तो झाल्याचंही मला उशीराच कळलं. बरेच दिवस त्यांचं पत्र नाही म्हणून मी इथल्या पोलीस सुपरिटेंडेंटना पत्र पाठवलं. त्याला उत्तर म्हणून या मिस्टर रायचं पत्र मला मिळालं. तेव्हाच समजलं की ग्रॅन्डपा इज डेड, पण बाकी काहीच कळलं नाही.'

नीलला नेमकं काय म्हणायचं होतं हे कोणालाच कळलं नाही. आपल्या आजोबांना कसा मृत्यू आला, असं त्याला विचारायचं होतं, अशी माझी, कौशिकांची आणि कुमुदरंजन राय यांचीही समजूत झाली. पण त्यावर रायही काही बोलले नाहीत.

शेवटी नीलनं स्पष्टच विचारलं, 'हाऊ डिड ही डाय? व्हॉट हॅपन्ड्? ते तसे आजारी असल्याचंही माहिती नव्हतं. त्यांनी स्वत: तर तसं कधीच लिहिलं नव्हतं. ही वॉज नॉट दॅट ओल्ड. म्हणूनच मी आणि डॅडी दोघांनाही आश्चर्य वाटलं. मिस्टर राय यांचं पत्र मिळालं, तोवर त्यांचा डेथ होऊन बराच टाईम झाला होता. नाहीतर तेव्हाच आम्ही आलो असतो. बट ॲट लीस्ट नाऊ आय वॉन्ट टू नो, हाऊ डिड ही डाय?'

नीलनं तसा स्पष्टपणेच तो सवाल केल्याबरोबर तिथे एकदम सन्नाटाच पसरला. तिथलं ते गूढ वातावरण अधिकच भेसूर बनलं. जो तो दुसऱ्याच्या चेहऱ्याकडे पाहत नीलकडे पाहणं चुकवत होता. मला ते पाहताना गंमत वाटत होती. काहीतरी लपवण्याचा प्रयत्न चालला आहे असंच वाटत होतं. शेवटी न राहवून टिनी लालडेंगा म्हणाली, 'त्यांना ना वेअरवुल्फनं मारलं.'

'वेअरवुल्फ?' नीलनं ताडकन आश्चर्यमिश्रित सुरात विचारलं. त्यानं विचारलं नसतं तर मी विचारणार होतो. हा काय प्रकार आहे, हे माझ्याही ध्यानात येत नव्हतं.

'वेअरवुल्फ म्हणजे लांडगा आणि माणूस यांच्या संकरातून जन्माला आलेला प्राणी. इथे तशी समजूत आहे.' कुमुदरंजन रायनी सांगितलं. 'हिमालयात उंचावर 'येती' हा एक पशुमानव आहे, अशी समजूत आहे ना? तशी इथल्या जंगलात असा

प्राणी वास्तव्य करून राहतो, अशी इथल्या रहिवाशांची समजूत आहे. हा प्राणी रक्तपिपासू आहे. त्याला माणसाचं रक्त प्यायला आवडतं, असा ठाम विश्वास आहे इथल्या रहिवाशांचा.'

'खरोखरीच तसा प्राणी आहे आणि त्यानंच जेनिनला मारलं.' टिनीचा नवरा पूर्णो म्हणाला, 'यापूर्वीही वेअरवुल्फच्या हमल्याला लोक बळी पडले आहेत. त्यात जेनिनच्या हातून पूर्वी एका वेअरवुल्फची हत्या झाली होती. तो प्राणी डूक धरणारा आहे. तेव्हापासून तो जेनिनच्या मागावर होता. संधी मिळताच त्यानं सूड उगवला. त्याचा वंशनाश केल्याशिवाय हा पशुमानव स्वस्थ बसणार नाही.'

'म्हणजे मलाही सावध राहायला हवं तर?' हसत त्या कल्पनेची खिल्ली उडवत नील म्हणाला. आपल्या आजोबांच्या मृत्यूबद्दलच्या त्या दंतकथेवर विश्वास ठेवणं त्याला कठीणच जात होतं.

कौशिकांनाही स्वस्थ बसवलं नाही. इतरांना थांबवत त्यांनी मध्येच विचारलंच, 'एक मिनिट, जस्ट ए मिनिट. नीलच्या आजोबांच्या हातून वेअरवुल्फची, त्या विचित्र प्राण्याची हत्या झाली होती म्हणालात ना तुम्ही? मग त्या वेळी मेलेला का होईना तो प्राणी तुम्ही सर्वांनीच पाहिला असणार. कसा होता तो दिसायला?'

त्यावर परत एकदा जीवघेणी शांतता पसरली. कोणीच बोलायला तयार होत नव्हतं.

शेवटी डॉक्टर राशिंग म्हणाले, 'नाही. त्या वेळीही त्या प्राण्याला कोणी पाहिलं नाही. तो प्राणी मोकाट सुटलाय आणि लोकांना, लहानलहान मुलांना खात सुटलाय अशी आवई उठली होती. म्हणून त्याचा बंदोबस्त करायला जेनिन पुढे सरसावला. तो नेहमीच असं साहस करायला पुढे सरसावत असे. त्यानं शिकार केल्यासारखा त्या प्राण्याला टिपला. जंगलातच तो प्राणी मारला गेला. तो जिथे मारला गेला, तिथे कोणीतरी जायंट प्राणी पडला असल्याची चिन्हं दिसली, पण तो प्राणी किंवा त्याचं प्रेत काही दिसलं नाही.'

'नाहीच दिसणार. कारण तो प्राणी माणसाला आपल्या प्रेतालाही हात लावू देत नाही. अशी शिकार झालीच तर त्या प्राण्याचे भाईबंद ते प्रेत ओढून नेऊन दाट जंगलात पुरतात. आपल्याला त्याचं नखही दिसत नाही.' टिनी तावातावानं म्हणाली.

'सो वुई आर बॅक टू स्क्वेअर वन! कोणीच त्या प्राण्याला पाहिलेला नाही तर!' कौशिक म्हणाले.

'एक्झॅक्टली!' नीलही त्यांना साथ देत म्हणाला, 'तर मग त्यानंच माझ्या आजोबांचा बळी घेतला, असं कशावरून म्हणता तुम्ही?'

'त्यानंच मारलं असणार. त्याशिवाय त्यांच्या गळ्यावर कोणीतरी दातांनी तो गळा फाडल्याच्या खुणा कशा दिसल्या असत्या? शिवाय पौर्णिमा होती त्या रात्री.

पौर्णिमेलाच तो प्राणी आपल्या शिकारीसाठी बाहेर पडतो. कितीतरी जणांनी त्याला पाहिलाय, पौर्णिमेच्या रात्री.'

'पाहिलाय? बट जस्ट नाऊ यू सेड दॅट नोबडी हॅज सीन हिम, हर, इट, व्हॉटेव्हर दॅट इज.' नीलनं त्यांच्या बोलण्यातल्या विसंगतीवर नेमकं बोट ठेवलं होतं.

'पाहिलाय म्हणजे दुरून, धूसर धुक्यामध्ये त्याला अनेकांनी पाहिलाय. जवळून, समोरासमोर असा त्याला कोणी पाहिलेला नाही. कारण तसं बघणारा कोणी जिवंतच राहत नाही. तो प्राणी त्याला जिवंत ठेवतच नाही.'

'आणि तसा आजोबांनी त्याला पाहिला म्हणून त्यांना त्या प्राण्यांनी मारलं म्हणता?' नीलच्या सुरातून अविश्वास निथळत होता.

'तसंच असणार. तुझा विश्वास बसो न बसो, जेनिनला वेअरवुल्फनंच मारलं. त्याच्या गळ्यावरच्या त्या दातांच्या खुणाच सांगत होत्या. शिवाय त्याच्या अंगातून सारं रक्तच वाहून गेलं होतं. आम्ही त्याला पाहिला तेव्हाही त्याच्या अंगातून रक्त वाहतच होतं.'

'त्या दातांच्या खुणा वगैरे काहीच नव्हत्या. धार गमावलेला आणि त्यामुळे वेडेवाकडे खड्डे पडलेला सुरा वापरला होता मारेकऱ्यानं. त्यामुळे गळ्यावर तशा खुणा पडल्या होत्या.' डॉक्टर राशिंग म्हणाले. तेही त्याच गावातले रहिवासी असूनही त्यांचा त्या पशुमानवाच्या अस्तित्वावर विश्वास नव्हता. डॉक्टर राशिंग हे जेनिन संगमाचे सर्वांत जवळचे मित्र होते. स्वातंत्र्य चळवळीत ते जेनिनचे साथीदार होते. 'पण ना तो सुरा मिळाला, ना मारेकरी.'

'खरं आहे डॉक्टरांचं म्हणणं.' संभाषणात प्रथमच भाग घेत कुमुदरंजन राय म्हणाले, 'आम्ही आमच्याकडून कसून प्रयत्न केले, पण त्या गळ्यावरच्या खुणांचं गूढ काही शेवटपर्यंत उकललं नाही. ऑटोप्सी करणाऱ्या डॉक्टरांनीही मृत्यू गळ्याजवळची नस (ज्युग्यूलर व्हेन) तुटल्यानं, रक्तस्राव होऊन झाल्याचं जाहीर केले. ती व्हेन त्या विचित्र प्रकारे कशी तुटली, याचं त्यांनाही कोडंच होते. डॉक्टर राशिंग म्हणतात त्याप्रमाणे कसलातरी गावठी, वेडावाकडा, करवतीसारखं पातं असलेला सुरा वापरून वार केला गेला असावा, असं त्याही डॉक्टरांना वाटलं होतं. पण तो सुरासुद्धा न मिळाल्यानं आम्हीही गावकऱ्यांच्या वेअरवुल्फच्या हल्ल्याचं आर्ग्युमेन्ट नाकारू शकलो नाही.'

'तुम्ही कितीही नाकारा. त्या प्राण्याच्या हल्ल्यापायीच जेनिनचं मरण ओढवलं. त्यानं त्या प्राण्यांपैकी एकाची हत्या करण्याचं पाप केलं नसतं, तर आज त्याच्या कुटुंबाला हा शाप मिळाला नसता. तूही सांभाळून राहा, नील.' त्याला सावध राहण्याचा इशारा देताना टिनीचा आवाज कातर झाला होता.

क्षणभर नीलही थोडा विचलित झाल्यासारखा झाला. मग आपल्याजवळच्या

बॅकपॅकमधून एक डायरी काढत तो म्हणाला, 'आजोबांना मला काही सांगायचं होतं. ते या प्राण्यासंदर्भातच असावं की काय, अशी शंका मला येते. त्यांनी ही डायरी माझ्याकडे पाठवली होती. तिच्यात असं कोणतं गुपित साठवलेलं आहे, हे मला समजत नाही. कारण ही डायरी त्यांनी इथल्या, तुमच्या भाषेत लिहिली आहे. मला ती भाषा समजत नाही. शिवाय तिची लिपीही मला माहिती नाही. तुमच्यापैकी कोणी याचं भाषांतर करून मला सांगेल, असं वाटल्यावरून मी इथे आलो आहे.'

नीलनं पुढे केलेली डायरी हातात घ्यायलाही कोणी थोडा वेळ तयार झालं नाही. जणू त्या डायरीलाही आपण शिवलो तरी संगमा घराण्यावरचा शाप आपल्यालाही बाधेल, अशी भीती त्यांना वाटली असावी!

पण थोड्या वेळानं टिनीनं आपला हात पुढे केला आणि ती म्हणाली, 'दे माझ्याकडे. मी करते त्याचं इंग्रजी भाषांतर.'

पण नील ती तिच्या हाती देणार इतक्यात तिचा हात ओढत पूर्णो म्हणाला, 'राहू दे टिनी. आपलं इंग्लिशचं ज्ञान चांगलंच आहे असं जरी तुला वाटत असलं, तरी ते अपुरं आहे हे तूही जाणतेस. त्याऐवजी उद्या आपण इथल्या चर्चमधल्या फादरकडे जाऊ. ते सांगतील याचा अर्थ.'

टिनीखेरीज इतरांनाही स्थानिक भाषा तसंच इंग्रजीचं चांगलं ज्ञान होतं. तरीही त्यापैकी कोणीही टिनीची जागा घ्यायला तयार झालं नाही, हे तेवढ्यातही कौशिकांच्या नजरेतून सुटलं नाही. खुद्द पूर्णोनंही टिनीऐवजी आपण ते भाषांतर करायला तयार असल्याचं सांगितलं नाही. डॉक्टर राशिंगसुद्धा गप्पच राहिले आणि दुसऱ्या कोणाकडे जायचंच, तर मग स्कूलमास्टरकडे जाणं उचित ठरलं असतं. त्याऐवजी पूर्णोनं फादरचं नाव सुचवलं, याकडेही कौशिकांचं लक्ष गेलं होतं. त्याशिवाय, फादर अर्थ सांगतील असं पूर्णो म्हणाला होता. ते भाषांतर करतील असं नाही म्हणाला, हेही त्यांच्या ध्यानात आल्यावाचून राहिलं नाही. पबमधून घरी जातानाच कौशिकांनी तसं सांगितल्याची माझी आठवण पक्की आहे. बरोबर आहे ना कौशिक?''

''यू आर ॲज युज्वल ॲब्सोल्युट्ली राईट, अमृतराव. फरक एवढाच आहे की पूर्णो, फादर म्हणाल्यावर अमृतरावांनी ताडकन त्याला विचारलं होतं, 'फादर?' आणि क्षणभर चमकल्यानंतर सावरत तोही परत म्हणाला होता, 'फादर, येस.' अमृतरावांच्या या आविर्भावामुळेच त्या बाबी आमच्या लक्षात आल्या होत्या. पण अमृतरावांचा स्वभाव ठाऊकच आहे तुम्हाला. अतिशय महत्त्वाचा क्लू नेहमी तेच पुरवतात आणि त्यांच्या मदतीनं केस सॉल्व्ह झाली, की आपण त्या गावचेच नसल्याचा बहाणा करतात. केव्हा सुटणार ही तुमची सवय, अमृतराव!''

यावर काही प्रतिवाद करण्याऐवजी आपण केसचा किस्सा पुढे सांगण्यातच हशील आहे, हे आजवरच्या अनुभवातून अमृतराव शिकले होते. त्यामुळे त्यांनीच पुढे सांगायला सुरुवात केली.

''आपल्या डायरीचं भाषांतर आज करून मिळणार नाही, हे समजताच नीलचा उत्साह संपला होता. तशी रात्रही झाली होती. त्यामुळे आपली बॅग वगैरे आवरत नील उठला. सर्वांचा निरोप घेऊन दुसऱ्या दिवशी भेटण्याचा वायदा करत तो तिथून निघाला. तो दाराजवळ पोहोचण्यापूर्वी टिनीनं त्याला परत एकदा सावध राहण्याचा इशारा दिला.

'तुझ्या आजोबांचं ते घर जरा इतर घरांपासून दूरच आहे. तेव्हा सगळ्या कड्या व्यवस्थित लावून घे. आज पौर्णिमा आहे, हे विसरू नकोस.'

'ऑल राईट.' थोडंफार हसत नील म्हणाला. पण त्या गूढ वातावरणाचा परिणाम त्याच्यावरही झाल्याचं दिसत होतं. त्याच्या चेहऱ्यावरच्या त्या स्मितापाठी दडण्याचा प्रयत्न करणारी भीती आपलं डोकं वर काढल्यावाचून राहिली नाही. 'गुड नाईट, एव्हरीबडी.'

नील तिथून गेल्यावर आम्हीही तिथून निघालो. पबचं दार ओलांडून बाहेर पडलो तो समोरच आकाशात चंद्राचं पूर्ण बिंब दिसलं. आज पौर्णिमा असल्याची परत एकदा तीव्रतेनं आठवण करून देण्यासाठीच चंद्र समोर उभा ठाकला होता की काय, असंच वाटण्यासारखी स्थिती होती. कारण पुढच्याच क्षणी तो एका भल्यामोठ्या काळ्या ढगाआड लपला. त्याच क्षणी कुठूनतरी लांडग्यांच्या गुरगुरण्याचा आवाज कानी आला. माझ्या नकळत माझ्या अंगावर शहारे उठल्यावाचून राहिले नाहीत. कुमुदबाबूंचीही स्थिती वेगळी नसावी. कारण त्यांनीही झपाझप चालायला सुरुवात केली होती. आम्हाला मात्र ते म्हणाले, 'पावसाची चिन्हं दिसताहेत. तो कोसळायला लागण्यापूर्वी आपल्याला घरी पोहोचलं पाहिजे.'

त्यांची भविष्यवाणी खरीही ठरली. कारण त्यांच्या घराचं फाटक उघडतो तोच पावसाच्या जोरदार सरी कोसळायला सुरुवात झाली. आम्ही धावतधावतच घराचा व्हरांडा गाठला. तरीही आम्ही थोडेफार भिजल्यावाचून राहिलो नाही. त्या वेळी आमच्या अंगावर उठलेला काटा त्या थंडीत अंग ओलं झाल्यामुळेच आला होता, असं शपथेवर सांगणं नाही जमणार मला. कारण नेमक्या त्या क्षणीच परत एकदा लांडग्यांची ओरड आमच्या कानावर पडली होती. या वेळी ती जवळच कुठूनतरी आल्यासारखी वाटत होती.

आम्ही जेवून झोपून गेलो. आमच्या बेडरूम वरच्या मजल्यावर एका कोपऱ्यात होत्या. मध्यरात्री केव्हातरी घरातला फोन वाजल्याचा भास झाला. त्याचबरोबर घराच्या दरवाज्याचीही उघडझाप झाल्याचा आवाज ऐकू आला. पण त्या मोठ्या घरातल्या त्या

गूढ वातावरणात असे भास होतात. शिवाय तशी झोपही माझ्या डोळ्यांवर होती. त्यामुळे मी तसाच झोपी गेलो.

सकाळी आम्ही उठलो, तो कुमुदबाबू घरात नव्हते. आम्ही तयार होऊन नाश्त्यासाठी डायनिंग टेबलापाशी येतो, तो ते बाहेरून आले. आल्याआल्याच ते म्हणाले, 'ड्रेडफूल अफेअर! तो अमेरिकन मुलगा...'

'...म्हणजे नील संगमा. त्याचं काय?'

'ही इज डेड.'

'व्हॉट?' कौशिक जवळजवळ ओरडलेच. माझाही माझ्या कानांवर विश्वास बसेना. 'पण कसा? काल रात्री तो पबमधून निघून गेला, तेव्हा ही वॉज हेल अॅन्ड हार्टी. मग काही अॅक्सिडेन्ट वगैरे?'

'नाही. त्याच्या आजोबांसारखाच मृत्यू त्यालाही आलेला आहे. तशीच गळ्यावर वेडीवाकडी जखम आणि त्यातून रक्तस्राव होऊन तो मेला. रात्री त्याच्या घरावरून जाणाऱ्या काही तरुणांना घराभोवती लांडग्यांची टोळी घिरट्या घालताना दिसली. त्यांनी त्या लांडग्यांना पिटाळून लावलं आणि सगळं काही ठीक आहे हे पाहण्यासाठी घरात शिरतात, तो तिथे नील खाली पडलेला दिसला. त्याच्या शरीरातून अजूनही रक्त वाहत होतं. त्यांनी तिथून जवळच असलेल्या रामचंद्र संगमाला उठवलं. त्याला सगळा प्रकार सांगितला आणि घरातल्या कशालाही हात न लावता त्यांनी मला टेलिफोन केला.'

'आय सी! रात्री टेलिफोनची घंटी वाजल्याचा आवाज मीही ऐकला होता. त्यानंतर लगेच हा बाहेरचा दरवाजा उघडल्याचा आणि लावल्याचा आवाजही मी ऐकला. पण मला वाटलं मला भासच झालाय. त्यामुळे मी परत झोपी गेलो.'

'नाही. दॅट वॉज मी. टेलिफोन आल्याबरोबर मी नीलच्या घरी गेलो. रामचंद्र आणि ती दोन मुलं तिथे माझी वाटच पाहत होती. नीलच्या घराचं दार उघडून आम्ही आत गेलो. बाहेर दिवाणखान्यातच त्याचं प्रेत पडलं होतं. त्याच्या शरीरातून वाहणारं रक्त अजूनही ताजं वाटत होतं. त्या वेळी रात्रीचे दोन वाजले होते. त्या वेळी आमचे लोक शहरातून येणं जवळजवळ अशक्यच होतं. शिवाय सकाळपर्यंत काही फरक पडेल असं मला वाटलं नाही. म्हणून मग आम्ही ते दार ओढून घेत तिथून निघालो आणि सकाळी लवकरच येण्याचं ठरवून आपापल्या घरी गेलो. आता मी आमच्या लोकांना इथे येण्याची ऑर्डर देऊनच येतोय. इथल्या एकमेव पोलिसाला नीलच्या घराबाहेर पहाऱ्यावर बसवलंय. ज्या प्रकारे नीलचा मृत्यू झालाय त्यावरून परत एकदा लोकांमध्ये वेअरवुल्फबद्दल बोलणी सुरू झाली आहेत. विशेषत: त्याच्या घराबाहेर लांडग्यांची टोळी घिरट्या घालत होती, हे ऐकल्यापासून तर त्यांचा संशय दृढ झालाय. शिवाय काल पौर्णिमा होती, हेही प्रत्येक जण दुसऱ्याला

सांगतो आहे. संगमा घराण्यावरच्या शापाचीच बात सगळ्यांच्या तोंडी आहे. मलाही आता त्यावर विश्वास ठेवावा, असं वाटू लागलंय.' कुमुदबाबू म्हणाले.

कौशिक सारा वेळ गप्पच होते. नाही म्हणायला त्यांच्या पाईपामधून धुराचे भलेमोठे भपकारे बाहेर पडत होते. एकाएकी आपला पाईप कुमुदबाबूंवर रोखून ते म्हणाले, 'केव्हा झाला हा खून?'

मला सवय असली तरी कुमुदबाबूंना कौशिकांचा हा आविर्भाव नवीन होता. ते थोडेफार गडबडलेच. पण मग स्वत:ला सावरत ते म्हणाले, 'आता ऑटोप्सा झाल्याशिवाय ते नक्की नाही सांगता यायचं. पण मी तिथे पोहोचलो, तेव्हा रात्रीचे दोन वाजले होते आणि रक्त अजूनही ताजं दिसत होतं. अजूनही वाहत होतं. त्यावरून त्या वेळी नीलला मरून फारसा वेळ झालेला नसावा. त्या वेळी माझ्याबरोबर डॉक्टर राशिंगही होते. त्यांनीही त्या वाहत्या रक्ताकडे माझं लक्ष वेधलं होतं. पण नीलचा खूनच झालाय, असं तुम्हाला का वाटतं, कौशिक?'

त्यावर कुमुदबाबूंकडे एक निर्विकार दृष्टिक्षेप टाकून कौशिक क्षणभर गप्प राहिले. मग काहीतरी आठवल्यासारखं म्हणाले, 'आता तुम्ही म्हणा पाहिजे तर, की हा त्या पशुमानवाचाच प्रताप आहे असं. पण माझा अशा भाकडकथांवर विश्वास नाही. ज्या प्रकारे नीलच्या गळ्यावर जखमा झाल्या होत्या, असं तुम्ही म्हणताय त्यावरून ती आत्महत्या नाही. तो नैसर्गिक मृत्यूही नाही. तेव्हा खुनाशिवाय दुसरं काय असणार असं वाटल्यावाचून मला राहिलं नाही. बाय द वे, कुमुदबाबू, आता तुम्ही तुमचा तपास सुरू कराल, तेव्हा मी आलो तर हरकत नाही ना तुमची? म्हणजे तो तुमचा पशुमानव खरोखर अस्तित्वात आहे की काय, याबद्दलच्या माझ्या शंकाही फिटतील.'

'ऑफ कोर्स! ऑफ कोर्स! तुम्ही तसं म्हणाला नसतात तरी मीच तुम्हाला रिक्वेस्ट करणार होतो. मलाही काही समजेनासं झालंय. म्हणजे माझाही त्या वेअरवुल्फवर फारसा विश्वास आहे, असं नाही. पण इथे आता काही वर्षं घालवल्यानंतर नाही म्हटलं तरी इथल्या लोकांच्या विचारसरणीचा थोडाफार प्रभाव पडतोच ना!'

इतक्यात बाहेरून कुमुदबाबूंची मंडळी आल्याचे आवाज आले. त्याबरोबर आम्ही कपातला चहा संपवत तिथून उठलोच. कुमुदबाबूंच्या जीपमध्ये ते, मी आणि कौशिक आणि बाकीचा फौजफाटा शहरामधून आलेल्या गाडीत, असे आम्ही निघालो. वाटेत रामचंद्र संगमालाही आम्ही बरोबर घेतलं.

नीलच्या घरी पोहोचताच तिथल्या पहारेकऱ्यानं कडक सॅल्यूट ठोकला. त्याचा स्वीकार करत कुमुदबाबूंनी विचारलं, 'सगळं ठीकठाक आहे ना? कोणी आलं तर नव्हतं?'

'नाही साहेब. मी इथे आल्यापासून तो दरवाजा बंदच आहे. कोणीही आलं नाही की गेलं नाही. मी काही आत गेलो नव्हतो साहेब.'

त्यावर कुमुदबाबू मंद हसले आणि आमच्याकडे वळून म्हणाले, 'पाहिलंत, त्या वेअरवुल्फची भीती किती जबरदस्त आहे ती!'

कुमुदबाबू थोडं पुढे आणि मी, कौशिक तसंच रामचंद्र संगमापाठी असे दरवाज्याजवळ पोहोचलो. कुमुदबाबूंनी नुसताच लोटलेला दरवाजा उघडला आणि ते किंचाळलेच. आम्ही धावतच त्यांच्याजवळ पोहोचलो तर ते नुसतंच आतल्या दिशेने बोट दाखवत ओरडत होते.

आतला दिवाणखाना रिकामा होता. तिथे कोणीही नव्हतं. काहीही नव्हतं.

कुमुदबाबूंना काय प्रकार आहे हेच समजेना. नीलचं प्रेत गायब झालं होतं. रामचंद्र संगमाही गोंधळून गेला होता. कारण नीलचं प्रेत तर नव्हतंच, पण त्याच्या शरीरातून वाहून गेलेल्या रक्ताचाही पत्ता नव्हता. नाही म्हणायला त्या लाकडी फरशीवर त्या रक्ताचे पडलेले डाग मात्र तसेच होते. बाकी रक्त पुसून गेल्यासारखं वाटत होतं. आपण नीलचं प्रेत पाहिलं. त्याच्या शरीरातून वाहणारं रक्त पाहिलं याबद्दल कुमुदबाबूंना शंका नव्हती. शिवाय त्यांनी ते खरंच पाहिलं, त्यांना भास झाला नव्हता असं सांगणारे चार साक्षीदार होते. रामचंद्र, डॉ.राशिंग आणि ते दोघं तरुण.

आपल्याबरोबर आलेल्या फोटोग्राफरला, फिंगरप्रिंट एक्सपर्टला आपलं काम करायला सांगून कुमुदबाबूंनी आणखी एका सबइन्स्पेक्टरला सगळ्या घराची झडती घ्यायला सांगितलं आणि तिथे कुठेही ते प्रेत न मिळाल्यानं त्यांनी गावभर त्याचा तपास करण्यासाठी आपल्या लोकांना पिटाळलं. ट्रान्समध्ये गेल्यासारखे ते सुन्न होऊन बसून राहिले. मलाही काय करावं ते कळेना. कौशिक मात्र त्या फरशीवर पडलेल्या डागांची तपासणी करत इकडून-तिकडे फिरत होते.

मलाही समजेना की प्रेत गायब कसं काय झालं? जर खूनच झाला असेल तर ते प्रेत गायब करण्यामागे काय हेतू होता? नील मेलाय हे पोलीस सुपरिटेंडंटसह किमान चार जणांनी पाहिलं होतं. त्यामुळे त्याचा मृत्यू दडवून ठेवण्याचा तर हेतू असू शकत नव्हता. म्हणजे त्या प्रेताजवळ कोणतातरी पुरावा असला पाहिजे. तोच नष्ट करण्याचा इरादा असला पाहिजे. तसं असेल तर मग जंगजंग पछाडूनही प्रेत सापडलं नसतं. त्याचे तुकडेतुकडे करून ते जंगलात फेकलं असतं तर मग तिथले लांडगे तर टपूनच बसले होते. त्यांनी तर हाडंसुद्धा बाकी ठेवली नसती आणि ठेवली असती तरी ती नीलचीच हे सिद्ध करताकरता कुमुदबाबूंच्या नाकीनऊ आले असते.

मी माझी शंका कौशिकांना, कुमुदबाबूंना बोलूनही दाखवली. त्यावर आधीच हताश झालेले कुमुदबाबू तर पार नाउमेद झाले. कौशिक काहीही न बोलता माझ्याकडे नुसते पाहत राहिले.

पण तासा-दीडतासानंतर माझी ती थिअरीही गळून पडली. कारण गावाजवळच्या नदीत नीलचं प्रेत सापडलं. प्रवाहाच्या मध्येच एक प्रचंड शिळा होती. प्रेत तिला

अडकून पडलं होतं. गावकरी तर त्याला हातही लावायला तयार नव्हते. उगाच वेअरवुल्फचा कोप त्यांना ओढवून घ्यायचा नव्हता. पण कुमुदबाबूंची माणसं हजर होताच त्यांनी ते प्रेत ओढून काठावर आणलं.

ते पाहिलं आणि पशुमानवानंच ती हत्या केली असल्याबद्दलच्या गावकऱ्यांच्या उरल्यासुरल्या शंकाही पार नाहीशा झाल्या. कारण प्रेताच्या अंगावरच्या झाडून साऱ्या रक्तवाहिन्या तशाच कापल्या गेल्या होत्या. त्यातलं उरलंसुरलं रक्तही नाहीसं झालं होतं. एक थेंबही उरला नव्हता. पाण्यात राहिल्यामुळे प्रेत थोडं सुरकुतल्यासारखं झाले होते आणि रक्त पार नाहीसं झाल्याने पांढरंफटक पडलं होतं. रक्तवाहिन्यांवरच्या जखमांच्या खुणाही गेल्या वेळच्या खुणांसारख्याच वेड्यावाकड्या होत्या. गावकऱ्यांचं म्हणणं खरं मानायचं, तर लांडग्यांनी आपले अणकुचीदार सुळे भोसकल्यावर अशाच खुणा राहणार होत्या. आणि त्यांचं म्हणणं खोट मानायचं तर मग करवतीसारखा सुराच वापरला गेला होता. जेनिनच्या मृत्यूच्या वेळी वापरला गेला होता तसाच.

आता पुढची चौकशी करायला सुरुवात करणं क्रमप्राप्त होतं. कुमुदबाबूंना ते शक्य होईल की काय, याची शंकाच होती. हतबल झाल्यासारखे ते गावकऱ्यांचं म्हणणं खरं मानून तसा रिपोर्ट लिहायला तयार झाले असते. मी आणि कौशिक तिथे नसतो, तर त्यांनी तसं करूनही टाकलं असते. जेनिनसारख्या वेअरवुल्फच्या अस्तित्वाचा आणखी एक पुरावा कागदोपत्री दाखल झाला असता, पोलीस ऑफिसरच्या सही शिक्क्यानिशी.

पण कौशिकच पुढे झाले. त्यांनी कुमुदबाबूंना सावरलं. प्रेत पोस्टमॉर्टेमसाठी पाठवून त्यांनी चौकशीची सूत्रं हाती घेतली. कुमुदबाबूंनीही काहीही न बोलता ती त्यांच्या हाती सुपूर्द केली. आपल्याला कोणीतरी मदत करतंय, आपलं काम करतंय, यानंच त्यांना सुटका झाल्यासारखं वाटत होतं.

पहिल्यांदा नीलचा मृत्यू झाल्याची वर्दी देणाऱ्या त्या दोन तरुणांना बोलावण्यात आलं. त्यांची स्वतंत्र तपासणी केल्यावरही त्या दोघांनी एकमेकांच्या म्हणण्याला दुजोरा दिला.

'रात्रीची साडेबाराची वेळ असेल. आम्ही दोघं राडोकडून पत्ते खेळून परतत होतो.'

'साडेबारा वाजले होते हे नक्की माहिती आहे तुम्हाला?' त्यांच्या मनगटावर घड्याळ नाही हे माझ्याही नजरेतून सुटलं नव्हतं.

'अगदी शंभर टक्के. कारण घड्याळाचे टोले वाजल्याचं ऐकलं होतं ना आम्ही. बाराचे ठोके ऐकूनच आम्ही राडोकडून निघालो. नील संगमाच्या घराजवळ पोहोचेतो परत एक ठोका पडला होता. तो साडेबाराचाच असणार.'

'प्लीज कन्टिन्यू.'

'जेनिन संगमाच्या घराजवळ पोहोचतो, तो चार-पाच लांडगे ओरडत-ओरडत त्या

घराभोवती घिरट्या घालत असताना दिसले. आम्हाला त्याचं आश्चर्य वाटलं. कारण जेनिनचं ते घर कित्येक वर्षं रिकामंच होतं. तिथे कोणीच राहत नव्हतं. तर मग लांडग्यांना तिथे कसला वास आला असावा, हेच आम्हाला कळेना. आमच्याजवळ जाडजूड लाठ्या होत्या. शिवाय या पेड्रोकडे पिस्तुलही होतं. रात्री उशीरा घराबाहेर राहायचं तर असं काही हत्यार घेतल्यावाचून सुरक्षित नसतं.'

'आय अंडरस्टँड. व्हेरी सेन्सिबल,' कौशिक म्हणाले.

त्यांनी ते पिस्तूल बघायला मागितलं नाही. गोळी झाडली गेल्याची कोणतीच चिन्हं नव्हती हे त्याचं कारण असावं, असं मला वाटून गेलं. 'मग तुम्ही त्या लांडग्यांवर धावून गेलात.'

'नाही सर, पण त्यांना हाकलून लावण्याच्या कामगिरीला आम्ही सुरुवात केली. दगड फेकले. लाठीचा आवाज केला. हाकारे घातले. लांडगेही आम्हा शिकाऱ्यांना ओळखून असतात, सर. कोणाच्या अंगावर धावून जायचं आणि केव्हा ढुंगणात शेपटी घालून तिथून पळ काढायचा, हे त्यांना बरोबर समजतं. त्यांनी ते ओळखलं आणि गुरकावण्याचा थोडाफार प्रयत्न करत ते तिथून निघून गेले.'

'आणि मग तुम्हीही तिथून निघून गेलात?'

'नाही सर. ते लांडगे त्या मोकळ्या घराभोवती का घिरट्या घालत होते, याचं कुतूहल आम्हाला त्या घरापर्यंत ओढत घेऊन गेलं. आम्ही सहज म्हणून मेन डोअरच्या हॅन्डलला हात लावला, तो ते दार नुसतंच लोटून घेतलेलं दिसलं. म्हणून ढकलून ते उघडलं आणि आत शिरलो तर तिथे हॉलमध्ये ते प्रेत पडलेलं दिसलं. कोणाचं ते आम्हाला कळलं नाही, पण त्याच्यावरच्या जखमा आणि रक्त पाहून आम्ही घाबरलो आणि जवळच असलेल्या रामचंद्र संगमाच्या घरी धावतच गेलो. तो आमच्याबरोबर आला आणि तिथलं दृश्य बघून त्याचीही बोबडी वळली. तसाच पाय पाठी घेत आम्ही ते दार होतं तसंच बंद केलं आणि रामचंद्र, रायसाहेबांना फोन करायला गेला. मग आम्ही तिथेच थांबलो रायसाहेब येईपर्यंत. ते येऊन त्यांनी सगळं पाहिल्यानंतरच आम्ही घरी गेलो.'

'आय सी! तुम्ही ते प्रेत पाहिलंत त्या वेळी रक्त वाहत होतं?'

'वाहत होतं की नाही हे नाही सांगता येणार, सर. तितक्या जवळ आम्ही गेलोच नाही. पण खिडकीतून येणाऱ्या चंद्रप्रकाशात अंगावरचं, तसंच खाली जमिनीवर सांडलेलं रक्त चकचकत होतं. त्यावरून ते ताजं असावं, असं आम्हाला वाटलं. आम्ही शिकार करतो सर. त्यामुळे सावजाच्या अंगातून वाहणारं रक्त गोठून जाण्यापूर्वी असंच चकचकत असल्याचं आम्ही कितीतरी वेळा पाहिलंय. एकदा का ते गोठलं, की काळसर पडायला लागतं आणि त्याच्यावरची चमक नाहीशी होते.'

'तुम्ही शिकारीच आहात तर शिकार किती ताजी आहे, हेही तुम्हाला ओळखता

येत असेल. तर मग सांगा, तुम्ही पाहिलंत त्याच्या किती आधी नीलची शिकार झाली होती? आय मीन त्याला किती आधी मृत्यू आला होता?'

'आता रानावनातली जनावरं आणि माणूस यात फरक असणारच सर. त्यामुळे तसं कसं सांगता येईल?'

'तरीही तुमचा अंदाज?'

'फारफार तर पंधरा-वीस मिनिटं झाली असतील, सर.'

'ऑल राईट! यू कॅन गो नाऊ.'

ते दोघं जायला निघाले तशी त्यांना परत हाक मारून कौशिक म्हणाले, 'बाय द वे, पाऊस पडून गेल्यानं घराबाहेर सगळा चिखल झाला असणार. त्या चिखलात तुम्हाला काही पावलांचे ठसे दिसले असतीलच, काय?'

'आम्हालाही तशी शंका आली होती सर. पण बाहेर फक्त लांडग्यांच्याच पावलांचे ठसे होते. माणसांच्या पावलांचे काहीही ठसे नव्हते. वेअरवुल्फचेच ठसे होते सर.'

'ओऽह! येस, येस!'

ते गेले, तेवढ्यात घराची झडती घेऊन कुमुदबाबूंची माणसं आली. त्यांनी आपला रिपोर्ट दिला.

घरात त्यांना काहीही अनयुज्वल मिळालं नाही. किंबहुना, नीलच्या सामानाखेरीज तिथे काहीच नव्हतं. जमिनीवर सांडलेलं रक्त ज्यानं पुसलं होतं तो कपडाही मिळाला नाही. रक्त मात्र काळजीपूर्वक पुसून काढलं होतं. एक थेंबही मिळणार नाही अशी व्यवस्था केली गेली होती. आता ती जमीन लाकडी असल्यामुळे फारफार तर खरवडून त्या रक्ताची पूड मिळवता आली असती. पण ज्यानं गळ्यावर वार केला गेला होता ते करवतीसारखं पातं असलेलंच काय, पण कोणताही सुरा, चाकू, कात्री घरात मिळाली नव्हती. नीलच्या सामानातही नेहमीच्या वापरातले कपडे, काही पुस्तकं, पेन, पासपोर्ट, ट्रॅव्हलर्स चेक्स, काही डॉलर्स, काही रुपये, क्रेडिट कार्ड, चाव्या या साऱ्या वस्तू होत्या. पैसेही चोरीला गेल्याचं दिसत नव्हतं. कारण पर्समध्ये डॉलर्सही होते आणि ट्रॅव्हलर्स चेक्सही होते. ते खरेदी केल्याची पावती होती. त्यावरचे नंबर आम्ही चेक केले. पाचशे डॉलरचा एक चेक सोडल्यास बाकीचे सगळे तसेच होते. तो चेक दिल्लीच्या विमानतळावर एन्कॅश केल्याची पावतीही होती.

'आणि ती डायरी? तिच्याबद्दल काही सांगितलं नाही तुम्ही?' कौशिकांनी विचारलं.

'डायरी सर? नाही सर, डायरी नव्हती.'

'त्याची बॅग, हॅन्डबॅग, बॅकपॅक सगळं काही पाहिलंत तुम्ही?'

'येस सर. तेवढंच काय पण बाथरूममधली टॉयलेट बॅगही चेक केली सर

आम्ही.’ कुमुदबाबूंच्या माणसांनी आपलं काम चोख बजावलं होतं. त्यामुळे आपल्या कामाबद्दल कोणी, कौशिकांनीही शंका घ्यावी हे त्यांना आवडलेलं नव्हतं.

‘टूथ ब्रश, पेस्ट, दाढीचं सामान, नेलकटर, बॅन्ड एड आणि, आणि...’

‘... आणि, आणि काय?’

‘मयत ड्रग्स घेत असावा सर.’

‘कशावरून?’

‘कारण त्या टॉयलेट बॅगमध्ये आम्हाला तीन डिस्पोजिबल सिरिंजेस, तीन डिस्टिल्ड वॉटरच्या ॲम्प्युल्स आणि तीन व्हायल्स मिळाल्या. त्यांच्यामध्ये पांढऱ्या रंगाची पावडर आहे. तिच्यावर लेबल आहे फॅक्टर एट.’

‘एट? म्हणजे आठ?’

‘येस सर. आकडाच आहे तो.’

‘म्हणजे इंग्रजीतला आठ हा आकडा. ईआयजीएचटी, एट?’

‘नाही सर, घड्याळाच्या तबकडीवर असतो तसा रोमन आठ सर. म्हणजे व्ही हे अक्षर आणि त्याच्यापुढे आय हे अक्षर तीनदा.’

‘त्या व्हायल्स कुठे आहेत?’

‘त्या प्लास्टिकच्या बॅगेत घातल्या आहेत सर. केमिकल ॲनलायझरकडे पाठवून देतो, सर.’

‘त्यातली एक माझ्याकडेच राहू दे. बाकीच्या द्या पाठवून आणि थँक्यू फॉर ॲन एक्सलंट जॉब. वेल डन, इन्स्पेक्टर.’ कौशिकांच्या शाबासकीनं तोही खूश झाला. एक कडक सॅल्यूट ठोकून तिथून निघून गेला.

आता तिथे फारसं काही करायचं राहिलं नव्हतं. पोस्टमॉर्टेमचा रिपोर्ट येईपर्यंत फारसं काहीच करता आलं नसतं. नीलला शेवटी जिवंत पाहणारे आम्ही सात जणच होतो. नील सर्वांच्याआधी पबमधून निघून गेला होता. तो सरळ घरीच गेला असण्याची शक्यता जास्ती होती. कारण एकतर तो इतर कोणालाच ओळखत नव्हता. शिवाय त्या अनोळखी गावात रात्रीचा तो भटकेल, अशी शक्यता नव्हती. खास करून टिनीनं त्याला दिलेल्या इशाऱ्यानंतर तर तो घरीच गेला असणार.

मला कळेना, की त्यानं घराचा दरवाजा आतून कडी लावून बंद का केला नव्हता? तो उघडाच का ठेवला होता. रात्रीच्या वेळी लांडगे गावात शिरतात हे त्यालाही समजलं होतं. तरीही त्यानं दार उघडं का ठेवलं?

मी माझी शंका कौशिकांना बोलूनही दाखवली. त्यावर ते काही बोलले नाहीत. माझ्याकडे रोखून पाहत मात्र राहिले. त्यांच्या अशा पाहण्याची मला सवय झालीय. तरीही माझ्या पाठीवरून एक शिरशिरी निघून गेली. त्यांचं ते गप्प राहणं, एकंदरीतच ती शांतता मला असह्य झाली. काहीतरी बोलून तिचा भंग करावा म्हणून मी म्हटलं.

'काय नियती आहे बघा! नीलला आपल्या आजोबांना भेटायची इच्छा होती, पण ती अशी फलद्रूप होईल याची त्याला बिचाऱ्याला काय कल्पना. काल रात्री तो त्या पबमधून आपला निरोप घेऊन गेला, तेव्हा आपण सरळ मृत्यूलाच भेटायला जात आहोत याची त्यालाही कल्पना नसणार. मग आपल्याला तरी ती कशी यावी? खरंच, तिथून गेल्यानंतर तो किती काळ जिवंत होता कोण जाणे?'

त्यावर एकदम गर्रकन फिरून पाईप माझ्यावर रोखत कौशिक काहीतरी बोलायला गेले, पण काहीच न बोलता नुसताच पाईप रोखून उभे राहिले. ट्रान्समध्ये गेल्यासारखे. ज्या अकस्मातपणे वळून त्यांनी तो पाईप माझ्यावर रोखला होता, तसेच अकस्मात वळून ते चालायला लागले. कुठे जातोय हे न सांगता ते तिथून निघून गेले.

दुपारच्या जेवणाच्या वेळेपर्यंतही ते परतले नव्हते. मला याची सवय असल्यामुळे मी कुमुदबाबूंना जेवण सुरू करायला सांगितलं. ते मात्र अस्वस्थ होते. त्यांच्या गावात आलेल्या एकाला तर मृत्यूनं खेचून नेलं होतं. आता इतर कोणाचं काही बरंवाईट व्हावं, अशी त्यांची इच्छा नव्हती.

आमचं जेवण अर्ध्यावर आलेलं असताना कौशिक आले आणि आपल्याला भयंकर भूक लागली आहे असं म्हणत, ताट पुढे ओढत त्यांनी जेवणावर ताव मारायला सुरुवात केली.

डेझर्टनंतर जरा आरामात बसल्यानंतर कुमुदबाबू कौशिकांना म्हणाले, 'आम्ही तुमच्या आधीच जेवायला सुरुवात केली. सॉरी अबाऊट दॅट. तशी तुमची बराच वेळ वाट पाहिली. मग अमृतरावच म्हणाले, की आपण सुरुवात करू या.'

'ते बरं केलंत. तुमचं हे गाव मोठं झकास आहे कुमुदबाबू. मस्त फेरफटका मारला. लोकांनाही भेटलो. म्हटलं नीलची इच्छा अपुरी राहू नये. त्याला आपल्या आजोबांबद्दल बरंच कुतूहल होतं. तेव्हा जेनिन संगमाची काय माहिती मिळते ते पाहू. मोठा दिलदार माणूस होता बरं का अमृतराव! त्याच्याबद्दल लोकांना चांगलाच आदर आहे. बऱ्याच जणांना त्यानं मदत केलेली आहे. अडीअडचणीच्या प्रसंगी धावून गेलाय. सरकारी अधिकाऱ्यांच्या ससेमिऱ्यापासून वाचवलंय. त्याच्या स्वातंत्र्य चळवळीतल्या सहभागाविषयीही लोक अभिमानानंच बोलतात. नाही म्हणायला दोन अपवाद आहेत. एक म्हणजे त्यानं त्या वेअरवुल्फची हत्या करायला नको होती असंच लोकांना वाटतंय. त्यामुळेच आता त्या पशुमानवाचा शाप सबंध घराण्याला बाधतोय असं लोकांचं म्हणणं आहे. नीलच्या मृत्यूबद्दल सगळं गाव हळहळतंय. पण त्याच्या आजोबाच्या करणीमुळे तो ओढवलाय, अशी त्यांची ठाम समजूत आहे. कशाला मरायला इथे आला तो, असंच म्हणताहेत लोक.'

'दोन अपवाद आहेत म्हणालात तुम्ही डॉक्टरसाहेब.' कुमुदबाबूंनी त्यांना हटकलं.

त्याबरोबर त्यांच्याकडे एक स्मितहास्यभरित कटाक्ष टाकत कौशिक म्हणाले,

'खरंतर त्याला लोकापवाद म्हणायला हवं. त्या स्वातंत्र्यलढ्याच्या काळात त्यांनी लुटलेला बँकांचा पैसा कुठे गेला, हे लोकांना जाणून घ्यायचं आहे. तो काही संघटनेच्या खात्यात जमा झाला नाही, असं काही जण म्हणतात.'

'पण मग त्याची माहिती डॉक्टर राशिंगना असली पाहिजे. तेही होते जेनिनच्या बरोबर.' मी माझा तर्क बोलून दाखवला.

त्यावर कौशिकांनी नुसतेच खांदे उडवले. भलीमोठी जांभई देत ते म्हणाले, 'सकाळची चांगली गावभर रपेट घडली आणि त्यानंतर हे झकास जेवण. अंगावर सुस्ती आलीय. थोडा वेळ सिएस्ता करावा म्हणतो. काय कुमुदबाबू?'

कुमुदबाबूंचाही तोच विचार दिसला. पोस्टमॉर्टेमचा रिपोर्ट अजून आला नव्हता. संध्याकाळपर्यंत तो येण्याची चिन्हं नव्हती.

संध्याकाळी पाचच्या सुमाराला उन्हं चांगलीच उतरायला लागली. हवेतला गारवा अधिकच वाढला. अंधारून यायलाही सुरुवात झाली. त्या वेळी आळोखेपिळोखे देत कौशिक परत दिवाणखान्यात आले. मी आणि कुमुदबाबू त्याआधीच तिथे दाखल झालो होतो. चहाचा पहिला घोट घेऊन समाधानाचा सुस्कारा सोडत कौशिक म्हणाले, 'काल रात्री नीलबरोबर शेवटच्या काही घटका घालवलेल्या त्या इतरांची काय अवस्था झाली असेल, याचंच कुतूहल आहे मला. त्यांना भेटता येईल का कुमुदबाबू?'

कौशिकांनी सहज म्हणून ही विचारणा केली होती. पण त्यात त्यांचा काही वेगळाच उद्देश आहे, हे आता इतक्या वर्षांच्या सहवासानंतर मी समजून चुकलो होतो. कुमुदबाबूंच्या ते ध्यानात आलं होतं की काय, हे मात्र कळायला मार्ग नव्हता. त्यांनी तातडीनं हालचाल करून त्या चौघांना बोलावून घेतलं, हे मात्र खरं.

ते चौघे काही एकत्र राहत नव्हते. तेव्हा ते वेगवेगळे आले यात आश्चर्य नव्हतं. कौशिकांना कदाचित तेच पाहिजे असावं.

पहिल्यांदा आले ते टिनी आणि पूर्णो. आल्याआल्या टिनी एकदम भावविवश झाल्यासारखी भडाभडा बोलतच सुटली, 'तरी मी त्या पोराला सांगितलं होतं. वेअरवुल्फचा डूख आहे तुमच्या घराण्यावर, सांभाळून राहा; पण त्यानं तर दाराला आतून कडीही घातली नव्हती. काय झालं हो पोराचं!'

'फारच वाईट झालं. तुम्ही त्याच्या घराकडे जाऊन आलात की काय?'

'छे हो! आम्हाला त्याच्या जवळपासही जाववत नाहीये. शिवाय तसे आम्ही त्याच्या घरापासून दूर, इथून जवळच राहतो.'

'नाही, तुम्ही त्याच्या घराचं दार उघडं असल्याबद्दल बोललात. म्हणून म्हटलं, रात्रीच त्याला इशारा देण्यासाठी त्याच्याकडे गेला होतात की काय?'

'नाही हो. आम्ही लायन्स हेडमध्येच होतो. ढगांचा गडगडाट व्हायला लागला

तसा पाऊस पडेल म्हणून आम्ही निघालो. वाटेतच पावसानं आम्हाला गाठलं. मग थोडा वेळ जवळच असलेल्या चर्चमध्ये थांबलो. पण पाऊस थांबण्याची चिन्हं दिसेनात. मग तिथून धावतच निघालो. भिजून गेल्यानं अंगात हुडहुडी भरली होती. म्हणून मग टिनीनं चहा करायला घेतला.'

'मी गॅसवर पाण्याचं भाडं ठेवलं तोच लांडग्यांची गुरगुर ऐकू आली. तेव्हाच मी पूर्णोला म्हटलं, आज पौर्णिमा आहे आणि गावात जेनिनचा नातू आहे. तो, तो विचित्र प्राणी मोकाट सुटलेला दिसतोय. त्या पोराच्या मागावर गेला नाही म्हणजे मिळवली.' आणि नुसत्या त्या आठवणीनंही परत टिनीला हुंदका फुटला. पूर्णो तिला सावरायला पुढे झाला आणि म्हणाला, 'आम्ही चहाचा पहिला घोट घेतला तोवर बारा वाजले होते. चर्चच्या घड्याळाचे ठोके मी व्यवस्थित ऐकले. तोपर्यंत लांडग्यांचं ओरडणंही थांबलं होतं. आम्ही मग झोपूनच गेलो. सकाळी उठतो तोच ही बातमी. विश्वास बसेना. रामचंद्रकडे जाणार तोच परत कोणीतरी सांगत आलं की त्या पोराचं प्रेतच नाहीसं झालंय.'

'वेअरवुल्फच. खात्री आहे माझी. नाहीतर दुसरं कोणी असं प्रेत उचलून घेऊन जाईलच कशाला? त्याला उरलंसुरलं रक्तही पिऊन टाकायचं होतं. म्हणून तर त्यानं ते प्रेत उचलून नेलं. नाहीतर ते असं तिथून गायब कसं होईल? आणि मेल्यानंतरही त्याच्या अंगातल्या शिरा कशाला तोडेल?'

'खरं आहे. तुम्ही आता सावरलं पाहिजे स्वत:ला. आपण सगळे बरोबरच होतो. तुमची काय अवस्था झाली असेल असं वाटल्यावरून मी तुम्हाला बोलावून घेतलं. आता विश्रांती घ्या आणि झालं गेलं विसरून जाण्याचा प्रयत्न करा. तुम्ही तुमच्यापरीनं नीलला सावध करण्याचा प्रयत्न केला होता. पण...'

ती दोघं गेली ती एकमेकांच्या आधारानं. टिनी तर अजूनही डोळे पुसत होती. ती दोघं गेल्यावर मी कौशिकांना म्हणालोही, 'तसा माझा अजूनतरी त्या पशुमानवावर विश्वास बसत नाहीये, पण मग नीलचं प्रेत असं गायब का व्हावं हा सवाल उरतोच. शिवाय प्रेताच्या अंगातल्या सगळ्या रक्तवाहिन्यांची अशी चिरफाड का करावी कोणी? जमिनीवर पडलेल्या रक्ताचा थेंब न् थेंब अगदी चाटूनपुसून गेला, तो का?'

यावर कौशिक काही बोलले नाहीत. ते शून्यात नजर लावून बसले होते. त्यांनाही नीलच्या मृत्यूचा धक्का बसल्याचं वाटत होतं. नाही म्हणायला त्यांच्या पाईपातून धुराचे भपकारे सुटत होते. त्यांचं विचारचक्र जोरानं चालू असल्याची ती निशाणी होती. तेवढ्यात डॉक्टर राशिंग आले.

'गुड इव्हिनिंग. मला निरोप मिळाल्याबरोबर मी आलो. पोस्टमॉर्टेमचा रिपोर्ट आला काय?'

'नाही. का? त्यात काही क्ल्यू मिळेल असं वाटतं की काय तुम्हाला?' कौशिकांनी विचारलं.

त्यावर डॉक्टर थोडेसे गडबडल्यासारखे झाल्याची माझी भावना झाली. घाईघाईनं ते म्हणाले, 'छे, छे, मी आपला साधा कंट्री जीपी. मला काय कल्पना असणार! पण मला बोलावलं तेव्हा वाटलं, की कदाचित तो रिपोर्ट आला असेल आणि तुम्हाला त्यासंबंधीच काही डिस्कस करायचं असेल.'

'नाही डॉक्टर. नीलला शेवटी जिवंत पाहणारे आपणच होतो. आम्ही नीलपाठोपाठ लायन्स हेडबाहेर पडलो. आम्ही तिथून गेल्यानंतर तुम्ही काही पाहिलंत की काय, असं विचारायचं होतं. शिवाय तुम्ही जेनिनलाही ओळखत होतात. तेव्हा त्याला किंवा नीलला तुम्ही कधी दवापाणी केलं असेल तर विचारायचं होतं. त्यांना काही क्रॉनिक एलिमेन्ट्स, काही ॲलर्जी वगैरे.' आणि मग आपला आवाज खाली आणत कुजबुजल्यासारखं त्यांनी विचारलं, 'काही ड्रग्ज वगैरे घेत होते का ते?'

आपल्याला अशी काही खास माहिती विचारण्यासाठी बोलावलंय हे ऐकून डॉक्टर जरा सैलावले. त्यांच्या मनावरचा ताण नाहीसा झाल्यासारखं झालं. आपल्या खुर्चीत जरा मोकळं बसत ते म्हणाले, 'आय डोन्ट नो अबाऊट दॅट. जेनिन चोरून तसं काही करत असेल, तर कल्पना नाही. पण माझ्या माहितीप्रमाणे तरी तो काही ड्रग्ज घेत नव्हता. आजारी तर कधीच नव्हता. त्याच्याइतका तगडा माणूस दुसरा नव्हता आणि काल रात्रीचं म्हणाल तर तुमच्या पाठोपाठ मीही बाहेर पडलो. थेट घरीच गेलो. साधारण अकरा सव्वा-अकरापर्यंत मी घरीच होतो. तेवढ्यात निक स्वू मला बोलवायला आला. त्याची बायको अडली होती. त्याच्याबरोबर मी मग त्याच्या घरी गेलो. तिची सुटका होईपर्यंत तिथेच होतो. तिथून निघायला जवळजवळ दीड वाजला. फार मेहनत घ्यावी लागली. थोडक्यात वाचली सुसान, निकची बायको. मुलगा झाला त्यांना. घरी पोहोचतो न् पोहोचतो तोच कुमुदबाबू आले. मग त्यांच्याबरोबर नीलच्या घरी गेलो. तर तिथे तो प्रकार. हॉरिबल! सिम्पली हॉरिबल!'

'डॉक्टर, तसे तुम्ही जेनिनला फार जवळून ओळखत होतात. त्याचे अतिशय जवळचे साथीदार होतात. तो अतिशय तगडा होता असं तुम्हीही म्हणालात. भूमिगत असताना तर त्यानं अतिशय धाडसी मोहिमा पार पाडल्या. पण मग तोच चाकूला एवढा का घाबरायचा? दाढीही करत नव्हता म्हणे!'

'म्हणजे तुमच्या कानावर आली वाटतं ती गोष्ट!' हसतहसत डॉक्टर म्हणाले. मला मात्र त्यांचं ते हसणं जरासं केविलवाणं वाटलं. 'इथली ही मंडळी किती अंधश्रद्धाळू आहेत ते तर पाहताच आहात तुम्ही. सुपरस्टिशियस सगळी. दाढी केली तर आपण फार काळ जगणार नाही, असं त्याला वाटत होतं. कोणी ज्योतिष्यानं

तसं त्याला सांगितलं होतं म्हणे! आता कुठला ग्रह दाढीच्या आड दडला होता, ते एक जेनिन जाणे आणि त्याचा तो ज्योतिषी जाणे!'

अन् मग उठून उभं राहत डॉक्टर म्हणाले, 'एक-दोन पेशंट्सना तपासायचंय. रात्रीच्या त्या गडबडीपासून त्यांच्याकडे लक्ष द्यायला वेळच झालेला नाहीये. झोपही अपुरी राहिलीय. तो पोस्टमॉर्टेमचा रिपोर्ट आल्यावर पाहिजे तर येतो मी.'

ते गेले त्या दिशेकडे पाहत कौशिक परत आपल्या तंद्रीत गेले. त्यातून ते बाहेर आले ते रामचंद्र संगमा आल्यामुळे.

तो आल्याचं पाहिल्याबरोबर उठून त्याचे दोन्ही हात हातात घेत कौशिकांनी आपले कन्डोलन्सेस त्याला दिले.

'आय ॲम सॉरी. जेन्युईन्ली सॉरी. थोडाच वेळ भेट झाली होती नीलची आणि आमची. मोठा उमदा तरुण वाटला होता तो मला. त्याचा असा इतक्या दूरवर शेवट व्हावा, हे मनाला फार डाचतंय रामचंद्र.'

'माझ्या डोळ्यांसमोर काल रात्रीचा तो हसणारा, गंमत करणारा नील आहे अजून. तो आणि तुम्ही तिथून निघून गेल्यानंतर अर्धा तास मी तिथे पबमध्ये होतो. तिथून घरी निघालो तो वाटेवरच नीलचं घर होतं. माझं घरही तिथून जवळच आहे. खरंतर माझ्या बेडरूमच्या खिडकीतून त्याच्या हॉलची खिडकी स्पष्ट दिसते. बिछान्यावर पडण्यापूर्वी मी तिकडे पाहिलं, तर त्याच्या फायरप्लेसमधल्या आगीच्या प्रकाशानं ती खिडकी उजळल्याचं दिसत होतं. बाकी सारी सामसूम होती. मी जागा झालो, तो ते दोघं तरुण घाबऱ्याघाबऱ्या माझ्या घराचं दार ठोठावू लागले म्हणून. त्यांच्याबरोबर मी नीलच्या घरी गेलो, तो बाहेरचा दरवाजा नुसताच लोटलेला होता. ते दोघंही तसंच म्हणाले. मी मग तिथे थांबलोच नाही. घरी येऊन मी कुमुदबाबूंना फोन केला आणि ते येईपर्यंत माझ्या घरीच आम्ही तिघंही थांबून राहिलो होतो. मला तर सुचेनासंच झालंय. आता कोणत्या तोंडानं त्याच्या बापाला हे कळवू असं झालंय. त्यात त्याच्या बापाचं आणि आमचं तसं फारसं सख्य नव्हतं. जेनिनशीही त्याचे संबंध फारसे चांगले नव्हते. म्हणून तर जेनिन गेला त्या वेळी तो आलाच नव्हता. म्हणूनच तर या पोराला नीलला जेनिनबद्दल इतकी आपुलकी असल्याचं पाहून मला जरासं आश्चर्यच वाटलं होतं. इतक्या दूर आपल्या आज्याच्या शोधात तो आलाच कशाला? तो इथे आलाच नसता, तर हा पुढचा सारा अघोरी प्रकार झालाच नसता.'

अन् एकदम बांध फुटल्यासारखा रामचंद्र हमसून-हमसून रडू लागला. इतका वेळ आत दाबून टाकलेल्या त्याच्या भावना उफाळून वर आल्या होत्या. त्याला तसाच रडू देत नुसता त्याचा हात थोपटत राहिले.

रामचंद्रचा उमाळा ओसरल्यावर कौशिकांनी हलकेच विचारले, 'आम्ही म्हणजे

कुमुदबाबू, नीलच्या वडिलांना सांगण्याबाबत काही मदत करू शकतात का? की त्याच्यामुळे आणखीच कॉम्प्लिकेशन होतील?'

'नाही, मलाच सांगायला हवं.' डोळे पुसत रामचंद्र म्हणाला. 'जेनिनने असे संबंध तोडले असले, तरी मला तसं करून चालणार नाही.'

'पण असे संबंध तुटण्याइतकं काय झालं होतं बाप-मुलात?'कौशिकांनी शंका उपस्थित केली.

'बाप-मुलात?' 'हो, म्हणजे नीलच्या वडिलांमध्ये आणि जेनिनमध्ये?'

'नीलचा बाप म्हणजे जेनिनचा मुलगा नाही.' रामचंद्रने स्पष्ट केले.

'नाही? पण मग जेनिन नीलचा आजा हे तरी खरं ना?' मी अचंब्यानं विचारलं.

'हो, ते खरंच आहे. नील हा मिलीचा मुलगा. जेनिनच्या मुलीचा मुलगा.'

'पण मग नील हाही संगमा आणि जेनिनही संगमाच.'

'म्हणून तर मलाही वाटलं होतं, की तो जेनिनच्या मुलाचा मुलगाच.'

'इथे तशी आडनावं फारशी नाहीत. शिवाय, आपापसातच रोटी-बेटीव्यवहार करण्याचा प्रघात आहे. संगमा घराणं तसं प्रतिष्ठित. त्यामुळे त्यांच्यातली लग्नं अशी आपापसात होत. संगमाचं लग्न संगमाशीच होणं स्वाभाविकच आहे.' कुमुदबाबू स्पष्टीकरण देत म्हणाले.

त्याबरोबर एकदम उत्साहित होऊन उठत कौशिक म्हणाले, 'आय सी! म्हणजे नील हा जेनिनच्या मुलीचा मुलगा तर. दॅट इज गुड! दॅट इज गुड!'

आता नील हा जेनिनच्या मुलीचा मुलगा यात गुड काय, याचं आम्हा तिघांनाही आश्चर्य वाटलं. मला कौशिकांच्या असल्या वागण्याची सवय होती, पण कुमुदबाबू आणि रामचंद्र मात्र त्यामुळे गोंधळून गेले. कौशिकांना वेड तर नाही ना लागलेलं, अशी शंकाही त्यांना आली.

पण तेवढ्यात कौशिकांनी कुमुदबाबूंना तो पोस्टमॉर्टेमचा रिपोर्ट केव्हा येणार ते विचारलं आणि त्याची घाई करण्याबाबत विनंती केली. रामचंद्र मग तिथून निघालाच.

पोस्टमॉर्टेमचा रिपोर्ट येईपर्यंत मग काही विशेष घडलंच नाही. कौशिक जरा फिरायला म्हणून बाहेर पडले एकटेच. त्यांना विचार करायचा असावा. कारण त्यांनी मलाही बोलावलं नाही. कुमुदबाबू तर आपल्याच अडचणींमध्ये गुंग झाले होते. मीही मग काही वाचन करावं म्हणून माझ्या बेडरूममध्ये गेलो, पण वाचनात लक्षच लागेना. नीलच्या मृत्यूचं ते गूढ मला स्वस्थ बसू देईना. खरंच, गावकरी म्हणतात त्याप्रमाणे कोणी वृक्कमानव अस्तित्वात तर नसावा? एरवी गळ्यावरच्या त्या वेड्यावाकड्या कुरतडण्याची काय संगती लावायची? आणि मारून टाकल्यावर सगळं रक्त चाटूनपुसून साफ करणारं तरी दुसरं कोण असावं? शिवाय, नंतरही ते

प्रेत तिथून उचलून, त्याचे लचके तोडून, उरलंसुरलं रक्त पिऊन दुसरं कोण टाकून देणार होतं?

मी एकदम दचकलो. मीही गावकऱ्यांसारखाच विचार करू लागलो होतो. त्या तिथल्या वातावरणाचाच तर तो परिणाम नव्हता? मी माझ्या पोलिसी खात्यातल्या शिक्षणाचा, अनुभवाचा वापर करत नव्हतो. कुमुदबाबूंनीही इथे बरेच दिवस काढल्यामुळे त्यांच्याही शिक्षणावर गंज चढल्यासारखा झाला होता. म्हणून तर तेही असे हारल्यासारखे, हरवल्यासारखे झाले होते.

आम्ही साधारण दहाच्या सुमाराला पबमधून निघालो. त्या वेळी नील नुकताच घरी गेला होता. त्या वेळी तो जिवंत होता. त्यानंतर साधारण साडेअकराच्या सुमाराला पाऊस सुरू झाला. त्या वेळी तो जिवंत होता का हे सांगता येत नाही, पण बाराच्या सुमाराला त्या दोन तरुणांनी त्याला पाहिला तेव्हा तो मेला होता. त्यांच्या म्हणण्यानुसार 'शिकार' ताजी होती. कारण शरीरातून बाहेर पडणारं रक्त अजून गोठलं नव्हतं, चकचकत होतं. म्हणजे नीलला मृत्यू आला तो अकरा ते पावणेबाराच्या दरम्यान आला असावा. त्या वेळी पबमध्ये जमलेले सगळे आपापल्या घरी होते. डॉक्टर राशिंग त्या बाईची सोडवणूक करायला गेले होते. म्हणजे त्यांच्यापैकी कोणी नीलचा खून केला असणं शक्य नाही.

नीलचा खून झालाच असला, तर तो ज्याला ओळखतो अशांपैकीच कोणी असावं. कारण एकतर त्याच्या घराचं बाहेरचं दार नुसतं लोटलेलंच होतं. ते बंद करण्याची सोय होती, कडी-कोयंडा होता आणि तो कामही करत होता हे तर आपण पाहिलेलंच आहे. तेव्हा नीलनं ते बंद केलं नसेल, विशेषत: टिनीनं दिलेल्या इशाऱ्यानंतर, हे संभवत नाही. म्हणजे नीलनंच ते उघडून खुन्याला आत घेतलं असणार. नीलनं विशेष प्रतिकार केला असल्याचं दिसत नाही. त्याअर्थी त्याला बेसावध क्षणी मारलं गेलं असेल. जर त्या वेळी त्याच्याबरोबर असणारी व्यक्ती अनोळखी असेल, तर तो बेसावध राहण्याची शक्यता तशी कमीच आहे. पण नील तर फारसा कोणाला ओळखतच नव्हता. त्याच्या ओळखीचे सगळे काल रात्री पबमध्ये त्याच्याबरोबर होते आणि ते तर सगळे त्याला मृत्यू आला त्या वेळी आपापल्या घरी होते. मग नीलला कोणी मारलं असणं कसं काय शक्य आहे?

छे! भलताच गुंता होता. त्यातून काही तर्कसंगत मार्ग दिसतच नव्हता.

डोकं भणाणल्यासारखं झालं म्हणून मी खिडकी उघडायला गेलो, तर कौशिक झपझप घराकडे येताना दिसले. मीही मग बेडरूममधून खाली दिवाणखान्यात आलो.

आल्याआल्याच कौशिकांनी कुमुदबाबूंची चौकशी केली.

'तेही विश्रांती घेत असावेत आपल्या खोलीत. का?'

'हा, हा, पोस्टमॉर्टेमचा रिपोर्ट आलाय. त्यांचा माणूस घेऊन येत होता. तो

वाटेतच भेटला. मग मीच घेतला तो लखोटा त्याच्या हातातून. तसाच सीलबंद आहे बरं का अजून.' माझ्या हातात तो देत ते म्हणाले. तोवर आमचा आवाज ऐकून कुमुदबाबूच खाली आले. त्यांनी तो लखोटा घेतला आणि उघडत ते म्हणाले, 'तुम्ही याची अगदी आतुरतेनं वाट पाहत होतात, त्याअर्थी तुमच्या मनात काहीतरी शिजत असावं डॉक्टर कौशिक. पण हा रिपोर्ट तर तसा अपेक्षितच आहे. नीलचा मृत्यू गळ्याजवळची शीर, ज्युग्यूलर व्हेन तुटून झालेल्या रक्तस्रावामुळेच झाल्याचं म्हटलं आहे. ती व्हेन एकतर करवतीसारख्या शस्त्रानं तोडल्यामुळे किंवा अणकुचीदार दातांनी फाडल्यामुळे तुटली असावी, असंच म्हटलं आहे. शरीरावरच्या इतर जखमाही त्याच पद्धतीनं झाल्या असाव्यात असंही म्हटलं आहे. यातून तुम्हाला काही मदत होईल असं वाटत नाही.'

'नीलचा मृत्यू केव्हा झाला असावा, याबद्दल काही अंदाज व्यक्त केला आहे का?'

'त्याचं प्रेत पाण्यातून काढलं गेल्यामुळे तो अंदाज वर्तवणं कठीण जात असल्याचं त्यांनी म्हटलं आहे. तरीही बॉडी आपल्याला मिळण्याच्या आधी दहा ते बारा तास मृत्यू झाला असावा असा अंदाज आहे.'

'म्हणजे काल रात्री साधारण दहा ते बारा वाजेपर्यंत नील मरण पावला असावा.' मी तोंडी हिशेब करत सांगितलं.

'म्हणजे त्याचाही काही फारसा उपयोग नाही. कारण आपण साधारण तीच वेळ धरली होती.'

'कुमुदबाबू, या रिपोर्टमध्ये डॉक्टर राशिगांना फारच इंटरेस्ट होता. तेव्हा ते कदाचित आपल्याला आणखी काही सांगू शकतील. मला वाटतं, त्यांना हा रिपोर्ट मिळाल्याचं कळवून इकडे बोलावून घ्यावं.'

'अहो, असल्या केसेस नेहमीच हाताळणाऱ्या आमच्या पोलीस सर्जनपेक्षा फक्त या गावात जनरल प्रॅक्टिस करणारे डॉक्टर राशिंग आणखी काय सांगणार आहेत?'

'तसं म्हणू नका कुमुदबाबू. काहीकाही वेळा असं एखादं गावठी गुपितच फार कामी येतं माणसाच्या. एनी वे, त्यांना बोलावल्यानं नुकसान तर काही नाही. पण उद्या असं वाटायला नको, की त्यांना बोलवायचं राहून गेलं. तोही एक दगड मारून पाहू या. काहीकाही वेळा असा अंधारात मारलेला तीर नेमका वर्मी बसतो.'

कौशिकांच्या मनात नक्कीच काहीतरी शिजतंय याचीच ती खूण होती. माझ्या तर ते लक्षात आलंच, पण कुमुदबाबूंनाही तसं भासलं असावं. म्हणून तर क्षणभर त्यांच्याकडे रोखून पाहत त्यांनी बाहेरच्या ऑर्डर्लीला बोलावून डॉक्टर राशिंगांना निरोप पाठवला.

'या, या. डॉक्टर!' ते येताच त्यांचं अघळपघळ स्वागत करत कौशिक

म्हणाले, 'तुमचीच वाट पाहत होतो. पोस्टमॉर्टेमचा रिपोर्ट आलाय आता. त्यात तसं विशेष काही नाही. तो तसा अपेक्षितच आहे असंच कुमुदबाबू म्हणताहेत.'

'म्हणजे बॉडीतून रक्त कसं निघून गेलं याबद्दल काही समजलेलं नाही तर?' थोड्याफार उत्सुकतेनं डॉक्टर म्हणाले.

'पण बॉडीतून रक्त तर वाहूनच गेलं होतं ना? ते तसं वाहून गेल्यामुळेच डेथ झाला, असंच म्हणणं आहे पोलीस-डॉक्टरांचं.'

'मलाही तसंच वाटलं होतं. कुमुदबाबू म्हणतात तसा हा रिपोर्ट अपेक्षितच आहे.' डॉक्टर म्हणाले. का कोण जाणे, पण तसं म्हणताना ते चांगलेच रिलॅक्स झाले आहेत असं मला वाटून गेलं.

'पण दोन अनपेक्षित इन्फर्मेशन्सही हाती आल्या आहेत. त्यांच्याबद्दल तुमच्याशी बोलायचं होतं.' कौशिकांचं हे बोलणं मला आणि कुमुदबाबूंनाही अनपेक्षित होतं. कुमुदबाबू तसं म्हणायलाही निघाले होते, पण ऐन क्षणी मी डोळ्यांनी इशारा करून त्यांना अडवलं.

डॉक्टरही जरा सावरून बसले, शिकाऱ्याचा वास आल्यावर सावरून बसणाऱ्या श्वापदासारखे!

'एक पांढरी पावडर असलेली व्हायल नीलच्या सामानात सापडलीय डॉक्टर. ती कसली असावी, हेच समजत नाहीये. ती तर तुम्हाला दाखवायची होतीच आणि हो, नीलची ती डायरीही मिळालीय. तिच्यातला मजकूरही समजलाय तसा, पण तुमच्याकडून कन्फर्म करून घ्यायचं होतं. म्हणूनच तुमची वाट पाहत होतो.'

'नीलची डायरी मिळाली तुम्हाला? कुठे मिळाली? कशी मिळाली?'

'इज दॅट इम्पॉर्टन्ट? कुठे म्हणजे नीलच्या सामानातच मिळाली.'

'पण, पण ते कसं शक्य आहे?'' एवढं विचारता-विचारता डॉक्टर घामानं डबडबले होते. त्या थंड वातावरणात त्यांना घाम फुटलेला पाहून कुमुदबाबू आणि मी आम्हा दोघांनाही आश्चर्य वाटलं.

कौशिक मात्र शांत होते.

'का? का शक्य नसावं?' ते म्हणाले, 'नीलनं आपल्याला ती दाखवल्यानंतर ती बॅगमध्ये ठेवली आणि तो घरी गेला. तेव्हा ती त्याच्याजवळच असणार. हं, आता त्याचा कोणी खून केला असता, तर त्या खुन्यानं कदाचित ती डायरी तिथून पळवली असती. पण नीलला तर पशुमानवानं मारलंय! आता पशुमानव डायरीही वाचू शकतो आणि म्हणून त्यानं ती पळवली असं म्हणायचं असेल तुम्हाला तर...'

'नाही, नाही. तसं नाही म्हणायचं मला.'

'प्रिसाईजली. तेव्हा मग ती डायरी नीलच्या सामानातच असणार नाही का? अरे हो, एक शक्यता आहे. नील मरण पावल्यानंतर जीजी मंडळी तिथे गेली होती

त्यांच्यापैकी कोणीतरी ती पळवली असती, तर मग त्याच्या सामानात मिळाली नसती. तुम्ही वगळता इतर प्रत्येकाला आम्ही विचारलं, पण त्यापैकी कोणीही डायरी घेतलेली नाही. नीलची बॉडी ज्यांनी पाहिली त्या दोन तरुणांना तर त्या डायरीची माहितीही नव्हती. त्यामुळे त्यांनी ती पळवण्याची शक्यताच नाही. राहता राहिले रामचंद्र, कुमुदबाबू आणि तुम्ही. कुमुदबाबू किंवा रामचंद्र यांच्यापैकी कोणाकडेही ती डायरी नाही. आता तुमच्याकडे ती आहे असं म्हणत असाल तर...'

'... छे, छे माझ्याकडे कुठली?' घाईघाईनं डॉक्टर म्हणाले.

'एक्झॅक्टली! तेव्हा ती नीलच्या सामानातच होती आणि आता आम्हाला मिळाली आहे. तिच्यात जेनिननं काय लिहिलं होतं, हेही समजलंय. ते तुम्हीच सांगावं हे बरं होईल डॉक्टर.' ते शेवटचं वाक्य उच्चारता-उच्चारता कौशिकांचा आवाज बदलला होता. त्यात जरब आली होती.

'मी? मी? मी कसा काय, म्हणजे मी काय...?' डॉक्टरांना आपलं वाक्यही पुरतं पूर्ण करता येईना.

'तुम्हीच. कारण त्या डायरीत तुम्ही आणि जेनिननं लुटलेल्या बँकेच्या पैशाचा तपशील होता. जेनिनला उपरती झाल्यामुळे त्यानं सरकारला सगळं कळवायचं ठरवलं. त्यावरून तुमचे आणि त्याचे बरेच खटके उडाले. तरीही जेनिन ऐकत नाही हे पाहून तुम्ही त्याचा कायमचा बंदोबस्त करायचं ठरवलंत. त्याचा गळा तुम्ही चिरलात. मात्र त्याच्यासाठी तुम्ही करवतीसारखं पातं असलेला सुरा वापरलात. कारण तसं केल्यानं तो हमला त्या तथाकथित पशुमानवानं, वेअरवुल्फनं केल्याचा भास तुम्हाला निर्माण करता आला असता. तसं करण्यासाठी तुम्हाला दोन बाबींची मदतच झाली. पहिली बाब, इथल्या गावकऱ्यांच्या अंधश्रद्धेची. वेअरवुल्फचा हमला असं म्हटल्याबरोबर त्याच्यावर सहजासहजी विश्वास ठेवला जातो आणि दुसरी महत्त्वाची बाब म्हणजे जेनिनला हेमोफिलियाचा विकार होता. रक्तगळीचा विकार होता. त्याच्या शरीरात रक्ताची गुठळी होण्याच्या प्रक्रियेतला एक घटक अस्तित्वातच नव्हता. त्याच्याअभावी त्याचं रक्त गोठतच नसे. एकदा वाहायला लागलं की ते वाहतच राही. म्हणून तर जेनिन दाढी करायलासुद्धा वस्तरा वापरत नसे. तसंच कुठेही जाताना तो नखशिखांत कातडी पोशाख परिधान करत असे. गावकऱ्यांकडूनच मला हे कळलं. कारण आपल्याला कोणतीही जखम होऊ देण्याचा धोका त्याला पत्करायचा नव्हता. डॉक्टर असल्यामुळे तुम्हाला जेनिनच्या हेमोफिलियाची माहिती होती. त्याचाच फायदा घेण्याचा निर्णय तुम्ही घेतलात.'

'धिस इज ऑल नॉन्सेन्स.' डॉक्टर राशिंग चिडून म्हणाले. 'तुम्ही माझ्यावर वाटेल ते खोटेनाटे आरोप करताहात. मी ते मुकाट्यानं ऐकून घेईन असं तुम्हाला

वाटत असेल तर विसरा ते. तुमचे हे सगळे मनचे मांडे आहेत. तुमच्याकडे काहीही पुरावा नाही. ती डायरीही नाही. काहीच नाही.'

'काहीच कसं नाही. नीलच्या सामानातून आम्हाला एक व्हायलही मिळाली असं म्हणालो होतो मी. आठवतंय? त्या व्हायलमध्ये पांढरी पावडर आहे, हेही सांगितलं होतं मी तुम्हाला. ही पाहा ती व्हायल.' खिशातून ती व्हायल काढून डॉक्टरांच्या समोर धरत कौशिक म्हणाले, 'याच्यावरचं हे लेबल पाहा. फॅक्टर एट असं लिहिलं आहे यावर. हाच घटक हेमोफिलियानं ग्रस्त असलेल्यांच्या शरीरात नसतो. नीलही हेमोफिलियाचा रोगी होता. म्हणून हा फॅक्टर तो सतत जवळ बाळगत असे. तेच आम्हाला मिळालं. जेनिनला मी नीलच्या बापाचा बाप समजत होतो. त्यामुळे मी बुचकळ्यात पडलो होतो. कारण हेमोफिलिया झालेल्या माणसाच्या मुलाला तो कधीच होऊ शकत नाही. कारण त्या रोगाला कारणीभूत असलेला रेसेसिव्ह जीन एक्स क्रोमोझोमवर असतो आणि पुरुषाकडून मुलीलाच एक्स क्रोमोझोमवरच्या जीनचा वारसा मिळतो. मुलाला वाय क्रोमोझोम्स असल्यामुळे बहुतेक वेळा हा रोगकारक जीन सुप्तावस्थेतच राहतो. ती मुलगी त्या रोगाची वाहक बनते, पण तिला स्वत:ला तो रोग होत नाही. तिच्या मुलाला मात्र तो होऊ शकतो. नील हा जेनिनच्या मुलीचा मुलगा आहे, हे समजल्यावर सगळा उलगडा झाला. तुम्हालाही हे माहिती होतं डॉक्टर. म्हणून तर तुम्ही नीलच्या रक्ताचा थेंबही आमच्या हाती लागू नये याची काळजी घेतलीत. जेनिनच्या वेळी तसं करण्याचं तुम्हाला कारणच नव्हतं. जेनिन हेमोफिलियॅक आहे याची माहिती तुमच्याशिवाय कोणालाही नव्हती आणि कोणालाही तसा संशय येण्याचंही कारण नव्हतं. पण या वेळी आम्ही इथे होतो याची जाणीव असल्यामुळेच तुम्ही ही काळजी घेतलीत. पण नीलच्या सामानात फॅक्टर एटची व्हायल असण्याच्या शक्यतेकडे तुम्ही कानाडोळा केलात. किंबहुना, इथे तो मिळत नसल्यानं तुम्ही बिनधास्त राहिलात. पण नील अमेरिकेतून आला होता. त्यामुळे त्याच्याकडे हा फॅक्टर मिळाला आणि आम्हालाही या खुनाचा उलगडा करणारा फॅक्टर मिळाला. तेव्हा आता तुमचा खेळ खलास झालाय डॉक्टर. तुम्ही आपणहून सगळं सांगावं हे बरं. नाहीतर ते तुमच्याकडून कसं वदवून घ्यायचं ते कुमुदबाबू चांगलंच जाणतात.'

इतका वेळ कुमुदबाबू अस्वस्थ होते. कौशिक भलतंसलतं साहस तर करत नाहीत ना अशी शंका त्यांना आली होती. पण आता डॉक्टर राशिंगचं सारं अवसान गळून पडल्याचं दिसताच ते पुढे झाले आणि त्यांनीही डॉक्टरांना सगळं सांगून टाकायला सांगितलं. आणि त्यांचा कबुलीजबाब नोंदवून घेण्यासाठी इन्स्पेक्टरनाही बोलावलं.

'नीलकडे जेनिननं पाठवलेली डायरी आहे हे समजल्याबरोबर मी अस्वस्थ झालो.

तिच्यातला मजकूर वाचला गेला तर माझ्यावर पैशांची अफरातफर केल्याचा आरोप तर झालाच असता, पण जेनिनच्या खुनालाही वाचा फुटली असती. म्हणून मी नीलच्या घरी गेलो. त्याला माझा संशय आला. त्यामुळे त्यालाही मारून टाकणं मला भाग पडलं. त्या वेळी पाऊस पडला नव्हता. त्यामुळे माझ्या बुटांचे ठसे बाहेर उमटले नाहीत. मला पेशंटला पाहण्यासाठी बाहेर जावं लागलं हे माझ्या पथ्यावरच पडलं. कारण त्या दोघा जणांना जेव्हा नीलचं प्रेत दिसलं, त्या वेळी त्यांना त्याचं रक्त ताजं वाटलं. त्यामुळे नीलला मरून दहा-पंधरा मिनिटंच झाली असावीत, असा त्यांचा आणि नंतर कुमुदबाबूंचाही समज झाला. त्यामुळे मला आयतीच ॲलिबी मिळाली. पण जर नीलच्या हेमोफिलियाची माहिती तुम्हा लोकांना मिळाली असती, तर माझी ॲलिबी फुकट गेली असती. म्हणून मग त्याचं प्रेत हलवून त्या रक्ताची संपूर्ण विल्हेवाट लावावी लागली. मला, मला...' पण पुढे डॉक्टरना बोलवेना.

ते स्फुंदून-स्फुंदून रडू लागले. इन्स्पेक्टरनी त्यांना बेड्या घालून तिथून हलवेपर्यंत त्यांचा आक्रोश चालूच होता.

'चला कुमुदबाबू, आम्ही आता इथला मुक्काम हलवायला मोकळे झालो.' कौशिक म्हणाले.

कुमुदबाबूंना त्यांना थँक्स कसे द्यावेत हेच कळेना. ते तसं म्हणायला गेले तर कौशिकच म्हणाले, 'अहो, मला कसले थँक्स देताहात. ही केस तर तुम्ही आणि आमच्या या अमृतरावांनीच सॉल्व्ह केली आहे. तुम्ही ती फॅक्टर एटची व्हायल मिळवलीत. तसंच नील हा जेनिनच्या मुलीचा मुलगा हे सांगितलंत आणि अमृतरावांनी ती बॉडी हलवण्याची गरजच काय, असा सवाल करून पाणी कुठे मुरतंय हे सूचित केलं होतं. तेव्हा कॉन्ग्रॅच्युलेशन्स टू बोथ ऑफ यू.'

यावर कुमुदबाबू तर अवाकच झाले आणि अशा वेळी मिठाची गुळणी धरून बसावं हेच उत्तम हे आजवरच्या अनुभवातून मी शिकलो आहे.

...तर असा हा पशुमानव. दिल्लीचा तो मर्कटमानव म्हणजे असंच काहीतरी रहस्य असेल याबद्दल मला तरी शंका नाही मंडळी.''

''मग आता तुम्हा दोघांनाच तिथे धाडलं पाहिजे, त्या रहस्याची उकल करायला.'' कर्नल, जोशी, तावडे सगळेच एका सुरात म्हणाले.

◆

गंगाजमनी

कौशिकांनी लावलेल्या सीडी प्लेअरमधून किशोरी आमोणकरांचा यमनकल्याण ऐकू येत होता. सुरांची बरसात होत होती. वास्तविक, त्यात न्हाऊन निघत इतर सर्व विचारांना बाद करत कौशिकांना आसपासच्या जगाचा विसर पडायला हवा होता. पण ते सूर त्यांच्या कानावर पडत तरी होते की काय, याची शंका यावी असाच मामला होता. एरवी असं संगीत एका जागी स्वस्थ बसून, अंगातल्या एकाही स्नायूची हालचाल न करता ऐकत राहण्याची त्यांची सवय होती. पण ती मोडून, आता ते येरझारा घालत होते. ते अतिशय अस्वस्थ झाले होते. आपला पाईप विझला आहे, याकडेही त्यांचं लक्ष नव्हतं.

खरंतर, कशातच लक्ष लागत नव्हतं. ते अस्वस्थ झाले होते. कारण आतासारखं नुसतंच हात चोळत स्वस्थ बसून राहणं त्यांच्या रक्तातच नव्हतं. हातामध्ये कोणती ना कोणती केस नेहमीच असे. तिच्यावर विचार करण्यात किंवा तिच्यासंबंधी आणखी काही माहिती मिळवण्यासाठी कुठेतरी दौरा काढण्यात ते नेहमीच मग्न असत. काहीच नाहीतर, ज्यांच्या बरोबरीनं त्या केसवर काम करायचं त्या अमृतरावांवर कशी कुरघोडी करता येईल, याचा विचार तर सतत चाललेलाच असे. पण आताची परिस्थिती वेगळी होती. कधी नव्हे ते कौशिक रिकामटेकडे झाले होते. काहीच काम नव्हतं. अमृतराव कोणतीतरी, त्यांना कठीण वाटणारी केस घेऊन येतील, म्हणून त्यांनी काही दिवस वाट पाहिली. पण अमृतराव गेले काही दिवस त्यांच्याकडे फिरकलेही नव्हते. त्यांचा साधा फोनही आला नव्हता.

एरवी दोन-तीन दिवसांआड त्यांची फेरी ठरलेलीच असे. अगदीच काही

नाहीतर, धोंडिबाच्या हातचे बटाटेवडे चापायला तरी त्यांची फेरी होईच. मग तेच निमित्त साधून त्यांच्याबरोबर बुद्धिबळाचे एक-दोन डाव टाकणंही जमून जाई.

पंधरा दिवस उलटून गेले तरी अमृतरावांचा पत्ता नव्हता. काय करावं तेच त्यांना समजत नव्हतं.

"साहेब,"

त्यांचं लक्ष वेधून घेण्याचा प्रयत्न करत धोंडिबानं त्यांना हाक मारली. पण त्यांच्यापर्यंत ती पोहोचली की नाही, अशीच शंका धोंडिबाला यायला लागली.

वास्तविक, मगाशी दारावरची बेल वाजली तेव्हाच त्यांची हाक धोंडिबाला ऐकायला यायला हवी होती. ती आली नाही तेव्हाच साहेबांची तंद्री लागली आहे, हे धोंडिबानं ओळखलं होतं. अशा वेळी त्यांना डिस्टर्ब केलेलं अजिबात आवडत नाही, हेही तो जाणून होता. त्या वेळी साहेब एकाच जागी बसलेले असत. त्यांची नजर शून्यात लागलेली असे आणि मुख्य म्हणजे त्यांच्या पाईपातून भसाभस धुराचे लोट बाहेर पडत असत.

आजचा नूर काही औरच होता. आजवर धोंडिबानं त्यांना असं अस्वस्थपणे, झपाटल्यासारख्या येरझारा घालताना पाहिलेलं नव्हतं. म्हणूनच त्यांच्या तंद्रीचा भंग करण्याचं धाडस तो करत होता.

"साहेब."

त्यांच्याजवळ जात धोंडिबा जरा मोठ्यानंच म्हणाला. आताही त्यांनी त्याच्याकडे लक्ष दिलं नसतं तर त्यांचे खांदे पकडून, जोरजोरानं त्यांना हलवत जागं करण्याचा प्रयत्न तो करणार होता.

"कोण?" एकदम ओरडत कौशिकांनी विचारलं.

आपल्याला हाक मारणारा धोंडिबा आहे हे ध्यानात येताच जरा नरमाईच्या सुरात त्यांनी पुढे विचारलं, "काय आहे?"

"सुषमाबाई आल्या आहेत. तुम्हाला अर्जंट भेटायचं आहे असं म्हणताहेत."

"सुषमाबाई? कोण सुषमाबाई?"

"तुमचे ते पनवेलचे दोस्त नव्हेत का? नानासाहेब? त्यांच्या सूनबाई. त्या आल्याहेत."

क्षणभर कौशिक गोंधळल्यासारखे झाले. पनवेल? नानासाहेब? त्यांना काहीच संदर्भ लागेना. त्यांचं मन दुसरीकडेच कुठेतरी होतं. त्यांच्या नेहमीच्या ओळखीच्या जगापासून दूर. त्यामुळे त्या जगातले, धोंडिबा देत असलेले संदर्भ त्यांच्या मनाला भिडतच नव्हते.

आपलं डोकं जोरजोरात हलवत कौशिकांनी स्वत:ला सावरलं. नानासाहेब त्यांचे अतिशय जिवलग स्नेही होते. एका अडचणीच्या प्रसंगी नानासाहेबांची त्यांना

मोलाची मदत झाली होती. त्यांच्या मुलाच्या, समीरच्या लग्नाला ते जातीनं हजर होते. घरच्या मंडळींबरोबर लग्नाच्या सोहळ्यात राबले होते. नानासाहेबांचा भार थोडा हलका करण्याचा प्रयत्न त्यांनी केला होता. आणि आता समीरची बायको, सुषमा त्यांच्याकडे आली होती. तसंच महत्त्वाचं काम असल्याशिवाय ती खास पनवेलहून इथे आली नसती. कदाचित नानासाहेबांचा काही निरोपही तिनं आणला असेल. भेटलं पाहिजे तिला. ताबडतोब.

"अरे, मग तिला काही पाणी वगैरे दिलंस का नाही? आणि चहापाण्याची व्यवस्था... नाहीतर असं कर. जेवायची वेळही होत आली आहे, तिला जेवायलाच थांबवून घेतो. तू तयारीला लाग."

धोंडिबाला आत पाठवत कौशिक दिवाणखान्यात गेले.

"सुषमा, अगं केव्हा आलीस? आणि नानासाहेब, समीर कसे आहेत? काही खबरबात नाही..."

कौशिक भरभरून बोलत होते, पण सुषमाच्या चेहऱ्याकडे नजर जाताच मामला काहीतरी विचित्र आहे, हे त्यांच्या लक्षात आलं. सुषमाचा चेहरा सुकला होता. रडून-रडून तिचे डोळे लाल झाले होते. काही दिवस झोपही न मिळाल्यासारख्या तिच्या डोळ्यांखाली पिशव्या तयार झाल्या होत्या. केस अस्ताव्यस्त होते. किंबहुना तिनं त्याकडे लक्षही न दिल्याचं जाणवत होतं. दांडीवरचे हाताला लागले ते कपडे ओरबाडून घेऊन ते कसेबसे अंगाभोवती गुंडाळल्यासारखा तिचा पेहराव होता. कौशिकांना पाहताच तिने इतका वेळ दाबून धरलेला हुंदका दातांखाली दाबून धरलेल्या ओठांमधून बाहेर पडला. आता जर आपण तिला सावरायला पुढे झालो नाहीतर ती ओक्साबोक्शी रडायला लागेल, याविषयी कौशिकांच्या मनात शंका उरली नाही.

पुढे होत त्यांनी तिला हाताला धरून समोरच्या सोफ्यावर बसवलं. तिच्या पाठीवरून आश्वासक हात फिरवत, ती स्वतःला सावरण्याची वाट पाहत बसून राहिले. त्यांनी तिला काहीही विचारलं नाही. मुक्यानंच ते तिला धीर देत राहिले.

ती सावरते आहे असं दिसताच त्यांनी समोर ठेवलेला पाण्याचा ग्लास तिच्यासमोर धरला. डोळ्यांच्या इशाऱ्यानंच ते पिऊन टाकण्याची सूचना करत ते तिच्याकडे पाहत राहिले.

तो पाण्याचा ग्लास तिनं खाली ठेवताच त्यांनी विचारलं, "काहीतरी विचित्र प्रकार घडला आहे, हे माझ्या ध्यानात आलंय. तेव्हा सगळं काही व्यवस्थित सांग पाहू. तुझं सांगून होईपर्यंत मी काहीही बोलणार नाही, कसलेही प्रश्न विचारणार नाही."

"सांगण्यासारखं काय उरलंय काका! समीरला काल पोलिसांनी अटक केली. त्याला धरून त्यांनी कोठडीत डांबून ठेवलं आहे."

ती पुढे काही सांगेल या आशेनं काही वेळ कौशिक तसेच बसून राहिले. पण ती

काहीही बोलण्याची चिन्हं दिसेनात, तसं त्यांनी विचारलं, "समीरला अटक? कशासाठी? काय गुन्हा केलाय त्यानं? कोणत्याही राजकीय मामल्यासाठी काही ही अटक झालेली नसणार. तसं असतं तर तू अशी घाबरीघुबरी होऊन आली नसतीस. शिवाय, काहीतरी गंभीर गुन्ह्याचा संशय असल्याशिवाय पोलीसही असे अटक करणार नाहीत. काय झालंय काय?"

पण काहीही न बोलता हमसत-हमसत सुषमा तशीच बसून राहिलेली पाहताच कौशिकांनी परत विचारलं, "अगं सुषमा, कोणत्या गुन्ह्यासाठी अटक केलीय त्याला? मला नीटपणे सगळं सांग पाहू. मगच काय करायचं याचा विचार करता येईल. तू असा धीर सोडू नकोस."

"कसं सांगू काका! सांगायलाही जीभ रेटत नाहीये. अतिशय घाणेरडा आरोप केलाय हो त्यांनी समीरवर."

"घाणेरडा आरोप? मी नाही समजलो."

"रेप ॲण्ड मर्डर. समीरनं एका बाईवर बलात्कार करून तिचा खून केल्याचा आरोप आहे त्याच्यावर."

कौशिकांचा विश्वासच बसेना आपल्या कानांवर. आपण ऐकलं ते खरं का, अशी शंका त्यांना यायला लागली. समीरला ते त्याच्या जन्मापासून ओळखत होते. तो असलं काही कृत्य करेल, यावर त्यांचा विश्वास बसेना.

"रेप ॲण्ड मर्डर? कसं शक्य आहे? कोण आहे ती बाई?"

"तिचं नाव, तिचं आहे काहीतरी नाव. या क्षणी नाही आठवत मला."

"समीरची आणि तिची ओळख कशी झाली? तिची आणि समीरची चांगली ओळख असल्याशिवाय त्याच्या हातून असं काही घडण्याची शक्यताच नाही."

"म्हणजे काका, समीरनं खरोखरच हा गुन्हा केलाय, अशी खात्री झालीय तुमची? एवढ्यातच?"

आपल्या म्हणण्याचा असाही अर्थ होऊ शकतो, याची पुसटशीही कल्पना कौशिकांना आली नव्हती. एरवी आपले शब्द तोलूनमापून वापरणाऱ्या कौशिकांना ती बातमी ऐकून इतका धक्का बसला होता, की आपण काय बोलतो आहोत याकडेही त्यांनी नीट ध्यान दिलं नव्हतं.

"सॉरी सुषमा, तसं नव्हतं म्हणायचं मला. उलट मी असं म्हणणार होतो, की जर त्या बाईची आणि समीरची चांगली जानपहेचान असती, तर तूही कधीतरी त्याच्याबरोबर तिच्याकडे गेली असतीस... तेव्हा ती बाई कोण आहे, कशी आहे, काय करते, तिच्या घरी आणखी कोण-कोण आहे याची तुलाही माहिती असणार. पण तुला तर तिचं नावंही धड आठवत नाहीये. म्हणजे तू तिला तशी ओळखतही नाहीस. अर्थात, समीरची आणि तिचीही तशी खास ओळखपाळख नसणार.

जवळीक तर मग लांबच राहिली. अशा परिस्थितीत त्याच्या हातून असला गुन्हा घडणं कसं शक्य आहे?''

"असं वाटतं ना तुम्हाला? खरंच वाटतं ना? मग त्याला सोडवून आणा हो. आमच्या सहनशक्तीपलीकडे गेलंय सगळं. नानांनी तर अंथरूणच धरलंय. इतका गलिच्छ आरोप झाल्यामुळे सगळीकडे छी थू होते आहे. एरवी जवळचे वाटणारेही अंतर राखून वागताहेत. इतरांना तर काय, रानच मोकळं मिळालंय. तिथे राहणंही अशक्य होत चाललंय.''

"हे बघ, जरा सविस्तर सांग पाहू सगळं. मग मी बघतो काय करायचं ते. आणि असं हवालदिल व्हायचं काहीच कारण नाही. मी आहे ना? माझ्यावर विश्वास आहे ना? मग सावर स्वत:ला. आता नानासाहेबांनाही तुलाच सावरायला हवं. सांग पाहू नीटपणे.''

"नीला नारायणचा खून झाला गेल्या पंचवीस तारखेला.''

"अच्छा! म्हणजे नीला नारायण नाव आहे तिचं!''

"हो, पण तुम्हाला कसं कळलं?''

"अगं, आत्ता तूच तर नाही का म्हणालीस?''

"मी म्हणाले? असेल. आपण काय बोलतो आहोत, हेही कधीकधी समजत नाही काका. तर या बाईचा गेल्या पंचवीस तारखेला खून झाला. दुसऱ्या दिवशी वर्तमानपत्रामध्ये बातमीही आली होती. आम्हीही वाचली. ती वाचल्यावर समीर मला म्हणाला होता, "अगं, हे पाहिलंस का? परवाच या बाईकडे गेलो होतो मी आणि काल तिचा चक्क खून झाला. भयंकरच आहे सगळं.''

"म्हणजे समीर ओळखत होता तर तिला?''

"मला नाही वाटत तसं!''

"नाही? मग तिच्याकडे गेला होता कशाला तो?''

"मीही तेच विचारलं त्याला. तो इन्व्हेस्टमेन्ट कन्सल्टन्सीचा व्यवसाय करतो, हे ठाऊकच आहे तुम्हाला. तर त्या बाईचा फोन आला होता त्याला. तिला काही पैसे इन्व्हेस्ट करायचे होते. त्यासाठी त्याला बोलावलं होतं तिनं. तो इतर पोटेन्शियल क्लायन्ट्सकडे जातो, तसाच गेला होता. तिला काही म्युच्युअल फंडांसंबंधी, काही फिक्स्ड डिपॉझिटसंबंधी, पोस्टाच्या काही स्कीम्ससंबंधी माहिती देऊन बरेचसे ब्रोशर्स आणि ॲप्लिकेशन फॉर्म्स तिच्याकडे ठेवून आला होता तो. पुढच्या आठवड्यात परत भेटायचं ठरलं होतं, असंही म्हणाला तो. दुसऱ्याच दिवशी तिचा खून झाल्याची ती बातमी ऐकून आता तिच्याकडे जाण्याची काही आवश्यकताच उरली नाही, असंही सांगितलं त्यानं.''

"म्हणजे खून झाला त्या दिवशी तो तिच्याकडे गेला नव्हता?''

''नाही.''

''ते त्यानं पोलिसांना सांगितलं का?''

''हो ना. जीव तोडून सांगितलं.''

''तरीही त्यांनी समीरला पकडून नेलं?''

''हो. कारण समीर खरं सांगतो आहे, यावर त्यांचा विश्वास बसेना.''

''पण समीरपर्यंत ते पोहोचलेच कसे?''

''नीलाच्या हॉलमधल्या टेबलावर त्यांना समीरचं व्हिजिटिंग कार्ड सापडलं.''

''सापडणारच. तो जर एका नव्या क्लायन्टच्या शोधात तिथे गेला होता, तर तिथून निघताना त्यानं आपलं व्हिजिटिंग कार्ड तिथे सोडलेलं असणारच. त्या कार्डबरोबर त्यानं दिलेली ब्रोशर्स आणि ॲप्लिकेशन फॉर्म्स, तेही पोलिसांना मिळाले असणारच ना?''

''हो, तेही मिळाले.''

''मग ते तर तो जे काही सांगत होता त्याला पुष्टी देणारेच होते. तो खरंच सांगतोय, यावर त्यांचा विश्वास बसायला हवा होता. तरीही त्यांनी त्याला पकडून नेलं. याचा अर्थ त्यांच्याकडे त्याहूनही आणखी काहीतरी पुरावा असणार. समीरच्या विरोधात जाणारा पुरावा असणार.''

''समीरचे फिंगरप्रिंट्स त्यांनी पहिल्या वेळी मागितले होते.''

''मग दिले ना त्यानं?''

''ताबडतोब दिले. कसलीही खळबळ न करता दिले. 'कर नाही त्याला डर कशाला', असंच म्हणाला होता तो.''

''बरोबरच आहे. ते नीलाच्या घरात सापडले, याला तसा काही फारसा अर्थ नाही. तो तिथे गेला होता, हे नाकबूल करत नव्हता. तो काही काळ तिथे होता. तो तिथे पाणी प्यायला असेल, त्यानं चहा घेतला असेल. तिथल्या सोफ्यावर तो बसला असेल. टेबलावरची काही कागदपत्रं त्यानं हलवली असतील. तिथलं एखादं मासिक उचलून घेऊन वाचलं असेल. दरवाज्याच्या हॅन्डलवर आपला हात ठेवला असेल. त्या सगळ्या ठिकाणी त्याचे फिंगरप्रिंट्स सापडणारच. उलट ते नसते सापडले तर समीर खोटं बोलतो आहे, असा अर्थ लावता आला असता. तेव्हा तिथे त्याचे फिंगरप्रिंट्स सापडले, याला फारसं महत्त्व देता येणार नाही. त्याहूनही काहीतरी वेगळा, समीरला अडकवणारा पुरावा पोलिसांकडे असणार. त्याशिवाय ते असे समीरला पकडून नेणार नाहीत.''

''म्हणजे समीरनंच नीलाला मारलं असं तुम्हालाही वाटतं काका?'' सुषमा परत रडकुंडीला आली होती.

कौशिक तोवर आपल्या विचारांच्या तंद्रीत गेले होते. त्यांचा पाईप धुराची

वेटोळी सोडत होता. सुषमानं आपल्याला काही विचारलं आहे, याकडे त्यांचं लक्षच नव्हतं. पण ते गप्पच बसलेले पाहून आपल्याला आलेली शंका खरीच आहे, असाच सुषमाचा ग्रह झाला. तिनं हंबरडा फोडला.

त्याचा आवाज मात्र कौशिकांची तंद्री भंग करायला पुरेसा ठरला. घाईघाईनं पुढे होतं, तिच्या हातावर थोपटत, तिचं सांत्वन करत ते म्हणाले, "सुषमा, इंग्रजीमध्ये 'प्लेईंग डेव्हिल्स अॅडव्होकेट' असा एक वाक्प्रचार आहे. म्हणजे आपल्या विरुद्ध बाजूनं कोणता युक्तिवाद होण्याची शक्यता आहे, याचा विचार करून तोच मांडणं. बुद्धिबळात कसं आपला प्रतिस्पर्धी खेळाडू कोणती चाल रचेल, याचा विचार करणं अगत्याचं असतं, तो केल्याशिवाय त्याची ती चाल निष्प्रभ करणारी चाल आपण खेळूच शकत नाही, तसाच काहीसा हा प्रकार आहे. म्हणून मी पोलिसांच्या दृष्टिकोनातून आता विचार करतो आहे. समीरला दोषी धरण्यासाठी त्यांच्याकडे कोणता पुरावा असण्याची शक्यता आहे, याचा विचार आपण केला; तर मग त्या पुराव्यात काही कच्चे धागे आहेत की काय, तो पुरावा कमकुवत आहे की काय, हे शोधता येईल. तुला जसं समीर निर्दोष आहे असं वाटतंय ना, तसंच मलाही वाटतंय. पण तुझ्यासारखा मीही भावनेच्या भरात आलो, तर मग समीरला मदत कशी करता येईल मला! तो जर खरोखरीच दोषी असेल, तर मला काहीही करता येणार नाही. किंबहुना मी काहीही करणारच नाही. पण तो निर्दोष असला, तर मात्र जंगजंग पछाडून ते सिद्ध करण्याचा प्रयत्न करेन. त्यासाठी मला माझ्याच पद्धतीनं गेलं पाहिजे. तू आता जे काही मला सांगितलंस त्याव्यतिरिक्त आणखी काही सांगायचं राहिलं आहे का? काही महत्त्वाचा धागा सुटून गेला आहे का? आठवून सांग."

सुषमा विचारात पडलेली पाहून ती आता सावरली आहे, हे कौशिकांनी ओळखलं. तिची काय अवस्था झाली आहे, हे पाहून तेही अस्वस्थ झाले होते. पण पोलीस नेहमी हडेलहप्पी कारभारच करतात, ही सर्वसामान्यांची समजूत त्यांना मान्य नव्हती. अमृतरावांच्या बरोबरीनं त्यांनी आजवर अनेक पोलीस अधिकाऱ्यांना जवळून पाहिलं होतं. त्यातले काही बेगुमान वृत्तीचे होते. डोक्यापेक्षा हातातल्या दंडुक्यावर आणि अंगावरच्या वर्दीवर अधिक भिस्त ठेवून गुन्ह्याचा तपास करणारे होते, हे त्यांनीही पाहिलं होतं. पण सगळेच तसे नसतात, किंबहुना तसे फारच थोडे असतात, हेही त्यांनी अनुभवलं होतं.

तेवढ्यात कसलीतरी आठवण होऊन त्यांनी विचारलं, "नीलाचा खून कसा झाला म्हणालीस?"

"मी कुठे काय म्हणाले? मलाही ते नीटसं माहिती नाही. पोलिसांच्या बोलण्यातून उडतउडत काही कानावर आलं. त्यावरून तिच्या डोक्यात कसलीतरी जड वस्तू

मारून तिचा खून केला असं वाटतं. तिनं खुन्याशी झटापटही केली. त्याला ओरखडे काढले. त्याच्या डोळ्यांत आपली बोटं खुपसली, असंही काहीसं पोलीस म्हणत होते. पण माझं मन नव्हतं तेव्हा थाऱ्यावर. त्यामुळे हे मी खरंच ऐकलं, की माझ्या मनाचेच ते खेळ आहेत, हे नाही मी सांगू शकणार खात्रीनं तुम्हाला.''

''जर तू म्हणतेस त्याप्रमाणे कोणतीतरी जड वस्तू डोक्यात मारून तिचा खून केला गेला असेल, तर त्या वस्तूवर खुन्याचे फिंगरप्रिंट्स असतील. ते पोलिसांच्या हाती सापडले असतील. त्यावरच तर त्यांना समीरच्या बोटांचे ठसे नाही मिळाले? समीर तिथे असताना त्यानं अशा एखाद्या जड वस्तूला हात तर नव्हता लावला? समजा, ते जिथे बोलत बसले होते तिथल्या सेन्टरपीसवर एखादा फ्लॉवरपॉट तर नव्हता? आणि आपल्याजवळची ब्रोशर्स नीलाला व्यवस्थित दाखवण्यासाठी त्यानं तो तिथून उचलून दुसरीकडे तर नव्हता ठेवला?''

''मला त्याबद्दल काहीही माहिती नाही. आमचं तसं सविस्तर बोलणंच झालं नाही. आपण नीलाकडे गेलो होतो आणि त्याच्या दुसऱ्याच दिवशी तिचा खून व्हावा या योगायोगानं चकित होऊन त्यानं मला तिच्याबद्दल सांगितलं तरी. नाहीतर एरवी इतक्या क्लायन्ट्सकडे तो जात असतो. त्यांच्याबद्दल असं बोलण्याचा किंवा मला त्यांच्याविषयी सांगण्याचा प्रसंगच येत नाही. या वेळेलाही त्यानं तेवढीच माहिती मला कॅज्युअली दिली. तपशिलात जाऊन काही बोलण्याची गरजच आम्हाला भासली नाही.''

''काही हरकत नाही. मी त्याला तुरुंगात जाऊन भेटेन, तेव्हा विचारीन हे सगळं. त्याच्याशी सविस्तर बोलल्याशिवाय आपल्याला पुढे काहीच करता येणार नाही. त्याच्याकडून सगळी माहिती मिळाली, तरच मग काय झालंय याबद्दल काही तर्क बांधता येईल. तू असं कर, आता जेवूनच चल. तुला मी वाटेत घरी सोडतो, नानासाहेबांना भेटून त्यांनाही काळजी न करण्याबद्दल सांगतो आणि तिथून थेट पोलिसांकडे जाऊन समीरची गाठ घेतो. आपले अमृतराव आहेतच तिथे. त्यांची मदत होईल. अमृतराव माहिती आहेत ना तुला?''

''तसं त्यांच्याबद्दल तुमच्याकडूनच ऐकलंय मी, पण त्यांची कधी गाठभेट झालेली नाही. आमच्याकडे कधी तुम्ही त्यांना घेऊन आला नव्हतात.''

''नाही? कसं राहून गेलं ते? काही असो, आता जेवायला चल बघू. धोंडिबानं तुझ्यासाठी काय बेत केलाय तो पाहू.''

आपण न बोलावता कौशिक आपल्याकडे आणि तेही आपल्या ऑफिसात आल्याचं पाहून अमृतराव नाही म्हटलं तरी चकितच झाले. पण आपल्याला वाटलेलं आश्चर्य चेहऱ्यावर न दाखवता त्यांनी त्यांचं स्वागत केलं.

कौशिकांनी थातूरमातूर बोलण्यात वेळ न घालवता मुद्यालाच हात घातला.

''अमृतराव, तुम्ही आमच्या एका मित्राला अडकवून ठेवलं आहे. त्याच्यासाठीच मी आलो आहे. काय प्रकार आहे ते समजून घ्यायचं आहेच, पण त्याच्या बाबतीत काहीतरी घोटाळा झाला असावा, असंही मला वाटतंय. तेही तुम्हाला सांगायचं होतं.''

कौशिकांनी सुरुवातीलाच असा पवित्रा घ्यावा, हे अमृतरावांना आवडलं नाही. तशी बऱ्याच वेळा कौशिकांनी त्यांना मदत केली असली, आपल्या हातून झालेल्या चुकीची वेळेवरच दुरुस्ती करून केसेसचा गुंता व्यवस्थितरीत्या सोडवला असला, तरी त्यांनी असं उघडउघड आपली चूक झाली आहे असं म्हणावं, हे त्यांना आवडलं नाही. तरी बरं त्या वेळी ते दोघंच तिथे होते. कोणी इतर हाताखालचे ऑफिसर्स तिथे असते तर काय इज्जत राहिली असती?

''घोटाळा झालाय अशी खात्रीच झालीय तुमची, तर मग काय प्रकार आहे याची चांगलीच माहिती असावी तुम्हाला. आता आमच्याकडून आणखी काय कळणार आहे तुम्हाला?''

कौशिक एकदम चमकलेच. अमृतरावांनी एकदम असा खडाखडीचा पवित्रा घ्यावा, हे त्यांना अनपेक्षित होतं. घोटाळा झालाय असं म्हणण्यात काय चुकलं आपलं हेच त्यांना कळेना. आजवर काय असे घोटाळे कधी झालेच नाहीत? भलत्याच इसमावर पक्का संशय घेऊन त्याला अटक करायला निघालेले असताना आपण ऐन वेळेला त्यांना खऱ्या गुन्हेगाराची ओळख पटवून दिलेली आहे. विसरले ते इतक्यात?

''तरीही नेमक्या कोणत्या कारणासाठी आणि कशाच्या आधारावर तुम्ही अटक केली आहे, हे तुमच्याकडूनच कळेल ना.''

''कशाबद्दल बोलताहात तुम्ही? कोणत्या केससंबंधी माहिती हवी आहे तुम्हाला?''

''समीर साखरदांडेला तुम्ही अटक केली आहे, खरं ना?''

''समीर साखरदांडे? समीर साखरदांडे?'' हा कोण ते अमृतरावांच्या पटकन ध्यानात आलं नाही. कौशिक त्यांना परत काही सांगणार तोच त्यांना आठवलं. समीर साखरदांडे, म्हणजे नीला नारायण मर्डर केस. बाप रे! ते प्रकरण जरा गंभीरच होतं. नीला नारायण म्हणजे सोसायटी गर्ल. नेहमीच्या भाषेत बोलायचं तर अशी उठवळ बाई. पण अनेक उच्चपदस्थांशी, सरकारातल्या काही धेंडांशीही तिचे संबंध असल्यानं त्या केससंबंधी वरून सतत विचारणा होतच होती. समीर साखरदांडेला अटक केल्यानंतरच त्यात जरा खंड पडला. तरीही लवकरात लवकर चौकशी पूर्ण करून कोर्टात खटला उभा करावा, असा आग्रह चाललाच होता.''

“आलं लक्षात. रेप ॲण्ड मर्डर केस. नीला नारायण या प्रतिष्ठित स्त्रीवर बलात्कार करून तिचा खून केल्याचा आरोप आहे समीर साखरदांडेवर. असा गंभीर आरोप असल्यामुळेच त्याला कोठडीत टाकलं आहे आम्ही. दोन-तीन दिवसांत त्याला कोर्टापुढे उभं करून तपास संपेपर्यंत त्याला कोठडीतच अडकवून ठेवण्याची विनंती करणार आहोत आम्ही.”

“अमृतराव, तुम्हाला कदाचित माहिती नसेल, या समीरला मी त्याच्या जन्मापासून ओळखतोय. माझे पनवेलचे मित्र नानासाहेब साखरदांडे, त्यांचा समीर हा मुलगा. अतिशय सालस आहे. त्याच्याकडून असलं घाणेरडं कृत्य होणं शक्यच नाही. मी ग्वाही देतो तुम्हाला.”

“कोणत्याही व्यक्तीची खरी ओळख कधी पटते का आपल्याला, कौशिक? आपण ज्याला अतिशय जवळून ओळखतो असं वाटतं, तो इतर वेळी काय करत असतो, याची कुठे माहिती असते आपल्याला?”

परत एकदा कौशिकांना आश्चर्याचा धक्का बसला. अमृतरावांची आजची ॲटिट्यूड काही वेगळीच भासत होती. आपण सुरुवातीलाच त्यांनी काही घोटाळा केलाय असं म्हटल्यामुळे ते एवढे नाराज झाले असतील, असं त्यांना वाटेना. बाब काहीतरी वेगळीच होती. कुठेतरी पाणी मुरत होतं.

“तुम्ही म्हणता तसं असेलही. म्हणूनच विचारतो, समीरवर असा आरोप ठेवून त्याला कोठडीत डांबण्यापूर्वी तुम्ही त्याच्या पूर्वायुष्याची शहानिशा केली असेलच. असा गुन्हा करणाऱ्याच्या जातकुळीतला वाटतो का तो तुम्हाला?”

“कोणाच्याही जातीची चौकशी करण्याच्या भानगडीत मी पडत नाही, हे तुम्हाला चांगलंच ठाऊक आहे.”

अमृतराव परत वाकड्यात शिरत होते. हे काही उपयोगाचं नाही, सरळसरळ आता त्यांना विचारायला हवं.

“माझ्या वैयक्तिक जबानीवर त्याला सोडाल तुम्ही? समीर असा गुन्हा करणं शक्य नाही, असं मी ठासून सांगितलं, तर त्याचा विचार कराल तुम्ही?”

“आय ॲम सॉरी, कौशिक. गुन्हा किती गंभीर आहे याची कल्पना तुम्हाला नाही, असं कसं म्हणू मी? अशा परिस्थितीत केवळ कोणी तशी ग्वाही देतो, म्हणून संशयिताला कसं काय सोडता येईल? आणि तुम्हाला म्हणून सांगतो, तसाच भक्कम पुरावा असल्याशिवाय मी अशी अटकही करू दिली नसती.”

“आय सी! म्हणजे समीरविरुद्ध जबरदस्त पुरावा आहे तर तुमच्याजवळ.”

“ऑफ कोर्स! अगदी ओपन ॲण्ड शट केस व्हावी असा पुरावा. तुमच्याही पसंतीला येईल तो. कारण तुमच्या विज्ञानाच्या मदतीनंच गोळा केलाय तो आम्ही.”

“ठीक आहे, माझी विनंती मान्य करता येत नसेल तुम्हाला... तर मग नीला

नारायणचा खून नेमका कसा झाला आणि तो समीरनंच केला अशी तुमची खात्री होण्याजोगा कोणता पुरावा आहे तुमच्याजवळ, हे तरी सांगू शकाल मला?''

त्यांना सांगावं की नाही, असा विचार अमृतराव करू लागले. इतर कोणी अशी मागणी केली असती, तर अमृतरावांनी ती साफ धुडकावून लावली असती. खटला कोर्टात उभा राहीपर्यंत आपल्याकडे कोणता आणि कसला पुरावा आहे हे सांगण्याची आवश्यकता नाही, हे त्यांना पुरतं माहिती होतं. अगदी आरोपीचा वकील आला तरी त्यालाही संपूर्ण माहिती देणं बंधनकारक नाही, याचीही त्यांना जाणीव होती, पण ही मागणी कौशिक करत होते. आजवर त्यांनी आपल्याला कितीतरी वेळेला वाचवलं आहे, याची आठवण ते विसरू शकत नव्हते. अगदी आपल्यावरही किटाळ आलं, तेव्हाही खुद्द कमिशनरांनी त्यांना बोलावून त्यांच्यावर ही जबाबदारी सोपवली होती. पाठीमागे अप्पाशास्त्री मालवणकरांवर झालेल्या आरोपाच्या वेळी अधिक चौकशी करून आपल्याला दिला गेलेला पुरावा कसा कच्चा आणि बनवलेला आहे, हे दाखवून देण्याची संधी आपल्यालाच नाकारण्यात आली होती. त्या वेळी आपणच आडूनआडून तो पुरावा कौशिकांपर्यंत पोहोचवून त्यातून तोडगा काढला होता, याचीही आठवण ताजी होती. त्या वेळी आपण नियमांचं काटेकोर पालन केलं नाही, हेही त्यांना आठवलं. किंबहुना, तसं पालन केलं असतं तर खरे गुन्हेगार उजळ माथ्यानं हिंडत राहिले असते आणि चोर सोडून संन्याशाला सुळी देण्याचं पातक आपल्या हातून घडलं असतं, हेही ते विसरू शकत नव्हते.

तरीही या वेळी जरा अधिक सावधगिरी बाळगणं आवश्यक होतं. त्या वेळी आपण काय केलं, पाहुण्याच्या हातून साप मारण्याचा उद्योग कसा केला, याची माहिती वरपर्यंत पोहोचली आहे, हेही त्यांना कळलं होतं. म्हणून थोडं नरमाईच्या सुरात ते म्हणाले, ''सांगू शकतो मी तुम्हाला. पण त्यात कोणताही कच्चा दुवा आढळणार नाही तुम्हाला. कशाला त्या फंदात पडता आहात तुम्ही?''

अमृतरावांचा आविर्भाव बदलल्याचं कौशिकांच्या नजरेतून सुटलं नाही. त्यांच्यावरही काहीतरी दडपण आहे हे त्यांनी ओळखलं. ते काय आहे ते आपल्याला सांगणं त्यांच्या वृत्तीत बसत नाही, हे कौशिक जाणून होते. पण त्यापायी समीरचा हकनाक बळी जावा, हे त्यांना पसंत नव्हतं. म्हणून आपल्याही आविर्भावात थोडा बदल करत ते म्हणाले, ''तुमचा पुरावा बिनबुडाचा आहे, असं मी म्हणतच नाहीये. तसं सिद्ध करण्याचाही खटाटोप मी करत नाहीये. तुमच्याकडचा पुरावा भक्कम असेल आणि समीर खरोखरीच गुन्हेगार असेल, तर त्याला वाचवण्यासाठी वकिली डावपेच लढवायची माझी बिलकूल इच्छा नाही. उलट, त्या परिस्थितीत तुमच्या हातचा पुरावा अधिकच बळकट कसा करता येईल, समीरशी बोलून त्याला कबुलीजबाब द्यायला

उद्युक्त करता येईल की काय, हेच मी पाहीन. पण तो पुरावा काय आहे हे समजल्याशिवाय काहीही करणं अशक्यच आहे. खरं ना?''

यावर आता अमृतरावांकडे कोणताही युक्तिवाद नव्हता. आपण त्यांना त्यांनी विचारलेली माहिती सांगणं नाकारलं, तर कौशिक कदाचित आपल्यालाही डावलून प्रत्यक्ष कमिशनरांकडेही जाऊ शकतात, याचीही जाणीव त्यांना होती. विशेषत: आपल्या जवळच्या कोणावर असा आरोप झाल्यावर ते स्वस्थ बसणार नाहीत, याची त्यांना खात्रीच होती.

नाइलाजानं आणि अगदी कमीतकमी माहिती कशी देता येईल, याचा विचार करत ते सांगू लागले, ''गेल्या आठवड्यात, स्पेसिफिकली सांगायचं तर पंचवीस तारखेला दुपारी अडीचच्या सुमारास आमच्याकडे रिपोर्ट आला, की कंबाला हिलवरच्या एका आलिशान इमारतीतल्या आठव्या मजल्यावरच्या फ्लॅटमध्ये एका स्त्रीचा मृतदेह पडला आहे. आम्ही चौकशी केल्यावर कळलं, की ती स्त्री म्हणजे नीला नारायण. आता नीला नारायण म्हणजे कोण हे मी तुम्हाला सांगण्याची आवश्यकता आहे, असं मला वाटत नाही. टू कट ए लाँग स्टोरी शॉर्ट, त्या बाईंवर बलात्कार करून त्यांच्या डोक्यात एक पितळेचा जड फ्लॉवरपॉट मारून खून करण्यात आला होता. त्या प्रसंगी तिथे झटापट झाली असावी, असंही दिसत होतं. बाईंनी आपल्यावर झालेल्या हल्ल्याचा जोरदार प्रतिकार केला होता. त्या वेळी बाईंनी हल्लेखोरावर आपल्या नखांनी चांगलेच ओरखडे ओढले होते. त्याच्या चेहऱ्यावर असतील किंवा पाठीवर असतील. कारण त्यांच्या वाढवलेल्या नखांमध्ये आम्हाला कातडीचे काही अवशेष आणि मुख्य म्हणजे गोठलेल्या रक्ताचे काही अंश सापडले. बलात्कार झाल्याचा संशय डॉक्टरी तपासणीत पक्का झाला. बाईंच्या कपड्यांवर वीर्याचे काही डाग पडले होते.

त्या ज्या खोलीत पडल्या होत्या, तिथली झडती आमच्या अधिकाऱ्यांनी घेतली. तेव्हा तिथे तुमच्या या समीरचं व्हिजिटिंग कार्ड मिळालं. त्यावरून तपास करत आम्ही त्याच्या घरी पोहोचलो. तेव्हा आपण नीलाला भेटल्याचं त्यानं कबूल केलं. पण आपण खून झाला त्याच्या आदल्या दिवशी तिथे गेलो होतो आणि त्या वेळी आपण काही इन्व्हेस्टमेन्ट ब्रोशर्स, तसंच काही ॲप्लिकेशन फॉर्म्स तिथे ठेवले होते, असंही त्यानं सांगितलं. तेही आम्हाला तिथे मिळाले. पण ते आदल्या दिवशी म्हणजे चोवीस तारखेला दिल्याचा कोणताही पुरावा नव्हता. समीरकडे त्याच्या रक्ताचा नमुना मागताच त्यानं तो कसलीही आडकाठी न घेता दिला, हेही मला तुम्हाला सांगितलं पाहिजे. त्या नमुन्याचा डीएनए फिंगरप्रिंट काढून आम्ही तो नीलाच्या नखांमध्ये सापडलेल्या रक्ताच्या अंशांच्या डीएनए फिंगरप्रिंटशी पडताळून पाहिला. तो तंतोतंत जुळला. शिवाय ज्या फ्लॉवरपॉटनं खून करण्यात

आला त्यावरही समीरच्या बोटांचे ठसे मिळाले. आता आणखी भक्कम पुरावा काय हवा?''

''पण समीर ज्या प्रकारे तुमच्या तपास करणाऱ्या अधिकाऱ्यांशी वागला, त्यावरून तो असं कृत्य करू शकतो, यावर विश्वास बसतो तुमचा?''

''डोक्यात खून चढला की सुसंस्कृतपणाची पुटं कशी गळून पडतात, हे तुम्हीही अनुभवलं आहे, कौशिक. तेव्हा त्यावर काय बोलणार! शिवाय, माझा विश्वास बसण्या न बसण्याचा प्रश्नच उद्‌भवत नाही. इतका सॉलिड पुरावा असताना संशयिताला संशयाचा फायदा कसा काय देता येईल?''

''तुमचं म्हणणं खरं आहे. पण तुमचा आजवरचा अनुभव काय सांगतो? समीरनं खरोखरंच ते कृत्य केलं असतं तर इतके पुरावे त्यानं तिथे सोडले असते? आपण तिथे गेल्याचं इतक्या सहजासहजी कबूल केलं असतं? तुमच्याशी को-ऑपरेट करत, आपल्या रक्ताचा नमुना इतक्या सहजासहजी तुम्हाला घेऊ दिला असता? शिवाय खून झाला तेव्हा आपण तिथे नव्हतो, हे त्यानं तुम्हाला सांगितलेलं आहेच. मग त्या वेळी तो कुठे होता, याचाही तपास तुम्ही केला असेलच ना!''

''केलाय, तोही केलाय. त्या वेळी आपण आपल्या ऑफिसात होतो, असं तो सांगतो. त्याला पुष्टी देणारं कोणीही नाही. ऑफिसात तो एकटाच होता. तिथून आपण काही फोन केले असं तो सांगतो. पण ते सगळे फोन लोकल होते आणि त्याच्या वेळेचा रेकॉर्ड आम्हाला कुठूनही मिळू शकला नाही. कारण ते सगळे फोन त्यानं आपल्या लँडलाईनवरून केले होते. एक फोन जरी मोबाईलवरून केला असता, तर त्याच्या वेळेची नोंद झाली असती. राहता राहिला त्याच्या कोऑपरेशनचा प्रश्न. ते त्यानं दिलं हे नाकारता येणार नाही. पण त्यावरून तो निर्दोष आहे, असा तर्कही लढवता येणार नाही. त्याला ओव्हरकॉन्फिडन्सही जबाबदार असण्याची शक्यता आहे.''

अमृतरावांचं म्हणणं खरं आहे, हे कौशिकांनाही कळत होतं. आपण या सगळ्या केसचा विचार केवळ समीरच्या नजरेतूनच करतो आहोत, त्याच्याशी असलेली जवळीक आपल्याला वस्तुनिष्ठ विचार करू देत नाही, हे कौशिकांना दिसत होतं. सुषमाला आपण भावनिक दृष्टिकोनातून विचार न करण्याचा सल्ला दिला, पण आपण तरी दुसरं काय करतो आहोत? तसं करून समीरला मदत होणार नाही. समीर निर्दोष आहे असं त्यांचं मन जरी त्यांना सांगत असलं, तरी त्या बाबतीत काही ऑब्जेक्टिव्ह पुरावा सापडल्याशिवाय आपण त्याला वाचवू शकणार नाही, हेही त्यांना पटलं.

तरीही अमृतरावांच्या नजरेतून काहीतरी सुटलं आहे, असं त्यांना राहूनराहून वाटत होतं. त्यांनी गोळा केलेला पुरावा भक्कम असला, तरी तो पूर्ण नाही, अपुरा आहे असं

त्यांना राहूनराहून वाटत होतं. पण तसं नेमकं कशामुळे वाटतंय, हे त्यांना सांगता येत नव्हतं. आणि जोवर ते सांगता येत नाही तोवर आपण अमृतरावांशी कसलंही आर्ग्युमेन्ट करणं भिंतीवर डोकं आपटून घेण्याइतकंच वांझोटं आहे, हेही त्यांचं मन त्यांना सांगत होतं.

कौशिकांकडचे सारे युक्तिवाद संपले आहेत, हे अमृतरावांना कळून चुकलं होतं. आता त्यांनी तिथून निघावं, असंच त्यांना वाटत होतं. दुसरा कोणी असता तर तसं स्पष्ट सांगायलाही त्यांनी कमी केलं नसतं. पण तोवर कौशिकांचा पाईप पेटलाय आणि त्यातून धुराचे ढग बाहेर पडताहेत, हे त्यांना दिसलं. त्याबरोबर त्यांची आपल्या विचारात तंद्री लागली आहे, हेही ते समजून चुकले. आजवर त्या तंद्रीचा भंग करण्याचं पाप त्यांनी कधीच केलं नव्हतं. आज ते करण्याचं धाडस त्यांना करवेना. शिवाय, कधी नाही ती कौशिकांवर आपण कुरघोडी केली आहे, याचा आनंदही त्यांना तसं करण्यापासून परावृत्त करत होता.

तेवढ्यात गर्रकन वळून कौशिकांनी आपला पाईप त्यांच्यावर रोखला आणि ते म्हणाले, "सीमेन. त्याचं काय?"

तो पवित्रा परिचित असूनही अमृतराव दचकल्यावाचून राहिले नाहीत. कसेबसे त्यांच्या तोंडून शब्द बाहेर पडले, "त्याचं काय?"

"तुम्ही समीरकडून ब्लड सॅम्पल घेतलंत आणि त्याचे डीएनए फिंगरप्रिंट्स नीलाच्या नखात सापडलेल्या रक्ताच्या अंशांच्या फिंगरप्रिंट्सशी पडताळून पाहिलेत. पण त्याच्यावरचा चार्ज रेप ॲण्ड मर्डरचा आहे ना? मग रेपचं काय? त्यासाठी सीमेन ॲनॅलिसिस नको करायला?"

"कशाला करायला हवं? नीलाच्या कपड्यांवर वीर्याचे डाग मिळाले आहेत आम्हाला. शिवाय तिचं पोस्टमॉर्टेम करणाऱ्या डॉक्टरांनी तिच्या योनीमार्गातून कॉटन स्वॅबही घेतला आहे. पण त्याचे डीएनए फिंगरप्रिंट्स काय वेगळे असणार आहेत का? मग ती वेगळी तपासणी करण्याची गरजच काय?"

"तुमचं म्हणणं खरं असेलही, पण तशी तपासणी केली नाहीत, तर तुमच्या तपासात काहीतरी त्रुटी राहून जाईल. एखादा हुशार वकील तेवढीच पळवाट शोधून समीरनंच रेप केल्याचं सिद्ध होत नाही, असं म्हणेल. त्याचं सीमेन सॅम्पल घेतलंत तर सगळेच प्रश्न मिटतील. तुमचा पुरावाच अधिक भरभक्कम होईल."

अमृतरावांना ते म्हणणं पटत होतं. एकाऐवजी दोन-दोन भक्कम पुरावे उभे करता आले असते. तरीही कौशिक आपला कात्रज तर करत नाहीयेत ना, ही शंका त्यांना छळतच होती. आजवर कौशिकांनी जाणूनबुजून त्यांना चुकीच्या मार्गावर धाडलं नव्हतं हे खरं. त्यांच्या म्हणण्याचा चुकीचा अर्थ लावल्यानंच आपली दिशाभूल झाली होती, हे अमृतरावांना नाकारता नसतं आलं. तरीही का कोण

जाणे, कौशिकांचं म्हणणं ऐकलं तर कदाचित तपासाला काहीतरी वेगळीच दिशा मिळून आतापर्यंत बसवलेली घडी साफ विस्कटून जाईल, अशी भीती त्यांना वाटतच होती. पण त्यांचा सल्ला धुडकावून लावणंही शक्य नव्हतं. तसं केलं असतं तरी कौशिकांनी स्वत:च समीरच्या वकिलाला ते खाद्य पुरवलं असतं. आणि त्याचा वापर करून भर कोर्टात तो आपल्याला तंग करू शकेल, अशी धास्तीही त्यांना वाटत होती.

म्हणूनच त्यांनी कौशिकांचं म्हणणं मान्य करण्याचं ठरवलं आणि थोड्याच वेळात समीरच्या सीमेनचं सॅम्पल घेण्यासाठी टेक्निशियन पाठवत असल्याचं सांगितलं. त्यासाठी समीरला तयार करण्याची जबाबदारी मात्र त्यांनी कौशिकांवरच सोपवली.

कौशिकांनी आपणहून पोलिसांच्या ध्यानात न आलेला पुरावा त्यांना गोळा करायला सांगितल्याचं ऐकून समीर आणि सुषमा बुचकळ्यातच पडले. थोड्याच वेळात त्याची जागा रागानं घेतली. आपल्याला मदत व्हावी म्हणून आपण कौशिकांकडे गेलो, तर ते आपल्यावरचा आरोप कसा सिद्ध होईल ते बघताहेत, हे पाहून सुषमाला तर चीडच आली. ती तिनं स्पष्टपणे व्यक्तही केली.

"हे छान आहे! म्हणजे पोलिसांच्या हातात असलेले दंडुके पुरेसे नाहीत म्हणून तुम्ही आता त्यांना आयतं कोलीतच पुरवताहात. त्याची झळ लागून आम्ही पेटलो म्हणजे तुमच्या जिवाला शांती लाभेल. नाना पाठी लागले म्हणून, नाहीतर तुमच्याकडे आलेच नसते मी. आतापर्यंत काय धिंडवडे निघायचे बाकी राहिले होते म्हणून तुम्ही आणखी छळताहात. समीर, काहीएक ऐकू नकोस तू. सॅम्पल द्यायला साफ नकार दे तू."

"शांत हो, सुषमा. माझं ऐक."

"काय ऐकायचं बाकी राहिलंय आता? अंगाची लाहीलाही होतेय आणि तुम्ही शांत व्हायला सांगताहात."

"माझ्यावर विश्वास ठेव. समीर निर्दोष आहे असं माझं मनही मला सांगतं आहे. पण माझं मन काय सांगतं आहे, यावर कोर्ट विसंबणार नाही. त्याला वस्तुनिष्ठ पुरावाच लागेल. समीरचं रक्त नीलाच्या नखांखाली सापडलेल्या रक्ताशी कसं जुळलं, हे मला समजत नाही. मला त्याचं आश्चर्य वाटतंय. कदाचित तो योगायोग असू शकेल. कदाचित काही बनवाबनवीही असू शकेल. तसं असेल तर मग सीमेन सॅम्पलच्या तपासणीतून ते बाहेर पडेल. दोनदा असा योगायोग होऊ शकत नाही. शिवाय, या वेळच्या सॅम्पल गोळा करण्यावर आणि त्याच्या तपासणीवर माझं लक्ष असेल. माझ्यावर विश्वास ठेव."

सुषमाची अजूनही खात्री पटत नव्हती, पण समीरला कौशिकांचं म्हणणं पटलं.

नाहीतरी तोही लहानपणापासून कौशिककाकांना ओळखत होता. नानांविषयी त्यांच्या काय भावना आहेत हे तो पुरेपूर जाणून होता. त्यानं सॅम्पल देण्याची तयारी दाखवली. शिवाय, त्या सॅम्पलचा एक भाग कौशिक घेऊन जाणार होते आणि स्वतंत्रपणे त्याची टेस्ट करणार होते. त्याचाही विचार करून त्यानं आपली संमती कळवली होती.

समीरचं मन इतक्या झटपट वळवल्यामुळे अमृतरावांनाही त्या सॅम्पलचा एक भाग कौशिकांना देण्यामध्ये कसलीही अडचण वाटली नाही. त्यांनी त्या टेक्निशियनला सांगून तिथल्यातिथेच त्याचे दोन भाग करून, एक कौशिकांना दिला. त्यावर स्वतःच्या सहीसकट लेबल चिकटवलं. म्हणजे सॅम्पलची अदलाबदल होण्याची शक्यताच दुरावली.

त्याचमुळे जेव्हा त्याचे रिझल्ट्स आले तेव्हा ते चक्रावूनच गेले. कौशिकांनी आपल्याला अडचणीत पकडलं आहे, असाच त्यांचा समज झाला.

कारण नीलाच्या कपड्यांवरच्या वीर्याच्या डागातून मिळवलेल्या डीएनएचे फिंगरप्रिंट्स समीरच्या वीर्याच्या फिंगरप्रिंट्सशी जुळत नव्हते. म्हणजे समीरनं नीलावर बलात्कार केला हा आरोप लंगडा पडत होता आणि तो जर लंगडा पडला किंवा त्याबाबत शंका उपस्थित झाली, तर मग त्याच्यावरच्या खुनाच्या आरोपाबाबतही संभ्रम निर्माण होऊ शकतो, हे त्यांच्या ध्यानात आल्यावाचून राहिलं नाही. कौशिकांना याची माहिती असावी. म्हणून तर त्यांनी वीर्याच्या तपासणीचा आग्रह धरला. तसंच असणार, एरवी गरज नसताना त्या तपासणीचा हट्ट त्यांनी का धरावा?

जिचा कडेकोट बंदोबस्त केला आहे, ती आपली केस डळमळीत होत असल्याचं पाहून अमृतराव बावचळल्यासारखे झाले. आता जर परत वरून विचारणा झाली तर आपण काय उत्तर देणार आहोत? आपली बाजू योग्य आहे हे कमिशनरांना पटवून देणं आपल्याला तितकंसं अवघड जाऊ नये. पण त्यापुढे काय हा सवाल त्यांना छळू लागला होता. या केसबाबत तिथेही इतका इंटरेस्ट का घेतला जातोय, याचं कोडं त्यांना पडलेलं होतंच. त्याचा उलगडा झाला नसला तरी आता त्यावर थोडाफार प्रकाश पडू लागला होता.

पलीकडचा ग्लास उचलून अमृतराव त्यातलं पाणी घटाघटा प्यायले. आपलं तोंड त्यांनी रुमालानं खसखसून पुसलं. एसीचं बटण फिरवून त्याची तीव्रता जरा वाढवली. डोळे मिटून ते खुर्चीत पाठी रेलले. दोन मिनिटंच तशी गेली असतील, पण त्यांना ताजंतवानं झाल्यासारखं वाटू लागलं. शांत डोक्यानं विचार करायला त्यांनी सुरुवात केली.

नीलाच्या नखांखालच्या रक्ताचे आणि समीरच्या रक्ताचे सॅम्पल जुळत होते. तंतोतंत. तेव्हा त्याची आणि तिची झटापट झाली असणार याबाबत शंकेला जागा नव्हती. त्या झटापटीच्या वेळी त्याच्या अंगावर तिच्या नखांचे ओरखडे उठले

असणार. त्यांच्या खुणा अजून शाबूत असायला हव्यात. तसे ओरखडे असतील तर कदाचित त्यातून नीलाच्या रक्ताचे अंशही असण्याची शक्यता आहे. तसे असले तर मग उलट्या दिशेनंही डीएनए फिंगरप्रिंट्स तपासता येतील. पुरावा अधिक भक्कम होईल. आपण त्यांची याआधीच का नाही तपासणी केली, असा प्रश्न ते स्वतःलाच विचारू लागले. डीएनए फिंगरप्रिंट्स जुळल्याच्या आनंदात आपण नेहमीप्रमाणे सर्वांगीण तपास करायला विसरलो आहोत, हे आता त्यांच्या ध्यानात येऊ लागलं होतं. कौशिकांनी जर वीर्याच्या तपासणीचा आग्रह धरला नसता, तर अजूनही त्या ओरखड्यांचा विचार आपण केला नसता. आणि मग उद्या कोर्टात तसा सवाल पुढे आला असता तर आपल्याला त्या त्रुटीची कबुली देण्यावाचून पर्याय राहिला नसता.

तरीही आता ते लक्षात आलं, हेही काही कमी नाही. कारण समीर आपल्याच ताब्यात आहे. अजूनही त्याची तपासणी करता येईल. त्याच्या चेहऱ्यावर तशा खुणा आपल्याला दिसल्या नाहीत याची आठवण त्यांना झाली. कदाचित पाठीवर असतील. त्यांचा तपास ताबडतोब करायला हवा.

गलीकडचा फोन ओढून घेत त्यांनी तशा सूचना दिल्या. समीरचे कपडे काढून, त्याच्या शरीराची बारकाईनं तपासणी करण्याच्या ऑर्डर्स दिल्या. त्या वेळी कोणी डॉक्टर हजर असावा अशाही सूचना दिल्या. त्या देताच त्यांचं मन जास्ती उल्हसित झालं. परत ते विचार करू लागले. रक्ताचे ठसे जुळतात, पण वीर्याचे जुळत नाहीत... याचा अर्थ या गुन्ह्यात दोन व्यक्ती तर नाही गुंतलेल्या? एकानं बलात्कार केला आणि दुसऱ्यानं खून केला? समीरचा कोणी साथीदार तर नाही गुंतलेला यात? की समीरच कोणाचातरी साथीदार आहे? म्हणजे समीरनं नीलाचे हातपाय धरून ठेवले आणि त्या दुसऱ्यानं बलात्कार केला? एका फिंगरप्रिंट्सची जुळणी होते आणि दुसऱ्याची होत नाही, याचा दुसरा काय अर्थ लावता येतो?

एरवी अशी कोंडी झाली, की कौशिकांकडे जाता येत होतं. त्यांची मदत घेता येत होती. पण आता? आता ते मदत करतील? समीर निर्दोष आहे, या त्यांच्या म्हणण्याला पुष्टी देणाराच हा पुरावा आहे. त्यातून समीरची संपूर्ण सुटका होत नसली तरी त्यांच्या म्हणण्यात अजिबात तथ्यांश नाही, असं आता आपण म्हणू शकणार नाही. तरीही तेही समीरची संपूर्ण आणि सन्माननीय सुटका कशी करू शकतील? या दोन वेगवेगळ्या फिंगरप्रिंट्सचा दुसरा कोणता अर्थ लावू शकतील?

काही सांगता येत नाही या कौशिकांचं. ते वेगळा अर्थ लावून आपली कोंडी करू शकतात. नाहीतरी हे डीएनए फिंगरप्रिंटिंगचं टेक्निक आपल्याला कंम्प्लिटली समजलंयच कुठे? त्यांना हा मात्र डाव्या हाताचा मळ वाटेल. ते त्याचा व्यवस्थित अर्थ लावू शकतील. तसं करण्याची संधी आपण त्यांना द्यायची? ते आपल्याकडे आले

असताना आपण त्यांच्याशी ज्या प्रकारे वागलो ते पाहता ते आता आपल्याला मदत करतील?

अमृतरावांच्या कपाळावरून परत एकदा घामाच्या धारा वाहू लागल्या होत्या. त्यांनीच वाढवलेली एसीची तीव्रता कायम होती. तो बिचारा त्यांच्या ऑर्डर्स तंतोतंत पाळून आपलं काम इमानेइतबारे करत होता. तरीही आपल्याला उकडत असल्याची त्यांची भावना वाढीला लागली होती.

टेबलावरचा फोन वाजला, तसा घाईघाईनं अमृतरावांनी तो उचलला. मंत्रालयातून तर फोन नाही ना आलेला, या कुशंकेनं त्यांच्या हृदयाचे एक-दोन ठोकेही चुकले. पण वाजलेला फोन इंटरकॉम होता हे त्यांच्या लक्षातच आलं नाही. त्यांचा सेक्रेटरीच बोलत होता. डॉ.कौशिक आल्याचं आणि ते आत येत असल्याचं सांगत होता.

अमृतरावांना हायसं वाटलं. आता कौशिकांनाच या तिढ्यातून मार्ग काढायला सांगता आलं असतं. पण तेवढ्यात, ते आपली व्यवस्थित उभी केलेली केस ढासळवायला येत आहेत, असा संशयही त्यांना आला. काय करावं हेच त्यांना सुचेना.

कौशिक मात्र आले ते नेहमीसारखे हसतखेळत.

"मग काय रिझल्ट्स आले त्या सीमेन टेस्टचे?" त्यांनी कशी काय झाली तुमची व्हेकेशन ट्रिप असा सवाल विचारावा त्या थाटात विचारलं.

क्षणभर अमृतराव काहीच बोलले नाहीत. हातातल्या पेपरवेटशी खेळत राहिले.

"काय झालंय, अमृतराव? तुम्ही बोलत का नाही आहात?"

"मला कळत नाही असं कसं काय होऊ शकतं ते?" हताश सुरात अमृतराव म्हणाले, "तुम्ही जेव्हा समीरच्या वीर्याची तपासणी करण्याचा आग्रह धरलात, तेव्हा तुम्ही काहीतरी पळवाट शोधून काढून त्याचा बचाव करण्याचा प्रयत्न करत आहात, अशीच माझी समजूत झाली होती."

"आणि ती चुकीचीही नव्हती. मलाही समीरविरुद्ध तुम्ही गोळा केलेल्या पुराव्यात कोणतीही कमतरता दिसत नव्हती. तुम्ही त्याच्याविरुद्ध उभ्या केलेल्या तटबंदीला कुठेही चीर पडलेली मला दिसत नव्हती. फ्रॅन्कली स्पीकिंग, आय वॉज शूटिंग इन द डार्क."

"पण तुम्ही अंधारात मारलेला तीर भलत्याच निशाणावर जाऊन धडकला आहे. समीरच्या वीर्याचे फिंगरप्रिंट्स आणि नीलाच्या कपड्यावर, तसंच शरीरावर सापडलेल्या वीर्याचे फिंगरप्रिंट्स जुळत नाहीयेत. तुमच्यापासून हे लपवून ठेवण्यात आता काहीच अर्थ नाहीये."

"काय सांगताय तुम्ही? म्हणजे निदान समीरनं बलात्कार तरी केला नाही हेच सिद्ध होतंय."

"तसंच दिसतंय खरं. मला हे कळत नाही, की जर त्यानं बलात्कार केला नाही, तर मग त्याच्या रक्ताचे अंश तिच्या नखांखाली कसे सापडले? म्हणजे बलात्कार एकानं केला आणि खून समीरनं केला, असं तर नाही?"

"वरवर तसं वाटेल, पण जर बलात्कार समीरनं केलेला नाही, तर मग खूनही त्यानं केला नसणार. माझं मन सांगतंय तसं."

"पण मग त्याच्या रक्ताचे अंश तिच्या नखांखाली सापडले त्याचं काय? त्यांची जुळणी कशी काय होते आहे?"

"तो एक तिढा आहे खरा. पण अमृतराव, आपण जुन्या तर्काच्या गोधडीलाच या नव्या पुराव्याची चिंधी जोडण्याचा प्रयत्न करतो आहोत. सगळ्याच पुराव्याचा नव्यानं विचार करायला हवा, असं नाही तुम्हाला वाटत?"

"कशासाठी? समीरच्या रक्ताचे अंश–"

"नीलाच्या नखांखाली मिळाले. आय नो दॅट. त्याचा एक अर्थ तुम्ही लावलाच आहे. दुसरा काही अर्थ निघू शकतो की काय, याचा विचार करायला काय हरकत आहे? तसा निघू शकत नसेल तर मग तुम्ही लावलेल्या अर्थाला जास्तीच बळकटी नाही का येणार?"

"ठीक आहे. तुम्ही सांगताय त्याही मार्गानं जाऊन पाहू."

"मला एक सांगा, की जर नीलाच्या नखांमध्ये सापडलेले रक्ताचे अंश समीरचेच असतील, तर मग तिनं जेव्हा त्याच्या शरीरावर नखांनी घाव घालण्याचा प्रयत्न केला तेव्हाच ते तिथे गेले असतील. राईट?"

"राईट!"

"तर मग त्याच्या शरीरावर त्याच्या काही खुणा दिसायला हव्यात. त्याच्या चेहऱ्यावर तर तशा काही खुणा मला दिसल्या नाहीत. तुम्ही सांगताय त्यावरून तिनं आपली नखं जोरानं ओढलेली आहेत. तर मग त्याच्या खुणाही तशाच खोलवर गेलेल्या असणार. त्या इतक्या लवकर बुजतील असं मला वाटत नाही."

आपला आणखी एक दुवा कच्चा आहे, याची जाणीव अमृतरावांना झाली. कारण त्यांनी दिलेल्या ऑर्डरनुसार बारकाईनं निरीक्षण करूनही समीरच्या शरीरावर कुठेही तशा खुणा मिळाल्या नाहीत, की नीलाच्या रक्ताचे किंवा कातडीचे काही अंशही सापडले नाहीत. तसे अंश कदाचित स्नान करून घालवले जाऊ शकतात, पण ओरखड्याच्या खुणा केवळ स्नानानं मिटणाऱ्या नाहीत. अमृतरावांना आता तेही कौशिकांना सांगणं भाग पडलं.

"दॅट्स गुड!" कौशिक म्हणाले. त्यांनी गुड म्हणावं हे अमृतरावांना पसंत पडलं नाही, पण त्यात त्यांची चूक नाही, हेही त्यांना मान्य करणं भाग होतं. याचा अर्थ समीरनं खून केला या युक्तिवादालाही खिंडार पडू लागलं आहे. "म्हणूनच मी म्हणतो

त्याप्रमाणे नव्यानंच, जरा वेगळा विचार करायला हवा. मला सांगा, की समीरच्या रक्ताच्या फिंगरप्रिंट्स तुम्ही नीलाच्या नखांमध्ये सापडलेल्या रक्ताच्या फिंगरप्रिंट्सशी जुळवून पाहिल्यात. तसंच त्याच्या वीर्याच्या फिंगरप्रिंट्स...''

''...नीलाच्या शरीरावरच्या वीर्याच्या फिंगरप्रिंट्सशी. यातला एक जुळला तर दुसरा नाही.''

''ते तर सांगितलंच तुम्ही, पण मला दुसरंच विचारायचं होतं. तुम्ही क्रॉस कम्पॅरिझन करून बघितलीत का?''

''क्रॉस कम्पॅरिझन? म्हणजे? मी नाही समजलो.''

''म्हणजे समीरच्या रक्ताचे डीएनए फिंगरप्रिंट्स आणि त्याच्याच वीर्याचे फिंगरप्रिंट्स.''

''तसं कशाला करायचं? ते एकच असणार. तो काय गंगाजमनी प्राणी आहे थोडाच?''

''पण आपण सर्व बाजूंनी तपास करायला हवा. आमच्या सायंटिफिक एक्सपरिमेन्टसमध्ये आम्ही नेहमीच निगेटिव्ह कन्ट्रोल आणि पॉझिटिव्ह कन्ट्रोल असे दोन्हीही वापरतो. म्हणजे सकारात्मक पुरावा हवा तसाच नकारात्मक पुरावाही हवा. एखादी लस एका रोगाविरुद्ध परिणामकारक आहे, एवढाच पुरावा पुरेसा होत नाही. ती लस दुसऱ्या कोणत्याही रोगाविरुद्ध आपला प्रभाव दाखवत नाही, तसंच दुसरी कोणतीही लस त्या रोगाला अटकाव करू शकत नाही, असे पुरावेही हवे असतात.''

''तसं करायचं तर मग समीरच्या रक्ताचे आणि वीर्याचे फिंगरप्रिंट्स एकमेकांशी ताडून बघायला हवेत. तसंच त्याच्या वीर्याचे फिंगरप्रिंट्स नीलाच्या नखांखालच्या रक्ताच्या फिंगरप्रिंट्सशी, तसंच त्याच्या रक्ताचे आणि तिच्या शरीरावरच्या वीर्याचे, अशीही पडताळणी करून बघायला हवी.''

''एक्झॅक्टली! पण आणखीही एक पडताळणी करायला हवी. नीलाच्या नखांखालचं रक्त आणि तिच्या शरीरावरचं वीर्य, तेही एकमेकांशी ताडून बघायला हवं.''

''हो, म्हणजे तिच्यावर अत्याचार करणारा एकच होता, की दोघं जण होते हे कळेल.''

कौशिक त्यावर काहीच बोलले नाहीत, पण त्यांचं काहीतरी विचारचक्र सुरू झालं असावं, हे अमृतरावांनी त्यांच्या पाईपमधून सुटणाऱ्या धुराच्या भेंडोळ्यांवरून ओळखलं होतं. आणि त्या सर्व उलटसुलट तपासण्यांचे रिझल्ट्स मिळाले तेव्हा अमृतराव अधिकच गांगरून गेले. समीरच्या रक्ताचा आणि वीर्याचा फिंगरप्रिंट एकच होता. तेव्हा त्याला गुन्हेगार मानायचं तर त्यानं बलात्कार केल्याचं सिद्ध करणं कठीण होतं. नीलाच्या अंगावरच्या वीर्याचा फिंगरप्रिंट आणि नखांखालच्या रक्ताचा फिंगरप्रिंट्स वेगवेगळे असल्याचंही त्या चाचण्यांमधून दिसून आलं. हा एक नवाच मुद्दा पुढे निघाला होता. त्याचा विचारच आतापर्यंत झाला नव्हता.

''याचा अर्थ उघड आहे, कौशिक. गुन्हेगार दोघं असले पाहिजेत. समीरचा कोणीतरी साथीदार तरी असायला हवा किंवा तो कोणाचातरी साथीदार असायला हवा.''

''त्या रिझल्ट्सचा हा एक अन्वयार्थ झाला. समीरनं तो गुन्हा केला का नाही, हेही सिद्ध व्हायचंय. त्याच्या अंगावर साधा ओरखडाही नाही मिळाला, हे तुम्हीच तर सांगितलंत. जर त्याच्या अंगावर नीलाच्या नखांचा आघात झाला नाही, तर मग तिच्या नखांखाली त्याच्या रक्ताशी जुळणाऱ्या रक्ताचे अंश कसे मिळाले?''

''तेच तर म्हणतोय मी. कसे मिळाले?''

''ज्या कोणी बलात्कार केला त्यानं आपली दिशाभूल होण्यासाठी ते रक्त तिच्या नखांखाली चोपडलं नसेल कशावरून?''

ती शक्यता नाकारता येणार नाही, याची जाणीव अमृतरावांना झाली. त्या दिशेनंही तपास करायला हवा, हेही ते समजून चुकले.

''आणखीही एक शक्यता आहे. कोणती ते मी आताच नाही सांगत. कदाचित मी तुमची जाणूनबुजून आणि समीरला वाचवण्यासाठी दिशाभूल करतोय, असा तुमचा समज व्हायचा.'' आणि अमृतरावांना दिग्मुढ अवस्थेत सोडून कौशिक तिथून निघून गेले.

आपण एवढ्या मेहनतीनं तयार केलेल्या केसची पिसं काढून कौशिक निघून गेले. एक नवा तिढा निर्माण करून निघून गेले आणि त्या तिढ्यातून मार्ग काढायला मात्र तिथे राहिले नाहीत, याची अमृतरावांना प्रकर्षानं जाणीव झाली.

तीन-चार दिवस झाले तरी कौशिक फिरकले नाहीत, म्हणून अमृतरावांनी समीरकडेच विचारणा केली, तर त्यालाही ते भेटलेले नाहीत असं त्यांना कळलं. ते कुठे गेले आहेत याचा कोणालाच पत्ता नव्हता. त्यांची ही खोड अमृतरावांच्या तशी ओळखीची होती. एखाद्या केसवर काम करताकरता त्यांना कोणत्यातरी वैज्ञानिक सूत्राची मोहिनी पडायची आणि मग त्याचा मागोवा घेत स्वारी कुठेतरी निघून जायची. तिथून हवी असलेली सगळी माहिती मिळाली की मग असेच धूमकेतूसारखे ते अचानक उगवत आणि केस सोडवण्याची नवीच क्लृप्ती सांगत.

त्यांची अशी वाट पाहणं अमृतरावांना नेहमीच असह्य होई. या वेळी तर ते अधिकच वैतागले होते. एकतर केस सुटलीय असं वाटत असताना ती कोर्टात उभी करण्याइतका ठाम पुरावा मिळत नव्हता. समीरला अजून किती काळ तसंच डांबून ठेवता येईल, हे सांगता येत नव्हतं. तो कोठडीत होता तोवर वरच्या मंडळींना थोपवून धरता येत होतं. पण एकदा का समीरला सोडावं लागलं, जामिनावर का होईना पण सोडावं लागलं, की मग त्यांच्या पाठी कसा तगादा लागेल, याची कल्पना ते करू

शकत होते. या केसच्या सुरुवातीला कौशिक आले तेव्हा ते कशासाठी आले, असं त्यांना वाटलं होतं. त्यांना तिथून घालवून द्यायचा खटाटोप ते करत होते. त्यांचं तिथे असणं त्यांना नकोसं झालं होतं आणि आता ते स्वत:हूनच निघून गेले होते, तर ते केव्हा येतील, असा ध्यास त्यांनी घेतला होता.

अकस्मात नाहीसे झाले, तसे अकस्मातच कौशिक एक दिवस उगवले. त्यांना आल्याचं पाहताच त्यांना बसायलाही न सांगता अमृतरावांनी सरबत्ती सुरू केली.

"अहो, होतात कुठे इतके दिवस? इथे आमच्या खुर्चीखाली सुरुंग लावलाय, त्याला बत्तीही मिळालीय, केव्हा स्फोट होईल हे सांगता यायचं नाही. आणि तुम्ही काहीही न सांगतासवरता गायब झालात? कुठे गेला आहात, याचा पत्ताही नाही कोणाला. तुमच्या त्या धोंडिबाला विचारलं तर साहेब बाहेरगावी गेलेत, यापलीकडे काही सांगायला पठ्ठ्या तयार नाही. होतात कुठे इतके दिवस?"

"मी ना? मी उटकमंडजवळ गेलो होतो. तिथे एक अत्याधुनिक कॅन्सर क्लिनिक उघडलंय. बरेच दिवस जाईन-जाईन म्हणत होतो ते बघायला. आता संधी मिळाली तर गेलो. बोन मॅरो ट्रान्सप्लान्टची ट्रीटमेन्ट तिथे दिली जाते. एकदम पर्फेक्ट. त्याचीच माहिती घेण्यासाठी गेलो होतो. आपल्या देशात असं काही आघाडीचं तंत्रज्ञान उपलब्ध होत नाही म्हणतात ना, त्यांना चांगली चपराक बसेल बघा आणि हे सगळं कोणत्याही फॉरेन एडशिवाय. आपल्याच देशातल्या डॉक्टरांनी सहकाराच्या तत्त्वावर चालवलंय ते केंद्र आणि मुख्य म्हणजे गोरगरिबांवर तिथे मोफत उपचार केले जातात. तिथे आलेला पेशन्ट पैसे मोजून आलेला आहे की धर्मादाय संस्थेतर्फे आलाय याचा विचार न करता, गरीब-श्रीमंत असा भेदभाव न करता सर्वांना सारखीच ट्रीटमेन्ट दिली जाते तिथे. तुम्ही चला एकदा, तबियत खूश होऊन जाईल."

कसली तबियत खूश व्हायचीय! इथे गळ्याला तात लागायची पाळी आलीय आणि यांना सहली सुचतायत. असा कसा हा माणूस? माझं सोडा, पण ज्याला सोडवायला म्हणून पहिल्यांदा इथे आला त्या समीरची तरी काळजी असावी याला? त्याला तिथे तसंच लटकावत सोडून हे गृहस्थ गेले कोणत्यातरी इस्पितळाला भेट द्यायला. ते काय पळून जाणार होतं? इथला सगळा गुंता सोडवून नंतर नसतं जाता आलं?

आपल्याला काय करायचं आहे! समीर आपल्या ताब्यात आहे. त्याच्या रक्ताचे अंश नीलाच्या नखांमध्ये सापडले आहेत. तेवढ्या आधारावर आपण केस कोर्टात दाखल तर करू शकतो. पुढचं सगळं वकिलांवर सोपवून देऊ या.

निर्धारानं उठत अमृतराव आपल्या कामाला लागले.

"तुम्हाला भेटलो आणि तुमची सविस्तर खबरबात घेतली त्याला बरीच वर्षं लोटली. मधल्या काळात तुमच्या कुटुंबात कायकाय घडामोडी झाल्या, याची माहितीच नाही मला. तीच आता घेणं आवश्यक होऊन बसलं आहे." नानासाहेब आणि सुषमा यांना उद्देशून कौशिक म्हणाले.

"त्या गुजगोष्टी करायला भरपूर वेळ आहे नंतर," नानासाहेब काही बोलणार, तो त्यांना अडवत सुषमा म्हणाली, "समीरचं काय? तो तिथे पोलीस कोठडीत खितपत पडलाय. आठवतंय ना? की विसरलात त्याला, काका?"

तिच्या स्वरातल्या उपरोधाकडे दुर्लक्ष करत, हसतहसत कौशिक म्हणाले, "कसा विसरेन? त्याचसाठी तर आलोय आणि तू ज्याला गुजगोष्टी म्हणते आहेस त्या त्याच्याचसाठी तर करायच्या आहेत. समीरनं तो गुन्हा केला नाही असं मानायचं..."

"...मानायचं?" त्यांना मध्येच अडवत सुषमा फुत्कारली, "मानायचं नाही, तसंच आहे."

"हे तू मला पटवून देऊ शकशील, पण कोर्टाचं काय? ते तर विचारणारच, की जर त्यानं तो गुन्हा केला नाही, तर त्याचं रक्त नीलाच्या नखांखाली कसं आलं?"

"ते मला नाही माहिती. त्याचा तपास पोलिसांनी करावा."

"सुषमा, मला तुझ्या भावना कळतात, पण कोर्ट कायद्यातल्या तरतुदीनुसार चालतं. कोर्ट खरं काय ते शोधून काढतं असा समज आहे, तो संपूर्णतया बरोबर नाही. समोर जो पुरावा सादर केला गेला आहे, त्याच्या आधारावरच कोर्टाला आपला निष्कर्ष काढावा लागतो. त्या आधारावरच त्याला कायद्याचा अन्वयार्थ लावावा लागतो. म्हणून कोर्टानं तो प्रश्न विचारून आपल्याला निरुत्तर करण्यापूर्वी आपल्यालाच त्याचा छडा लावायला हवा. म्हणजे मग सध्या असलेला पुरावा का ग्राह्य नाही, याचं संयुक्तिक उत्तर आपल्याला देता येईल.

नीलाच्या नखांखालचं रक्त समीरचं नाही असं समजायचं, तर मग ते रक्त तिथे आलं कुठून? समीरला कधी कोणी रक्त दिलं होतं, असंही मानता येणार नाही. कारण असं परकं रक्त काही काळच शरीरात राहतं. कायमचं राहत नाही. शिवाय त्याच्या संपूर्ण रक्ताचा तो काही अंशच असतो. त्यामुळे त्याच्या रक्ताचं ओळखपत्र बदलत नाही. वादाकरता तसं बदलतं असं जरी गृहीत धरलं, तरी मग त्याच्या रक्ताचं आणि वीर्याचं ओळखपत्र वेगवेगळं असायला हवं, पण तसंही नाही. ते एकच आहे. म्हणजे समीरच्या अंगातलं रक्त आणि त्याचं वीर्य त्याचं स्वतःचंच आहे."

"म्हणजे मग पोलिसांकडे असलेला पुरावा खरा आहे, असंच मानायला हवं." मानायला या शब्दावर जोर देत सुषमा म्हणाली.

तिच्या त्या आवेशाची गंमत वाटून कौशिकांच्या चेहऱ्यावर स्मितहास्य तरळून गेलं.

"हो, तसंच मानायला हवं." त्यावर सुषमा काही प्रतिक्रिया देणार, तो हात उंचावून तिला थोपवून धरत तेच पुढे म्हणाले, "म्हणूनच दुसऱ्या एका शक्यतेचा विचार आपल्याला करायला हवा. समीरचं रक्त दुसऱ्या कोणाला दिलं गेलं आहे का?"

"ते तर कितीतरी जणांना दिलं गेलं असेल. ज्याज्या वेळी रक्तदानाचं आवाहन केलं जातं किंवा रक्तदान शिबिरं भरतात, त्यात्या वेळी समीर नेहमीच रक्त द्यायला जातो. किती वेळा त्याला अडवायचा प्रयत्न केला, पण ऐकतच नाही. तिथे कसकसल्या सुया वापरतात, कोण जाणे! त्या कॉन्टॅमिनेटेड सुयांपायी एड्ससारखा भयानक रोग झाला म्हणजे! पण माझं म्हणणं नेहमी उडवूनच लावतो. आता भोगा म्हणावं त्याची फळं." उद्वेगानं सुषमा म्हणाली.

"अगं, अगं, त्याच्यावर अशी घसरू नकोस. चांगल्या ठिकाणी असं रक्तदान करण्यात काहीच प्रॉब्लेम नसतो. तिथे सर्वतोपरी काळजी घेतली जाते. शिवाय असं रक्त दिल्यानं त्याच्यावर हा असा प्रसंग ओढवणं शक्यच नाही. दुसऱ्या कोणाच्या रक्ताची समीरच्या शरीरात जी स्थिती होईल, तीच त्याच्या रक्ताची दुसऱ्याच्या शरीरात. तिथे उद्भवलेली रक्ताची तात्पुरती कमतरता भरून काढण्यासाठीच त्याचा उपयोग होऊ शकतो. पण त्याच्या रक्ताचं ओळखपत्र दुसऱ्या कोणाच्या शरीरात एकाच स्थितीत जाऊन कायमचं तिथे घर करून बसू शकतं. जर समीरनं आपला बोन मॅरो कोणा व्यक्तीला दान केला असेल, तरच अशी स्थिती उद्भवू शकते. म्हणून तर मला तुमच्या घरात गेल्या काही वर्षांत कायकाय घडामोडी झाल्या, त्याची माहिती हवी आहे. समीरला कोणी जुळा भाऊ नाही, हे मला माहिती आहे. तुमच्या कुटुंबातल्या इतर कोणा जवळच्या व्यक्तीला जर बोन मॅरोची गरज भासली असेल आणि समीरनं ती पुरी केली असेल, तर त्याची माहिती मला हवी आहे."

सुषमा आता मात्र गप्पच राहिली. तिला त्याविषयी काहीच माहिती नव्हती, पण आपला घसा खाकरत नानासाहेब पुढे झाले.

"समीरचा स्वभाव तुम्हाला माहीतच आहे. कोणालाही मदतीचा हात पुढे करायला तो नेहमीच तत्पर असतो. काही वर्षं झाली त्याला. सुषमा बेटी, तुमचं लग्न होण्यापूर्वीची गोष्ट आहे ही. अशीच कोणी मंडळी त्याच्याकडे आली होती. कोणी एक कॅन्सर पेशंट होता. त्याला वाचवायचं तर तुम्ही म्हणता त्याप्रमाणे कोणीतरी आपला बोन मॅरो दान करणं आवश्यक होतं. त्या पेशंटला कोणी जुळं भावंडं नव्हतं. सख्खं भावंडही नव्हतं. तेव्हा ज्या हॉस्पिटलमध्ये तो ट्रीटमेन्टसाठी गेला होता तिथल्या डॉक्टरांनी, कशी कोण जाणे, पण समीरचा बोन मॅरो बराचसा मिळताजुळता आहे अशी माहिती मिळवली आणि त्याच्याकडे ते आले. मीही त्या

वेळी समीरनं तसं दान करण्याच्या विरुद्ध होतो. ती मंडळी कोण, कुठली, काहीच माहिती नव्हतं. समीरच्या बोन मॅरोबद्दलची माहिती त्यांना कशी मिळाली, हेही समजत नव्हतं. पेशंटही आमच्या नात्यातला सोडाच, पण ओळखीचाही नव्हता. कशाला त्या फंदात पडा, असंच मला वाटत होतं. पण समीरनं ऐकलं नाही. त्यानं त्या डॉक्टरांची, हॉस्पिटलची चौकशी जरूर केली आणि तिथे जाऊन बोन मॅरोचं दान केलं. त्याबद्दल देऊ केलेले पैसेही त्यानं घेतले नाहीत. तेही त्या हॉस्पिटललाच दान करून आला. आजवर ते सारं विसरूनही गेलो होतो.''

''हे तर फारच महत्त्वाचं आहे, नानासाहेब. ते हॉस्पिटल कोणतं आणि कोणाला त्यानं आपल्या जिवाच्या अंशाचं दान केलं, हे सांगू शकाल का तुम्ही?''

''नाही. मला त्याबद्दलचा कसलाच तपशील माहीत नाही. समीरलाच विचारायला हवं त्याबद्दल.''

''ते आता माझ्यावर सोपवा. मी विचारतो त्याला. तुम्ही आता समीरची काळजी सोडा. स्वत:चीच घ्या. समीर सुटेल असं मानायला जागा आहे आता, सुषमा.'' मानायला या शब्दावर तिनं दिला तसाच जोर देत कौशिक म्हणाले आणि हसत-हसतच तिथून बाहेर पडले.

''हं, आता मागे राहू नका. पुढे व्हा आणि तुमचा पोलिसी खाक्या जरा दाखवा.'' कौशिक अमृतरावांना सांगत होते. अजूनही आपण तिथे आलो ते योग्य केलं की नाही, याविषयी अमृतरावांना शंकाच होती. सुरुवातीला जेव्हा कौशिक त्यांच्याकडे आले आणि त्यांनी त्यांच्याबरोबर उटकमंडजवळच्या त्या कॅन्सर हॉस्पिटलला भेट देण्याचा प्रस्ताव मांडला, तेव्हा अमृतरावांनी तो धुडकावूनच लावला होता.

''कौशिक, प्रसंग काय आणि तुम्ही कुठेतरी ट्रिपला जायच्या काय गोष्टी करताहात. त्या नीला नारायण मर्डर केसचा तपास पूर्ण झाला की नाही म्हणून दर दोन दिवसांनी फोन येताहेत मला. अशा वेळी मी जागा सोडून उटीला हॉलिडेला गेलोय असं कळलं, तर काय गहजब होईल याची कल्पना आहे तुम्हाला?''

''चांगलीच कल्पना आहे. म्हणूनच तर मी तुम्हाला वेळ न घालवता तिथे चलण्याची विनंती करतो आहे. तुम्हाला तुमच्या त्या खऱ्या गुन्हेगाराचा शोध घ्यायचा आहे ना? मग तो इथे बसून नाही घेता येणार. त्यासाठी तरी तुम्हाला माझ्याबरोबर यायलाच हवं. मी एकटाच गेलो असतो, पण आपल्याला हवी ती माहिती मला ते देतील याची खात्री नाही. पण तुम्ही पोलीस अधिकारी आहात. तुमच्या अधिकारात जर ती मागणी केलीत तर नाही म्हणणं त्यांना कठीण जाणार आहे.''

''अहो, पण उटी म्हणजे कर्नाटकात. माझं ज्युरिसडिक्शन तिथे चालणार नाही.''

''पण तिथल्या तुमच्या काउन्टरपार्टशी बोलून तुम्ही योग्य ती व्यवस्था करू शकालच ना! चला तर मग आता. आणखी वेळ घालवू नका.''

आजवर अशा वरवर विक्षिप्त वाटणाऱ्या कौशिकांच्या सूचनांचा आपल्याला फायदाच झाला होता, याची आठवण अमृतरावांच्या मनात ताजी होती. त्यामुळे त्यांनीही थोडंफार त्यांच्या कलानं घेत इथे येण्याचं मान्य केलं होतं. पण हॉस्पिटलमध्ये शिरल्यावर मात्र त्यांचं अवसान परत गळालं होतं. म्हणूनच कौशिक त्यांना धीर देत पुढे व्हायला सांगत होते.

तिथल्या मेडिकल सुपरिटेंडंटच्या खोलीत गेल्यावर त्यांनी दोघांनाही बसायला सांगितलं आणि अमृतरावांच्या युनिफॉर्मकडे नजर टाकत त्यांनी विचारलं, ''येस, व्हॉट कॅन आय डू फॉर यू जंटलमन?''

''आम्हाला तुमच्या बोन मॅरो ट्रान्सप्लान्टच्या एका केसविषयी सविस्तर माहिती हवी आहे. तीन वर्षांपूर्वी, थोडी जास्तही असतील कदाचित, तुम्ही मुंबईच्या समीर साखरदांडेकडे गेला होतात आणि त्यांना आपल्या बोन मॅरोचं डोनेशन देण्याबद्दल उद्युक्त केलं होतंत.''

''असेलही. मला ऑफ हॅन्ड नाही सांगता यायचं. रेकॉर्डस पाहावी लागतील.'' डॉक्टरांनी थोडंफार उडवाउडवीचं उत्तर देण्याचा प्रयत्न केला.

''मग बघा ते आणि त्याबद्दल सांगा, पण लवकर. वुई डोन्ट हॅव मच टाईम.''

''पण अशी माहिती आमच्या पेशन्ट-डॉक्टर रिलेशननुसार कॉन्फिडेन्शियल असते. ती कोणालाही देता येत नाही.''

''आम्ही कोणीही नाही, हे माझ्या युनिफॉर्मवरून तुम्हाला कळलंच असेल. तुमचे जसे एथिक्स आहेत, तसेच आमचेही आहेत. आमच्याजवळची इन्फर्मेशनही अशीच कॉन्फिडेन्शियल असते. पण तसाच प्रसंग आला तर ती कॉन्फिडेन्शियॅलिटी डावलता येते, डावलावी लागते, हेही मला माहिती आहे. तसाच प्रसंग आहे म्हणूनच मी ती इन्फर्मेशन मागतो आहे. एरवी तुमच्या प्रिन्सिपल्सच्या विरुद्ध जाऊन तुम्ही काही करावं असं मी तुम्हाला म्हटलंच नसतं.''

''तरीही...''

''हे पाहा डॉक्टर,'' इतका वेळ गप्प राहिलेल्या कौशिकांनी आता तोंड उघडलं. ''तुमच्या नीतीनियमांप्रमाणे तुम्ही इतरांनाच काय, पण जो दाता आहे त्यालाही घेत्याचं नाव सांगत नाही आणि घेत्याला दात्याची ओळख देत नाही. मला कल्पना आहे त्याची. ते योग्यही आहे. या प्रकारच्या डोनेशनला कमर्शियल स्वरूप येऊ नये यासाठी तर ती खबरदारी घेणं योग्य आहेच, पण इतर भावनिक आणि सामाजिक कारणांसाठीही ते रास्त आहे. पण मला एक सांगा, की हा घेता आणि दाता यांपैकी कोणा एकाच्या जीवनमरणाचा प्रश्न उद्भवला तरीही तुम्ही तुमच्या

नीतीनियमांचंच पालन करत बसाल का? अशा वेळी तुमचीही काही नैतिक जबाबदारी पार पाडण्यासाठी त्यातली आवश्यक तितकी माहिती उघड करालच ना?''

''तुम्ही म्हणता तशी एक्सेप्शन्स असू शकतात. नेहमीच असतात.''

''मग आताही तशीच परिस्थिती उद्‌भवली आहे असंच समजा. त्या वेळी उदार अंत:करणानं ज्यानं आपला बोन मॅरो डोनेट केला आणि त्यापोटी मिळालेली रक्कमही याच हॉस्पिटलला दान करून टाकली, त्याच्या जीवनमरणाचा प्रश्न उद्‌भवला आहे. तुमच्याकडून या अमृतरावांना हवी ती माहिती मिळाली नाही, तर त्या समीर साखरदांडेच्या जिवावर बेतणार आहे.''

''खरं आहे हे म्हणतात ते?'' डॉक्टरांचा अजूनही विश्वास बसत नव्हता.

''शंभर टक्के. शिवाय आम्हाला इतर माहिती नकोच आहे. फक्त समीर साखरदांडेचा बोन मॅरो ज्याला कोणाला ट्रान्सप्लान्ट केलात, त्याचं नाव आणि पत्ता तेवढा हवा आहे.''

तरीही डॉक्टर का कू करताहेत हे पाहिल्यावर अमृतराव उठले आणि म्हणाले, ''ऑल राईट, डॉक्टर. यू वॉन्ट टू प्ले इट द हार्ड वे. देन सो बी इट... उद्या कोर्टाचं समन्सच मिळेल तुम्हाला. मग तिथे येऊन शपथेवर सारं काही सांगावं लागेल. त्यात उलट तपासणीत वकील आणखी कायकाय माहिती काढून घेईल, ते सांगता नाही यायचं. चला, कौशिक.''

कौशिकही उठून अमृतरावांच्या पाठी जाण्याची तयारी करताहेत, हे बघताच मात्र डॉक्टर लटपटले. तरीही उसनं अवसान आणत ते म्हणाले, ''मी फक्त रेकॉर्डमधली तेवढीच एन्ट्री तुम्हाला दाखवीन. ती तुम्हाला उतरवून घ्यायची तर घ्या. त्याचा प्रिंट्‌आऊट मी तुम्हाला देऊ शकणार नाही. कोणतीही माहिती लेखी देणार नाही. माझ्याकडून तुम्हाला ही माहिती मिळाली याचं कोणतंही रेकॉर्ड मला नको आहे.''

''त्याची गरजही भासणार नाही.'' अमृतरावांना बोलू न देता घाईघाईनं कौशिकच म्हणाले आणि त्यांनी अमृतरावांकडे बघत डोळे मिचकावले.

रेकॉर्डमधलं नाव बघताच मात्र अमृतरावांचंच अवसान गळालं. तिथून बाहेर पडेपर्यंत आपल्याला बसलेल्या धक्क्याची त्या डॉक्टरला कल्पना येणार नाही याची काळजी त्यांनी घेतली, पण हॉस्पिटलच्या आवाराबाहेर येईपर्यंतच त्यांनी कसाबसा धीर धरला. त्याच्या मेन गेटच्या बाहेर पडताच वाटेतच थांबून कौशिकांकडे आपला मोहरा फिरवत ते म्हणाले, ''ते नाव पाहिलंत तुम्ही?''

''पाहिलं ना. तुमच्या संशयितांच्या यादीत पहिल्या नंबरवर ते असलं पाहिजे. त्या व्यक्तीच्या रक्ताचे, तसेच वीर्याचे नमुने मिळवा तुम्ही. माझी खात्री आहे की ते तुमच्याजवळच्या नमुन्यांच्या डीएनए फिंगरप्रिंट्‌सशी जुळणारेच असतील.''

"तुमचं डोकं तर फिरलेलं नाही ना? ती व्यक्ती कोण आहे हे तुम्हाला माहिती असूनही तुम्ही ही सूचना करताय मला?"

"मग काय झालं? ती व्यक्तीच खरी गुन्हेगार आहे, समीर नाही, याबद्दल माझ्या मनात तरी शंका उरलेली नाही. तुम्हाला कसली अडचण वाटतेय याची पूर्ण कल्पना आहे मला. त्यासाठीच आपण इथून सरळ कमिशनरांकडे जावं असं मला वाटतं. मी त्यांची खात्री पटवून देईन आणि मग ते नमुने कसे मिळवायचे याची जबाबदारी त्यांच्यावर सोपवू या आपण. शिवाय ही माहिती आता माझ्याकडेही आहे. माझ्यावर तुमच्यासारखी बंधनं नाहीत. तेव्हा मीडियाचा वापर करायला मी मोकळा आहे. तुमची मग सहीसलामत सुटकाच होईल या आपत्तीतून. त्यातही ही बातमी कशी काय लीक झाली असा सवाल आलाच, तर माझ्याकडे बोट दाखवायलाही तुम्ही मोकळे असाल. चला, आता वेळ घालवू नका."

कमिशनरांच्या चेम्बरमध्ये जाताना अमृतरावांचे पाय लटपटत होते. त्यांना दरदरून घाम फुटला होता. कौशिक बरोबर होते म्हणून ते तिथपर्यंत पोहोचले तरी होते. नाहीतर वाटेतूनच त्यांनी घुमजाव केलं असतं.

तिथे पोहोचताच कौशिकांनी वेळ न घालवता मुद्यालाच हात घातला.

"नीला नारायण रेप ॲन्ड मर्डर केसबद्दल जरा बोलायचं होतं आपल्याशी. बाब जरा नाजूक झालीय. ज्याच्यावर संशय घेऊन आज तुम्ही लॉकअपमध्ये ठेवलं आहे त्याला, समीर साखरदांडेला, मी त्याच्या जन्मापासून ओळखतो. अतिशय सालस तरुण आहे तो. त्यामुळे त्यानं असं काही कृत्य केलं असेल यावर माझा विश्वास बसत नव्हता. त्यामुळेच मी या केसकडे ओढला गेलो. सुरुवातीला अमृतरावांनी मला त्याबद्दल कोणतीही माहिती द्यायला नकारच दिला. ते बरोबरही होतं. पण तुमच्याकडचा पुरावा अधिक बळकट करण्यासाठी त्यांनी आणखी काही तपासण्या कराव्यात असा सल्ला मी त्यांना दिला. तुमच्याकडे नीलाच्या नखांखाली सापडलेल्या रक्ताच्या अंशांची सॅम्पल्स होती. त्याचे डीएनए फिंगरप्रिंट्स समीरच्या रक्ताशी जुळत होते. पण नीलाच्या कपड्यांवर सापडलेल्या वीर्याच्या डागाचे जे नमुने होते, त्यांचे फिंगरप्रिंट्स घेऊन ते समीरच्या वीर्याच्या फिंगरप्रिंट्सशी ताडून पाहिले गेले नव्हते. ते करावं असं मी सुचवताच एक विचित्र गोष्ट समोर आली.

नीलाच्या अंगावरच्या रक्ताच्या अंशांचे फिंगरप्रिंट्स आणि वीर्याचे फिंगरप्रिंट्स वेगवेगळे होते. एकच नव्हते. त्यावरून दोन निष्कर्ष निघू शकत होते. एक, गुन्हा दोन इसमांनी मिळून केला. एकानं बलात्कार केला तर दुसऱ्यानं खून केला. तसं असतं तरी दुसऱ्याचा शोध घ्यावाच लागला असता. पण मला दुसरीच एक शंका आली, म्हणून मी समीरकडे चौकशी केली. तेव्हा काही वर्षांपूर्वी त्यानं आपला बोन मॅरो डोनेट केल्याचं समजलं. एखाद्या व्यक्तीला जर रक्ताचा कॅन्सर झाला असेल,

तर त्यासाठी त्या व्यक्तीच्या बोन मॅरोचा संपूर्ण नायनाट करून निरोगी व्यक्तीचा बोन मॅरो त्याच्या शरीरात ट्रान्सप्लान्ट करण्याचा एक उपचार केला जातो. त्यासाठी जुळ्या भावंडाचा किंवा सख्ख्या भावंडाचा बोन मॅरो सहसा वापरतात. पण ते शक्य नसेल तर, संपूर्ण नाहीतरी जवळपास जुळणी होईल असा बोन मॅरोही चालतो.

सध्याच्या इंटिग्रेटेड डेटाबेसेस आणि बायोइन्फॉर्मेटिक्सच्या जमान्यात अशा व्यक्तीचा शोध घेणे सोपं झाले आहे. त्यातूनच समीरकडे काही डॉक्टरमंडळी आली आणि त्यांनी त्याला आपला बोन मॅरो डोनेट करण्याची विनंती केली. समीर म्हणजे खरोखरच कर्णाचा अवतार आहे. त्यानं काहीही आढेवेढे न घेता ती विनंती मान्य केली.

आपल्या बोन मॅरोमध्ये आपल्या रक्तातल्या सर्व पेशींना जन्माला घालण्याची क्षमता असते. मूळचा बोन मॅरो नष्ट झाल्यानंतर मग दात्याकडून मिळालेल्या बोन मॅरोमधून त्या रुग्णाच्या शरीरातल्या रक्तपेशींचा जन्म होतो. त्यामध्ये मुळातल्या रोगी पेशींचा नायनाट करून तिथे निरोगी पेशींची वस्ती बसवण्याची कल्पना आहे. त्यापोटी त्या कॅन्सरच्या रुग्णाला त्याच्या व्याधीपासून मुक्तता मिळते. पण त्याच्या शरीरात एक अनोखी परिस्थिती निर्माण होते. त्याच्या रक्तातल्या पेशींचा वारसा त्या दात्याचा असतो, तर शरीरातल्या इतर पेशींचा वारसा मुळात आई-वडिलांकडून मिळालेला असतो, तोच राहतो. अशा व्यक्तीच्या रक्ताचा डीएनए फिंगरप्रिंट मग त्याच्या वीर्याच्या फिंगरप्रिंटपेक्षा वेगळाच राहील.

ज्या व्यक्तीला समीरनं आपल्या शरीराचा लचकाच तोडून दिला, त्याचा शारीरिक रोग बरा झाला, पण त्याच्या मनाला झालेल्या रोगाचं काय? तो तसाच कायम राहिला. त्यामुळेच त्यानं केलेल्या गुन्ह्यापायी आज समीरला या दिव्यातून जावं लागतं आहे.

माझं म्हणणंच खरं, असा माझा केवळ दावा आहे. पण तो योग्य आहे याची शहानिशा करण्यासाठी आपल्याला त्या व्यक्तीच्या रक्ताचे आणि वीर्याचे नमुने मिळवायला हवेत. त्या व्यक्तीकडे आज काही सामर्थ्य आहे. त्यामुळे ही बाब तेवढीशी सोपी नाही. म्हणूनच आपल्याला सर्व काही विशद करण्यासाठी मी आलो आहे. ते नमुने कसे मिळवायचे याचे मार्ग मी आपल्याला काय सांगणार! आपण अनुभवी आहात, पण प्राप्त परिस्थितीत समीरवरचा आरोप सिद्ध होणं कठीण आहे, हे मात्र खरं.''

''माझी तर खात्री पटली आहे. अर्थात, ती सॅम्पल्स मिळाल्यावर फोरेन्सिक लॅबकडून कन्फर्मेटरी एव्हिडन्स मिळेलच. पण डॉ.कौशिक, आय मस्ट थँक यू, परत एकदा पोलिसांची अब्रू वाचवण्याची कामगिरी केली आहे तुम्ही.''

''छे, छे, छे! मी त्याचं क्रेडिट घेऊ शकत नाही. द्यायचेच थँक्स तर अमृतरावांनाच द्या. त्यांच्याचमुळे या केसचा तिढा सुटतो आहे.''

''माझ्यामुळे? मी तर तुम्हाला या केसला हातही लावू देत नव्हतो.''

''सर, तुमचे हे अमृतराव कधी सुधारणार नाहीत बघा. अहो, तुम्हीच नाही का म्हणालात, की दोन साथीदारांनी हा गुन्हा नाही केला तर काय कोणा गंगाजमनी माणसानं केलाय का? तुमचंच बरोबर होतं. मी फक्त तो गंगाजमनी माणूस कसा तयार झाला याचाच शोध घेतला.''

यावर अमृतराव काय किंवा कमिशनर काय, कोणीच काही बोललं नाही. काय समजायचं ते दोघंही समजून चुकले होते.

◆